ഗ്രീൻ ബുക്സ്

ഉതിർന്നുവീണ മൂന്ന് ആകാശപ്പഴങ്ങൾ
നരൈൻ അബ്ഗര്യൻ

അർമേനിയൻ എഴുത്തുകാരി. 1971ൽ സോവിയറ്റ് യൂണിയനിലെ അർമേനിയയിൽ ജനനം. Yerevan Brusov State University of languages and social scienceൽ ബിരുദം. റഷ്യൻ ഭാഷയിലും സാഹിത്യത്തിലും ഡിപ്ലോമ. താൻ ജനിച്ചുവളർന്ന മോസ്കോവിലെ ജീവിതത്തെക്കുറിച്ചാണ് അധികവും എഴുതിയിട്ടുള്ളത്. ആനുകാലികങ്ങളിൽ ലേഖനങ്ങൾ എഴുതുന്നു. Manjuja, Zulali, Baby Nose തുടങ്ങിയ പത്തോളം കൃതികളുടെ കർത്താവ്. Baby Nose എന്ന കൃതിക്ക് 2013-ലെ New Literature Priceഉം 2015-ലെ Prize Alexander Green അവാർഡും ലഭിച്ചിട്ടുണ്ട്. 1993 മുതൽ ഭർത്താവിനും മകനോടുമൊപ്പം മോസ്കോവിൽ താമസിക്കുന്നു.

രമാമേനോൻ : തൃശൂരിൽ ജനനം. മുപ്പതു വർഷത്തോളം അഹമ്മദാബാദിൽ സ്കൂൾ അധ്യാപികയായിരുന്നു. ആദ്യത്തെ കുങ്കുമം ചെറുകഥാ അവാർഡ് ലഭിച്ചു. മുപ്പതിലേറെ പുസ്തകങ്ങൾ ഇംഗ്ലീഷിൽനിന്ന് മലയാളത്തിലേക്ക് വിവർത്തനം ചെയ്തിട്ടുണ്ട്.

നോവൽ

ഉതിർന്നുവീണ മൂന്ന് ആകാശപ്പഴങ്ങൾ

നരൈൻ അബ്ഗര്യൻ

വിവർത്തനം
രമാ മേനോൻ

ഗ്രീൻ ബുക്സ്

green books private limited
gb building, civil lane road, ayyanthole,
thrissur- 680 003, kerala, ph: +91 487-2381066, 2381039
website: www.greenbooksindia.com
e-mail: info@greenbooksindia.com

original russian title
С неба упали три яблока
novel
by
narine abgaryan

english
three apples fell from the sky

malayalam
uthirnnuveena moonnu akasappazhangal

translated by
rema menon

first published july 2019

first published in the Russian language by
Astrel imprint, St Petersburg, Russia
© Narine Abgaryan, 2015
The publication of the book was negotiated through
Banke, Goumen & Smirnova Literary Agency (www.bgs-agency.com)
all rights reserved

منحة الترجمة
Translation Grant
صندوق منحة الشارقة للترجمة
Sharjah Translation Grant Fund

cover design : mansoor cheruppa

branches:
thrissur 0487-2422515
palakkad 0491-2546162
thiruvananthapuram 0471-2335301
calicut 0495 4854662
kannur 0497-2763038
ernakulam 8589095007

isbn : 978-93-88830-46-1

no part of this publication may be reproduced,
or transmitted in any form or by any means,
without prior written permission of the publisher.

GBPL/1099/2019

മുഖക്കുറി

വിപ്ലവ പരിവർത്തനങ്ങളൊന്നും ഏശിയിട്ടില്ലാത്ത അർമേനിയൻ പർവ്വതഗ്രാമം. അനട്ടോലിയ എന്ന കഥാപാത്രവും ഗ്രാമവും വേർപിരിയാനാവാത്ത വിധം ആശ്ലേഷിച്ചുനിൽക്കുന്നു. കൃതിയുടെ ആത്മാവ് ചോർന്നുപോകാത്ത വിവർത്തനം.

കൃഷ്ണദാസ്
മാനേജിങ് എഡിറ്റർ

ആത്മാവിൽ നെയ്തെടുത്ത മാന്ത്രികാക്ഷരങ്ങൾ

ജീവിതം എത്രമേൽ ദുരിതമയമായിരിക്കുമ്പോഴും അത്രമേൽ മനോഹരമാണെന്നും പരസ്പരവിശ്വാസവും സ്നേഹ സമ്പർക്കങ്ങളുംകൊണ്ട് എത്രത്തോളം മഹത്തരമാക്കാമെന്നും അനാട്ടോലിയ എന്ന സ്ത്രീകഥാപാത്രത്തിന്റെ ജീവിത ത്തിലൂടെ ആവിഷ്കരിക്കുന്ന നോവൽശില്പമാണിത്. ഈ ആവിഷ്ക്കാരത്തെ അതുല്യമെന്ന് വിശേഷിപ്പിക്കേണ്ടതുണ്ട്.

ബോൾഷെവിക് വിപ്ലവാനന്തരമുള്ള പരിവർത്തനങ്ങളൊന്നും ഏശിയിട്ടില്ലാത്ത മാരൻ എന്ന അർമേനിയൻ പർവ്വതഗ്രാമം. പ്രകൃതിദുരന്തത്തിൽ എല്ലാം നഷ്ടപ്പെട്ടവർ. ജീവിതം ഏതെ ങ്കിലും തരത്തിൽ മെച്ചപ്പെടുമെന്ന പ്രതീക്ഷ നഷ്ടപ്പെട്ട വിഷാദഗ്രാമം. ഗ്രാമവാസികൾക്കെല്ലാം വധശിക്ഷയ്ക്ക് വിധി ക്കപ്പെട്ട കുറ്റവാളികളുടെ മട്ട്. എന്നിട്ടും അതിനെയെല്ലാം അതി ജീവിച്ച് അന്തസ്സോടെ ജീവിക്കുന്നവർ. അനാട്ടോലിയ എന്ന കഥാപാത്രവും മാരൻ എന്ന പർവ്വതഗ്രാമവും വേർപിരിക്കാ നാവാത്തവിധം ആശ്ലേഷിച്ചുനിൽക്കുന്നു.

മൂന്ന് ഭാഗങ്ങളായി മാരൻ എന്ന ചെറുഗ്രാമത്തിലെ ഏതാനും വ്യക്തികളുടെ ജീവിതം പ്രമേയമാക്കിയിരിക്കുന്നു.

കഥാപാത്രങ്ങളെല്ലാം വ്യത്യസ്തമായ വ്യക്തിത്വസവിശേഷ തകൾ ഉള്ളവർ. സ്വപ്നവ്യാഖ്യാനങ്ങളിലും അഭൗമപ്രകൃതി ശക്തികളിലും അതീതപ്രമാണങ്ങളിലും വിശ്വസിക്കുന്നവർ. മാന്ത്രികനോവലിന്റെ രൂപവും ഭാവവുമുള്ള അപൂർവ്വകൃതി. എന്നാൽ, യഥാർത്ഥത്തിൽ ഇത് ഒരു മാന്ത്രികനോവൽ അല്ല. നാടോടി പുരാവൃത്തങ്ങളുടെ ആഴങ്ങളിൽ വേരോടിയ കഥാ വിഷ്കാരം. മാന്ത്രികത ഗ്രാമജീവിതസംസ്കാരത്തിന്റെ ഭാഗ മാണ്.

അതിശക്തമായ പുരുഷാധിപത്യവ്യവസ്ഥിതിയുടെ ഗ്രാമീണ പശ്ചാത്തലം. പരിമിതികൾക്കുള്ളിൽ തളയ്ക്കപ്പെട്ട സ്ത്രീ സ്വഭാവത്തേയും നിലനില്പിനേയും രതിയേയും പ്രമേയ മാക്കുന്നു. സ്ത്രീസ്വാതന്ത്ര്യവും സ്ത്രീപരിരക്ഷയും തുറന്ന് അനുവദിക്കുന്നതിന്റെ അർത്ഥം ഗോത്രപാരമ്പര്യങ്ങൾക്ക് അസ്വാരസ്യത്തിന്റെ വിള്ളലുകൾ ഏല്പിക്കുക എന്നതാ കുന്നു. സ്ത്രീയുടെ അസ്തിത്വം യഥാർത്ഥത്തിൽ എന്തിനെ ആശ്രയിച്ചാണ് നിലനിൽക്കുന്നത്?

ഈ കൃതി ഉൾക്കൊള്ളുന്ന പ്രധാന സന്ദേശം, ആഗോളീ കരണത്തിന്റെ മാറ്റങ്ങൾക്കു മുന്നിൽ ഗോത്രസംസ്കൃതി സമൂലം നശിപ്പിക്കപ്പെടാതിരിക്കണം എന്നതാകുന്നു. ആകാശ ത്തിനു കീഴെ പർവ്വതസാനുക്കളിൽ സ്ഥിതിചെയ്യുന്ന മാരൻ എന്ന ചെറുഗ്രാമത്തിലെ മനുഷ്യർ ഭാവനാസമ്പന്നരും സൗന്ദര്യഉപാസകരും ആണെന്ന് നോവലിസ്റ്റ് വെളിപ്പെടു ത്തുന്നു.

ഇക്കഥയിലെ അമ്മയും മകളും വേർപിരിയാനാകാത്ത ആത്മ ബന്ധത്തിന്റെ ആഴങ്ങളിൽ ചലിക്കുന്നവർ. കുടുംബബന്ധ ങ്ങളുടെ ഭാഗമായി അവർ തങ്ങളുടെ കുടുംബപ്പേരുകൾ പിറന്ന തിന്റെ പുരാവൃത്ത കഥകൾ ഓർത്തെടുക്കുകയും തലമുറ കളിലേക്ക് അക്കഥകൾ പകരുകയും ചെയ്യുന്നു. ഒരു മിത്തി ക്കൽ പരിവേഷത്തിലേക്ക് കഥാഘടന രൂപാന്തരപ്പെടുന്നു.

മൂന്ന് ആപ്പിളിന്റെയും ആപ്പിൾമരത്തിന്റെയും കഥയിൽ ക്രിസ്തീയതയുടെ മിത്തിക്കൽ അംശങ്ങൾ നിറഞ്ഞു നിൽക്കുന്നു. “ആദിയിൽ വചനമുണ്ടായിരുന്നു. വചനം ദൈവ ത്തോടൊപ്പമായിരുന്നു” എന്ന സത്യപ്രമാണം ഉതിർന്നുവീണ മൂന്ന് ആപ്പിളുകളിൽ പുനർനിർമ്മിക്കപ്പെടുന്നതിങ്ങനെ: “മൂന്ന് ആപ്പിളുകളിൽ ഒന്നാമത്തെ ആപ്പിൾ സത്യം കാണുന്നവന്. രണ്ടാമത്തെ ആപ്പിൾ സത്യം വെളിപ്പെടുത്തുന്നവന്. മൂന്നാ മത്തെ ആപ്പിൾ സത്യം ഗ്രഹിച്ചവന്.”

ലോകം ഇന്ന് എത്തിപ്പെട്ട വിധത്തിൽ ആ പർവ്വതഗ്രാമത്തിൽ ഒരു പുതിയ ലോകം സൃഷ്ടിക്കണമെന്ന് എഴുത്തുകാരി ആഗ്രഹിക്കുന്നു. ഹൃദയത്തിന്റെ അഗാധതയിൽ സ്മാരക ശില്പം പണിയുന്ന അതുല്യമായ കൃതി. ഇത് ഒരു ചരിത്രാ വിഷ്കാരത്തിന്റെ താളുകൾ എന്നതിനേക്കാൾ, കഥപറച്ചിലു കാരിയുടെ ആത്മാവിൽ നെയ്തെടുത്ത മാന്ത്രികാക്ഷരങ്ങൾ.

- എഡിറ്റർ

ഭാഗം ഒന്ന്

ഒന്ന്

വെള്ളിയാഴ്ചഉച്ചതിരിഞ്ഞതേയുള്ളൂ. ആകാശത്തിലെ ഏറ്റവും ഉയർന്ന വീഥികൾ സൂര്യൻ പിന്നിട്ടുകഴിഞ്ഞിരുന്നു. ഇനി പതുക്കെ പടിഞ്ഞാറെ ചെരുവിലേക്കുള്ള ഇറക്കമാണ്... ആ താഴ്‌വരയുടെ പടിഞ്ഞാറെ ഓരം പറ്റി. അനാട്ടോലിയ സെവൊയാന്റസ് അവരുടെ മരണശയ്യയിലായിരുന്നു. അന്ത്യശ്വാസം വലിക്കാൻ തുടങ്ങിയിരുന്നു.

പരലോകത്തേക്കു യാത്രയാവും മുമ്പേ, അവർ പുറകുവശത്തെ അടുക്കളത്തോട്ടം നന്നായി നനച്ചിരുന്നു. കോഴിക്കുഞ്ഞുങ്ങൾക്കുള്ള തീറ്റയും മുറ്റത്തു വിതറിയിട്ടിരുന്നു. അതിനോടൊപ്പം പുറത്തുനിന്നു പറന്നുവരുന്ന കിളികൾക്കുവേണ്ടിയും അവർ കരുതലോടെ തീറ്റ വിതറിയിരുന്നു. അവയ്ക്കും ഒന്നും കിട്ടാതെ പോവരുത്. അയൽപക്കത്തുള്ളവർ അവരുടെ ശവശരീരം എപ്പോഴായിരിക്കും കാണുക? അതിപ്പോൾ എങ്ങനെ പറയാൻ? പുരപ്പുറത്തുനിന്നും ഒഴുകിയെത്തുന്ന വെള്ളം ഓടയിലേക്കു തിരിച്ചുവിടാനായി വലിയ വീപ്പകൾ കരുതി വെച്ചിരുന്നു. അവർ അതിന്റെ മൂടികൾ എടുത്തുമാറ്റി. അല്ലെങ്കിൽ പെട്ടെന്ന് മഴപെയ്ത് വെള്ളം കുത്തിയൊലിച്ച് വീടിന്റെ അസ്തിവാരത്തിന് കേടുപറ്റിയാലോ? അവർ അകത്തേക്കു കടന്നു. അടുക്കളയിൽ ചെന്ന് അലമാരയിലും തട്ടുകളിലുമൊക്കെ പരതി നോക്കി. മിച്ചം വന്നിട്ടുള്ള ഭക്ഷണസാധനങ്ങളെല്ലാം എടുത്ത് ഒരു സ്ഥലത്തേക്ക് മാറ്റിവെച്ചു. പരന്ന ചെറിയ കിണ്ണങ്ങളിൽ വെണ്ണയും ചീസും തേനും. വലിയൊരു കഷ്ണം റൊട്ടിയും. ഒരു കോഴി വേവിച്ചതിന്റെ പകുതിഭാഗവുമെല്ലാം കൂടി ഒരുമിച്ചെടുത്ത് വീടിന്റെ നിലവറയിൽ കൊണ്ടുവെച്ചു.

അവിടെ എപ്പോഴും നല്ല തണുപ്പാണ്. നിലവറയിലെ അലമാരയിൽ നിന്നും മരണാനന്തരം തന്നെ അണിയിക്കാനുള്ള വസ്ത്രങ്ങൾ അവർ വലിച്ചെടുത്തു. ഉയർന്ന കഴുത്തോടുകൂടിയ ഒരു കമ്പിളി ഉടുപ്പ്. അതിനു ഇറക്കമുള്ള കൈയും വെള്ളലേസിൽ തീർത്ത ചെറിയ കോളറുമുണ്ടായിരുന്നു. അതിന്റെ മീതെ ഇടാനായി നല്ലൊരു 'പിനാഫർ', സാമാന്യം ഇറക്കത്തിൽ. അതിൽ സാറ്റിൻ തുണികൊണ്ട് പോക്കറ്റുകൾ തുന്നിപ്പിടിപ്പിച്ചിരുന്നു. കാലിലിടാൻ കട്ടിയുള്ള കമ്പിളി സോക്സുകളും. (എല്ലാ

കാലത്തും അവരുടെ കാലുകൾ തണുത്ത് മരവിക്കുമായിരുന്നു.) അടി പരന്ന ഷൂസുകളും അടിയുടുപ്പുകളെല്ലാം അതീവശ്രദ്ധയോടെ അലക്കി വെളുപ്പിച്ചതായിരുന്നു. അതിനോടൊപ്പം വലിയ മുത്തശ്ശിയുടെ കൊച്ചു വെള്ളിക്കുരിശോടുകൂടിയ ജപമാലയും അവർ എടുത്തുവെച്ചു. യാസാമാൻ ഊഹിച്ചുകൊള്ളും അത് അനാട്ടോലിയയുടെ കൈയ്യിൽ പിടിപ്പിക്കാനുള്ളതാണെന്ന്.

വസ്ത്രങ്ങളെല്ലാം കൊണ്ടുവന്ന് അതിഥികൾക്കുള്ള മുറിയിൽ വെച്ചു. ആർക്കും പെട്ടെന്ന് കാണാവുന്നവിധത്തിൽ അവിടെ നല്ല കനമുള്ള ഒരു മേശയുണ്ടായിരുന്നു. ഓക്കിന്റെ മരത്തിൽ തീർത്തത്. പരുപരുത്ത ഒരു ലിനൻ തുണിയാണ് മേശമേൽ വിരിച്ചിരുന്നത്. ആ വിരി അല്പമൊന്നു പൊന്തിച്ചാൽ കോടാലി കൊണ്ട് വെട്ടിയതിന്റെ രണ്ടുപാടുകൾ വ്യക്തമായി കാണാം. ആ മേശപ്പുറത്താണ് മരണാനന്തര ചടങ്ങുകൾക്കായുള്ള പണം ഒരു ലക്കോട്ടിലാക്കി അവർ വെച്ചത്. ആദ്യം മരണാനന്തരം ധരിക്കാനുള്ള വസ്ത്രങ്ങൾ. അതിനുമുകളിലായി ചിലവിനുള്ള പണം അടങ്ങിയ ലക്കോട്ട്. അവർ അലമാരയിൽ നിന്നും മെഴുകുശീലകൊണ്ടുണ്ടാക്കിയ പഴയ ഒരു മേശവിരി എടുത്തു. നേരെ കിടപ്പുമുറിയിലേക്കു പോയി.

അനാട്ടോലിയ മെത്ത കുടഞ്ഞു വിരിച്ചു. മെഴുകുശീല രണ്ടായി മുറിച്ചു. ഒരു ഭാഗം മെത്തയുടെ താഴെ വിരിച്ചു. അതിൽ നിവർന്നു കിടന്നു. രണ്ടാം പകുതികൊണ്ട് തന്നത്താൻ പുതച്ചു. മെഴുകുശീലയ്ക്കു മുകളിൽ ഒരു കമ്പിളിയും പുതച്ചു. കൈ രണ്ടും നെഞ്ചിൽ പിണച്ചുവെച്ചു. തലയിണയിൽ വേണ്ടവിധം ചേർത്തുവെച്ചു സുഖമായി കിടന്നു. കണ്ണടച്ചു ദീർഘശ്വാസമെടുത്തു. പെട്ടെന്ന് അവർ ചാടി എഴുന്നേറ്റു. ജനാലയുടെ രണ്ടുപാളികളും മലർക്കെ തുറന്നിട്ടു. കാറ്റത്ത് അടഞ്ഞുപോകാതിരിക്കാൻ ഇടയിൽ പൂച്ചട്ടികളെടുത്തുവെച്ചു. വീണ്ടും മെത്തയിൽ വന്നു കിടന്നു. തന്റെ ആത്മാവ് ആ മുറിക്കുള്ളിൽത്തന്നെ ചുറ്റിത്തിരിഞ്ഞാലോ എന്ന് ഇനി പരിഭ്രമിക്കേണ്ട. ഏതുനിമിഷവും അത് തന്റെ ഭൗതിക ശരീരം ഉപേക്ഷിച്ച് പുറത്തു കടക്കും. അവിടെ നിന്ന് വെളിയിൽ പോകാൻ വഴി കാണാതെ അലയാൻ ഇടവരരുത്. ജീവനറ്റ ശരീരത്തിൽ നിന്നും ആത്മാവ് ആ ക്ഷണം പുറത്തു കടക്കും. നേരെ ജനലിനു നേരെ കുതിക്കും. അവിടെ നിന്ന് സ്വർഗ്ഗത്തിലേക്ക്.

ഇത്രയും വിപുലമായ, നിഷ്കർഷയോടുകൂടിയ തയ്യാറെടുപ്പുകൾ. അതിനുപിന്നിൽ ഗൗരവമേറിയ സങ്കടകരമായ ഒരു കാരണമുണ്ടായിരുന്നു. കഴിഞ്ഞ രണ്ടുദിവസമായി അനാട്ടോലിയയ്ക്ക് കഠിനമായ രക്തസ്രാവം, ആദ്യത്തെ തവണ അടിയുടുപ്പിൽ അവിടെവിടെയായി ഇരുണ്ട പാടുകൾ കണ്ടപ്പോൾ അവർ ആകെ അന്ധാളിച്ചു. ഇതെന്താണിങ്ങനെ? സൂക്ഷിച്ചു നോക്കിയപ്പോൾ അവർ പൊട്ടിക്കരഞ്ഞുപോയി. അത് ശരിക്കും രക്തക്കറ തന്നെയായിരുന്നു. ഇങ്ങനെ ഭയന്നാലോ? അവർക്ക് സ്വയം ലജ്ജ

തോന്നി. കൈയിലെ തൂവാലകൊണ്ട് കണ്ണും മുഖവും തുടച്ച് അവർ തന്നെത്താൻ പറഞ്ഞു മനസ്സിലാക്കി. വരാനുള്ളത് വരിക തന്നെ ചെയ്യും. അത് മാറ്റാനാവില്ലെന്ന് അറിഞ്ഞുകൊണ്ട് കരഞ്ഞിട്ടെന്തു പ്രയോജനം? മരണം എല്ലാവർക്കുമുള്ളതാണ്. അത് ഒരാളുടെ ഹൃദയം അടച്ചുപൂട്ടി നിശ്ചലമാക്കുന്നു. ഇനിയൊരാളുടെ യുക്തിയെ പുച്ഛത്തോടെ തള്ളിക്കളയുന്നു. എന്തായാലും ഒരു സംഗതി തീർച്ചയായിരുന്നു. അമിതമായ രക്തസ്രാവം മൂലമാണ് അനാട്ടോലിയ മരിക്കുക.

തനിക്കു പിടിപ്പെട്ടിട്ടുള്ള രോഗം ഗുരുതരമാണെന്നും ചികിത്സിച്ചു ഭേദമാക്കാൻ പറ്റാത്തതാണെന്നും അവർക്ക് ഉറപ്പായിരുന്നു. തന്റെ സ്ഥിതി അതിവേഗം മോശമായിക്കൊണ്ടിരിക്കുകയാണ്. രോഗം തന്റെ ഗർഭപാത്രത്തെ ബാധിച്ചിരിക്കുന്നതിന് പ്രത്യേകിച്ചൊരു കാരണമുണ്ടായിരുന്നു. അവരുടെ ശരീരത്തിലെ യാതൊരു പ്രയോജനവുമില്ലാത്ത വെറുമൊരു അവയവം. ഇത് തനിക്കുള്ള ഒരു ശിക്ഷയാണ്. ഓരോ സ്ത്രീയുടേയും ആത്യന്തികമായ ജന്മദൗത്യം. താനത് നിർവഹിച്ചിട്ടില്ല. താൻ ഒരു കുഞ്ഞിനും ജന്മം നൽകുകയുണ്ടായില്ല.

അനാട്ടോലിയ സ്വയം ശാസിച്ചു. കരച്ചിലും പരാതിപറയലും വേണ്ട എന്ന് ആദ്യം തന്നെ വിലക്കി. പിന്നീട് വളരെവേഗം ശാന്തമായി. അവർക്കു തന്നെ അതിശയം തോന്നി. വരുന്നതുപോലെ വരട്ടെ. അവർ വിധിക്കു കീഴടങ്ങാൻ തയ്യാറായി. ആ പഴയ ഇരുമ്പുപെട്ടിയിൽ തിരഞ്ഞ് പഴയ ഒരു കിടക്കവിരി കണ്ടെടുത്തു. അത് പല തുണ്ടുകളായി മുറിച്ചു. ആവും വിധം രക്തസ്രാവം തടയാൻ തയ്യാറായി. വൈകുന്നേരമായി. രക്തം പോകുന്നതിന്റെ അളവ് വർദ്ധിച്ചതേയുള്ളൂ. അവരുടെ ശരീരത്തിനകത്തെവിടെയോ വലിയൊരു രക്തധമനി പൊട്ടിയതുപോലെ അതിൽ നിന്നും എത്രയായിട്ടും നിലയ്ക്കാത്ത രക്തപ്രവാഹം.

അത്യാവശ്യം ഉപയോഗിക്കാനായി കരുതിവെച്ചിരുന്ന കുറച്ച് പഞ്ഞിയും തുണിയോടൊപ്പം ചേർത്തുവെച്ചു. അതുകൊണ്ടും ഫലമുണ്ടായില്ല. വളരെ വേഗം അതും ചോരയിൽ കുതിർന്നു. ഇനിയെന്ത്? അനാട്ടോലിയ കട്ടിപുതപ്പിന്റെ അരികുകൾ വെട്ടിയെടുത്തു. കുറെ കമ്പിളിനൂലും മുറിച്ചെടുത്തു. എല്ലാം വൃത്തിയായി കഴുകി ജനലപ്പടിയിൽ ഉണക്കാനായി പരത്തിയിട്ടു. തൊട്ടടുത്തു താമസിക്കുന്ന യാസാമാൻ ഷ്ളാപ് കാൻട്സിനെ കണ്ട് വിവരം പറയാമായിരുന്നു. ആവശ്യമുള്ളത്ര പഞ്ഞി അവരോടു ചോദിച്ചുവാങ്ങാമായിരുന്നു. എന്തോ അനാട്ടോലിയ അതിനു തയ്യാറായില്ല. അവരുടെ മുമ്പിൽ നിയന്ത്രണം വിട്ടുപോയാലോ എന്ന ഭയം. തന്നേയും കൊണ്ടേ പോകൂ എന്ന് തീർച്ചയുള്ള ഈ രോഗം. ഇതിനെക്കുറിച്ച് പറഞ്ഞ് അവരുടെ മുമ്പിൽ പൊട്ടിക്കരഞ്ഞു പോയാലോ. കൂട്ടുകാരിയാണെങ്കിലും അവരോട് തന്റെ നിസ്സഹായാവസ്ഥ മടികൂടാതെ തുറന്നുപറയുക. സംഗതി അറിഞ്ഞാൽ തീർച്ചയായും യാസാമൻ പരിഭ്രമിക്കും. അപ്പോൾത്തന്നെ സാറ്റെനിക്കിന്റെ അടുത്തേക്കോടും. അവളെ

ക്കൊണ്ട് ഉടനടി താഴ്വരയിലേക്ക് കമ്പി അടിപ്പിക്കും. "അടിയന്തിരമായി ആംബുലൻസ് എത്തിക്കുക."

ഡോക്ടർമാരെ മാറി മാറി കാണാതെ അവർ നിർദ്ദേശിക്കുന്ന പല പല ചികിത്സയ്ക്ക് വിധേയമാകാനും അനാട്ടോലിയ തയ്യാറായിരുന്നില്ല. ഒക്കെ അനാവശ്യമായ വേദനയും ബുദ്ധിമുട്ടും. കാര്യമായി ഗണമുണ്ടാകില്ല. അന്തസ്സോടെ ശാന്തമായി മരിക്കണം. അവർ മനസ്സിലുറപ്പിച്ചു. സ്വന്തം വീട്ടിൽ കിടന്ന് സ്വസ്ഥമായി സമാധാനത്തോടെ മരിക്കുക. ജീവിതകാലം മുഴുവൻ കഴിച്ചുകൂട്ടിയ ഈ നാലുചുവരുകൾക്കുള്ളിൽ കിടന്ന് തന്റെ നിഷ്ഫലമായ ജീവിതം അവസാനിക്കട്ടെ.

വളരെ വൈകിയാണ് അനാട്ടോലിയ അന്ന് ഉറങ്ങാൻ കിടന്നത്. അതിനുമുമ്പ് ഏറെനേരം അവർ ആൽബമെടുത്ത് ഓരോ ഫോട്ടോ നോക്കിയിരുന്നു. കുടുംബത്തിലുള്ളവരുടെ മുഖങ്ങൾ. കാലത്തിന്റെ വിസ്മൃതിയിൽ മറഞ്ഞുപോയ പ്രിയപ്പെട്ടവരുടെ മുഖങ്ങൾ. മണ്ണെണ്ണ വിളക്കിന്റെ അരണ്ട വെളിച്ചത്തിൽ ആ മുഖങ്ങളോരോന്നും വിഷാദം നിറഞ്ഞതായി തോന്നി. അതേസമയം എന്തോ പ്രതീക്ഷിക്കുന്നതു പോലെയും. താമസമില്ല. നമുക്ക് തമ്മിൽ കാണാം. അവർ മൃദുവായി തലോടി. നാട്ടിൻപുറത്തുകാരി വീട്ടമ്മയുടെ വീട്ടുവേലകൾ ചെയ്ത് പരുപരുത്ത വിരലുകൾ ഓരോ മുഖവും മെല്ലെ തടവി. ഭയവും നിസ്സഹായതയും അവരെ വല്ലാതെ പരവശയാക്കിയിരുന്നു. എന്നിട്ടും അന്നു രാത്രി അനാട്ടോലിയ സുഖമായി ഉറങ്ങി. പുലരുവോളം.

പൂവൻകോഴിയുടെ പരിഭ്രമത്തോടെയുള്ള കരച്ചിൽ. അതു കേട്ടാണ് അവർ ഉറക്കമുണർന്നത്. പേടിച്ചരണ്ട് അത് കൂട്ടിനകത്ത് വട്ടം ചുറ്റുകയായിരുന്നു. ഉറക്കെ ഒച്ചയുണ്ടാക്കികൊണ്ട് കൂട് തുറന്നുവിടാനായി തിടുക്കം കൂട്ടുകയായിരുന്നു. എങ്ങനെയെങ്കിലും അടുക്കളത്തോട്ടത്തിലെ തടങ്ങളിൽ ചെന്നുപറ്റണമെന്ന ധൃതി. അനാടോലിയ ഒരു നിമിഷം തന്നെത്തന്നെ ശ്രദ്ധിച്ചുകൊണ്ടിരുന്നു. ഇല്ല. സ്ഥിതി അത്ര മോശമല്ല. ചെറിയൊരു തലചുറ്റൽ. പുറത്തിന്റെ താഴെ ഭാഗത്തായി ഒരു കഴപ്പും വേദനയും. സാരമാക്കാനില്ല. അതല്ലാതെ പ്രത്യേകിച്ചെന്തെങ്കിലും കുഴപ്പമുള്ളതായി തോന്നിയില്ല. സാവധാനം എഴുന്നേറ്റു. പതുക്കെ ഓവറയിലേക്കു നടന്നു. കാര്യമായി പരിശോധിച്ചു. രക്തംപോക്ക് മുമ്പത്തേക്കാൾ അധികമായിരിക്കുന്നു എന്നാണ് തോന്നിയത്. അതു കണ്ടപ്പോൾ മനസ്സിൽ വേണ്ടാത്തൊരു തൃപ്തി. എല്ലാം താൻ കരുതിയതുപോലെത്തന്നെ എന്ന ഉറപ്പ്. അകത്തുചെന്ന് കുറച്ചു പഞ്ഞിയും തുണിയും എടുത്തു. വേണ്ടവിധം മടക്കി വീണ്ടും കരുതൽ നടപടികളെടുത്തു. സംഗതി ഈ നിലയ്ക്കു തുടരുകയാണെങ്കിൽ ശരീരത്തിലെ രക്തം മുഴുവൻ നാളെ രാവിലെയാകുമ്പോഴേക്കും വാർന്നുപോകുമെന്നു തീർച്ച. എന്നുവെച്ചാൽ ഇനിയൊരു സൂര്യോദയം ജീവിതത്തിൽ ഉണ്ടാവുകയില്ല എന്നുതന്നെ.

പ്രഭാതസൂര്യൻ പൊഴിയുന്ന അതീവ സുഖകരമായ ഇളംവെയിലേറ്റ് അനാട്ടോലിയ കുറച്ചുനേരം പുറത്തെ വരാന്തയിൽ നിന്നു. പിന്നെ

പതുക്കെ വേലിക്കരികിൽ ചെന്നുനിന്ന് അയൽക്കാരിയോട് കുശലം പറഞ്ഞു. കാര്യങ്ങൾ എങ്ങനെയുണ്ട് എന്ന് അന്വേഷിച്ചു. അന്ന് യാസാമാന് കുറെ അധികം തുണികൾ അലക്കാനുണ്ടായിരുന്നു. അടുപ്പിൽ തീ കൂട്ടി വലിയൊരു ചെമ്പു നിറയെ വെള്ളം കയറ്റി വെക്കുന്ന ബദ്ധപ്പാടിലായിരുന്നു അവർ. വെള്ളം തിളയ്ക്കാൻ കാത്തുനിൽക്കേ അവർ രണ്ടുപേരും അതുമിതും പറഞ്ഞു. ചുറ്റുപാടും ദിവസേന നടക്കുന്ന ഓരോരോ കാര്യങ്ങൾ ചർച്ച ചെയ്തു. മൾബറി പഴങ്ങൾ പാകമായിത്തുടങ്ങി. പറിച്ചുകൂട്ടാൻ ഇനി ഏറെ കാക്കണ്ട. മരങ്ങൾ ഒന്നായി കുലുക്കി താഴെ വീഴുന്ന പഴങ്ങൾ പെറുക്കിക്കൂട്ടാം. മൾബറി പഴങ്ങൾ കുറെ തിളപ്പിച്ച് കട്ടിയുള്ള ചാറ് ഊറ്റിയെടുക്കും. ശേഷിക്കുന്നതിൽ ഒരു ഭാഗം ഉണക്കി സൂക്ഷിക്കും. പിന്നേയും ബാക്കിയാവുന്നത് മരവീപ്പകളിൽ പുളിപ്പിക്കാൻ വെക്കും. വീട്ടാവശ്യത്തിനുള്ളത് അതിൽ നിന്നും വാറ്റിയെടുക്കാം. നല്ല രുചിയുള്ളൊരു പാനീയം. കാട്ടിൽ പോയി കുതിരപ്പുല്ല് ശേഖരിക്കാനും സമയമായിരിക്കുന്നു. നേരിയ ചവർപ്പുള്ള ഇളം ചുകപ്പും തവിട്ടും നിറത്തിലുള്ള ഒരു ചെടി. ഒന്നുരണ്ടാഴ്ച കഴിഞ്ഞാൽ തണ്ടുകളൊക്കെ വല്ലാതെ മൂക്കും. തിന്നാൻ കൊള്ളാതാകും.

കൂട്ടുകാരി അടുപ്പത്തുവെച്ച ചെമ്പിലെ വെള്ളം തിളച്ചു. അനാട്ടോലിയ യാത്ര പറഞ്ഞ് വീട്ടിലേക്കു നടന്നു. തൽക്കാലം പരിഭ്രമിക്കേണ്ട കാര്യമില്ല. അടുത്തദിവസം രാവിലെവരെ യാസാമാൻ തന്നെ ഓർക്കുകയുണ്ടാവില്ല. അതുവരെ അലക്കുപണിയുടെ തിരക്കിലായിരിക്കും. അലക്കിയെടുത്താൽ മാത്രം പോരല്ലോ. ചിലത് കഞ്ഞി മുക്കിയെടുക്കണം. വേറെ ചിലത് നീലത്തിൽ പിഴിയണം. എല്ലാം വെയിലത്തിട്ട് നന്നായി ഉണക്കി മടക്കി എടുത്തുവെക്കണം. അതാതിടങ്ങളിൽ ഭദ്രമാക്കി വെക്കും മുമ്പേ കുറെ ഉടുപ്പുകൾ ഇസ്തിരി ഇടുകയും വേണം. വൈകുന്നേരമാകുമ്പോഴേ പണിത്തിരക്ക് ഒന്നൊഴിഞ്ഞു കിട്ടൂ. അതുകൊണ്ട് അനാട്ടോലിയയ്ക്ക് വേണ്ടത്ര സമയമുണ്ട്. സാവധാനം സമാധാനമായി, പരലോകയാത്രയ്ക്കു വേണ്ട തയ്യാറെടുപ്പുകൾ നടത്താം. അതിനിടെ അയൽക്കാരിയുടെ ഇടപെടലൊന്നും ഉണ്ടാവില്ല.

ആ ഒരു ഉറപ്പോടെ അനാട്ടോലിയ തന്റെ പതിവുവീട്ടുപണികളിൽ മുഴുകി. തിടുക്കം കൂട്ടാതെ സാവകാശം പണികൾ ഓരോന്നായി ചെയ്തുതീർത്തു. ഉച്ചതിരിഞ്ഞതിനുശേഷം മാത്രമാണ് അവർ തന്റെ അവസാന ശ്വാസങ്ങൾ വലിച്ചുതീർക്കാനായി മെത്തയിൽ ചെന്നു കിടന്നത്. അപ്പോഴേക്കും മാനത്തിന്റെ മേൽത്തട്ടിൽ നിന്നും സൂര്യൻ മെല്ലെ താഴ്‌വാരത്തിന്റെ പടിഞ്ഞാറെ അറ്റത്തേക്കു ചായാൻ തുടങ്ങിയിരുന്നു.

കാപ്പിടോൺ സെവോയാന്റ്സിന്റെ മൂന്നുപെൺമക്കളിൽ ഏറ്റവും ഇളയവളാണ് അനാട്ടോലിയ. ആ കുടംബത്തിൽത്തന്നെ വാർദ്ധക്യമെത്തുവോളം ജീവിച്ചിരുന്നതും അവർ മാത്രമായിരുന്നു. ഈ കഴിഞ്ഞ ഫെബ്രുവരിയിലായിരുന്നു അവരുടെ അമ്പത്തിയെട്ടാം പിറന്നാൾ. അതവർ ആഘോഷിക്കുകയും ചെയ്തു. ആ വീട്ടുകാരെ സംബന്ധിച്ചിടത്തോളം

ഇത്രയും ആയുസ്സ് കേട്ടുകേൾവി പോലും ഇല്ലായിരുന്നു. ഇതിനുമുമ്പ് ഇങ്ങനെയൊരു പിറന്നാൾ ആഘോഷം ആ കുടുംബത്തിലുണ്ടായിട്ടുമി ല്ലായിരുന്നു.

അമ്മയെക്കുറിച്ച് അനാട്ടോലിയയ്ക്ക് കാര്യമായ ഓർമ്മകളൊന്നു മുണ്ടായിരുന്നില്ല. എന്നാലും ചില ഓർമ്മകളുണ്ട്. അമ്മ മരിക്കുമ്പോൾ അവൾക്ക് ഏഴുവയസ്സായിരുന്നു. ബദാംപരിപ്പിന്റെ ഭംഗിയായിരുന്നു അമ്മ യുടെ കണ്ണുകൾക്ക്. തേനിന്റെ നിറത്തിൽ ഉൾക്കട്ടിയുള്ള തലമുടി. അസാധാരണമായൊരു പൊൻതിളക്കമുണ്ടായിരുന്നു. വോസ്കെ എന്നാ യിരുന്നു അവരുടെ പേര്. സ്വർണ്ണനിറമുള്ളവൾ എന്നർത്ഥം. എന്തു കൊണ്ടും ആ രൂപത്തിന് ചേരുന്ന പേര്. ചന്തമുള്ള സമൃദ്ധമായ മുടി. ഇറുക്കി പിന്നിഅമ്മ കഴുത്തിനു ലേശം മുകളിലായി ചുറ്റിക്കെട്ടിവെക്കു മായിരുന്നു. ഒരു ബൺപോലെ. അതിന്മേൽ മരച്ചീളുകളുടെ മുടിപ്പിന്നു കളും കുത്തിയിട്ടുണ്ടാകും. അമ്മ വിരലുകൾകൊണ്ട് കഴുത്തിൽ എപ്പോഴും അമർത്തി തടവുമായിരുന്നു. വല്ലാത്തൊരു മരവിപ്പ് എന്ന് ഇട യ്ക്കിടെ ആവലാതിപ്പെട്ടിരുന്നു.

ആണ്ടിലൊരിക്കൽ വോസ്കെയുടെ അച്ഛൻ അവളെ ജന്നൽപ്പടിയിൽ കയറ്റിയിരുത്തും. തലമുടി ശ്രദ്ധയോടെ ചീകി അരയ്ക്കൊപ്പം വെച്ച് കത്രികയെടുത്തു വെട്ടിക്കളയും. അതിൽ കൂടുതൽ വെട്ടാൻ മകൾ അച്ഛനെ സമ്മതിക്കാറില്ല. എന്നാൽ വോസ്കെ തന്റെ പെൺകുട്ടികളുടെ മുടി ഒരിക്കലും വെട്ടിയിരുന്നില്ല. നീണ്ടമുടി അവരെ ആ ശാപത്തിൽ നിന്നും സംരക്ഷിക്കുമെന്ന് വോസ്കെ വിശ്വസിച്ചു. കഴിഞ്ഞ പതിനെട്ടു വർഷമായി അത് തന്നെ പിടികൂടിയിട്ട്. കാപ്പിറ്റോൻ സെവൊയാന്റസിനെ വിവാഹം കഴിച്ചനാൾ മുതൽ അത് അവരോടൊപ്പമുണ്ട്. ആ ശാപം തന്റെ മക്കളേയും ബാധിക്കുമോ എന്ന് അവർ എപ്പോഴും ഭയന്നിരുന്നു.

യഥാർത്ഥത്തിൽ വോസ്കെയുടെ മൂത്ത സഹോദരിയെയാണ് അയാൾ വിവാഹം കഴിക്കാൻ ഉറപ്പിച്ചിരുന്നത്. ടാറ്റിവിക് എന്നായിരുന്നു അവളുടെ പേര്. പ്രായം പതിനാറ്. അനാട്ടോലിയ രണ്ടാമത്തെ മകളാ യിരുന്നു. പതിന്നാലു വയസ്സായ അവൾക്കുമായി കല്യാണപ്രായം. അച്ഛൻ ഗാരെജിൻ അഗുലിസാന്റിന്റെ കുടുംബം വലുതായിരുന്നു. അവളുടെ വിവാഹത്തിനായി അദ്ദേഹം കാര്യമായ ഒരുക്കങ്ങൾ നടത്തിയിരുന്നു. മാരാനിയൻ സമുദായക്കാരുടെ ഇടയിൽ പഴയകാലംമുതലേ പാലിച്ചു പോന്ന രീതികൾ. ഔപചാരികമായ ചടങ്ങുകൾ കഴിഞ്ഞാൽ തുടർന്നുള്ള ആഘോഷമെല്ലാം വധുവിന്റെ വീട്ടിൽ വെച്ചാണ് നടക്കുക. അതുകഴിഞ്ഞ് വരന്റെ വീട്ടിലും. എന്നാൽ അന്നു വന്ന രണ്ടു കുടുംബങ്ങളിലേയും കാരണവന്മാർ പുതിയൊരു തീരുമാനമെടുത്തു. കാപ്പിടോണിന്റെ കുടും ബവും ടാറ്റിവികിന്റെ കുടുംബവും മാരാൻ സമുദായക്കാരുടെ കൂട്ടത്തിൽ പ്രമാണിമാരായിരുന്നു. മാത്രമല്ല രണ്ടു വീട്ടുകാരും ഒരുപോലെ സമ്പന്നരു മായിരുന്നു. വിവാഹാഘോഷങ്ങൾ രണ്ടു കുടുംബക്കാരും വേറെ വേറെ

നടത്തുന്നത് വേണ്ടെന്നുവെച്ച് ഒരുമിച്ചു നടത്താം എന്നായിരുന്നു പുതിയൊരു തീരുമാനം. ഗ്രാമത്തിന്റെ നടുവിലുള്ള വിശാലമായ മൈതാനത്തിൽ വെച്ചിട്ടാകാം വിവാഹ സൽക്കാരം. എല്ലാവർക്കും ഒത്തുകൂടാൻ പറ്റിയ സ്ഥലം. ഗ്രാമം ഇതുവരെ കണ്ടിട്ടില്ലാത്ത വിധത്തിലുള്ള ആഘോഷപരിപാടികളാണ് അവർ മനസ്സിൽ രൂപകല്പന ചെയ്തത്. വിവാഹത്തിനെത്തിച്ചേരുന്ന അതിഥികളെ ശരിക്കും അതിശയിപ്പിക്കണം. കാപ്പിടോണിന്റെ അച്ഛൻ തന്റെ രണ്ടു പെൺമക്കളുടെ ഭർത്താക്കന്മാരെ താഴ്വരയിലേക്കു പറഞ്ഞയച്ചു. ചോബർ തിയ്യറ്ററിൽ നിന്നുള്ള പാട്ടുകാരേയും വാദ്യക്കാരേയും വിവാഹാഘോഷങ്ങൾക്ക് പ്രത്യേകമായി ക്ഷണിച്ചുകൊണ്ടുവരണം. രണ്ടുപേരും യാത്ര കഴിഞ്ഞ് തിരിച്ചെത്തിയത് കുറച്ചൊരു ക്ഷീണത്തോടെയായിരുന്നു. എന്നാലും കാര്യം നടന്നു എന്ന സംതൃപ്തി അവരുടെ മുഖത്തുണ്ടായിരുന്നു. പ്രധാനപ്പെട്ട പാട്ടുകാരെല്ലാം ഉടനടി ക്ഷണം സ്വീകരിച്ചു. ഇതിനുമുമ്പ് ആരെങ്കിലും കേട്ടിട്ടുണ്ടോ പട്ടണത്തിലെ നാടകക്കമ്പനിയിലെ പാട്ടുകാരെ ഗ്രാമത്തിലെ വിവാഹത്തിന് പരിപാടി അവതരിപ്പിക്കാൻ ക്ഷണിക്കുക, അതിനുള്ള ഉദാരമായ പ്രതിഫലം – അവർ ശരിക്കും അന്തം വിട്ടു. ഓരോരുത്തർക്കും ഈരണ്ടു സ്വർണ്ണനാണ്യം. അതുമാത്രമല്ല കാപ്പിടോണിന്റെ അളിയന്മാർ നൽകാമെന്നു പറഞ്ഞത്. വിവാഹാഘോഷങ്ങൾ കഴിഞ്ഞാൽ അവർക്ക് ഒരാഴ്ചയ്ക്കുവേണ്ടിയുള്ള ഭക്ഷണപദാർത്ഥങ്ങളും തിയ്യറ്ററിൽ കുതിരവണ്ടിയിൽ കയറ്റി എത്തിച്ചുകൊടുക്കുന്നതായിരിക്കും എന്നും വാക്കു കൊടുത്തു.

ടാറ്റിവികിന്റെ അച്ഛനും തന്റേതായ നിലയിൽ ചില അദ്ഭുതങ്ങൾ ഒരുക്കിയിരുന്നു. സ്വപ്നങ്ങളെ ആസ്പദമാക്കി പ്രവചനം നടത്തുന്ന ഒരു വിദ്വാനെയാണ് അദ്ദേഹം പ്രത്യേകമായി ക്ഷണിച്ചത്. താഴ്വരയിൽ നിന്നും വന്നെത്തുന്ന വിശിഷ്ടാതിഥിക്ക് പ്രതിഫലമായി പത്തു സ്വർണ്ണ നാണയങ്ങളാണ് കൊടുക്കാമെന്നേറ്റിരുന്നത്. ആ ദിവസം മുഴുവൻ അദ്ദേഹം തന്റെ വൈദഗ്ധ്യം പ്രദർശിപ്പിക്കുന്നതായിരിക്കും. സഹായമായി അദ്ദേഹം ആവശ്യപ്പെട്ടത് സ്വസ്ഥമായി തന്റെ പണി ചെയ്യാൻ പാകത്തിനുള്ള ഒരു കൂടാരം. വലിയ ഒരു ചെമ്പുപീഠത്തിൽ ഒരു സ്ഫടിക ഗോളം വെച്ചിരിക്കുന്നു. ഭാഗ്യത്തിന് അനുയോജ്യമായ ഒരു മേശ. സുഖമായി കിടക്കാൻ പറ്റിയ ഉയരം കുറഞ്ഞ വീതിയേറിയ ഒരു കട്ടിൽ. രണ്ടു പൂച്ചട്ടികളിൽ അത്യപൂർവ്വമായ രണ്ടു ചെടികൾ. മയക്കം തോന്നിപ്പിക്കുന്ന വാസനയോടുകൂടിയതായിരുന്നു ആ ചെടികൾ. വിശേഷപ്പെട്ട രണ്ടു മെഴുകുതിരികളും അദ്ദേഹം ആവശ്യപ്പെട്ടിരുന്നു. ഒരു പ്രത്യേകതരം മരത്തിന്റെ പൊടികൊണ്ടാണ് അവ നിർമ്മിച്ചിരുന്നത്. എത്ര കത്തിയാലും അത് കെട്ടുപോവുകയില്ല. ഏറെമാസങ്ങളായി കത്തിക്കൊണ്ടിരിക്കുന്നതാണ്. അതിൽനിന്നും പ്രസരിക്കുന്ന മണത്തിനുമുണ്ട് പ്രത്യേകത ആരേയും ചൊടിപ്പിക്കുന്ന കസ്തൂരിഗന്ധം.

മാരാൻ സമുദായക്കാരുടെ കൂട്ടരെ മാത്രമല്ല വിവാഹത്തിന് ക്ഷണിച്ചത്. താഴ്വരയിൽ നിന്നുള്ള അമ്പതുപേരെ കൂടി പ്രത്യേകമായി

ക്ഷണിച്ചിരുന്നു. എല്ലാവരും സമൂഹത്തിൽ ഉന്നതസ്ഥാനത്തിരിക്കുന്നവർ, ധനാഢ്യർ, വരാൻ പോകുന്ന വിവാഹാഘോഷങ്ങളെക്കുറിച്ചുള്ള വാർത്തകൾ കാലേക്കൂട്ടിത്തന്നെ പത്രങ്ങളിൽ അച്ചടിച്ചു വന്നു. അവിസ്മരണീയമായ ഒരാഘോഷാവസരം എന്ന പ്രതീക്ഷ എല്ലാവരുടെയും മനസ്സിലുമുണർന്നു. ആ വാർത്തകളോരോന്നും വിശേഷിച്ചും ശ്രദ്ധിക്കപ്പെട്ടു. കാരണം ഇതാദ്യമായിട്ടാണ് കുടുംബസംബന്ധമായ ആഘോഷങ്ങളെക്കുറിച്ചുള്ള വാർത്തകൾ പത്രത്തിൽ വരുന്നത്. പറഞ്ഞുവരുമ്പോൾ ഒരു സാധാരണ കുടുംബം. വിശേഷിച്ചൊരു പ്രഭുത്വമോ പാരമ്പര്യമോ അവകാശപ്പെടാനില്ല. എന്നാൽ വിവാഹത്തിനു നാലുനാൾ മുമ്പ് ആരും തീരെ പ്രതീക്ഷിക്കാത്തൊരു സംഭവം നടന്നു. പ്രതിശ്രുതവധു കഠിനമായ പനി ബാധിച്ച് കിടപ്പിലായി. അബോധാവസ്ഥയിൽ പിച്ചുംപേയും പറയാൻ തുടങ്ങി. ഒരേയൊരുദിവസം മാത്രം. അബോധാവസ്ഥയിൽ തന്നെ അവളുടെ ജീവൻ പോയി. ടാറ്റിവികിന്റെ ശവമടക്കൽ നടന്ന ദിവസം. രണ്ടു കുടുംബക്കാരുടേയും മുന്നിൽ അവരറിയാതെ തന്നെ വേറൊരു കവാടം തുറക്കപ്പെട്ടു. ഇരുളിലേക്കുള്ളൊരു വഴി. അതിലൂടെ തള്ളിക്കയറിവന്നത് സ്വർഗ്ഗത്തിനെതിരായി നിൽക്കുന്ന ഭീകരശക്തികളായിരുന്നു. ബുദ്ധിഭ്രമം എന്നല്ലാതെ വേറൊന്നും പറയാനാവില്ല. ആ വിധത്തിലായിരുന്നു ആ കുടുംബനാഥന്മാരുടെ പെരുമാറ്റം. മരണാനന്തരക്രിയകൾ കഴിഞ്ഞ ഉടനെത്തന്നെ അവർ രണ്ടുപേരും ചേർന്നാലോചിച്ച് ഒരു തീരുമാനമെടുത്തു. അതിന് അധികം നേരം വേണ്ടിവന്നില്ല. വിവാഹം വേണ്ടെന്നു വെക്കേണ്ട.

"പണം കുറെ ചെലവായി കഴിഞ്ഞിരിക്കുന്നു. അത് പാഴായി പോകാതിരിക്കാൻ ഇതാണൊരു വഴി." സ്വതവേ പിശുക്കനായ ഗാരെജിൻ അഗുലിസ്റ്റാന്റ് പറഞ്ഞു. ശവമടക്കലിനു മുമ്പ് എല്ലാവരും ഒത്തുകൂടിയ സമയമായിരുന്നു. കാപ്പിടോൻ നല്ലൊരു ചെറുപ്പക്കാരനാണ്. അദ്ധ്വാനി. മര്യാദക്കാരൻ. അങ്ങനെയൊരാളെ മരുമകനായി കിട്ടാൻ ആരും ആഗ്രഹിക്കും. ശവം ടാറ്റിവികിനെ സ്വർഗ്ഗത്തിലേക്കെടുത്തു. അതിന്റെ അർത്ഥം അതാണ് വിധിക്കപ്പെട്ടത് എന്നല്ലേ? ദൈവത്തിന്റെ ഇച്ഛ. അതിനെതിരായി കരയുന്നത് പാപമാണ്. എന്തായാലും വിവാഹപ്രായമായ മറ്റൊരു മകൾ നമുക്കുണ്ടല്ലോ. അതുകൊണ്ട് ആനിസും ഞാനും തീരുമാനിച്ചു. വോസ്കെ കാപ്പിടോനെ വിവാഹം കഴിക്കട്ടെ.

എതിരുപറയാൻ ഒരാളും ധൈര്യപ്പെട്ടില്ല. സ്വന്തം സഹോദരിയുടെ ആകസ്മികമായ മരണത്തിൽ നെഞ്ചു തകർന്നുനിന്നു വോസ്കെ. അവൾക്ക് വേറെ വഴിയില്ലായിരുന്നു അങ്ങനെ മറുത്തൊന്നും പറയാതെ അവൾ കാപ്പിടോനെ വിവാഹം കഴിച്ചു. ടാറ്റിവികിനു വേണ്ടിയുള്ള ദുഃഖാചരണം അവർ ഒരാഴ്ച നീട്ടിവെച്ചു. വോസ്കെയുടേയും കാപ്പിടോണിന്റേയും വിവാഹം മുമ്പേ നിശ്ചയിച്ച പരിപാടികളോടെ ആഘോഷപൂർവ്വം നടത്തി. എല്ലാവരേയും അതിശയിപ്പിക്കുന്ന വിധത്തിലുള്ള ആർഭാടങ്ങളും ആഡംബരങ്ങളും. മുന്തിരി വാറ്റിയ വീഞ്ഞും മൾബറിയിൽനിന്നും വാറ്റിയ പാനീയവും പുഴപോലെ ഒഴുകി. ആകാശത്തിനു

താഴെ തുറസ്സായ മൈതാനത്തിൽ നിരത്തിയിട്ട മേശകൾ വൈവിധ്യമാർന്ന ഭക്ഷ്യവിഭവങ്ങൾകൊണ്ട് നിറഞ്ഞിരുന്നു. താഴ്‌വരയിൽ നിന്നും വന്നെത്തിയ പാട്ടുകാരും മേളക്കാരും. കറുത്ത കുപ്പായക്കോട്ടുകളും പോളീഷിട്ട് തിളക്കം വരുത്തിയ ഷൂസുകളുമാണ് ധരിച്ചിരുന്നത്. മൃദുവായ സ്വരത്തിൽ അവർ ജനപ്രിയഗാനങ്ങളും ഈണങ്ങളും ആലപിച്ചുകൊണ്ടിരുന്നു. വിരുന്നിനെത്തിയവർ ജോടികളായി സ്വയം മറന്ന് ചുവടുവെച്ചു. അതിനിടയിൽ കുറച്ചുനേരം ശാസ്ത്രീയ സംഗീതം. തീരെ കേട്ടുപരിചയമില്ലാത്തതാണെങ്കിലും അതും മാരാനിയന്മാർ ശ്രദ്ധയോടെ ശ്രവിച്ചു. എന്നാൽ ഏറെനേരം അവർക്ക് അടങ്ങിയിരിക്കാനായില്ല. മദ്യം തലയ്ക്കുപിടിച്ചതോടെ നാണവും മര്യാദയും മറന്ന് അവർ ചാടി എഴുന്നേറ്റു. പിന്നെ അവരുടെ തനതായ ഗ്രാമീണനൃത്തങ്ങളുടെ ചടുലമായ ചുവടുകളായി.

കുറച്ചു പേർ മാത്രമേ സ്വപ്നങ്ങളുടെ അർത്ഥം പറയുന്ന ആളെ തേടി ആ കൂടാരത്തിലേക്കു ചെന്നുള്ളൂ. വിവാഹവിരുന്നിനെത്തിയവർ തിന്നും കുടിച്ചും വല്ലാത്തൊരു ആലസ്യത്തിലായിരുന്നു. അവർക്കാർക്കും ഭാവിയെക്കുറിച്ചറിയാൻ ആകാംക്ഷയുണ്ടായിരുന്നില്ല. വോസ്കെയുടെ ബന്ധത്തിലുള്ള ഒരമ്മായി അവളെ കൂടാരത്തിലേക്ക് പിടിച്ചുകൊണ്ടുപോയി. അവർക്ക് തന്റെ മരുമകളെപ്രതി ഒട്ടൊരു ആശങ്കയുണ്ടായിരുന്നു. കാരണം വിവാഹത്തിന്റെ തലേരാത്രി താൻ കണ്ട സ്വപ്നത്തെക്കുറിച്ച് വോസ്കെ അവളുടെ അമ്മായിയോട് സൂചിപ്പിച്ചിരുന്നു.

സ്വപ്നം വിശകലനം ചെയ്യുന്ന ആൾ വികലാംഗനായ ഒരു വൃദ്ധനായിരുന്നു. കണ്ടാൽ പേടി തോന്നുന്ന രൂപവും ഭാവവും. നന്നേ മെലിഞ്ഞ് ഉയരം കുറഞ്ഞ്. ചർമ്മത്തിന് ഒരു ചാരനിറമുള്ളയാൾ. ആകപ്പാടെ സങ്കല്പിക്കാനാവാത്തവിധം വിരൂപൻ. എവിടെയാണ് ഇരിക്കേണ്ടത് എന്ന് അയാൾ വിരൽ ചൂണ്ടിക്കാണിച്ചു. വോസ്കെ അറിയാതെ ഞെട്ടി. അയാളുടെ വലത്തെ ചെറുവിരൽ. ആ നഖം വർഷങ്ങളായി മുറിച്ചിട്ടില്ലെന്നു തോന്നി. അത് അകത്തേക്ക് ഒരു മരക്കുറ്റിയെന്നോണം ചുരുണ്ടു കിടന്നു. നഖം വളർന്നു വളർന്ന് അയാളുടെ വളഞ്ഞ കൈത്തണ്ടവരെ എത്തിയിരുന്നു. ആ കൈയിന്റെ മുഴുവൻ ചലനത്തേയും അത് തടസ്സപ്പെടുത്തിയിരുന്നു. ആ വയസ്സൻ വോസ്കെയുടെ അമ്മായിയോട് കൂടാരത്തിന് പുറത്തുപോയി നിൽക്കാൻ പറഞ്ഞു. ഒട്ടും മര്യാദയില്ലാത്ത പെരുമാറ്റം. വെറുതെ നിന്നാൽ പോരാ. ആരേയും അകത്തേക്കു കടത്തിവിടാതെ വാതിലിനരികിൽത്തന്നെ കാവൽ നിൽക്കണം. അതിനുശേഷം അയാൾ അവൾക്കെതിരായി ഇരുന്നു. കാലുകൾ രണ്ടും ആവോളം മലർത്തി നീട്ടി. ഏറെ അയഞ്ഞ വിചിത്രമായ കാലുറകളാണ് അയാൾ ധരിച്ചിരുന്നത്. നന്നേ മെലിഞ്ഞു നീണ്ട കൈകൾ കാൽമുട്ടുകൾക്കിടയിലായി തൂങ്ങിക്കിടന്നു. അയാൾ ഒന്നും മിണ്ടാതെ വോസ്കെയുടെ മുഖത്ത് നോട്ടമുറപ്പിച്ചു.

"എന്റെ ചേച്ചിയെ സ്വപ്നം കണ്ടു." അവൾ പറഞ്ഞു. അയാൾ ചോദിക്കാത്ത ചോദ്യത്തിനുള്ള ഉത്തരം. "അവൾ പുറംതിരിഞ്ഞാണ് നിന്നിരുന്നത്. മനോഹരമായ വസ്ത്രങ്ങൾ ധരിച്ചിരുന്നു. മുടി പിന്നിക്കെട്ടി നല്ലുത്തിന്റെ മാലകൊണ്ട് അലങ്കരിച്ചിരുന്നു. അവളെ ഓടിച്ചെന്ന് കെട്ടിപ്പിടിക്കണമെന്നുണ്ടായിരുന്നു. പക്ഷേ, അവൾ ഒഴിഞ്ഞു മാറി. പൊടുന്നനെ അവൾ എന്റെ നേരെതിരിഞ്ഞു. അദ്ഭുതം. മുഖമാകെ വയസ്സായി ചുളി വീണ് അവളുടെ വായ, നാക്ക്, കണ്ണ് ഒതുങ്ങിക്കിടക്കാത്തതുപോലെ. ഞാൻ നിലവിളിക്കാൻ തുടങ്ങി. അവൾ മുറിയുടെ മൂലയിൽ ചെന്നു നിന്നു. ഉള്ളംകൈയിലേക്ക് കാർക്കിച്ചുതുപ്പി. ഇരുണ്ട നിറത്തിലൊരു ദ്രാവകം. അവൾ അതെന്റെ നേരെ നീട്ടി. "വോസ്കെ... നീ ഒരിക്കലും സന്തോഷമെന്തെന്നറിയില്ല." അവൾ പറഞ്ഞു. അതോടെ ഞാൻ പേടിച്ചു ഞെട്ടിയുണർന്നു. എന്നാൽ ഏറ്റവും ഭയാനകമായ കാര്യം അതിനുശേഷമാണ് സംഭവിച്ചത്. ഞാൻ കണ്ണുതുറന്നു. എന്റെ സ്വപ്നം അവസാനിച്ചിട്ടില്ല. അത് തുടരുകയാണെന്ന് എനിക്കു മനസ്സിലായി. പ്രഭാതത്തിനു മുമ്പുള്ള സമയമായിരുന്നു. കോഴി കൂവാൻ തുടങ്ങിയിരുന്നില്ല. ഞാൻ എഴുന്നേറ്റ് വെള്ളം കുടിക്കാനായി ചെന്നു. എന്തുകൊണ്ടാണാവോ ഞാൻ മുകളിലേക്ക് നോക്കി. അവിടെ ചുമരിനു മേൽഭാഗത്തുള്ള ജനാലയ്ക്കപ്പുറത്ത് ടാറ്റിവികിന്റെ മുഖം. സങ്കടം നിറഞ്ഞ് തലയിൽ കെട്ടിയിരുന്ന തൂവാലയും പുതച്ചിരുന്ന ഷാളും. അവൾ താഴേക്കെറിഞ്ഞു. എന്റെ കാൽചുവട്ടിലേക്ക്. അതോടെ മറയുകയും ചെയ്തു. എന്നാൽ ആ ഷാളും മുടിത്തൂവാലയും നിലം തൊട്ടതോടെ വെറും പൊടിയായി മാറി."

വോസ്കോ തേങ്ങിക്കരയാൻ തുടങ്ങി. കണ്ണിലെഴുതിയ മഷി കണ്ണീരിൽ കലർന്ന് കവിളിലാകെ പരന്നു. സൗന്ദര്യം പൊലിപ്പിക്കാനായി മാരാൻ സ്ത്രീകൾ ആകെ ഉപയോഗിച്ചിരുന്നത് അതുമാത്രമായിരുന്നു. അവളുടെ നെറ്റിയിൽ രണ്ടു നേരിയ നീല ഞെരമ്പുകൾ. പരിഭ്രമത്തോടെ തുടിച്ചുനിന്നു. അവൾ ധരിച്ചിരുന്ന പട്ടുകൊണ്ടുള്ള വിവാഹവസ്ത്രത്തിന്റെ വിടവിൽകൂടി ദുർബലമായ രണ്ടു കുഞ്ഞിക്കൈത്തണ്ടകൾ പുറത്തേക്ക് എത്തിനോക്കിയിരുന്നു. വിലപിടിച്ച വിവാഹവസ്ത്രം. അതിനു മോടി കൂട്ടാനായി വെള്ളിനാണയങ്ങളും നേർത്ത ലേസും തുന്നിപ്പിടിപ്പിച്ചിരുന്നു.

സ്വപ്നങ്ങളുടെ അർത്ഥം പറയുന്ന ആൾ ഒച്ചയോടെ ദീർഘമായി നിശ്വസിച്ചു. പരുപരുത്ത ആ ശബ്ദം ഏറെനേരം നീണ്ടുനിന്നു. വോസ്കെ ഭീതിയോടെ അയാളെത്തന്നെ നോക്കിയിരുന്നു. അവളുടെ മനസ്സിൽ ആശങ്കമുറ്റി നിന്നു.

"കേട്ടോ കുട്ടീ, ഞാൻ പറയുന്നത് ശ്രദ്ധിച്ചു കേൾക്കണം." ചിലമ്പിച്ച ശബ്ദത്തിൽ അയാൾ പറഞ്ഞു. "നീ കണ്ട സ്വപ്നം, അതിനെ വിശദീകരിക്കാനൊന്നും ഞാൻ മുതിരുന്നില്ല. അതുകൊണ്ട് ഒരു പ്രയോജനവുമില്ല. കാരണം എന്തെങ്കിലും മാറ്റം വരുത്താൻ അതുകൊണ്ടാവില്ല. ഒന്നേ എനിക്കു നിർദ്ദേശിക്കാനാവൂ. ഒരു കാരണവശാലും നീ നിന്റെ

മുടിവെട്ടിക്കളയരുത്. അതെപ്പോഴും നിന്റെ പുറം മൂടി കിടക്കണം. ഓരോ വ്യക്തിക്കുമുണ്ട് അവന്റെ സ്വന്തമായൊരു രക്ഷാകവചം. എന്റേത്..." അയാൾ തന്റെ വലത്തെ കൈ വോസ്കെയുടെ മൂക്കിനു മുമ്പിലായി വീശി. "എന്റെ ഈ ചെറുവിരൽ നഖമാണ്. അതുപോലെ നിന്റേത് നിന്റെ മുടിയും." "ശരി...." വോസ്കെ ചുണ്ടനക്കി. കുറച്ചുന്നേരം കൂടി അവൾ കാത്തിരുന്നു. കൂടുതലായി എന്തെങ്കിലും നിർദ്ദേശങ്ങൾ....വിവരങ്ങൾ.... ഒന്നുമുണ്ടായില്ല. അയാൾ മിണ്ടാതെ ഇരുന്നതേയുള്ളൂ.

അവൾ പോകാനായി എഴുന്നേറ്റു. പെട്ടെന്ന് ധൈര്യം സംഭരിച്ച് ശങ്ക കൂടാതെ ചോദിച്ചു. "എന്റെ രക്ഷാകവചം എന്റെ മുടിയാണെന്നു പറഞ്ഞല്ലോ. അതിന് പ്രത്യേകിച്ചെന്തെങ്കിലും കാരണം അറിയാമോ?"

"അതെനിക്കറിഞ്ഞുകൂടാ. അവൾ താൻ മുടിയിൽ കെട്ടുന്ന റിബ്ബണല്ലേ നിന്റെ കാൽച്ചുവട്ടിലേക്കെറിഞ്ഞത്. അതിന്റെ അർത്ഥം നിന്നെ ഒരു ശാപത്തിൽ നിന്നും രക്ഷിക്കാൻ പ്രാപ്തിയുള്ള ഒരു വസ്തു അവൾ മൂടിവെക്കാൻ ആഗ്രഹിക്കുന്നു എന്നാണ്." വയസ്സൻ മെല്ലെ പറഞ്ഞു. അപ്പോഴും അയാളുടെ കണ്ണുകൾ കത്തിക്കൊണ്ടിരുന്നു. അവ മെഴുകുതിരികളിൽ നിന്നും നീങ്ങിയില്ല.

വോസ്കെ ആ കൂടാരത്തിൽ നിന്നും പുറത്തു കടന്നു. മനസ്സിൽ ഒരു വ്യക്തതയുമില്ലാത്ത പലപല വിചാരങ്ങൾ ഒരുവശത്ത്. താൻ കണ്ട സ്വപ്നം മുഴുവൻ അയാളോടു പറഞ്ഞ് ഭാരമൊഴിച്ചു എന്ന ആശ്വാസം. ഇപ്പോൾ മുമ്പത്തെപോലെ ഭയം തോന്നുന്നില്ല എന്ന് അവൾ സ്വയം പറഞ്ഞു. അതേസമയം തീവ്രമായ മറ്റൊരു തോന്നൽ വിട്ടുമാറാതെ നിന്നു. അവളുടേതായ ഒരുദ്ദേശ്യം കൊണ്ടല്ല എങ്കിലും മരിച്ചുപോയ സഹോദരിയുടെ സ്ഥാനം വഹിക്കാൻ താൻ നിർബന്ധിതയായിരിക്കുന്നു. പുറമേയുള്ളവരുടെ നോട്ടത്തിൽ താനൊരു ദുർമന്ത്രവാദിനിയായി കാണപ്പെട്ടാലോ എന്ന ഭയം അവൾക്കു തള്ളിക്കളയാനായില്ല. ആ കൂടാരത്തിനു പുറത്ത് എന്തുചെയ്യണമെന്നറിയാതെ ചാഞ്ഞും ചരിഞ്ഞും അവൾ ഏറെനേരം നിന്നു. അകത്ത് വയസ്സൻ പറഞ്ഞതെല്ലാം അവൾ അതേപ്പടി അമ്മായിയെ പറഞ്ഞു കേൾപ്പിച്ചു. എന്തുകൊണ്ടാണെന്നു മനസ്സിലായില്ല, അതെല്ലാം കേട്ടപ്പോൾ അമ്മായിയുടെ മുഖം സന്തോഷം കൊണ്ട് തെളിയുകയാണുണ്ടായത്.

"നമുക്ക് പേടിക്കാനൊന്നുമില്ല. അതാണ് ഏറ്റവും പ്രധാനപ്പെട്ട കാര്യം. അയാൾ പറഞ്ഞതുപോലെയൊക്കെ ചെയ്യണം. എല്ലാം ശരിയായിവരും. മരണം കഴിഞ്ഞ് നാല്പതാം ദിവസം ടാറ്റിവികിന്റെ ആത്മാവ് ഈ നശിച്ച ഭൂമിയിൽ നിന്ന് യാത്രയാവും. നിനക്ക് പിന്നെ സമാധാനമായി കഴിയാം."

വോസ്കെ വിവാഹവേദിയിലേക്കു തിരിച്ചു വന്നു. തന്റെ പുതുപുത്തൻ മണവാളനെ നോക്കി ലജ്ജയോടെ പുഞ്ചിരി തൂകി. ചെറിയൊരു മദ്യലഹരിയിലായിരുന്നു. മണവാളനും മണവാട്ടിയെ നോക്കി മധുരമായി പുഞ്ചിരിച്ചു. പെട്ടെന്ന് ലജ്ജകൊണ്ട് ആകെ തുടുക്കുകയും ചെയ്തു. കാപ്പിടോൺ സ്വതവേ വലിയ നാണക്കാരനായിരുന്നു. ഒതുക്കമുള്ള

പ്രകൃതം. ഇരുപതു വയസ്സു പ്രായം. അയാളുടെ അച്ഛന്റെ അഭിപ്രായത്തിൽ എന്തിനും പോന്ന പ്രായം.

മൂന്നുമാസം മുമ്പ് മകന് വിവാഹപ്രായമായി എന്ന് വീട്ടുകാർ പരസ്പരം പറഞ്ഞുതുടങ്ങിയ സമയം. അയാളുടെ മൂത്ത സഹോദരിയുടെ ഭർത്താവ് കാപ്പിടോണിനെ താഴ്വരയിലേക്കു കൂട്ടിക്കൊണ്ടുപോയി. അയാളുടെ ചെലവിൽ പട്ടണത്തിലെ ഒരഴിഞ്ഞാട്ടക്കാരിയുടെ വീട്ടിൽ ഒരു രാത്രി മുഴുവനും. ആകെ മനസ്സുകലങ്ങിയാണ് കാപ്പിടോൺ ഗ്രാമത്തിലേക്കു തിരിച്ചുവന്നത്. ഒരു രാത്രിയിലെ മുഴുവൻ സുഖാനുഭവം. എല്ലാവരേയും സ്വീകരിക്കുന്ന ഒരു സ്ത്രീയുടെ ആലിംഗനത്തിൽ മുഴുകി ഒരു രാത്രി മുഴുവനും. പനിനീരിന്റേയും ഗ്രാമ്പൂവിന്റേയും സുഗന്ധമുള്ള അവരുടെ ശരീരം. അതൊന്നുമല്ല തനിക്കു വേണ്ടതെന്ന് തുറന്നു പറയാൻ ആ ചെറുപ്പക്കാരനും സാധിച്ചില്ല. അവരുടെ ലാളനകളും ആലിംഗനങ്ങളും കാമാസക്തിയും വാസ്തവത്തിൽ അവന്റെ മനസ്സിനെ മരവിപ്പിക്കുകയാണ് ചെയ്തത്. സഹോദരിയുടെ ഭർത്താവ് പ്രതീക്ഷിച്ചതിന് നേരെ വിപരീതമായിരുന്നു അവന്റെ പ്രതികരണം. ഉള്ളിൽ എന്തെന്നില്ലാത്തൊരു വെറുപ്പ്. ഒരു പാമ്പിനെപ്പോലെ കിടന്നു പുളയുന്ന ആ സ്ത്രീയുടെ മുഖത്ത് കാണപ്പെട്ട ഭാവം കാപ്പിടോണിന് വല്ലാത്ത ചെടിപ്പു തോന്നി. മനംപുരട്ടി. അവരുടെ അടക്കിപ്പിടിച്ച മൂളലുകൾ. വികാരതീവ്രതയോടു കൂടിയ തൊട്ടുതലോടലുകൾ. അതിനിടയിൽ ഇഷ്ടത്തോടെയുള്ള ഇണചേരലല്ല. ഒരു പതിവു ചടങ്ങു നിർവഹിക്കുകയാണ് എന്ന് വരുത്തിക്കൂട്ടിയ ഭാവം. കൃത്രിമമായ നിസ്സംഗത. അതൊന്നും തന്നെ അവന്റെ മനസ്സിനു സ്വസ്ഥത നൽകിയില്ല. തീരുമാനങ്ങളിലെത്തിച്ചേരാൻ ആ പ്രായക്കാർ സ്വാഭാവികമായി കാട്ടുന്ന തിടുക്കം. അവനും നിശ്ചയിച്ചു. പുരുഷനോടൊപ്പം മെത്ത പങ്കിടുന്ന എല്ലാ സ്ത്രീകളും ഇതുപോലെയാണെന്ന്. ലജ്ജയോ ഒതുക്കമോ ഇല്ലാത്ത പെരുമാറ്റം. അതുകൊണ്ടു തന്നെ വിവാഹം എന്നതുകൊണ്ട് നല്ല അനുഭവങ്ങളെന്തെങ്കിലും നേടാനാകുമെന്ന് അവൻ പ്രതീക്ഷിച്ചതുമില്ല. ഗാരെജിൻ അഗുലിസാന്റിന്റെ മൂത്ത മകൾ മരിച്ചു. അവൾക്കുപകരം അദ്ദേഹത്തിന്റെ രണ്ടാമത്തെ മകളെ അവൻ വിവാഹം ചെയ്യണമെന്ന് അച്ഛൻ ആവശ്യപ്പെട്ടപ്പോൾ ആ കാരണംകൊണ്ടുതന്നെയാണ് അവൻ എതിർത്തൊന്നും പറയാതെ സമ്മതം മൂളിയത്. വിവാഹത്തെക്കുറിച്ച് അവന് അത്രയേ പ്രതീക്ഷ ഉണ്ടായിരുന്നുള്ളൂ. ആരെ വിവാഹം കഴിച്ചാലെന്ത്? അതുകൊണ്ട് എന്ത് വ്യത്യാസമാണ് ഉണ്ടാകാൻ പോകുന്നത്? എല്ലാ സ്ത്രീകളും ഒരുപോലെ വഞ്ചകികളാണ്. ആർക്കുമില്ല ആത്മാർത്ഥമായ വികാരങ്ങൾ... അതായിരുന്നു ആ യുവാവിന്റെ മനോഭാവം.

അന്നുരാത്രി പരിചാരകർ വിരുന്നിനായി ഒരുക്കിയ വിശിഷ്ട വിഭവങ്ങളെല്ലാം വിളമ്പി. സുഗന്ധവ്യഞ്ജനങ്ങൾ ചേർത്ത് ചുട്ടെടുത്ത കൊഴുത്ത പന്നിയിറച്ചി. പതുപതുത്ത ചോളറൊട്ടി. അതിനോടൊപ്പം കഴിക്കാൻ വറുത്ത ഉള്ളിയും കറുമുറ പലഹാരങ്ങളും. വേദിയിൽ ആ

സന്ദർഭത്തിനു യോജിച്ച മൃദുവായൊരു ഈണമുയർന്നു. അതിഥികൾ ഒരുമിച്ചെഴുന്നേറ്റു നിന്ന് സന്തോഷത്തോടെ സമ്മതം മൂളി. വരന്റേയും വധുവിന്റേയും അച്ഛന്മാർ മദ്യലഹരിയുടെ ഉല്ലാസത്തോടെ നവദമ്പതികളുടെ കൈപിടിച്ച് മണിയറയിലേക്കാനയിച്ചു. അവരെ അകത്താക്കി മുറി അടച്ച് താഴിട്ടുപൂട്ടി. രാവിലെ വന്ന് വാതിൽ തുറന്നുതരാം. കാരണവന്മാർ വധൂവരന്മാർക്ക് ഉറപ്പു നൽകി.

മുറിക്കകത്ത് കയറിയതും വോസ്കെ പൊട്ടിക്കരഞ്ഞുപോയി. ആകെ ഒരു നിസ്സഹായാവസ്ഥ. ഭർത്താവിനോടൊപ്പം ആദ്യമായി ഒറ്റയ്ക്ക്. എന്നിട്ടും അവളെ മാറോടണച്ച് ആശ്വസിപ്പിക്കാനായി അയാൾ അരികിൽ വന്നപ്പോൾ അവൾ തള്ളിമാറ്റിയില്ല. അവൾ കാപ്പിടോണിന്റെ നെഞ്ചിൽ തല ചേർത്തു നിന്നു. അതോടെ കരച്ചിൽ നിർത്തി ശാന്തയാവുകയും ചെയ്തു. എന്നാലും ആ തേങ്ങൽ ഏതാനും നിമിഷം കൂടി തുടർന്നു. അതുകേട്ട് അയാൾക്ക് ചിരിയാണ് വന്നത്. വിഡ്ഢിക്കുട്ടി. കണ്ണീരിൽ കുതിർന്ന മുഖം അയാളുടെ നേരെ ഉയർത്തി മെല്ലെ പറഞ്ഞു. “എനിക്കു പേടിയാവുന്നു.” “എനിക്കും പേടിയുണ്ട്.” അയാളും അതുതന്നെ പറഞ്ഞു.

ലജ്ജിച്ചു. ഭയപ്പെട്ടു. എന്നാൽ തികഞ്ഞ ആത്മാർത്ഥതയോടെ അന്നവർ ആദ്യമായി കൈമാറിയ സത്യസന്ധമായ വാക്കുകൾ അവരുടെ ജീവിതത്തെ എന്നന്നേക്കുമായി ഇണക്കിച്ചേർത്തു. സ്നേഹത്തിനുവേണ്ടി ദാഹിച്ചിരുന്ന രണ്ടു യുവഹൃദയങ്ങൾ. ആ നിമിഷം പരസ്പരം അലിഞ്ഞു ചേരുകയായിരുന്നു. പിന്നീട് മെത്തയിൽ തന്റെ നവവധുവിനെ ഇറുകെ പുണർന്നുകിടക്കവേ. അവളുടെ ഓരോ ചലനവും ഓരോ ശ്വാസവും അതീവ മൃദുലമായ ഓരോ സ്പർശവും തന്റേതായി ഏറ്റുവാങ്ങി അയാൾ ലജ്ജിച്ചു. അയാൾ കരുതി തന്റെ ധാരണകൾ എത്രമാത്രം അബദ്ധങ്ങളായിരുന്നു പട്ടണത്തിലെ ആ തെരുവുപെണ്ണിനോടാണല്ലോ സങ്കല്പത്തിൽ ഇവളെയും താരതമ്യം ചെയ്തത്.

കാപ്പിടോണിന്റെ ആലിംഗനത്തിൽ വോസ്കേ ഒരു രത്നക്കല്ലുപോലെ തിളങ്ങി. തന്റെ ചുറ്റുപാടുമുള്ളതിനെല്ലാം പുതുതായൊരു ജീവനും അർത്ഥവും കൈവന്നിരിക്കുന്നതുപോലെ അവൾക്കു തോന്നി. ഇനിമുതൽ എക്കാലവും തന്റെ പ്രിയപ്പെട്ട കാപ്പിടോണിന്റേതായ എല്ലാം ഇനി ഉണ്ടാകാൻ പോകുന്നതടക്കം തനിക്കും വിലപ്പെട്ടതായിരിക്കും. അവൾ മനസ്സിലുറപ്പിച്ചു.

ഒരാഴ്ച കഴിഞ്ഞു. ഗാരെജിൻ അഗുലിസാന്റും അയാളുടെ മരുമകനും അടിമുടി കറുത്ത വസ്ത്രം ധരിച്ചു. മുന്തിയതരം മൂന്നു കന്നുകുട്ടികളെ കശാപ്പു ചെയ്തു. ഇറച്ചി ഉപ്പിടാതെ വേവിച്ചെടുത്തു. വലിയ തട്ടകങ്ങളിലാക്കി ഗ്രാമവീഥികളിലൂടെ കൊണ്ടുനടന്നു. ഓരോ കുടുംബത്തിനും ഒരു പ്രത്യേകം ഭാഗം എന്നു തിരിച്ചുവെച്ചിരുന്നു. അവരെ കണ്ടപ്പോൾ ഓരോ വീട്ടുകാരും വാതിൽ തുറന്നു. അവനവനായി നിശ്ചയിച്ചിട്ടുള്ള

ഭാഗം നിശ്ശബ്ദം ഏറ്റു വാങ്ങി. അതായിരുന്നു അവരുടെ ചിട്ട. ബലിമൃഗത്തിന്റെ മാംസം ആരെങ്കിലും വീട്ടിലേക്കു കൊണ്ടുവരുമ്പോൾ മിണ്ടാൻ പാടില്ല.

വോസ്കെ അവളുടെ കിടപ്പുമുറിയുടെ ജനാലകളിൽ വെളിച്ചം കടക്കാത്ത കട്ടിത്തുണികൊണ്ടുള്ള കർട്ടനുകൾ തൂക്കി. മരിച്ചുപോയ സഹോദരിയുടെ പേരിൽ ദുഃഖമാചരിച്ചുകൊണ്ട് കറുത്ത വസ്ത്രങ്ങൾ മാത്രം ധരിച്ചു. തന്റെ ജീവിതകാലം മുഴുവൻ അതങ്ങനെയായിരിക്കുമെന്ന് ഒരു വ്രതമെടുത്തു. ഒന്നിനുപുറകെ ഒന്നായി അവൾ നോമ്പുകൾ നോറ്റു. ശരീരം ക്ഷീണിപ്പിച്ചു. വൈകുന്നേരങ്ങളിൽ വളരെയധികം നേരം പ്രാർത്ഥനയിൽ മുഴുകി. പള്ളിയിലിരുന്ന് മരിച്ചുപോയ ടാറ്റെവിക്കിസിന്റെ ആത്മശാന്തിക്കുവേണ്ടി പ്രത്യേകം പ്രാർത്ഥനകളുരുവിട്ടു. സ്വയം മാപ്പപേക്ഷിച്ചു. അവളുടെ സ്ഥാനത്താണല്ലോ താനിപ്പോൾ എത്തിയിരിക്കുന്നത്. മുടങ്ങാതെ ആഴ്ചയിലൊരിക്കൽ ജ്യേഷ്ഠത്തിയുടെ കല്ലറ സന്ദർശിച്ചു. അവളോടൊപ്പം, അവളുടെ ആത്മാവിന് ശാന്തി നേരാൻ അമ്മയും നാത്തൂന്മാരും മറ്റു ബന്ധുക്കളും സെമിത്തേരിയിലേക്കു പോയി. ജ്യേഷ്ഠത്തിയുടെ കല്ലറയും പരിസരവും വൃത്തിയാക്കാൻ അവരും സഹായിച്ചു. സങ്കടം പങ്കുവെച്ചു. ഓരോ ദിവസത്തേയും വെളിച്ചവും ഇരുട്ടും അവളുടെ കണ്ണിൽ സ്ഥാനം മാറി പ്രത്യക്ഷപ്പെട്ടു. രാത്രിതോറും തന്റെ ഭർത്താവിനുവേണ്ടി അവൾ പ്രേമത്തിന്റെ ചൂടും വെളിച്ചവും പകർന്നു നൽകി സൂര്യനെപ്പോലെ. എന്നാൽ പകൽ തെളിയുന്നതോടെ അവൾ വേറൊരാളായി മാറുമായിരുന്നു. ആകെ മൂടിക്കെട്ടിയ മുഖം. പരിതാപകരമായ ഭാവം. പിന്നീടൊരിക്കും ടാറ്റിവിക് അവളുടെ മുന്നിലേക്ക് കടന്നുവന്നില്ല. അതും അവളെ വല്ലാതെ സങ്കടപ്പെടുത്തി. അവൾ തന്റെ കണ്ണീർ കുടിച്ചുതീർത്തു. മനസ്സിൽ നീറിനിന്ന വ്യഥകളെല്ലാം ഭർത്താവുമായി പങ്കുവെച്ചു. അവൾ തന്നെത്താൻ പറഞ്ഞു സമാധാനിപ്പിച്ചു. ടാറ്റിവിക്ക് തന്നോടു പൊറുത്തിരിക്കുന്നു. അല്ലെങ്കിൽ വീണ്ടും അവളുടെ സ്വപ്നത്തിൽ ഏതെങ്കിലും വിധത്തിൽ പ്രത്യക്ഷപ്പെട്ടേനേ.

വിഷാദം പൂണ്ട ചിന്തകളിൽനിന്നും വോസ്കെയുടെ മനസ്സിനെ മാറ്റിനിർത്താൻ കാപ്പിടോൺ നല്ലൊരു മാർഗ്ഗം നിർദ്ദേശിച്ചു. വിവാഹശേഷം അവർക്കു താമസിക്കാനായി പ്രത്യേകമായൊരു വീട് അയാളുടെ അച്ഛൻ പണിതുകൊടുത്തിരുന്നു. ആ വീട്ടിൽ വേണ്ട സൗകര്യങ്ങളൊരുക്കാം. അവൾക്കിഷ്ടമുള്ള വിധത്തിൽ കർട്ടനുകളും സാധനസാമഗ്രികളുമൊക്കെ വാങ്ങി അലങ്കരിക്കാം. ആ വീട്ടിൽ അതുവരെ താമസിച്ചിരുന്നത് കാപ്പിടോണിന്റെ അച്ഛനും അമ്മയും മകളുമായിരുന്നു. അമ്മായി അവിവാഹിതായിരുന്നു. അച്ഛനേയും അമ്മയേയും അവൻ ബാബോ മനേഷ് എന്നാണ് വിളിച്ചിരുന്നത്.

കാപ്പിടോണിന്റെ വിവാഹം കഴിഞ്ഞതോടെ അവർ രണ്ടുപേരും ആ വീടൊഴിഞ്ഞു. താമസം അവന്റെ മാതാപിതാക്കളോടൊപ്പമായി.

നവദമ്പതികൾക്ക് സ്വൈരമായി താമസിക്കാൻ സ്വന്തമായൊരു വീട്. കനമുള്ള ഭിത്തികളോടുകൂടിയ, അല്പം ഇരുണ്ടതെങ്കിലും സുഖകരമായ ഒരു പാർപ്പിടം. ഉയർന്ന മേൽത്തട്ട്. ചുറ്റിലും മരത്തിൽ പണിത വിശാലമായ വരാന്ത. വീടിനോടുതൊട്ട് നല്ലവണ്ണം നോക്കി വളർത്തിയ ഒരു തോപ്പ്. അതിൽ നിറയെ പലവിധ ഫലവൃക്ഷങ്ങൾ. മാരാൻഗ്രാമത്തിന്റെ മറ്റേ അറ്റത്തായിരുന്നു ആ വീട്. സ്വന്തം അമ്മയുടെ വീട്ടിൽ നിന്നും കുറച്ചധികം അകലെ. അതുകൊണ്ടുതന്നെ അങ്ങോട്ടു താമസം മാറ്റാൻ വോസ്കെ വിസമ്മതിച്ചു. കാപ്പിടോൺ പലവട്ടം പറഞ്ഞുനോക്കി. മാറിത്താമസിക്കുകയായിരിക്കും നല്ലത്. പഴയ ഓർമ്മകളിൽ നിന്നും അകന്നു അങ്ങനെ നിൽക്കാം. ദുഃഖിക്കുന്ന ബന്ധുക്കളിൽ നിന്നും മാറി നിൽക്കുമ്പോൾ ജ്യേഷ്ഠത്തിയുടെ മരണമെന്ന തീരാനഷ്ടവുമായി കൂടുതൽ എളുപ്പത്തിൽ പൊരുത്തപ്പെടാനാവും.

പാതി മനസ്സോടെയാണ് വോസ്കെ ഭർത്താവിന്റെ ശാസനയ്ക്കു വഴങ്ങിയത്. അയാൾ പറഞ്ഞതുപോലെ പുതിയ പ്രവർത്തികളിലേർപ്പെടാൻ തുടങ്ങിയതോടെ അവൾക്കുതന്നെ അദ്ഭുതം തോന്നുന്ന വിധത്തിൽ മനസ്സുണർന്നു. വളരെ താത്പര്യത്തോടെ വീടുമോടിപ്പിടിപ്പക്കാൻ തയ്യാറായി. അതിനു സഹായിക്കുന്ന പുസ്തകങ്ങളും മാസികകളും താഴ്വരയിൽ നിന്നും വരുത്തി. അതൊക്കെ ശ്രദ്ധയോടെ മറിച്ചു നോക്കിയതിനു ശേഷം നല്ലൊരു ഊൺമേശ തെരഞ്ഞെടുത്തു. ഓക്കിൽ തീർത്ത ദീർഘവൃത്തത്തിലുള്ളൊരു മേശ. സ്വീകരണമുറിയിലിടാൻ വീതിയുള്ള നാലു മഞ്ചങ്ങൾ. അതിലെ മെത്ത ഇരുണ്ട പച്ചവെൽവെറ്റുകൊണ്ട് തയ്ച്ചതായിരുന്നു. ധാരാളം അതിഥികൾ വരും. അതുകൊണ്ട് ധാരാളം കസേരകളും വേണം. മുപ്പതു കസേരകളാണ് അവൾ ആവശ്യപ്പെട്ടത്. ധാരാളം ചില്ലലമാരികൾ. അവയുടെ വാതിലുകൾ മോടിയേറിയ ചിത്രപ്പണികൾ ചെയ്ത ചില്ലുകൊണ്ട് നിർമ്മിക്കണം. അതിനകത്ത് അവർക്കു കിട്ടിയ എണ്ണമറ്റ വിവാഹസമ്മാനങ്ങൾ ഭംഗിയായി ഒതുക്കി വെക്കണം.

അതിനുപുറമെ ഒരേ സമയം ഇരുപത്തിനാലു പേർക്ക് വിഭവസമൃദ്ധമായ വിരുന്നു വിളമ്പാനുള്ള വിലയേറിയ സ്ഫടിക പാത്രങ്ങളും ആ ചില്ലലമാരകളിൽ സൂക്ഷിച്ചുവെക്കണം. മിനാസ് എന്ന മരപ്പണിക്കാരനായിരുന്നു പണികളുടെ ചുമതല. സഹായിക്കാനായി രണ്ടുപേരെ അയാൾ കൂടെ കൂട്ടി. സ്വതവേയുള്ള മൂന്നു സഹായികൾക്കു പുറമേയായിരുന്നു അത്. പറഞ്ഞ സമയത്ത് പണി തീർക്കണമെങ്കിൽ ഇത്രയും പേരെങ്കിലും വേണമെന്ന് അയാൾ ശഠിച്ചു. അപ്പോഴേക്കും വോസ്കെ ആദ്യത്തെ കുഞ്ഞിനെ ഗർഭം ധരിച്ചു കഴിഞ്ഞിരുന്നു. പ്രസവത്തിനു മുമ്പ് വീട് വേണ്ട വിധത്തിൽ സജ്ജീകരിക്കണം എന്നായിരുന്നു അവളുടെ ആഗ്രഹം. പ്രസവത്തിനുമുമ്പുള്ള സമയം അവൾ ചെലവഴിച്ചത് പലവിധ കൈവേലകൾ ചെയ്തിട്ടായിരുന്നു.

അമ്മയുടെ സഹായത്തോടെ വോസ്കെ മനോഹരമായ കിടക്കവിരികളും മേശവിരിപ്പുകളും പുതപ്പുകളും തയ്യാറാക്കി. ഓരോന്നിലും

ആകർഷകമായ ചിത്രത്തുന്നലുകൾ. ജനിക്കാൻ പോകുന്ന കുഞ്ഞിനു വേണ്ടിയും പലതരം കുപ്പായങ്ങൾ രണ്ടുപേരും കൂടി തുന്നിയുണ്ടാക്കി. കുഞ്ഞിന്റെ പേരിടൽ ചടങ്ങിന് ഇടാനുള്ള ഉടുപ്പും തയ്യാറാക്കി വെച്ചു.

എല്ലാ ആഴ്ചയും പതിവുപോലെ ജ്യേഷ്ഠത്തിയുടെ കല്ലറ സന്ദർശിച്ചതിനുശേഷം വോസ്കെ മിനാസിന്റെ പണിപ്പുരയിലുമെത്തി. ആ ആഴ്ചയിൽ തീർന്ന പണിയെല്ലാം കാര്യമായി പരിശോധിച്ചു. മിനാസിന് ആ സന്ദർശനം അത്ര ഇഷ്ടമായിരുന്നില്ല. എന്നാലും മുക്കിയും മൂളിയും പുരികം ചുളിച്ചും അയാൾ അതൃപ്തി പുറത്തു കാണിക്കാതെ ഒഴിഞ്ഞു. കഴിയുന്നത്ര വേഗം അയാൾ അവളെ അവിടെനിന്നു പറഞ്ഞയയ്ക്കുമായിരുന്നു. സ്ത്രീകൾ വിശേഷിച്ച് ഗർഭിണികൾ അവിടെ വന്നു നിൽക്കുന്നത് നന്നല്ല എന്ന് അയാൾ അവളെ ഓർമ്മിപ്പിക്കുമായിരുന്നു. ആശാരിപ്പുരയിലെ പോളീഷിന്റെ വിഷം കലർന്ന മണവും മരപ്പൊടിയും പുരുഷന്മാരുടെ വിയർപ്പും ഒക്കെ ദോഷം ചെയ്യുമെന്ന് അയാൾ ഇടയ്ക്കിടയ്ക്ക് പറഞ്ഞു. എന്തൊക്കെയായാലും ആശാരിപ്പുരയിലേക്കുള്ള അവളുടെ വരവ് വെറുതെയായില്ല. അവളുടെ ആഗ്രഹംപോലെ സാമാനങ്ങളെല്ലാം പറഞ്ഞ സമയത്തിനുതന്നെ പണിതു കിട്ടി. എല്ലാം യഥാസ്ഥാനങ്ങളിൽ ഒതുക്കാനും ഗൃഹപ്രവേശത്തിനുവേണ്ട ഏർപ്പാടുകൾ ചെയ്യാനും വോസ്കെയ്ക്ക് സമയം കിട്ടി എന്നു പറയാം. അപ്പോഴേക്കും അവൾക്ക് പ്രസവവേദന ആരംഭിച്ചു. അടുത്ത ദിവസം തന്നെ ഒരു പെൺകുഞ്ഞിനെ അവൾ കാപ്പിടോണിന് സമ്മാനമായി നൽകി. നസേലി എന്നാണ് അവർ അവൾക്കു പേരിട്ടത്. രണ്ടുവർഷം കഴിഞ്ഞപ്പോൾ സലോമി എന്ന രണ്ടാമത്തെ മകൾ പിറന്നു. ഒന്നരവർഷത്തിനുശേഷം ഇളയമകളായ അനാട്ടോലിയയും.

മക്കളുടെ കാര്യത്തിൽ അച്ഛനും അമ്മയ്ക്കും ഒരുപോലെ സ്നേഹവും ശ്രദ്ധയുമുണ്ടായിരുന്നു. എന്നാലും കുഞ്ഞുങ്ങളോട് വോസ്കെ കുറച്ചു മാത്രമേ സംസാരിച്ചിരുന്നുള്ളൂ. അമ്മ തങ്ങളെ വാത്സല്യത്തോടെ ഓമനപ്പേരെടുത്തു വിളിക്കുന്നത്, അങ്ങനെ ഒരവസരവും അനാട്ടോലിയയ്ക്ക് ഓർക്കാനായില്ല. മറ്റു കുഞ്ഞുങ്ങളുടെ അമ്മമാരെപോലെ വോസ്കെ അവരെ ഒരിക്കലും എടുത്തു ലാളിച്ചില്ല. ഉമ്മവെച്ച് വീർപ്പുമുട്ടിച്ചില്ല. ഒരിക്കലും ആ അമ്മ മകളെ ഒരു കാര്യത്തിനും അഭിനന്ദിച്ചില്ല. അതുപോലെ അവരെ ശകാരിച്ചുമില്ല. എപ്പോഴെങ്കിലും അനിഷ്ടം തോന്നിയാൽ അമ്മ ചുണ്ടു കടിച്ചുപിടിക്കും. അല്ലെങ്കിൽ നിശ്ശബ്ദമായി പുരികമുയർത്തും. ബാബോ മനേഷിന്റെ നിർത്താതെയുള്ള പിറുപിറുക്കലിനേക്കാൾ കുട്ടികൾക്ക് ഭയം വോസ്കെയുടെ പുരികമുയർത്തലായിരുന്നു. അന്നത്തെ ആ ഭയാനകമായ ഭൂമികുലുക്കത്തിനുശേഷം കുടുംബത്തിൽ മുതിർന്നതായി ശേഷിച്ചത് ബാബോ മനേഷ് മാത്രമായിരുന്നു. ഭൂമികുലുക്കം ഗ്രാമത്തിന്റെ പടിഞ്ഞാറെഭാഗം മുഴുവനായും തകർത്തുകളഞ്ഞു. ആ ഭാഗമപ്പാടെ അഗാധമായൊരു കിടങ്ങായി മാറി. സലോമി ജനിക്കാനിരുന്ന ആണ്ടിലാണ് ആ ദുരന്തം സംഭവിച്ചത്. നസേലിയയെ നോക്കാൻ ഒരാൾ

വേണമല്ലോ. അതുകൊണ്ട് ബാബോ മനേഷ് അവരുടെ വീട്ടിലേക്ക് താമസം മാറ്റിയിരുന്നു. വാശിക്കാരിയായ നസേലിയെ കൊണ്ടുനടക്കാൻ വോസ്കെയ്ക്ക് നല്ല ബുദ്ധിമുട്ടായിരുന്നു. മാത്രമല്ല ഗർഭകാലം മുഴുവൻ കഠിനമായ മനംപുരട്ടലും ഛർദ്ദിലും അവളെ നന്നേ വിഷമിപ്പിച്ചിരുന്നു.

തീരെ ഓർക്കാപ്പുറത്താണ് ആ ദുരന്തം സംഭവിച്ചത്. ഡിസംബറിലെ കഠിനമായ തണുപ്പുള്ള ഒരു ഉച്ചനേരം. കാൽക്കീഴിൽ ഭൂമിയാകെ ഒന്നു കുലുങ്ങി. അകത്തുനിന്നും ഒരു വിറയലും മുഴക്കങ്ങളും. അവസാനം ആത്മാവിനെ അകംപുറം മറിച്ചിടുന്ന വിധത്തിൽ അതിഭീകരമായൊരു ശബ്ദം. അതോടെ മനീഷ്കർ എന്ന ആ ഗ്രാമത്തിന്റെ തോൾഭാഗം മുഴുവനായും പിളർന്നു. ഒരു ഭാഗമങ്ങനെത്തന്നെ ആഴമുള്ള ഒരു കിടങ്ങിലേക്ക് ഊർന്നു വീണു. നിമിഷങ്ങൾക്കുള്ളിൽ വീടുകളും തൊടികളും മരങ്ങളും മനുഷ്യരുമെല്ലാം അതിനകത്തായി. ആളുകൾ അതിനകത്തു കിടന്ന് ശ്വാസംമുട്ടി നിലവിളിച്ചു. തൊഴുത്തുകളിലും പന്നിക്കൂടുകളിലും ആസന്നമായ അത്യാപത്തിന്റെ സൂചനയുമായി മൃഗങ്ങൾ ബഹളം വെച്ചിരുന്നു. യജമാനന്മാരുടെ ശ്രദ്ധ ആകർഷിക്കാനും മുന്നറിയിപ്പ് നൽകാനും അവ നടത്തിയ ശ്രമങ്ങളും വിഫലമായി. അവയും ഒന്നൊഴിയാതെ മണ്ണിന്നടിയിലായി.

ഗ്രാമത്തിന്റെ കുഴപ്പം സംഭവിക്കാതെ ഉറച്ചുനിന്ന ബാക്കിഭാഗം ആ ദുരന്തത്തിന്റെ ആഘാതം അന്തസ്സോടെ, ധൈര്യത്തോടെ സഹിച്ചു. ഗ്രാമത്തിലെ കൊച്ചുപള്ളിയിൽ അവർ ഒരുമിച്ചുകൂടി. ജീവൻ നഷ്ടപ്പെട്ടവരുടെ ആത്മശാന്തിക്കായി പ്രാർത്ഥിച്ചു. ഗ്രിഗറി ലുസാവോറിച്ചിന്റെ പേരിലുള്ളതായിരുന്നു ആ പള്ളി. ഗ്രാമത്തിന്റെ ഓരം ചേർന്നാണ് അത് സ്ഥിതി ചെയ്തിരുന്നത്. ഭൂമി കലുങ്ങിയപ്പോൾ ആദ്യം തകിടം മറിഞ്ഞത് ആ കെട്ടിടമായിരുന്നു. പ്രാർത്ഥനയ്ക്കു ശേഷം എല്ലാവരും അവരവരുടെ വീടുകളിലേക്കു മടങ്ങി. തുടർന്ന് മേൽക്കൂരകൾ കെട്ടിയുറപ്പിക്കാനും വിണ്ടുകിറീയ ഭിത്തികൾ നേരെയാക്കാനും പൊളിഞ്ഞുവീണ മരവേലികൾ കൂട്ടിയിണക്കി നിർത്താനും തുടങ്ങി. അവിടെ വിട്ട് കുറെക്കൂടി കൂടുതൽ സുരക്ഷിതമായ സ്ഥലത്തേക്ക് താമസം മാറ്റാമെന്ന് ഒരാളും വിചാരിച്ചില്ല. അങ്ങനെയൊരു കാര്യം പരസ്പരം സംസാരിച്ചുമില്ല. അതിനെക്കുറിച്ച് അവർ ചർച്ച ചെയ്തത് പിന്നീടെപ്പോഴോ ആയിരുന്നു.

ആ ഭൂമികുലക്കത്തോടെ ഗ്രാമത്തിലെ മൈതാനം തികച്ചും ശൂന്യമായി. ഒച്ചയും ബഹളവും കേൾക്കാതായി. ആഘോഷങ്ങളും ഉത്സവങ്ങളുമൊന്നും നടക്കാതെയായി. ഏതാനും തവണ ചില നാടോടികൾ പഴയ കാലത്തിന്റെ ഓർമ്മയിൽ അവിടെ വന്ന് തമ്പടിച്ചു. അവരാണ് പറഞ്ഞത് ഭൂമിക്കുലുക്കത്തിൽ മലയോരത്തുനിന്നു താഴേക്കു വീണ ചില വീടുകൾ ശക്തിയായ മണ്ണൊലിപ്പിൽ പെട്ട് ദൂരെ പടിഞ്ഞാറ് ഒരിടത്തു ചെന്നുപെട്ടു. അപരിചിതമായൊരു ഗ്രാമത്തിലാണ് അവർ എത്തിച്ചേർന്നത്. ആ വീടുകളിലുണ്ടായിരുന്നവരെല്ലാം സുരക്ഷിതരായിരുന്നു. ആർക്കും അപായമൊന്നും സംഭവിച്ചിട്ടില്ല. പക്ഷേ, അവർക്ക് പഴയ ഗ്രാമത്തിലേക്ക്

തിരിച്ചുവരാനാവില്ല. കാരണം അന്നവർ അനുഭവിച്ച അതികഠിനമായ ഭയം മൂലം എല്ലാവർക്കും ഓർമ്മ തീർത്തും നഷ്ടപ്പെട്ടിരിക്കുന്നു. വലിയൊരു മലയുടെ മുകളിലാണ് അവർ മുമ്പു താമസിച്ചിരുന്നത് എന്ന് ഓർമ്മയില്ല. അവിടത്തെ പുരാതനമായ കാടുകളും വളക്കൂറുള്ള നിലങ്ങളും അവർ മറന്നു കഴിഞ്ഞു. നാടോടികൾ പറഞ്ഞ കഥകൾ എല്ലാവരും ശ്രദ്ധയോടെ കേട്ടിരുന്നു. അങ്ങനെയൊരു ദുരനുഭവം തങ്ങൾക്കു നേരിടേണ്ടിവന്നില്ലല്ലോ. അവർ പലവിധ സമ്മാനങ്ങൾ നൽകി ആ നാടോടികളെ സന്തോഷിപ്പിച്ചു. പഴയ പാത്രങ്ങൾ, വസ്ത്രങ്ങൾ അങ്ങനെ പലതും. അവർ സമാധാനത്തോടെ മടങ്ങിപ്പോകട്ടെ. എല്ലാവരും മനസ്സിൽ ഉരുവിട്ടു. അവർ പറഞ്ഞ കഥകൾ സത്യമായിരിക്കണേ. മനീഷ്കറിന്റെ പടിഞ്ഞാറെഭാഗത്ത് പാർത്തിരുന്ന വീട്ടുകാരെല്ലാം ജീവനോടെ ഇപ്പോഴുമുണ്ട് എന്നല്ലേ അവർ പറഞ്ഞത്. അവർ ഇപ്പോൾ സംസാരിക്കുന്നത് മറ്റൊരു ഭാഷയായിരിക്കാം. ഉടുപുടവകളും മറ്റൊരു തരത്തിലായിരിക്കാം. അതൊന്നും ഒരു വിഷയമേ അല്ല. എന്തൊക്കെയായാലും എല്ലായിടത്തും ആകാശത്തിന്റെ നിറം നീലതന്നെ. പിറന്നുവീഴാൻ ഭാഗ്യമുണ്ടായ ഈ പ്രദേശത്തെ അതുപോലെത്തന്നെ അവിടേയും കാറ്റു വീശുന്നു.

പിന്നേയും പല തവണ നാടോടികൾ ആ വഴി വന്നു. അതിനുശേഷം തീരെ വരാതായി. ആസന്നമായ ഒരു പുതിയ വിപത്തിന്റെ ആദ്യ സൂചന ലഭിച്ചത് അവർക്കായിരുന്നു. ഒരു ദിവസം ആരോടും യാത്ര പറയാതെ അവർ അപ്രത്യക്ഷരായി. പിന്നീടൊരിക്കലും ആ വഴി വന്നതുമില്ല. നട്ടുച്ചയിലെ കണ്ണഞ്ചിപ്പിക്കുന്ന വെയിലിൽ അലിഞ്ഞു ചേർന്നതുപോലെയാണ് അവരെ കാണാതായത്.

നാട്ടുകാരുടെ കുത്തക തീർക്കാൻ അവർ കൈമാറാറുള്ള സ്വർണ്ണ നാണയങ്ങളുടെ തിളക്കമായിരുന്നു മദ്ധ്യാഹ്ന സൂര്യന്. മൈതാനത്തിൽ കൂടുന്ന ചന്തയിൽ അവരും വന്നിരിക്കും. ആ കൂട്ടരുടെ പതിവുപണിയായ മോഷണം നാട്ടുകാർ കൈയ്യോടെ കണ്ടുപിടിക്കും. പിടിയിൽ നിന്നൂരിപ്പോരാൻ അവർ സ്വർണ്ണനാണയങ്ങൾ വെച്ചുനീട്ടും.

ഗ്രാമത്തിൽ നിന്നും നാടോടികൾ അവസാനമായി അപ്രത്യക്ഷമായതിന്റെ തലേരാത്രിയാണ് അനാട്ടോലിയ ജനിച്ചത്. പ്രസവം കഴിഞ്ഞ് വോസ്കെ ആകെ തളർന്നു കിടക്കുകയായിരുന്നു. അവൾക്കു കുറച്ചു വിശ്രമം കിട്ടിക്കോട്ടെ എന്നു കരുതി അവരുടെ പേരമകന്റെ മൂത്ത കുഞ്ഞിനെ ബാബോ മനേഷ് ഒരു അയൽക്കാരിയുടെ വീട്ടിലേക്കു കൊണ്ടുവന്നു.

വോസ്കെയുടെ ആ പ്രസവം കുറച്ചു ബുദ്ധിമുട്ടുള്ളതായിരുന്നു. ക്ഷീണിച്ച് അവശയായി കിടന്നിരുന്ന അമ്മയുടെ ചൂടുപറ്റി കുഞ്ഞ് അനാട്ടോലിയ സുഖമായി ഉറങ്ങി. അവളെ ചൂടുള്ള കമ്പിളിപുതപ്പുകൊണ്ട് നന്നായി പൊതിഞ്ഞാണ് കിടത്തിയിരുന്നത്. കാപ്പിടോണിന്റെ മൂന്നു മക്കളിൽ ഏറ്റവും ഇളയവൾക്കു മാത്രമേ മുത്തച്ഛന്റെ ഇരുണ്ട നിറവും

മുഖച്ഛായയുമുണ്ടായിരുന്നുള്ളൂ. അദ്ദേഹത്തിൽ നിന്നും കിട്ടിയതായിരുന്നു സെവോയാൻട്സ് എന്ന കുടുംബപേര്. മാരാൻ ഭാഷയിൽ 'സെവ്' എന്നാൽ കറുത്തത് എന്നാണർത്ഥം.

തടിച്ചുരുണ്ട് തീരെ ഉയരം കുറഞ്ഞ ഒരു നാടോടി സ്ത്രീ ആരും വിളിക്കാതെ വീടിനകത്തേക്ക് താനേ കയറിവന്നു. അവരുടെ ഇടത്തെ കവിളിൽ മങ്ങിയ ഒരു പാടുണ്ടായിരുന്നു. ഒരു സങ്കോചവും കൂടാതെ എവിടേയും പരുങ്ങി നിൽക്കാതെ നേരെ വോസ്കെ കിടന്നിരുന്ന മുറിയുടെ മുമ്പിലെത്തി. വാതിലിൽ മുട്ടാതെ അകത്തുകടന്നു. വോസ്കെ പരിഭ്രമിച്ച് മെത്തയിൽ നിന്നും പാതി എഴുന്നേറ്റു. കൈമുട്ടുകുത്തി ഇരുന്ന് കുഞ്ഞിനെ അടക്കിപ്പിടിച്ചു.

നാടോടി സ്ത്രീ കൈകൊണ്ടു കാണിച്ചു. "പേടിക്കേണ്ട നിങ്ങളെ ഞാൻ ഉപദ്രവിക്കുകയില്ല." അവർ കട്ടിലിന്നരികിൽ ചെന്ന് കുനിഞ്ഞ് നിന്ന് കുഞ്ഞിനെ നല്ലവണ്ണമൊന്നു നോക്കി.

"കുഞ്ഞിന് എന്താണ് പേരിടാൻ പോകുന്നത്?"

"അനാട്ടോലിയ."

"നല്ല പേര്."

അവർ പുതപ്പും വിരിയും പുറകോട്ടു മടക്കി. അവരുടെ പലവർണ്ണ ഞൊറികളോടുകൂടിയ പാവാട ഒതുക്കിപ്പിടിച്ചു. ഒരു പുരുഷൻ ഇരിക്കുന്നതുപോലെ കാലുകൾ രണ്ടും അകത്തി താഴേക്കു തൂക്കിയിട്ടു. അവരുടെ മെലിഞ്ഞ കൈകൾ അതിനിടയിൽ തൂങ്ങിക്കിടന്നു. അവരുടെ ആ ഇരിപ്പ്. വോസ്കെയ്ക്കു തോന്നി എന്തോ പരിചയമുണ്ടല്ലോ. ഇതേ മട്ടിലിരുന്ന് ആരോ അവളോട് പ്രധാനപ്പെട്ട ചില കാര്യങ്ങൾ മുമ്പ് പറഞ്ഞിട്ടുണ്ട്. അകന്നിരിക്കുന്ന കാൽമുട്ടുകളിൽ കൈമുട്ടുകൾ ഊന്നി. അതായിരുന്നു. ആരുടെ ഛായയാണെന്ന് എന്തുകൊണ്ടോ അവൾക്ക് ഓർത്തെടുക്കാനായില്ല. എന്നാൽ ആരുടേയോ കൈകൾ അവളുടെ ഓർമ്മയിൽ നിന്നും ആ ചിത്രം മായ്ച്ചുകളഞ്ഞതുപോലെ.

"ഇനി ഞങ്ങൾ ഈ വഴി ഒരു കാലത്തും വരവുണ്ടാവില്ല. നിങ്ങൾക്ക് ആവശ്യമില്ലാത്ത ആഭരണങ്ങൾ, എന്തായാലും അതെനിക്കു തന്നേക്കൂ. അത് നിങ്ങൾ തന്നിരിക്കണം." വളരെ സ്വരം താഴ്ത്തിയാണ് അവർ സംസാരിച്ചത്. പതിവായി പുക വലിക്കുന്ന ഒരാളുടേതുപോലെ പരുപരുത്ത ശബ്ദം. വാക്കുകൾ അവസാനമെത്തുമ്പോഴേക്കും മുറിഞ്ഞു പോകുന്നു. വേണ്ടത്ര ശ്വാസം കിട്ടാത്തതുപോലെ. ക്ഷണിക്കപ്പെടാതെ വീട്ടിൽ വന്നുകയറിയ അതിഥി. അവർ പറഞ്ഞതിനെ എതിർക്കണമെന്ന തോന്നൽ പോലും വോസ്കെയുടെ മനസ്സിലുണ്ടായില്ല. അവരുടെ മുഖഭാവവും തുറിച്ചുനോട്ടവും. ശങ്ക കൂടാതെ അവരെ വിശ്വസിക്കാനാണ് അവൾക്കു തോന്നിയത്. തേനിന്റെ നിറമുള്ള സമൃദ്ധമായ തന്റെ മുടി പതിവുപോലെ അവൾ കൈകൊണ്ട് പിന്നാക്കം ഒതുക്കി. തലമുടി ചിതറി വീണ് കിടപ്പിന്റെ സുഖം നഷ്ടപ്പെടരുതല്ലോ. കൈ രണ്ടും മാറത്തു

പിണച്ചുവെച്ച് കിടന്നുകൊണ്ട് അവൾ ആലോചിച്ചു. അത്രയധികം ആഭരണങ്ങളൊന്നും അവൾക്കുണ്ടായിരുന്നില്ല. ഉള്ളതുതന്നെ വേണ്ട പ്പെട്ടവരായ പലരും സമ്മാനമായി കൊടുത്തിട്ടുള്ളതായിരുന്നു. അവരാരും തന്നെ ഇപ്പോൾ ജീവിച്ചിരിപ്പില്ല. എല്ലാവരും ഭൂമിക്കുലുക്കത്തിൽ എന്നന്നേ ക്കുമായി നഷ്ടപ്പെട്ടു. അതെല്ലാമെടുത്ത് ഇവർക്കു കൊടുക്കുക. അത് അവരെക്കുറിച്ചുള്ള ഓർമ്മകൾ തന്നെ തേച്ചുമായ്ച്ചു കളയുന്നതിനു തുല്യമാവില്ലേ.?

കുറച്ചുനേരം ആലോചിച്ചതിനുശേഷം വോസകെ പറഞ്ഞു. “ദാ... ആ അലമാരിയുടെ മുകൾഭാഗത്തുള്ള വലിപ്പു തുറന്നു നോക്കൂ. അതിൽ ഒരു ആഭരണപ്പെട്ടിയുണ്ട്. അതിൽ നിന്നും നിങ്ങൾക്കാവശ്യമുള്ള എന്തെ ങ്കിലുമൊന്ന് എടുത്തോളൂ.”

നാടോടി സ്ത്രീ പതുക്കെ എഴുന്നേറ്റു. മെത്തയിലെ വിരിപ്പും പുതപ്പും നിവർത്തിയിട്ടു. അവർ വലിപ്പു തുറന്ന് ആഭരണപ്പെട്ടിയെടുത്തു. അതിൽ കൈയിട്ട് എന്തെന്നു നോക്കാതെ എന്തോ ഒന്ന് വലിച്ചെടുത്തു. പാവാട ഞൊറികൾക്കിടയിൽ അതൊളിപ്പിച്ചുവെച്ചു. ഒന്നും മിണ്ടാതെ വാതിലിനു നേരെ നടന്നു.

“ഇനിയൊരിക്കലും തിരിച്ചുവരില്ലെന്നു പറഞ്ഞത് എന്തുകൊണ്ടാണ്?’ വോസ്കെ ചോദിച്ചു.

വാതിൽപ്പടിയിൽ പിടിച്ചുകൊണ്ട് അവർ ഒരു നിമിഷം നിന്നു. “അതെ നിക്ക് ഇപ്പോൾ പറയാനാവില്ല.” അല്പമൊന്നാലോചിച്ചതിനുശേഷം അവർ പതുക്കെ പറഞ്ഞു.

“എന്റെ പേര് പദ്രീന എന്നാണ്.”

തന്റെ പേരും പറഞ്ഞാലോ വോസ്കെ ആലോചിച്ചു. അപ്പോഴേക്കും ആ സ്ത്രീ ശക്തിയായി തലയാട്ടി. “വേണ്ട.” പിന്നെ അവർ അവിടെ നിന്നില്ല. കമ്പിളി ഷാൾകൊണ്ട് ചുറ്റി പുതച്ച് ചെറുതായൊന്ന് തലകുനിച്ച് യാത്ര പറഞ്ഞ് തിടുക്കത്തിൽ പുറത്തേക്കു നടന്നു.

പദ്രീന പുറത്തു കടന്ന് വാതിലടച്ചു. വോസ്കെയ്ക്കു തല ചുറ്റാൻ തുടങ്ങി. വല്ലാത്തൊരു മനംപുരട്ടലും. അവൾ തലയിണയിൽ തല അമർത്തി കണ്ണടച്ച് നിവർന്നു കിടന്നു. അസുഖങ്ങൾ ഒന്നുമാറിക്കിട്ടാൻ. എന്നാൽ ആ കിടപ്പിൽ അവൾ അറിയാതെ ഉറങ്ങിപ്പോവുകയാണുണ്ടാ യത്. ഉറക്കമുണർന്നപ്പോൾ അവൾക്കു തോന്നി. ആ നാടോടി സ്ത്രീ വന്നതും പോയതും. താൻ സ്വപ്നം കണ്ടതാണോ? അല്ല എന്ന് തുറന്നു കിടക്കുന്ന അലമാരിയും വലിപ്പും അവളോട് പറയാതെ പറഞ്ഞു.

അവൾ ബാബോ മനേഷയോടും പറഞ്ഞു. ആഭരണപ്പെട്ടി വലിപ്പിൽ നിന്നു എടുത്തുകൊണ്ടുവരാൻ.

പെട്ടി തുറന്ന് അവൾ ഓരോന്നായി എടുത്തു നോക്കി. കാണാതായ സാധനം എന്താണെന്ന് പെട്ടെന്നു മനസ്സിലായി. ഇരുണ്ട നീലക്കല്ലു

പതിച്ച കനമുള്ള ഒരു വെള്ളിമോതിരം. അത് അവളുടെ അമ്മൂമ്മയുടേതായിരുന്നു. ആചാരമനുസരിച്ച് ഏറ്റവും മുതിർന്ന പേരമകൾക്ക് അവകാശപ്പെട്ടത്. സ്വാഭാവികമായി അതിന്റെ അവകാശി ടാറ്റിവിക് ആയിരുന്നു. എന്നാൽ അത് വന്നുചേർന്നത് വോസ്കെയുടെ കൈയിൽ.

മുറിക്കകത്ത് സന്ധ്യയുടെ മണം. കമോയിൽ പുക്കളുടെ - വായ്ക്ക് രുചിയും മണവും കൂട്ടാനായി ഇടുന്ന വെള്ളയോ മഞ്ഞയോ ആയ പൂക്കൾ - അല്പം കടുപ്പമേറിയ സുഗന്ധം. മഞ്ഞു വീഴാൻ തുടങ്ങിയിരുന്നു. അതോടെ പൂക്കളുടെ മണമെല്ലാം ചുറ്റുപാടും നിറഞ്ഞു പരക്കുകയായിരുന്നു. ഒന്നോ രണ്ടോ മണിക്കൂർ. അതോടെ രാത്രിയാവും. മനീഷ്കറിലെ രാത്രികൾ അങ്ങനെയാണ്. ഒരു മൂലയിൽ കാത്തു നിൽക്കുകയായിരുന്നു എന്ന മട്ടിൽ പെട്ടെന്നു കടന്നുവരും. ഒരു നിമിഷം തോന്നും അസ്തമയസൂര്യന്റെ കിരണങ്ങൾ ചക്രവാളത്തിൽ നിന്നും ഭൂമിയിലേക്ക് കവിഞ്ഞൊഴുകി എത്തുകയാണെന്ന്. അടുത്ത നിമിഷങ്ങൾക്കുള്ളിൽ ഭൂമിയാകെ ഇരുളിലാവുകയും ചെയ്യും. ആകാശം തൊടാവുന്ന അകലത്തിൽ താഴ്ന്നു കിടക്കും. വാരിവിതറിയതുപോലെ എങ്ങും നക്ഷത്രങ്ങൾ നിറഞ്ഞു കാണും. ചീവിടുകളുടെ പാട്ട്. കേട്ടാൽ തോന്നും പാടാൻ ഇനിയൊരവസരം കിട്ടിയില്ലെങ്കിലോ എന്ന ഭയമാണ് അവർക്ക് എന്ന്.

എന്തിനെക്കുറിച്ചായിരിക്കും അവർ പാടുന്നത്? അനാട്ടോലിയ തന്നോടുതന്നെ ചോദിച്ചു. ഒപ്പം ഒരു ചിരിയും. ആ ചിരി അവളെ അദ്ഭുതപ്പെടുത്തി. അനവസരത്തിലുള്ള ചിരി. തൊണ്ടയിൽ ഉമിനീർ നിറഞ്ഞ് ശ്വാസം മുട്ടി. പതുക്കെ ഒന്നു തല പൊക്കി. കട്ടിലിനരികിലുള്ള മേശയിൽ വെച്ചിരിക്കുന്ന കൂജയിൽ നിന്നും ഇത്തിരി വെള്ളമെടുത്തു കുടിച്ചു. വിവാഹത്തിനുശേഷം പതിവാക്കിയ ഒരു ശീലം. അവരുടെ ഭർത്താവിനു ഇടയ്ക്കിടയ്ക്ക് ഓരോ കവിൾ വെള്ളം കുടിക്കുന്ന പതിവുണ്ടായിരുന്നു. രാത്രിയിലും ഇടയ്ക്കുണർന്ന് ധാരാളം വെള്ളം കുടിക്കുമായിരുന്നു.

സന്ധ്യ കഴിഞ്ഞാൽ ഒരു കൂജ വെള്ളം കട്ടിലിന്നരികിലുള്ള മേശമേൽ കാണണമെന്നത് അദ്ദേഹത്തിന് നിർബന്ധമായിരുന്നു. അതിനുവേണ്ടി രാത്രി എഴുന്നേറ്റ് പുറത്തു പോകാൻ ഇടവരരുത്. അദ്ദേഹം കടന്നുപോയ വഴിയുടെ ചൂടാറിയിട്ട് കൊല്ലം ഇരുപതു കഴിഞ്ഞു. ഇപ്പോഴും പഴയ ഓർമ്മകളുടെ പേരിൽ അനാട്ടോലിയ ആ പതിവു തുടരുകയാണ്. സന്ധ്യയ്ക്ക് കൂജയിൽ പുതിയ വെള്ളം നിറയ്ക്കും. വെളിച്ചമായാൽ ആ പഴയ വെള്ളമെടുത്ത് ചട്ടിയിൽ വെച്ചിരിക്കുന്ന ചെടികൾക്ക് നനയ്ക്കും. അങ്ങനെ എന്നെന്നുമുള്ള ആ പതിവ് രണ്ടു പതിറ്റാണ്ടുകളായി തുടരുന്നു.

അനാട്ടോലിയ കുറച്ചുവെള്ളം കുടിച്ചു. പതുക്കെ വശം തിരിഞ്ഞു കിടന്നു. ശ്രദ്ധയോടെ ശരീരത്തിനു താഴെ തപ്പിനോക്കി. മെഴുകുശീല ചുളിവു നിവർത്തിയിട്ടു. കാലുകൾക്കിടയിലായി ബുദ്ധിമുട്ടി മടക്കി മടക്കിവെച്ച തുണിക്ക് വല്ലാത്ത നനവ്. അതുതന്നെ ഒരു ബുദ്ധിമുട്ടായി.

തുണിയുടെ മടക്കുകൾക്കിടയിൽ ധാരാളം പഞ്ഞിയും പരത്തിവെച്ചിരുന്നു. നനവ് കൂടുതലായി വലിച്ചെടുക്കാനായി. എന്നിട്ടും ഈർപ്പം പുറത്തേക്കെത്തിയിരുന്നു. അവരുടെ രാത്രിയുടുപ്പിനെ നനച്ചിരുന്നു. അതുകൊണ്ട് കുപ്പായം പുറത്ത് ഒട്ടിപ്പിടിച്ചു കിടന്നിരുന്നു. ഇനി എഴുന്നേറ്റ് കുപ്പായം മാറ്റാതെ വയ്യ. അതിനിടയിൽ വല്ലാത്ത മനംപുരട്ടൽ. അത് ഒതുക്കിപ്പിടിച്ചാണ് അവൾ ഇത്രയും നേരം കിടന്നത്. ശരീരത്തിനെന്തെങ്കിലും സംഭവിച്ചാലുടനെയുള്ള ഈ മനംപുരട്ടലും തല പെരുക്കലും. അതെപ്പോഴും പതിവുള്ളതായിരുന്നു. ഏറ്റവും അസുഖകരമായ ഒരനുഭവം.

രക്തസ്രാവം ഇപ്പോൾ കൂടുതലായിട്ടുണ്ട്. ആർക്കും തടയാനാവാത്ത ഒരു ഭീകരശക്തി അകത്തിരുന്ന് പ്രവർത്തിക്കുന്നതുപോലെ. തന്റെ ഗർഭപാത്രം ഉപേക്ഷിച്ചു പോകാൻ അത് വല്ലാതെ തിടുക്കം കൂട്ടുകയാണെന്നു തോന്നി. രക്തക്കറ പിടിച്ച തുണികളെല്ലാം അനാട്ടോലിയ കട്ടിലിനു താഴെ കൂട്ടിവെച്ചു. ആരുടേയും കണ്ണിൽപെടാത്തവിധം വീണ്ടും മെഴുകുശീല നേരെയിട്ടു. വേറൊരു തുണ്ട് മെഴുകുശീല എടുത്ത് സ്വയം പുതച്ചു. അതിനുമീതെ ഒരു കമ്പിളിയുമെടുത്തിട്ടു പാദങ്ങൾ രണ്ടും കമ്പിളികൊണ്ട് നന്നായി മൂടത്തക്കവണ്ണം. അല്ലെങ്കിൽത്തന്നെ ഏറ്റവും ചൂടുള്ള കാലത്തുപോലും അവരുടെ പാദങ്ങൾക്ക് എപ്പോഴും നല്ല തണുപ്പാണ്.

വേഗമൊന്നു മരിച്ചു കിട്ടിയിരുന്നെങ്കിൽ. ഒരു ദീർഘശ്വാസത്തോടെ അവൾ കണ്ണുകൾ പൂട്ടി കിടന്നു. ഓർമ്മകളുടെ നീറ്റച്ചുഴിയിലേക്ക് അവൾ സ്വയം ആണ്ടിറങ്ങി. അതോടെ സമയം പോകുന്നത് അവൾ അറിയാതെയായി.

അമ്മ മരിച്ച അനാട്ടോലിയയ്ക്ക് ഏഴു വയസ്സായിരുന്നു. അവർ കുളിമുറിക്കകത്ത് അടുപ്പു കത്തിച്ച് വെള്ളം ചൂടാക്കി. മൂന്നു മക്കളേയും നന്നായി കുളിപ്പിച്ചു. അവർക്ക് ആഹാരം കൊടുത്ത് കിടത്തിയുറക്കി. കുട്ടികളുടെ കാര്യം നോക്കുന്നതിനിടയിൽ തീ തണുത്ത് ചൂടു നഷ്ടപ്പെടാതിരിക്കാൻ അടുപ്പിന്റെ കുഴൽ മൂടിവെച്ചു. കുറച്ചു കഴിഞ്ഞ് മൂടി മാറ്റേണ്ടതായിരുന്നു. അക്കാര്യം അവൾ മറന്നുപോയി. അപ്പോഴേക്കും അവിടെയാകെ പുക നിറഞ്ഞു. അങ്ങനെ ശ്വാസം മുട്ടിയാണ് വോസ്കെ മരിച്ചത്.

പകലത്തെ ജോലി കഴിഞ്ഞ് കാപ്പിടോൺ ക്ഷീണിച്ചു വന്ന ദിവസമായിരുന്നു അത്. അത്താഴം കഴിഞ്ഞ് നേരെ ഉറങ്ങാൻ കിടന്നു. പണികളെല്ലാം ഒതുക്കി ഭാര്യ വരാൻ അയാൾ കാത്തുനിന്നില്ല. രാത്രി ഇടയ്ക്കെപ്പോഴോ ഉണർന്നപ്പോഴാണ് ഭാര്യ അരികെയില്ല എന്നറിഞ്ഞത്. അകത്തുനിന്ന് കുറ്റിയിട്ടിരുന്ന കുളിമുറി വാതിൽ ചവിട്ടിപ്പൊളിച്ചാണ് ഉള്ളിലേക്കു കടന്നത്. ബോധമറ്റു കിടക്കുന്ന ഭാര്യയെ വാരിയെടുത്ത് അയാൾ പുറത്തേക്കോടി. താഴെ വീഴുന്നതിനിടയിൽ വോസ്കെ സ്റ്റൗവ്വിന്റെ വാതിലിൽ എത്തിപ്പിടിച്ചിരിക്കണം. അതിന്റെ വാതിൽ തുറന്നാണ് കിടന്നിരുന്നത്. അതിലൂടെ കനൽക്കട്ടകൾ ഊർന്നു വീണിരുന്നു. കുളിമുറിയിലെ

ഈർപ്പം കിട്ടിയിട്ടും എന്തോ കാരണത്താൽ കെടാതെ പോയ ഏതാനും കനൽക്കട്ടകൾ വോസ്കെയുടെ തേൻനിറമുള്ള നീണ്ട മുടിയിഴകളെ അപ്പോഴും കരിച്ചുകൊണ്ടിരുന്നു.

ടാറ്റിവിക്കിന്റെ ശാപം നമ്മളെ കയറിപ്പിടിച്ചിരിക്കുന്നു. പടുവൃദ്ധയായ മനേഷ് മുത്തശ്ശി ഉറക്കെ വിലപിച്ചു. അവരുടെ ചുക്കിച്ചുളിഞ്ഞ ഇരുണ്ട കൈകൾ. എന്തിനെന്നില്ലാതെ ആകാശത്തേക്കുയർന്നു. അപ്പോഴേക്ക് അവർക്ക് പ്രായം ഏതാണ്ട് നൂറു കഴിഞ്ഞിരുന്നു. കാഴ്ച പകുതിയും നഷ്ടപ്പെട്ടിരുന്നു. എപ്പോഴും ക്ഷീണവും ഓരോരോ അസുഖങ്ങളും. പകൽ മുഴുവൻ അവർ പൂമുഖത്തെ ദീവാനിൽ വന്നു കിടന്നു. താങ്ങാനും ചാരാനുമായി കുറെ നീണ്ട തലയിണകൾ. ജപമാലയിലെ സ്ഫടിക മണികൾ നേരിയ ശബ്ദത്തോടെ വിരലുകൊണ്ട് സദാ നീക്കിയിരുന്നു. മന്ത്രിക്കുംപോലെ ചുണ്ടുകൾ എപ്പോഴും പ്രാർത്ഥനകൾ ഉരുവിട്ടിരുന്നു. വോസ്കെയുടെ മരണത്തോടെ പ്രായം കൊണ്ടു കുനിഞ്ഞുപോയ തന്റെ ചുമലിൽ വീണ്ടും ഗൃഹഭരണത്തിന്റെ ഭാരം ഏറ്റിവെക്കാൻ അവർ നിർബന്ധിതയായി. അവർ പിന്നേയും അഞ്ചുവർഷം കൂടി ജീവിച്ചു.

നാടിന്റെ ചരിത്രത്തിലെ ഏറ്റവും രൂക്ഷമായ ക്ഷാമകാലത്താണ് അവർ മരിച്ചത്. അതിനുമുമ്പായി തന്റെ മൂത്ത രണ്ടു പേരക്കുട്ടികളുടേയും ശവമടക്കലും അവർ നടത്തി. ഭക്ഷണക്കുറവുകൊണ്ടുള്ള അനാരോഗ്യം മൂലമാണ് രണ്ടുപേരും മരിച്ചത്. ആദ്യം പോയത് സലോമിയായിരുന്നു. അതിനു തൊട്ടടുത്ത ദിവസം നസേലിയും. രണ്ടുപേരേയും ഒരേ പെട്ടിയിലാണ് അടക്കിയത്. അവരുടെ നീണ്ട കനത്ത മുടി രണ്ടു ശരീരങ്ങളേയും മൂടിക്കിടന്നു. പട്ടിണി അവരുടെ സൗന്ദര്യത്തേയും ആരോഗ്യത്തേയും മാത്രമല്ല തട്ടിയെടുത്തത്. അവരുടെ അമ്മയുടേതുപോലെ കനത്ത നീണ്ട തേൻ നിറമുള്ള മുടിയും അതോടൊപ്പം നഷ്ടമായിരുന്നു. പക്ഷേ, മനേഷ് മുത്തശ്ശി അവരുടെ ശേഷിച്ച മുടിയെല്ലാം മുറിച്ചെടുത്ത് ലാവൻണ്ടറിന്റെ സൗരഭ്യമുള്ള വെള്ളത്തിൽ കുഴുകിയെടുത്തു. ഇളങ്കാറ്റിൽ ഉണക്കി. ഭംഗിയായി കോതിമിനുക്കി. തന്റെ പൗത്രിമാരുടെ ജഡങ്ങൾക്കു മീതെ വിരിച്ചു. ഒരു പട്ടുവിരിപ്പുപോലെ ആ പെൺകുട്ടികളുടെ മൃതദേഹങ്ങൾ ശോഷിച്ച് വിളർത്ത് ചില്ലുപാളികൾപോലെ ആയിത്തീർന്നിരുന്നു.

കാപ്പിടോൺ തന്റെ ഏറ്റവും ഇളയ മകളേയും കൊണ്ട് അയാളുടെ ഒരു ബന്ധുവീട്ടിലെത്തി. താഴ്വരയിൽ പട്ടണത്തിലാണ് അവർ താമസിച്ചിരുന്നത്. അത്ര അടുത്ത ബന്ധമൊന്നും ഉണ്ടായിരുന്നില്ല. ഏതായാലും കുഞ്ഞിനെ അയാൾ അവരുടെ കൈയ്യിലേല്പിച്ചു. വോസ്കെയുടെ വിലപിടിപ്പുള്ള ആഭരണങ്ങളടങ്ങുന്ന പെട്ടിയും അവർക്ക് കൊടുത്തു. പുറമേ കുഞ്ഞിന്റെ ചെലവിനായി നാല്പത് സ്വർണ്ണനാണയങ്ങളും. വർഷങ്ങളായി കൃഷിപ്പണിചെയ്ത് അയാൾ സ്വരൂപിച്ചെടുത്ത സമ്പാദ്യം.

അനാട്ടോലിയ കണ്ണടച്ചപ്പോഴെല്ലാം അവളുടെ മനസ്സിൽ അച്ഛൻ നിറഞ്ഞുനിന്നു. പട്ടിണിമൂലം പരവശനായി. കവിളൊട്ടി. കണ്ണുകൾ കുണ്ടിൽ വീണ്. മുഖപ്രസാദം പാടെ നഷ്ടപ്പെട്ട് എത്ര പെട്ടെന്നാണ്

യൗവ്വനത്തിന്റെ തിളക്കമെല്ലാം നഷ്ടപ്പെട്ട് അയാൾ ഒരു വൃദ്ധനായി ത്തീർന്നത്. നെഞ്ചിനെ പിളർക്കുന്ന ദുഃഖം. പൊട്ടിക്കരയാതിരിക്കാൻ അവർ ശ്വാസമടക്കിപ്പിടിച്ചു. അച്ഛൻ അവളെ മാറോട് ചേർത്തു പിടിക്കാ റുള്ളത്, കാറ്റിൽ അരുമയായി കൊഞ്ചാറുള്ളത്. ഒന്നും അവൾക്കു മറക്കാ നായില്ല. അവസാനം വീട്ടിൽ നിന്നിറങ്ങവേ അച്ഛന്റെ തേങ്ങൽ - "പൊന്നു മോളേ നീയെങ്കിലും ജീവിച്ചിരിക്ക്."

വീടിന്റെ വാതിൽ ബലമായി അടച്ച് അച്ഛൻ തിരിഞ്ഞു നോക്കാതെ ഇറങ്ങിപ്പോയി. പിന്നീടൊരിക്കലും തിരിച്ചു വരികയുണ്ടായില്ല.

നീണ്ട ഏഴു വർഷങ്ങൾക്കുശേഷമാണ് അനാട്ടോലിയ അവളുടെ ഗ്രാമമായ മാരാനിലേക്ക് മടങ്ങിപ്പോയത്. അതിനകം അവളെ സംരക്ഷി ക്കാൻ ചുമതലപ്പെടുത്തിയ വീട്ടുകാർ വോസ്കെയുടെ ആഭരണപ്പെട്ടി യിലുള്ളതെല്ലാം വിറ്റ് ധൂർത്തടിച്ചു കഴിഞ്ഞിരുന്നു. ഒന്നുമാത്രം അവർ ബാക്കിവെച്ചു. അത് അപൂർവ്വമായൊരു ചിത്രമായിരുന്നു. ഏതോ മൃഗ ത്തിന്റെ തോലിൽ അതിമനോഹരമായി രൂപപ്പെടുത്തിയത്. ഇളം മഞ്ഞയും പിങ്കുമായിരുന്നു പശ്ചാത്തലം. ഒരു വില്ലോമരത്തിന്റെ ചുവ ട്ടിൽ, ചെറിയൊരു ബെഞ്ചിൽ പാതി പുറംതിരിഞ്ഞിരിക്കുന്ന ഒരു യുവതി. അകലെയുള്ള ആരുടേയോ നേരെയാണ് അവളുടെ കണ്ണുകൾ.

താഴ്വരയിലെ ബന്ധുവീട്ടിലെ താമസത്തിനിടയിൽ അനാട്ടോലിയ കുറെയധികം കാര്യങ്ങൾ മനസ്സിലാക്കിയിരുന്നു. ഏറ്റവും പ്രധാനം എഴുത്തും വായനയും കണക്കും വശമാക്കാൻ കഴിഞ്ഞതായിരുന്നു. ചെലവിന് പണമില്ലെന്ന കാരണം പറഞ്ഞ് അവർ അവളെ സ്കൂളിൽ ചേർക്കാൻ തയ്യാറായില്ല. എന്നാലും അവളുടെ അകന്ന ബന്ധത്തിലുള്ള അമ്മാവന്റെ ഭാര്യ തനിക്കറിയാവുന്നതെല്ലാം ആ പെൺകുട്ടിയേയും പഠി പ്പിച്ചു. അവരുടെ അവസ്ഥ പരിതാപകരമായിരുന്നു. ഗൃഹനാഥ എന്നതി നേക്കാൾ ഉപരി വെറുമൊരു വീട്ടുവേലക്കാരി. ഭർത്താവും മകനും മുഴുത്ത കുടിയന്മാർ. അവരുടെ അക്രമങ്ങളും അധിക്ഷേപങ്ങളും സഹിച്ചു കൊണ്ടാണ് ജീവിതകാലമത്രയും ആ അമ്മായി കഴിഞ്ഞത്. യാതൊരു വക അവകാശങ്ങളുമില്ലാത്തൊരു നിർഭാഗ്യവതി.

അവർ ഒരിക്കലും അനാട്ടോലിയായെ വേദനിപ്പിച്ചില്ല. എപ്പോഴും അവളെപ്രതി സ്നേഹവും കരുതലുമുണ്ടായിരുന്നു. അമ്മാവന്റേയും മകന്റേയും ശകാരങ്ങളിൽ നിന്നും മർദ്ദനങ്ങളിൽ നിന്നും മാറ്റി നിർത്താൻ അവർ എപ്പോഴും ശ്രദ്ധിച്ചിരുന്നു. അവർ മരിക്കുന്നതിന് തൊട്ടുമുമ്പായി പത്തൊമ്പതു വയസ്സായ അനാട്ടോലിയയെ ഒരു തപാൽവണ്ടിയിൽ കയറ്റി മാരാനിലേക്ക് തിരിച്ചയച്ചു. പാവം. എന്തെന്നറിയാത്ത ഒരു രോഗം പിടി പ്പെട്ട് ഏറെനാൾ നരകിച്ചാണ് അവർ മരിച്ചത്.

അപ്പോഴേക്കും അനാട്ടോലിയ സുന്ദരിയായ ഒരു ചെറുപ്പക്കാരിയായി വളർന്നിരുന്നു. മുത്തശ്ശന്റെ ഇരുണ്ട നിറവും നീലിമ കലർന്ന കണ്ണുകളും എണ്ണമയമുള്ള മിനുത്ത ചർമ്മവും. അമ്മയുടേതുപോലെ തേൻനിറമുള്ള

സമൃദ്ധമായ തലമുടി. ചുരുണ്ടമുടി കാൽമുട്ടുകൾക്കും താഴേക്കു നീണ്ടു കിടന്നു. എന്നാൽ ആ മുഖത്തിനും തേനിന്റെ ഇളം നിറമായിരുന്നു.

അവൾ മുടി ഭംഗിയായി മെടഞ്ഞ് കഴുത്തിനു മുകളിലായി ചുറ്റിക്കെട്ടി വെച്ചു. തല അല്പം പിന്നാക്കം ചായ്ച്ച് വോസ്കെയെപ്പോലെത്തന്നെ യാണ് അവളും നടന്നിരുന്നത്. വർഷങ്ങൾക്കുശേഷം ആദ്യമായി അനാ ട്ടോലിയയെ കണ്ടപ്പോൾ യാസാമാന്റെ വൃദ്ധയായ അമ്മ അന്തംവിട്ടു നിന്നുപോയി. “മോളേ, നീ നിന്റെ അച്ഛന്റേയും അമ്മയുടേയും തനി പ്പകർപ്പാണല്ലോ. അവരുടെ ഭാഗ്യംകെട്ട ആത്മാക്കളെ നീ ഒരുമിച്ചു ചേർത്തുപിടിച്ചിരുന്നതുപോലെയുണ്ട്.” അവർ നെഞ്ചിൽ കൈഅമർത്തി ക്കൊണ്ടു പറഞ്ഞു. അനാട്ടോലിയയ്ക്കും വളരെയധികം സന്തോഷം തോന്നി. അവളുടെ അയൽക്കാർ ആ കടുത്ത ക്ഷാമത്തെ അതിജീവിച്ചു വല്ലോ.

യാസാമാന് അനാട്ടോലിയേക്കാൾ ഇരുപത്തിരണ്ടു വയസ്സ് മൂപ്പുണ്ടാ യിരുന്നു. അവരുടെ പേരക്കുട്ടിക്കും കുഞ്ഞു പിറന്നു കഴിഞ്ഞിരുന്നു. അനാട്ടോലിയയുടെ തകർന്നുവീണു കിടക്കുന്ന വീടും അതിനു ചുറ്റുമുള്ള അടുക്കളത്തോട്ടവും പഴയപടിയാക്കി എടുക്കുന്ന ചുമതല യാസാമാനും അവരുടെ ഭർത്താവ് ഓവൻസും സ്വയം ഏറ്റെടുത്തു. ആദ്യം അവർ പുറകുവശത്തെ ഭിത്തി നല്ല താങ്ങ് കൊടുത്ത് ഉറപ്പിച്ചു നിർത്തി. പൊട്ടി പ്പൊളിഞ്ഞു കിടക്കുന്ന ജനാലകളുടെ സ്ഥാനത്ത് പുതിയവ പിടിപ്പിച്ചു. താഴേക്കമർന്നപോലെയുള്ള വരാന്തയുടെ തറ കേടുപാടുകൾ തീർത്ത് പഴയമട്ടിലാക്കി. ദിവസം ചെല്ലുന്തോറും അനാട്ടോലിയയ്ക്ക് അവരോടു തോന്നിയ സ്നേഹവും അടുപ്പവും കൂടുതൽ കൂടുതൽ ആഴമുള്ളതായി. അതേ സ്നേഹവാത്സല്യങ്ങൾ അവർക്കും അവളെ പ്രതിയുണ്ടായിരുന്നു. തന്റെ അയൽക്കാരനും സ്നേഹിതനുമായിരുന്ന കാപ്പിടോണിന്റെ മകളെ ഓവൻസ് സ്വന്തം മകളായാണ് കണ്ടത്. മൂന്നുമക്കളിൽ അവൾ മാത്ര മാണല്ലോ ശേഷിച്ചത്. യാസാമാനാണെങ്കിൽ അനാട്ടോലിയയെ സംബ ന്ധിച്ചിടത്തോളം എല്ലാമായിരുന്നു. അമ്മയും സഹോദരിയും സുഹൃത്തും. ജീവിതം തീരെ ദുസ്സഹമായിരിക്കെ തല ചായ്ക്കാനുള്ളൊരിടം.

നാട്ടിൻപുറത്തെ ദേഹാദ്ധ്വാനം വേണ്ട പുറംപണികൾ. താഴ്‌വരയിലെ താമസത്തിനിടയ്ക്ക് അനാട്ടോലിയയ്ക്ക് അതെല്ലാം അന്യമായിക്കഴി ഞ്ഞിരുന്നു. അതെല്ലാം വീണ്ടും പഠിക്കാനും ശീലിക്കാനും അവൾക്കു കുറച്ചു സമയം വേണ്ടിവന്നു. അടുക്കളത്തോട്ടത്തിലെ പണി. പാചകം, തുണിഅലക്കൽ, ഓരോന്നായി അവൾ വീണ്ടും പഠിച്ചെടുത്തു. വീട് തുടച്ചു വൃത്തിയാക്കലും ഭാരിച്ചൊരു പണിയായിരുന്നു. ജോലി ലാഘ ക്കാനായി അവളൊരു വഴി കണ്ടെത്തി. വീട്ടിലെ അധികം മുറികളും അടച്ചുപൂട്ടിയിട്ടു. അച്ഛനമ്മമാർ കിടന്നിരുന്ന മുറിയും അടുക്കളയും പൂമുഖത്തളവും മാത്രം ഉപയോഗത്തിനായി മാറ്റിവെച്ചു. എന്നാലും ആഴ്ച യിലൊരിക്കൽ അവൾ എല്ലാമുറികളും തുറന്ന് പൊടിതട്ടി വൃത്തി യാക്കിയിരുന്നു. അതിനുപുറമെ കട്ടിയുള്ള പുതപ്പുകളും കമ്പിളികളും

വിരിപ്പുകളും ചവിട്ടികളുമൊക്കെ ഇടയ്ക്കിടയ്ക്ക് പുറത്തുകൊണ്ടുവന്നിട്ട് വെയിൽ കൊള്ളിക്കണമായിരുന്നു. അവൾ ഏതാനും വീട്ടുമൃഗങ്ങളേയും വാങ്ങി. പഴയ കളപ്പുരയിലുണ്ടായിരുന്ന ഒരു കോഴിയെ യാസാമൻ കൊണ്ടുവന്നുകൊടുത്തു. ക്രമേണ കോഴി മുട്ടയിട്ട് അടയിരുന്നു. അങ്ങനെ അനാട്ടോലിയയ്ക്ക് ഒരു പറ്റം കോഴികളുണ്ടായി. അതിലൊരു കുഞ്ഞ് ആരോഗ്യമുള്ള നല്ലൊരു പൂവ്വനായിരുന്നു. ആദ്യം മുതലേ ആരോടും ചേരാത്ത ഒരു ബഹളക്കാരൻ. വളർന്നുവന്നപ്പോൾ അവൻ ലക്ഷണമൊത്തൊരു പൂവ്വനായി. സ്വന്തം വീട്ടിലെ പിടകളെ മാത്രമല്ല അയൽപക്കത്തുള്ളവയേയും പാട്ടിലാക്കി. അതിന്റെ പേരിൽ തീവ്രമായ പോരാട്ടങ്ങളും ഇടയ്ക്കിടയ്ക്കരങ്ങേറി. അതിലെല്ലാം മിക്കവാറും അവൻ തന്നെയാണ് ജയിക്കുക. അതുകഴിഞ്ഞുവന്നാൽ വേലിയുടെ മുകളിലിരുന്ന് ദീർഘനേരം ജയഭേരിമുഴക്കും. എതിരാളികളുടെ മനസ്സിൽ ഭയവും ശങ്കയുമുണ്ടാക്കാൻ ആ കൂവൽ ധാരാളമായിരുന്നു.

കുറച്ചുനാൾ കഴിഞ്ഞ് അനാട്ടോലിയ ഒരു ആടിനെ വാങ്ങി. ആട്ടിൻപാൽ പുളിപ്പിച്ച് 'മാട്സ്സൺ' ഉണ്ടാക്കാൻ പഠിച്ചു. മാർദ്ദവമേറിയ പാലിന്റെ നനവാർന്ന, എളുപ്പത്തിൽ മുറിക്കാവുന്ന ചീസ് ഉണ്ടാക്കുന്ന വിദ്യയും വശമാക്കി. യാസാമന്റെ മേൽനോട്ടത്തിലാണ് ആദ്യമായി റൊട്ടി ചുട്ടെടുത്തത്. പിന്നെ പിന്നെ എല്ലാം തനിയെ ചെയ്യാമെന്നായി. അതിൽ പ്രത്യേകം വിരുതും നേടി. എല്ലാ ഞായറാഴ്ചയും അതിരാവിലെ സെമിത്തേരിയിൽ പോയി അവിടെ നിന്ന് പള്ളിയിൽ ചെന്ന് മരിച്ചുപോയ ബന്ധുക്കൾക്കെല്ലാം വേണ്ടി പ്രാർത്ഥിച്ചു. അവൾ നാട്ടിലില്ലാതിരുന്ന കാലത്തിന്നിടയ്ക്ക് സെമിത്തേരി കൂടുതൽ വിശാലമായിട്ടുണ്ട്. പഴയതിനേക്കാൾ ഇരട്ടി വലുപ്പം. ആ കൽക്കുരിശുകൾക്കിടയിലൂടെ അവൾ ഏറെനേരം നടക്കുമായിരുന്നു. ചിലയിടങ്ങളിൽ ഒരു കുടുംബത്തിലുള്ളവരുടെ മുഴുവൻ പേരുകളും എഴുതിവെച്ചിരുന്നു.

അനാട്ടോലിയെ ഗ്രാമത്തിൽ തിരിച്ചുവന്ന് അഞ്ചാറുമാസം കഴിഞ്ഞതിനുശേഷം അവൾക്ക് അവിടെത്തന്നെ ഒരു വായനശാലയിൽ ഉദ്യോഗം കിട്ടി. അതിനുവേണ്ട പഠിപ്പൊന്നും ഉണ്ടായിരുന്നില്ലെങ്കിലും അവർ അവളെ അവിടെ ജോലിക്കുവെച്ചു. കാരണം ആ ജോലിക്കു പറ്റിയതായി വേറെ ആരും അവിടെ ഉണ്ടായിരുന്നില്ല. മുമ്പുണ്ടായിരുന്ന ലൈബ്രേറിയന് ക്ഷാമത്തെ അതിജീവിക്കാൻ ഭാഗ്യമുണ്ടായില്ല. ആഴ്ചയിൽ അഞ്ചു ദിവസം തുച്ഛമായ ശമ്പളം പറ്റി പണിയെടുക്കാൻ തയ്യാറായി വേറെ ആരേയും അവർക്ക് കിട്ടിയതുമില്ല. പൊടിയും മാറാലയും നിറഞ്ഞ് അടുക്കും ചിട്ടയുമില്ലാതെ കുറെ പുസ്തകഷെൽഫുകൾക്കിടയിൽ ഇടുങ്ങിയ ഒരു സ്ഥലം. ക്ഷാമത്തിനുശേഷം ഗ്രാമത്തിൽ കുട്ടികളൊന്നും ബാക്കിയുണ്ടായില്ല. വാനോ മെലിക്കാന്റ്സിന്റെ പേരമകൻ മാത്രമേ ശേഷിച്ചുള്ളൂ. അവന് കഷ്ടിച്ച് അഞ്ചുവയസ്സേ ആയിരുന്നുള്ളൂ. അതുകൊണ്ട് സ്കൂളും ലൈബ്രറിയും ഒഴിഞ്ഞു കിടക്കുകയായിരുന്നു. ക്ഷാമത്തിന് തൊട്ടുമുമ്പിലെ വർഷമാണ് രണ്ടും പണി കഴിപ്പിച്ചത്. അതൊന്നും

അനാട്ടോലിയയെ നിരുത്സാഹപ്പെടുത്തിയില്ല. എവിടെയായാലും ജീവിതം അതിന്റേതായ വഴി കണ്ടുപിടിക്കുമെന്ന് അവൾക്കറിയാമായിരുന്നു പുതിയൊരു തലമുറ പിറക്കും. എല്ലാം ക്രമേണ അതാതിന്റെ മട്ടിലാകും.

ലൈബ്രറി ഒരു സ്വർഗ്ഗമാണെന്നാണ് അനാട്ടോലിയയ്ക്കു തോന്നിയത്. ദൈനംദിന ജീവിതത്തിലെ വിരസമായ പണിത്തിരക്കുകളിൽ നിന്നും വിട്ടുനില്ക്കാനുള്ള ഒരവസരം. എന്നും ആവർത്തിക്കപ്പെടുന്ന ജോലികൾ. അവൾക്ക് മടുക്കാൻ തുടങ്ങിയിരുന്നു.

ലൈബ്രറിയിലെ ഷെൽഫുകളെല്ലാം അനാട്ടോലിയ കഴുകി തുടച്ച് വൃത്തിയാക്കി. തട്ടുകളിൽ മെഴുകു തേച്ച് തിളക്കം വരുത്തി. പുസ്തകങ്ങൾ പുതിയ രീതിയിൽ ഒതുക്കിവെച്ചു. വകുപ്പും വിഭാഗവും അക്ഷരക്രമവുമൊന്നും അവൾ ശ്രദ്ധിച്ചില്ല. തട്ടുകളുടെ നിറമനുസരിച്ചായിരുന്നു പുസ്തകങ്ങൾ ക്രമീകരിച്ചത്. കടുത്ത നിറമുള്ള പുറം ചട്ടകളോടുകൂടിയ പുസ്തകങ്ങൾ താഴേത്തട്ടിൽ. ഇളംനിറത്തിലുള്ള തട്ടുകളാണെങ്കിൽ മുകൾത്തട്ടിൽ.

വായനശാലയിൽ അവിടവിടെ പൂച്ചട്ടികൾ വെച്ചു. മണവും നിറവും ഭംഗിയുമുള്ള പൂക്കളോടുകൂടിയ സ്വീറ്റ് പീ, അലോ, ജെറേനിയം എന്നീ ചെടികൾ നട്ടു. ഉപയോഗിക്കാതെ കലവറയിൽ കൂട്ടിയിട്ടിരുന്ന കളിമൺ പാത്രങ്ങളാണ് അവൾ പൂച്ചട്ടികളാക്കിയത്. ചെടികൾ നടുന്നതിന് മുമ്പേ അവൾ പൂച്ചട്ടികളുമായി മിനാസിന്റെ ആശാരിപ്പുരയിലെത്തി. തട്ടുകളുടെ അടിഭാഗത്ത് വെള്ളം വാർന്നു പോകാൻ പാകത്തിന് ദ്വാരങ്ങളുണ്ടാക്കിച്ചു. ക്ഷാമകാലത്ത് കുടുംബമൊന്നാകെ നഷ്ടപ്പെട്ട ഒരാളായിരുന്നു മിനാസിന്റെ സഹായി. തടിച്ച് ഉയരം കുറഞ്ഞ ഒരാൾ. ഭാര്യയും മക്കളുമില്ല. അനാട്ടോലിയയെ കണ്ടതും അയാൾക്ക് മോഹമായി. പൂച്ചട്ടികൾ ചുമന്ന് അയാൾ തന്നെ വായനശാലയിൽ എത്തിച്ചു. തുടർന്നും പല തവണ അവളെ കണ്ടു സംസാരിക്കാനായി അവിടെ ചെന്നു. എന്തെങ്കിലും സഹായം ആവശ്യമുണ്ടോ എന്ന ചോദ്യത്തിൽ നിന്നും തുടങ്ങി. പിന്നെ വൈകുംവരെ അവിടെത്തന്നെ ഓരോന്നു പറഞ്ഞുകൊണ്ടിരുന്നു. സംഗതി എന്തെന്നറിയാതെ പരിഭ്രമിച്ചു നിൽക്കുന്ന അനാട്ടോലിയയുടെ മുഖത്തുനിന്നും അയാൾ കണ്ണെടുത്തില്ല. ഒരു മാസത്തിനുശേഷം അയാൾ അവളുടെ വീട്ടിൽ കയറിച്ചെന്ന് നേരിട്ട് വിവാഹാഭ്യർത്ഥന നടത്തി.

അനാട്ടോലിയയ്ക്ക് അയാളോട് പ്രത്യേകിച്ചൊരു പ്രേമമൊന്നും തോന്നിയിരുന്നില്ല. ഭാവിയിലും അതിനു സാദ്ധ്യതയില്ലെന്ന് അവൾക്കറിയാമായിരുന്നു. എന്നാലും അവൾ വിവാഹത്തിനു സമ്മതിച്ചു. കാരണം അവൾക്കു വിവാഹം കഴിക്കാൻ യോജിച്ചതായി ഗ്രാമത്തിൽ ആരുമുണ്ടായിരുന്നില്ല. പുരുഷന്മാർതന്നെ പൊതുവെ കുറവായിരുന്നു. ഉള്ളവർ ഒന്നുകിൽ അവളേക്കാൾ ഏറെ പ്രായം കൂടിയവർ അല്ലെങ്കിൽ തീരെ പ്രായം കുറഞ്ഞവർ.

അനാട്ടോലിയയുടെ വിവാഹം നടന്നു. പതിനെട്ടുവർഷത്തോളം അവർ ഒരുമിച്ചു താമസിച്ചു. എന്നാൽ ആ ദാമ്പത്യം തീരെ സുഖകരമായിരുന്നില്ല. നല്ലൊരു വാക്കോ സ്നേഹത്തോടെയുള്ള ഒരു സ്പർശമോ അയാളിൽ നിന്ന് അവൾക്ക് ലഭിച്ചില്ല. ദാമ്പത്യബന്ധത്തിന്റെ മധുരം ഒരിക്കൽ പോലും അവൾ നുണഞ്ഞില്ല. വിശ്വസിക്കാനാകാത്തവിധം നിർവികാരനും ഹൃദയശൂന്യനുമായിരുന്നു അവളുടെ ഭർത്താവ്. കിടപ്പുമുറിയിൽപോലും അതേ നിസ്സംഗത. താത്പര്യമില്ലായ്മ. അല്പംകൂടി മയത്തിൽ പെരുമാറിക്കൂടേ എന്ന അവളുടെ അപേക്ഷ ഉറക്കെച്ചിരിച്ചുകൊണ്ടയാൾ തള്ളിക്കളഞ്ഞു. പലപ്പോഴും അയാൾ ബലപ്രയോഗം നടത്തി. അങ്ങനെയുള്ള ഓരോ വേഴ്ചയ്ക്കു ശേഷവും അവൾ മടുപ്പോടെ കണ്ണടച്ചു കിടന്ന് കരച്ചിലടക്കി. അയാളുടെ കുളിക്കാത്ത ശരീരത്തിന്റെ വിയർപ്പുനാറ്റം എപ്പോഴും അവളെ ചൊടിപ്പിച്ചു. വല്ലാത്ത ആത്മനിന്ദ തോന്നിയ നിമിഷങ്ങൾ. അപ്പോഴും അവൾ സ്വപ്നം കണ്ടു. താൻ പ്രസവിക്കും. കുഞ്ഞുങ്ങളെ മനസ്സു മുഴുവനും കൊടുത്ത് വളർത്തി വലുതാക്കും. എന്നാൽ ആ സ്വപ്നം ഒരിക്കലും സഫലമായില്ല. ഗർഭധാരണവും പ്രസവവുമൊന്നും അവൾക്കു വിധിക്കപ്പെട്ടതായിരുന്നില്ല. മച്ചി എന്ന് പറഞ്ഞ് അയാൾ എന്നും അവളെ കുറ്റപ്പെടുത്തി. കുഞ്ഞുങ്ങളുണ്ടാവാത്തത് അവളുടെ ദോഷം കൊണ്ടാണെന്ന് ശകാരിച്ചു. കാലം ചെല്ലുന്തോറും അയാളുടെ ക്ഷമ കുറഞ്ഞുവരുന്നത് അവളറിഞ്ഞു. നിസ്സാരകാര്യത്തിനും ദേഷ്യപ്പെടൽ. ക്രൂരമായ മർദ്ദനം. അവൾ നിശ്ശബ്ദം എല്ലാം സഹിച്ചു നിന്നപ്പോൾ അയാൾ കൂടുതൽ ക്ഷുഭിതനായി. അവസാനം അയാൾ മുഴുത്ത കള്ളുകുടിയനായി. കഠിനമായ പ്രഹരവും മുടി പിടിച്ചു വലിക്കലും തള്ളിയിട്ടു ചവിട്ടലും നിത്യസംഭവമായി. പലപ്പോഴും കാറ്റും വെളിച്ചവുമില്ലാത്ത, ഈർപ്പമുള്ള കലവറമുറിയിൽ അയാൾ അവളെ പൂട്ടിയിട്ടു. പുലരുവോളം. ദിവസം ചെല്ലുന്തോറും അയാളുടെ ക്രൂരത വർദ്ധിച്ചുവന്നു. അയൽക്കാരനായ ഓവൻസിനെ അയാൾക്കു നല്ല പേടിയുണ്ടായിരുന്നു. നല്ല തണ്ടും തടിയമുള്ള ഊക്കനൊരാൾ. ആ പേടിയില്ലായിരുന്നെങ്കിൽ തീർച്ചയായും അയാൾ അവളെ ഏതെങ്കിലുമൊരു നാൾ കൊന്നേനേ.

ഒരു ദിവസം ഓവൻസ് അനാട്ടോലിയുടെ കവിളിൽ ആഴത്തിലൊരു മുറിവു കണ്ടു. നേരെ അയാൾ ആശാരിപ്പുരയിലേക്കു ചെന്നു. മുഖവുരയൊന്നും കൂടാതെ പണിസ്ഥലത്തുനിന്നും അനാട്ടോലിയയുടെ ഭർത്താവിനെ വലിച്ചു പുറത്തിട്ടു. കഴുത്തിന്പിടിച്ച് മരം കൂമ്പാരം കൂട്ടിവെച്ചതിനു നേരെ തള്ളി. സ്ഥലം വിടുംമുമ്പേ അലറി. “ഇനി എപ്പോഴെങ്കിലും താൻ അവളുടെ നേരെ കൈ ഉയർത്തി എന്നറിഞ്ഞാൽ ആ നിമിഷം ഞാൻ തന്നെ കൊല്ലും. വർത്തമാനം പറഞ്ഞ് സമയം പാഴാക്കില്ല... മനസ്സിലായോ?”

അന്നുതന്നെ ഓവൻസിന്റെ ഇടപെടൽ അനാട്ടോലിയയുടെ ജീവൻ രക്ഷിച്ചു. എന്നാൽ ഓരോ ദിവസവും ജീവിതം കൂടുതൽ കൂടുതൽ

ദുസ്സഹമായിത്തീർന്നു. പുറമേക്കു പാടുകൾ കാണാത്ത വിധത്തിലായി അയാളുടെ മർദ്ദനമുറകൾ, കൈയും കാലും പിടിച്ചു വളച്ചു. സന്ധികളിൽ പ്രഹരമേല്പിച്ചു. ശകാരിച്ചും കുറ്റം പറഞ്ഞും പരിഹസിച്ചും നിരന്തരം അവളുടെ സൈ്വര്യം കെടുത്തി. എല്ലാം അവൾ നിശ്ശബ്ദം സഹിച്ചു. പുറത്തു പറയാൻ പേടിയായിരുന്നു. ഓവൻസ് പറഞ്ഞതുപോലെ ചെയ്താലോ എന്ന ഭയം. അയാൾ അവളുടെ ഭർത്താവിനെ കൊലപ്പെടുത്തിയാൽ...? ആർക്കും ദോഷം സംഭവിക്കണമെന്ന് അവളാഗ്രഹിച്ചില്ല.

വിരസമായ യാതൊരു വിധത്തിലുമുള്ള നിറപ്പകിട്ടുകളില്ലാത്ത അവളുടെ ജീവിതത്തിലെ ഒരേയൊരു രസം വായന മാത്രമായിരുന്നു. തുടക്കത്തിൽ ലൈബ്രറിയിലേക്ക് വായനക്കാരാരും എത്തിയിരുന്നില്ല. അതുകൊണ്ട് പ്രവൃത്തിദിവസങ്ങൾ മുഴുവൻ ഇഷ്ടവിനോദമായ വായനയിൽ മുഴുകി തന്റെ ദുഃഖങ്ങളിൽ നിന്നും വേദനകളിൽ നിന്നും മനസ്സിനെ മാറ്റി നിർത്താൻ അവൾക്കു സാധിച്ചു. പതുക്കെ പതുക്കെ സഹജമായ വാസനയും ഉള്ളറിവുകളും നല്ല സാഹിത്യത്തെ തിരിച്ചറിയാൻ അവളെ പഠിപ്പിച്ചു. റഷ്യൻ ഭാഷയിലും ഫ്രഞ്ചു ഭാഷയിലുമുള്ള പ്രശസ്തമായ കൃതികൾ അവളെ വളരെയധികം ആകർഷിച്ചു. എന്നാൽ അന്നാകരിനീന വായിച്ചു കഴിഞ്ഞതോടെ അവൾ ടോൾസ്റ്റോയിയെ കഠിനമായി വെറുക്കാൻ തുടങ്ങി. തന്റെ കഥാനായികമാരോടുള്ള അദ്ദേഹത്തിന്റെ പെരുമാറ്റം വളരെയധികം നിർദയവും ധിക്കാരപരവുമാണെന്ന് അവൾ വിലയിരുത്തി. ടോൾസ്റ്റോയിയെ ചരിത്രത്തിലെ ദുഷ്പ്രഭുക്കന്മാരുടേയും സ്വേച്ഛാധികാരികളുടേയുമൊപ്പമാണ് അവൾ സ്ഥാനം കൊടുത്തിരുത്തിയത്. അതുമാത്രമല്ല അദ്ദേഹത്തിന്റെ ആ കനമുള്ള പുസ്തകങ്ങൾ കാണാമറയത്തേക്ക് തള്ളിവെക്കുകയും ചെയ്തു. അതുകൊണ്ട് സ്വന്തം മനഃസമാധാനം കളയേണ്ടതില്ലല്ലോ. ഭർത്താവിന്റെ നിത്യേനയുള്ള ശകാരങ്ങളും പീഡനങ്ങളും മൂലം അവൾ കടുത്ത നൈരാശ്യത്തിലായിരുന്നു. അങ്ങനെയിരിക്കെ പുസ്തകത്താളുകളിലെ അന്യായവും അക്രമവും കൂടി സഹിക്കാൻ അവളുടെ മനസ്സ് ഒട്ടും തയ്യാറല്ലായിരുന്നു.

വായന കഴിഞ്ഞുള്ള സമയങ്ങളിൽ അനാട്ടോലിയ ശ്രദ്ധിച്ചത് ആ വായനശാലയുടെ ഭംഗിയും സൗകര്യവും കൂട്ടാനായിരുന്നു. ജനാലകളിൽ പാതി നീളത്തിൽ അവൾ ചന്തമുള്ള കർട്ടനുകൾ തൂക്കി. ജനൽപ്പടിയിൽ വെച്ചിട്ടുള്ള ചെടികൾക്ക് തടസ്സമില്ലാതെ സൂര്യപ്രകാശം കിട്ടണമല്ലോ. സ്വന്തം വീട്ടിൽ നിന്നും പഴയൊരു പരവതാനി കൊണ്ടുവന്ന് തറയിൽ വിരിച്ചു. അതിനോടു ചേർന്ന ഭിത്തിയിലാണ് പ്രശസ്ത സാഹിത്യകാരന്മാരുടെ ഛായാചിത്രങ്ങൾ തൂക്കിയിരുന്നത്. തുണിത്തുണ്ടുകൾ കൂട്ടി തുന്നിയുണ്ടാക്കിയ കുഷ്യനുകളും ചെറിയ തലയിണകളും കൊണ്ട് മരബെഞ്ചുകൾ കൂടുതൽ സൗകര്യപ്രദമാക്കി. മൊത്തത്തിൽ ലൈബ്രറി കാണാനും പെരുമാറാനും സുഖമുള്ള ഒരിടമായി. ജനൽപടികളിലും പുസ്തകത്തട്ടുകൾക്കിടയിലുള്ള നടവഴികളിലും ചന്തമുള്ള പൂച്ചട്ടികൾ. ആ പൂച്ചട്ടികളെല്ലാം അനാട്ടോലിയ അർഷക്

ബെക്കിന്റെ പഴയ എസ്റ്റേറ്റിൽ നിന്നും കൊണ്ടു വന്നതായിരുന്നു. ഇപ്പോൾ അത് ആൾത്താമസമില്ലാതെ അടച്ചുപൂട്ടിയിട്ടിരിക്കുകയാണ്. എല്ലാവരും മറന്നു കഴിഞ്ഞ ഒരാഢ്യഗൃഹം. അവിടെനിന്ന് പുരാതനമെന്നു തോന്നിക്കുന്ന എട്ട് ഊക്കൻ പൂച്ചട്ടികൾ അനാട്ടോലിയ ലൈബ്രറിയിലെത്തിച്ചു. അവയിൽ അവൾ നല്ല സുഗന്ധമുള്ള ടീറോസും ലില്ലിയും ഹണിസക്കിളും നട്ടു പിടിപ്പിച്ചു. റോസാച്ചെടികൾ എല്ലാ കാലത്തും സമൃദ്ധമായി പൂത്തു നിന്നു. അവയുടെ മണം പുറത്തെ തേനീച്ചക്കൂട്ടങ്ങളെ അകത്തേക്കാകർഷിച്ചു. തുറന്നു കിടക്കുന്ന ജനലകളിലൂടെ അവ നിർബാധം അകത്തേക്കു പറന്നു വന്നു. ഇടയിൽ അവ കർട്ടന്റെ ഞൊറികളിൽ കുടുങ്ങിക്കിടക്കുന്നതും കാണാമായിരുന്നു. എത്ര പെട്ടെന്നാണ് പൂക്കളിൽ നിന്നും പരാഗം ശേഖരിച്ച് അവ പുറത്തേക്കു പറന്നത്. അതേവേഗത്തിൽ അവ തിരിച്ചു വരികയും ചെയ്തു. ഒരു കൊല്ലം ശരത്കാലത്ത് ഹണിസക്കിളിന്റെ സൗരഭ്യം ചുറ്റുപാടും നിറഞ്ഞു നിൽക്കുന്ന സമയം. ഒരു കൂട്ടം തേനീച്ചകൾ അകത്തേക്കു പറന്നുവന്നു. അവ പിന്നെ തിരിച്ചുപോവുകയുണ്ടായില്ല. മേലേ ഒരുത്തരത്തിനു പുറകിലായി കൂടുകൂട്ടി അവിടെത്തന്നെ സ്ഥിരതാമസമാക്കി. അന്ന് അനാട്ടോലിയയ്ക്ക് ഗ്രാമം മുഴുവൻ അന്വേഷിച്ചു നടക്കേണ്ടിവന്നു. ആരുടെ വീട്ടിലെ തേനീച്ചക്കൂട്ടിൽ നിന്നാണ് ആ കൂട്ടം പറന്നുപോയതെന്നു കണ്ടുപിടിക്കാൻ. മരപ്പാളികൾ കൊണ്ടുതീർത്ത തറയിൽ ഉറുമ്പുകൾ കൂടുകൂട്ടിയതും വലിയ സ്വൈരക്കേടായി, അകത്തുനിന്ന് മുറ്റത്തേക്കിറങ്ങുന്ന വഴി മുഴുവൻ ഉറുമ്പിൻ നിരകൾ. മേൽക്കൂരയ്ക്കുചുറ്റും കൂടുകൂട്ടി പാർപ്പുറപ്പിച്ചത് മീവൽ പക്ഷികളായിരുന്നു. ആണ്ടോടാണ്ട് അവർ അവിടെവന്നു മുട്ടയിട്ടു. അടയിരുന്നു. ശരത്കാലമായാൽ പക്ഷികൾ കൂടുകളുപേക്ഷിച്ചു പറന്നു പോകും. പിന്നെ അവിടെയൊക്കെ വൃത്തിയാക്കേണ്ട പണിയായി അനാട്ടോലിയയ്ക്ക്. ചൂലിൽ തുണി ചുറ്റിക്കെട്ടി ഭിത്തിയിലും ഉത്തരത്തിലും പറ്റിപ്പിടിച്ചു കിടക്കുന്ന പക്ഷിക്കാട്ടവും മറ്റും തുടച്ചു മാറ്റണം. ഒരിക്കൽ പുകക്കുഴലിനുള്ളിൽ ഒരു കിളിക്കൂട്ടിൽ തള്ളക്കിളി മുട്ടയിട്ട് അടയിരുന്ന് കുഞ്ഞുങ്ങൾ പറക്കാറാവുന്നതുവരെ അവൾ കാത്തിരുന്നു. കിളികൾ കൂടൊഴിഞ്ഞു പോയതിനുശേഷമേ പുകക്കുഴൽ വൃത്തിയാക്കിയുള്ളൂ.

താൻ എന്തെങ്കിലും ചെയ്താൽ അമ്മക്കിളി കുഞ്ഞുങ്ങളെ തനിയെ വിട്ട് പേടിച്ചു പറന്നുപോയാലോ എന്നവൾ ഭയപ്പെട്ടു. ചിറകു മുളയ്ക്കാത്ത കുഞ്ഞുങ്ങൾ. പട്ടിണി കിടന്നു ചാവില്ലേ?

പലമാതിരി ജീവജാലങ്ങൾ. പതുക്കെ പതുക്കെ ലൈബ്രറി ഒരു വിചിത്ര ലോകമായി. വൈവിധ്യമാർന്ന ശബ്ദങ്ങൾ... ചലനങ്ങൾ...കിളികൾക്കും ചെറുപ്രാണികൾക്കും അതൊരിഷ്ടസങ്കേതമായി. വളരെ വേഗം അവ അവിടെ പെരുകുകയും ചെയ്തു. ചിത്രശലഭങ്ങൾക്കും പ്രാണികൾക്കും വേണ്ടി അനാട്ടോലിയ ജനൽപ്പടിയിൽ ചെറിയ കിണ്ണങ്ങളിൽ പഞ്ചാരവെള്ളം കരുതിവെച്ചു. പറവകൾക്കു തീറ്റി വെക്കാനായി കൊച്ചു മരപ്പാത്രങ്ങൾ സ്വയം കൊത്തിയെടുത്തു. ലൈബ്രറിയുടെ മുറ്റത്ത്

ചെറിയൊരു പച്ചക്കറിത്തോട്ടവും വളർത്താൻ തുടങ്ങി. അത് പ്രത്യേകിച്ചും ഉറുമ്പുകൾക്ക് സൗകര്യപ്രദമായി. വിരസതയും സങ്കടവും മുറ്റിനിന്ന തന്റെ ദിവസങ്ങൾ അങ്ങനെയാണ് അവൾ ചെലവഴിച്ചത്. മക്കളില്ലല്ലോ എന്നതു തന്നെയായിരുന്നു ഏറ്റവും വലിയ സങ്കടം. തുകൽചട്ടയുടെ മണമുള്ള തന്റെ ഇഷ്ടപുസ്തകങ്ങളുടെ താളുകൾ അവൾ വീണ്ടും വീണ്ടും മറിച്ചുനോക്കി. ജോലിസ്ഥലത്ത് അവൾക്കു ചുറ്റും നിഷ്കളങ്കരായ പ്രാണികളുടേയും പക്ഷികളുടേയും അനുഭാവപൂർണ്ണമായ സാന്നിദ്ധ്യമുണ്ടായിരുന്നു. എന്നാൽ അച്ഛന്റെ വീട്ടിൽ അവൾ അനുഭവിച്ചത് ഭർത്താവിന്റെ വെറുപ്പും വിദ്വേഷവും പീഡനങ്ങളുമായിരുന്നു.

കുറേനാൾ കഴിഞ്ഞപ്പോൾ ഗ്രാമത്തിലെ പ്രാഥമിക പാഠശാല നന്നെ ഞെരുങ്ങിയിട്ടാണെങ്കിലും പ്രവർത്തനം തുടങ്ങി. അതോടെ ഏതാനും ചെറിയ കുട്ടികൾ വായനശാലയിലെ നിത്യസന്ദർശകരായി. അനാട്ടോലിയയിൽ വീർപ്പുമുട്ടിക്കിടന്ന മാതൃവാത്സല്യം മുഴുവനും അവൾ ആ കുട്ടികൾക്കായി പകർന്നു നൽകി. വീട്ടിലുണ്ടാക്കിയ മധുരപലഹാരങ്ങളും ഉണക്കിയെടുത്ത പഴങ്ങളും അവൾ ആ വിരുന്നുകാർക്കായി എപ്പോഴും കരുതിവെച്ചു. കുട്ടികൾക്കു കുടിക്കാനായി ചായയും പഴച്ചാറുകളും എടുത്തുവെച്ചു. അവർക്ക് കഥ പറഞ്ഞു കൊടുക്കുക ഏറ്റവും രസമുള്ള സംഗതിയായിരുന്നു. ചിലപ്പോൾ വായിച്ച പുസ്തകങ്ങളിൽ നിന്ന്. ഇടയ്ക്ക് തന്നെത്താൻ കെട്ടിച്ചമച്ചവയും. മുതിർന്നവർ സാധാരണയായി ലൈബ്രറിയിൽ വരാറില്ലായിരുന്നു. കൂടുതൽ ഗൗരവമേറിയ എന്തെല്ലാം കാര്യങ്ങൾ അവർക്ക് ചെയ്യാനുണ്ട്. എന്നാൽ കുട്ടികളുടെ കാര്യമതല്ലല്ലോ. കളിചിരികൾക്കും തമാശകൾക്കുമായി ദിവസം മുഴുവൻ അവരുടെ മുമ്പിൽ നീണ്ടുകിടക്കുകയല്ലേ?

ചെടിച്ചട്ടികളിൽ തട്ടാതേയും മുട്ടാതേയും അവർ അടിവെച്ചു നടക്കുന്നതു കാണാൻ നല്ല രസമായിരുന്നു. എത്ര ശ്രദ്ധയോടെയാണ് അവർ ഓരോ പൂക്കളും മണത്തുനോക്കിയത്. തേനീച്ചകളുടെ മൂളിപ്പറക്കൽ കണ്ടുനിന്നത്. ഒഴിഞ്ഞ കുഞ്ഞിക്കിണ്ണങ്ങളിൽ അവർ പഞ്ചസാരവെള്ളം ഒഴിച്ചു. കഥാപുസ്തകങ്ങൾ വായിച്ചു. അവിടെയിരുന്ന് ഗൃഹപാഠങ്ങളും ചെയ്തു. അവരുടെ മനസ്സിൽ സദാ മുളപൊട്ടിക്കൊണ്ടിരിക്കുന്ന നൂറായിരം ചോദ്യങ്ങളുമായി അവളുടെ അടുത്തേക്കോടി വന്നു. യാത്ര പറഞ്ഞിറങ്ങുമ്പോൾ അനാട്ടോലിയയ്ക്ക് ഉമ്മവെക്കാനായി കവിളുകൾ കാട്ടിക്കൊടുക്കാനും അവർ മറന്നില്ല. മക്കളില്ലാത്ത തനിക്ക് ദൈവം നൽകിയ വരദാനമായാണ് അവൾ ആ കുട്ടികളുടെ സ്നേഹവും സൗഹൃദവും കണ്ടത്.

“അവസാനം എനിക്കായി ഇതെങ്കിലുമുണ്ടല്ലോ.” അവൾ വിനീതയായി വിധിയുടെ മുമ്പിൽ തല കുനിച്ചു.

അനാട്ടോലിയയുടെ ജീവിതം അനുദിനം ശിഥിലമാവുകയായിരുന്നു. പതിനെട്ടുകൊല്ലം കുടിച്ചുതീർന്ന കണ്ണീരും സഹിച്ച പീഡനങ്ങളും

ഒടുവിൽ വലിയൊരു ദുരന്തത്തിൽ കലാശിച്ചു. ഗ്രാമത്തിലെ ഓരോരുത്തർക്കും അവളുടെ നേരെയുണ്ടായിരുന്ന സ്നേഹവും ആദരവും അവളുടെ ഭർത്താവിന് തീരെ സഹിക്കാനായില്ല. ഉടനെ ജോലി രാജിവെക്കണം എന്നായി വാശി. എങ്ങനെയെങ്കിലും അവളുടെ ജീവിതം നശിപ്പിക്കണം എന്നു മാത്രമായിരുന്നു അയാളുടെ വിചാരം. അവൾ അതിന് തീരെ വഴങ്ങിയില്ല. അയാളുടെ അദ്ഭുതപ്പെടുത്തി. അതിലേറെ ദേഷ്യം പിടിപ്പിച്ചു. അവളുടെ നേരെ കൈ ഉയർത്തി. തൊട്ടാൽ വിവരമറിയുമെന്ന് പതിവില്ലാത്ത വിധത്തിൽ അവൾ ഭീഷണിപ്പെടുത്തി "ഓവൻസിനോട് ഒരു വാക്കു പറയുകയേ വേണ്ടൂ. അദ്ദേഹം നിങ്ങളെ ബുദ്ധിയും മര്യാദയും പഠിപ്പിക്കും. അവളും വലിയ ദേഷ്യത്തിലായിരുന്നു. "ഏറെ കളിക്കാൻ നിന്നാൽ ഓർത്തോളൂ. ഞാൻ പിടിച്ചു പുറത്താക്കും. ഇതെന്റെ അച്ഛന്റെ വീടാണ് വിവാഹമോചനത്തിനും എനിക്കു മടിയില്ല."

അവളുടെ ഭർത്താവ് അവളെ തുറിച്ചു നോക്കിക്കൊണ്ട് വായടച്ചു നിന്നു. അവൾ ജോലിക്കു പോകുന്നതുവരെ അയാൾ കാത്തുനിന്നു. അവൾ കണ്ണിൽ നിന്നും മറന്നതും അയാൾ സകലതും തല്ലിപ്പൊളിക്കാൻ തുടങ്ങി. വാതിലും ജനലും വീട്ടുസാമാനങ്ങളുമെല്ലാം കോടാലികൊണ്ട് വെട്ടിപ്പൊളിച്ചു. അനാട്ടോലിയയ്ക്ക് ഏറ്റവും പ്രിയപ്പെട്ട ഇരുമ്പുപെട്ടി പോലും കുത്തിപ്പൊട്ടിച്ച് നാശമാക്കി. അതിനുള്ളിലാണ് മരിച്ചുപോയ ചേച്ചിമാരുടെ ഉടുപ്പുകളും ചെരുപ്പുകളും കളിക്കോപ്പുകളുമെല്ലാം അവൾ ഒരു നിധിയെന്നോണം സൂക്ഷിച്ചിരുന്നത്. കേടു പറ്റാതിരിക്കാൻ പെട്ടിയിൽ അവിടവിടെ ഉണങ്ങിയ പുതിനയിലകളും ലാവൻഡർ പൂക്കളും വിതറിയിരുന്നു.

ശബ്ദം കേട്ട് ആദ്യം ഓടിവന്നത് യാസാമൻ ആയിരുന്നു. അകത്തേക്കു കടന്നു ചെല്ലാൻ ഭയം തോന്നി. മകന്റെ മകനെ ലൈബ്രറിയിലേക്കോടിച്ചു. അനാട്ടോലിയയെ വിളിച്ചു കൊണ്ടുവരാൻ ഭർത്താവിനെ വിവരമറിയിക്കാൻ താൻതന്നെ ഗ്രാമത്തിന്റെ മറ്റേ ഭാഗത്തേക്കോടി. വിവരമറിഞ്ഞതും കിതച്ചുകൊണ്ട് അയാൾ സംഭവസ്ഥലത്തേക്കോടിവന്നു. അപ്പോഴേക്കും അനാട്ടോലിയ വീട്ടിലെത്തിയിരുന്നു. പുമുഖത്തളത്തിൽ അബോധാവസ്ഥയിൽ കിടക്കുന്ന അനാട്ടോലിയയെയാണ് അയാൾ ആദ്യം കണ്ടത്. ആടിക്കൊണ്ട് ഏതാണ്ട് മരിക്കാറായ നിലയിൽ. ദീർഘവൃത്തത്തിലുള്ള മേശപ്പുറത്ത് കോടാലികൊണ്ട് ആഴത്തിൽ രണ്ടു വെട്ടുകൾ. അവളുടെ ഭർത്താവ് കോപംകൊണ്ട് സ്വബോധം വിട്ട നിലയിൽ ഭാര്യയെ മേശപ്പുറത്തു കിടത്തി തേനിന്റെ നിറമുള്ള മുടിയാകെ പറ്റേ വെട്ടിക്കളഞ്ഞിരുന്നു. അരിശം തീരാതെ അപ്പോഴും അയാൾ ഒച്ചയിട്ടിരുന്നു. ഇനി നീ തലമുടിയില്ലാതെ നിലവിളിക്ക്. അവൾ കഷ്ടപ്പെട്ട് മിച്ചം വെച്ചിരുന്ന സമ്പാദ്യമെല്ലാം തൂത്തു വാരിയെടുത്താണ് അയാൾ അവസാനം സ്ഥലം വിട്ടത്. ഇറങ്ങുംമുമ്പേ താൻ ജയിച്ചു എന്ന മട്ടിൽ അവളുടെ മുഖത്തുനോക്കി അയാൾ ഉച്ചത്തിൽ ചിരിച്ചു. ഓവൻസ് അയാളുടെ പുറകെ ഓടി. പിടികിട്ടിയില്ല. ഒരു തപാൽ വണ്ടിയിൽ കയറി അയാൾ

രക്ഷപ്പെട്ടു കഴിഞ്ഞിരുന്നു. അയാൾ എങ്ങോട്ടുപോയെന്ന് ആർക്കും അറിയാനായില്ല. പിന്നീടാരും അയാളെക്കുറിച്ച് കേൾക്കുകയുമുണ്ടായില്ല.

യാസാമൻ കൂട്ടുകാരിയെ പരിചരിച്ചു. നാട്ടുമരുന്നുകളും സ്വന്തം പ്രാർത്ഥനകളുംകൊണ്ട് അവർ അവളുടെ ആരോഗ്യം വീണ്ടെടുത്തു. അവിടെ അരങ്ങേറിയ സംഭവങ്ങൾ കണ്ട് ഗ്രാമമാകെ പരന്നു. അവരോർത്തത് ടാറ്റിവിക്കിന്റെ ശാപമായിരുന്നു. വോസ്കെയുടേയും കാപ്പിടോണിന്റേയും കുടുംബങ്ങൾക്കുമേൽ അവൾ ചൊരിഞ്ഞ ശാപം. ഇനിയുമെന്തൊക്കെയാണാവോ സംഭവിക്കാൻ പോകുന്നത് എന്ന ആശങ്കയായിരുന്നു എല്ലാവർക്കും. എന്തായാലും അധികം താമസിയാതെ അനാട്ടോലിയയെ പൂർവ്വസ്ഥിതിയിലായി. ലൈബ്രറിയിൽ പോകാനും തുടങ്ങി. നാട്ടുകാരെല്ലാം സമാധാനത്തോടെ നെടുവീർപ്പിട്ടു.

അനാട്ടോലിയയുടെ ആരോഗ്യം മെച്ചപ്പെട്ടെങ്കിലും പിന്നീടും ഏറെക്കാലം ദേഹത്തിലെ വേദനകൾ വിടാതെ പിടിച്ചു നിന്നു. പ്രത്യേകിച്ചും കാലാവസ്ഥയ്ക്കു മാറ്റം വരുന്ന ദിവസങ്ങളിൽ അവൾ കൂടുതൽ വേദന അനുഭവിച്ചു. തലയിലേറ്റ ഒരു പ്രഹരം മൂലം കാഴ്ചയ്ക്കും കോട്ടം സംഭവിച്ചിരുന്നു. താഴ്വരയിലെ കടയിൽപോയി കണ്ണട വാങ്ങാതെ വയ്യ എന്ന സ്ഥിതിയിലായി. അതൊന്നും അവൾക്കൊരു പ്രശ്നമായിരുന്നില്ല. ഒന്നിനെക്കുറിച്ചും ആവലാതിയും പറഞ്ഞില്ല. മൊത്തത്തിൽ അവൾ സന്തോഷവതിയായിരുന്നു. വർഷങ്ങളായി സഹിച്ചുകൊണ്ടിരുന്ന പീഡനങ്ങളിൽ നിന്നും ക്രൂരതകളിൽ നിന്നും അവസാനം മോചനം കിട്ടിയല്ലോ. വിവാഹത്തിനുശേഷം ഒരു ദിവസംപോലും അവൾ സന്തോഷമെന്താണെന്ന് അറിഞ്ഞിട്ടില്ലായിരുന്നു.

ഒരു ദിവസം വയസ്സനായ മിനാസ് ആശാരി അനാട്ടോലിയയുടെ വീട്ടിൽ വന്നു. അവളുടെ ആരോഗ്യം വീണ്ടുകിട്ടാൻ വേണ്ടി അയാൾ കാത്തിരിക്കയായിരുന്നു. തന്റെ പണിക്കാരൻ മൂലം അവൾക്കുനേരിടേണ്ടി വന്ന സങ്കടങ്ങൾക്കും നഷ്ടങ്ങൾക്കും അയാൾ മാപ്പു ചോദിച്ചു. അവളുടെ വീട്ടിലെ സാമാനങ്ങളെല്ലാം കേടുപാടു തീർത്തു നേരെയാക്കാൻ അയാൾ തയ്യാറായി. എന്നാൽ ആ സഹായം അവൾ നിരസിച്ചു. അവൾ വീട്ടുസാമാനങ്ങൾ കുറേശ്ശേയായി മുറ്റത്തു കൊണ്ടുവെച്ച് തീ കത്തിച്ചു വെണ്ണീറാക്കി. ഓക്കിൽ തീർത്ത് ദീർഘവൃത്തത്തിലുള്ള മേശ മാത്രം ബാക്കിയായി. അവളുടെ ഭർത്താവ് കോടാലികൊണ്ട് ആഴത്തിൽ വെട്ടിയതിന്റെ പാടുകൾ അതിൽ തെളിഞ്ഞു കിടന്നു.

ഓവൻസ് വലിയൊരലമാര അനാട്ടോലിയയുടെ വീട്ടിലെത്തിച്ചു. വാലിൻ കാ ഇബോഗാന്റ്സ് രാത്രി കിടക്കാനുള്ള കട്ടിലും. പകൽ ഇരിക്കാനുള്ളൊരു മരബഞ്ചും കൊടുത്തു. അടുക്കളസാമാനങ്ങൾ വെക്കാനുള്ള ധാരാളം തട്ടുകളുള്ള ഒരു മരഅലമാരി മാഗടാക്കിനാണ് കൊടുത്തത്. പതുക്കെ പതുക്കെ മിനാസ് വീടിനകത്തെ ജനലുകളും വാതിലുകളുമെല്ലാം നേരെയാക്കി. മരപ്പാളികൾക്കൊണ്ടു തീർത്ത തറ പോളീഷ് ചെയ്ത് മിനുക്കി. പഴയകാലത്തെ ആർഭാടത്തിന്റെ തരിപോലും

ശേഷിച്ചിരുന്നില്ല. എന്നാലും ഉള്ളതുകൊണ്ട് തൃപ്തിപ്പെടാൻ അനാട്ടോലിക്കു സാധിച്ചിരുന്നു. അത്യാവശ്യത്തിനു മാത്രമുള്ള സാധനസാമഗ്രികൾ. അതിൽ അവൾക്കൊരു പരാതിയുമുണ്ടായിരുന്നില്ല. അവളുടെ ഫോട്ടോ ആൽബം ഒരു കേടും കൂടാതെ കിട്ടി. അതിലായിരുന്നു അവൾക്കേറ്റവും സന്തോഷം. കുത്തഴിഞ്ഞു കിടന്ന ആൽബത്തിന്റെ പേജുകൾ കൂട്ടിത്തുന്നി പുതിയ ചട്ടയിടാനായി അവൾ അത് ലൈബ്രറിയിലേക്കു കൊണ്ടുവന്നിരുന്നു. അത് തിരിച്ച് വീട്ടിൽ കൊണ്ടുവെക്കാൻ മറന്നു പോയത് വലിയ ഭാഗ്യമായി.

താഴ്വര മുഴുവൻ അക്കാലത്ത് യുദ്ധത്തിന്റെ ഭീതിയിലായിരുന്നു. യുദ്ധം അവസാനിക്കാൻ പിന്നേയും നാലുകൊല്ലക്കാലം വേണ്ടിവന്നു. യുദ്ധം കനത്ത ഒരു മൂടൽമഞ്ഞുപോലെ പെട്ടെന്ന് വന്ന് താഴ്വരയാകെ പൊതിയുകയായിരുന്നു. എന്നാലും പ്രത്യേകിച്ച് പ്രയാസങ്ങളൊന്നുമില്ലാതെ അനാട്ടോലിയ സമാധാനമായി കഴിച്ചുകൂട്ടി. പകൽ മുഴുവൻ വായനശാലയിൽ. വൈകുന്നേരങ്ങൾ സ്വന്തം വീട്ടിൽ അല്ലെങ്കിൽ യാസാമാന്റെ കുടുംബത്തോടൊപ്പം. വാരാന്ത്യങ്ങളിൽ സെമിത്തേരിയിൽ അന്ത്യവിശ്രമം കൊള്ളുന്ന ബന്ധുക്കളെ സന്ദർശിച്ചു. വില്ലോമരങ്ങളുടെ നീണ്ട കനം കുറഞ്ഞ ചില്ലകൾ ആ മരക്കുരിശുകളിൽ മെല്ലെ തലോടുന്നത് അവൾ നോക്കിനിന്നു. അവയുടെ വെള്ളിത്തിളക്കമുള്ള പച്ചഇലകളുടെ മർമ്മരം പരേതാത്മക്കൾക്കായുള്ള നിതാന്തമായ പ്രാർത്ഥനയാണെന്ന് അവൾ സങ്കല്പിച്ചു.

വലിയ ചൂടം തണുപ്പുമൊന്നുമില്ലാത്ത ദിവസങ്ങളിൽ ആ കല്ലറകൾക്കരികെ അവൾ വൈകുവോളം ഇരിക്കുമായിരുന്നു. ചിലപ്പോൾ ഏതെങ്കിലും കൽക്കുരിശിൽ തലചായ്ച്ച് മയങ്ങിപ്പോകും. അച്ഛനും അമ്മയും ഇടത്തുവശത്താണ് കിടന്നിരുന്നത്. ചേച്ചിയും മനേഷ് മുത്തശ്ശിയും വലതു ഭാഗത്തും. കാൽമുട്ടും കെട്ടിപ്പിടിച്ച് അനാട്ടോലിയ അവിടെ ഇരുന്ന് ധാരാളം രസമുള്ള കഥകൾ പറയും. ആണ്ടുതോറും ധാരാളം കുട്ടികൾ മാരാൻ ഗ്രാമത്തിൽ പിറക്കുന്നു. നല്ല സുഗന്ധമുള്ള ടീറോസുകൾ. എത്ര തേനീച്ചകളാണ് കൂട്ടംകൂട്ടമായി മധു നുകരാൻ എത്തുന്നത്. തറയുടെ താഴേഭാഗത്തുനിന്നും ലൈബ്രറിയുടെ മുറ്റംവരെ നീളുന്ന ഉറുമ്പുകളുടെ നീണ്ടനിര. നേരിയ കൈത്തുന്നൽപോലെ.

അങ്ങനെ കൊല്ലങ്ങൾ കടന്നുപോയി. അനാട്ടോലിയയുടെ വയസ്സും അതിനോടൊപ്പം ഏറിവന്നു. എന്നാലും അവൾ സന്തോഷത്തോടെ കഴിഞ്ഞു. ചുറ്റുപാടും ഏറെ പ്രിയപ്പെട്ട ഒരുപിടി ആത്മാക്കളുടെ സാന്നിദ്ധ്യം. അതു മതിയായിരുന്നു അവൾക്കു കൂട്ടിന്. പക്ഷേ, കൂട്ടുകാരി യാസാമാൻ സങ്കടപ്പെട്ടു. അവളുടെ ഏകാന്തജീവിതം അവർക്കൊരു നോവായി. വീണ്ടും വിവാഹം കഴിക്കണം. അവർ പല തവണ നിർദ്ദേശിച്ചു. അതിലൊരു തെറ്റുമില്ല. വേണ്ട. അനാട്ടോലിയ തലയാട്ടി. കാലം തെറ്റി. അതുകൊണ്ട് ഒരു പ്രയോജനവുമില്ല. അവൾ മനസ്സിൽ പറഞ്ഞു. ഒരു ഭർത്താവിൽ നിന്ന് എന്തെങ്കിലും ഗുണമുണ്ടായോ?

അങ്ങനെയിരിക്കെ രണ്ടാമതൊരാളിൽ നിന്നും നല്ലതെങ്കിലും പ്രതീക്ഷിക്കുന്നതെങ്ങനെ?

അവൾക്കു നാല്പത്തിരണ്ട് വയസ്സ് തികഞ്ഞ ആണ്ടിലാണ് യുദ്ധം ആരംഭിച്ചത്. ആദ്യം അവ്യക്തമായ വാർത്തകളാണ് താഴ്വരയിൽ നിന്നും കേട്ടത്. കിഴക്കൻ അതിർത്തി പ്രദേശത്ത് വെടിവെപ്പു തുടങ്ങിയിരിക്കുന്നു. വാർത്താപത്രങ്ങൾ മുറയ്ക്കു വായിക്കുന്നവരാണ് അപായസൂചന നൽകിയത്. അതിർത്തി പ്രദേശത്തു നടക്കുന്ന യുദ്ധത്തിന്റെ വാർത്തകൾ അപ്പോഴപ്പോൾ പത്രത്തിൽ വന്നിരുന്നു. ആദ്യം കിഴക്കുവശത്ത് പിന്നെ തെക്കുപടിഞ്ഞാറ്. ഭയജനകമായ വാർത്തകൾ. ആ ശീതകാലത്താണ് വമ്പിച്ച സൈനികനീക്കങ്ങളെപ്പറ്റിയുള്ള വിവരങ്ങൾ കേൾക്കാൻ തുടങ്ങിയത്. ഒരു മാസം കഴിഞ്ഞപ്പോഴേക്കും മാരാനിലെ പുരുഷന്മാരെല്ലാവരും നിർബന്ധമായി സൈന്യത്തിൽ ചേർക്കപ്പെട്ടു. ഒരു തോക്ക് കൈയിലെടുക്കാൻ കെല്പ്പുള്ളവരെല്ലാം പടക്കളത്തിലേക്ക് എന്നായിരുന്നു നിയമം. ദിവസങ്ങൾക്കകം യുദ്ധം താഴ്വരയിലുമെത്തി. വലിയൊരു നീർച്ചുഴിപോലെ അത് പത്തി വിടർത്തി. സർവതും നശിപ്പിച്ചു. കെട്ടിടങ്ങളേയും മനുഷ്യരേയും ഒരുപോലെ വലിച്ചു വായിലാക്കി. ഉഗ്രരൂപിയായ ഒരു രാക്ഷസനെപ്പോലെ. മനീഷ്കറിലെ മലഞ്ചെരുവിലൂടെയാണ് മാരാനിലേക്കുള്ള ഒരേയൊരു പാത വളഞ്ഞുപുളഞ്ഞ് പോയിരുന്നത്. ഷെല്ലുകളും ബോംബുകളും വീണ് അതാകെ തകർന്ന് കുണ്ടും കുഴിയുമായിരുന്നു. ഗ്രാമമാകെ കടുത്ത അന്ധകാരത്തിലായി. അതിനുപുറമെ വർഷങ്ങളോളം നീണ്ടുനിന്ന വിശപ്പും തണുപ്പും. ബോംബു വീണ് വൈദ്യുതി സംവിധാനമാകെ തകർന്നിരുന്നു. ജനാലുകളിലെ ചില്ലുപാളികളും പൊളിഞ്ഞു പോയിരുന്നു. പുതിയ ചില്ലുപാളികൾ കിട്ടാൻ വഴിയില്ല. എല്ലാവരും പോളിത്തീൻ ഫിലിം ഒട്ടിച്ചു വെച്ച് ജനലുകൾ അടച്ചു വെച്ചു. അല്ലെങ്കിലും പുതിയ ജനൽ ചില്ലകൾ വെച്ചിട്ടും എന്തു കാര്യം? അടുത്ത ഷെൽ വന്നു വീഴുന്നതോടെ അതും തകർന്ന് തരിപ്പണമാവും.

പാടത്ത് വിതയുടെ കാലമായതോടെ ബോംബാക്രമണത്തിനു ശക്തിയേറി. പാടത്ത് പണിയൊന്നും നടക്കരുതെന്ന് വാശിയുള്ളതുപോലെ. അടുക്കളത്തോട്ടങ്ങളിൽനിന്നും മാത്രം കിട്ടിയ തുച്ഛമായ വിളവുകൾ കൊണ്ട് എത്ര നാൾ കഴിക്കാൻ? കാട്ടിൽ നിറയെ ശത്രുപക്ഷത്തെ സൈനികരായിരുന്നു. ആരേയും അവർ വെറുതെ വിട്ടില്ല. സ്ത്രീകളേയും പ്രായമായവരെപോലും ഒഴിവാക്കിയില്ല. അടുപ്പു കത്തിക്കാൻ വിറകില്ലാതെ ജനം വലഞ്ഞു. കാട്ടിൽ കയറാൻ വയ്യല്ലോ. അതികഠിനമായ തണുപ്പിൽ നിന്നും രക്ഷ നേടാൻ മാർഗ്ഗവുമില്ലായിരുന്നു. ആളുകൾ ആദ്യം വീടിനു ചുറ്റുമുള്ള മരവേലികൾ കത്തിച്ചു. പിന്നെ മേൽക്കൂര പൊളിച്ചു. അവസാനം തറയിൽ വിരിച്ച മരപ്പാളികൾ അടർത്തിയെടുത്തു.

ആദ്യത്തെ തണുപ്പുകാലം. അതായിരുന്നു ഏറ്റവും ദുസ്സഹം. അനാട്ടോലിയ ഇരിപ്പും കിടപ്പുമെല്ലാം അടുക്കളയിലേക്കു മാറ്റി. അത്രയെങ്കിലും ചൂട് കിട്ടുമല്ലോ. മറ്റു മുറികളിലൊന്നും ഇരിക്കാൻ വയ്യ. അത്രയും തണുപ്പ്.

പ്ലാസ്റ്റിക്ക് തുണ്ടുകൾകൊണ്ട് മറച്ച ജനാലകൾക്ക് പുറത്തെ കഠിനമായ തണുപ്പിൽ നിന്നും രക്ഷ നൽകാൻ സാധിച്ചില്ല. ചുമരുകളും തട്ടും മഞ്ഞു വീണ് ആകെ നനഞ്ഞിരുന്നു. മാത്രമല്ല ഇത്തിരിവെയിൽ കാണുമ്പോ ഴേക്കും മഞ്ഞുരുകി താഴേക്ക് ചാലുകളായി ഒഴുകി ഇറങ്ങിയിരുന്നു. വിളക്കിലൊഴിക്കാൻ മണ്ണെണ്ണ ഇല്ലായിരുന്നു. മെഴുകുതിരികളും പെട്ടെന്ന് കിട്ടാതായി. തണുപ്പുകാലം തുടങ്ങിയതോടെ സ്കൂളടച്ചു. ലൈബ്രറി യിലും ആരും വരാതായി. അനാട്ടോലിയ വീട്ടിലിരുന്നു വായിക്കാനായി കുറെ പുസ്തകങ്ങൾ ഒരു വണ്ടിയിൽ കയറ്റി. കുറെ പൂച്ചട്ടികളും അതിൽ കയറ്റി വീട്ടിൽ കൊണ്ടുവന്നു. അടുക്കളയുടെ മൂലയിൽ കുറെ വൈക്കോൽ വിരിച്ചു. ചെന പിടിച്ച ആടിനെ അങ്ങോട്ടു മാറ്റി. ജനുവരി അവസാനത്തോടെ അവൾ പ്രസവിച്ചു. രണ്ടു കുഞ്ഞുങ്ങൾ. അറ്റ മില്ലാതെ നീണ്ടുപോകുന്ന ശീതകാല ദിവസങ്ങൾ. അങ്ങനെയാണ് അനാ ട്ടോലിയ ചെലവഴിച്ചത്. അടുപ്പിൽ നിന്നും ഇത്തിരിചൂട്. ചുറ്റും കുറെ പൂച്ചട്ടികളും അവൾക്ക് പ്രിയപ്പെട്ട പുസ്തകങ്ങളും. ആട്ടിൻകുട്ടികളുടെ നേരിയ കരച്ചിൽ സുഖമുള്ളൊരു ശബ്ദമായി. ഒരു മരത്തൊട്ടിയിൽ കുറച്ചുവെള്ളം ചൂടാക്കി ശരീരത്തിന്റെ ഓരോ ഭാഗമായി കഴുകി വൃത്തി യാക്കി. ആദ്യം തല, പിന്നെ ശരത്തിന്റെ മേൽ ഭാഗം, തുടർന്ന് താഴേയും. ആടുകൾക്കു പുറംതിരിഞ്ഞ് നാണത്തോടുകൂടിയാണ് കുളിച്ചിരുന്നത്. മഞ്ഞുപെയ്യുന്ന സമയം. വെള്ളമെടുക്കാൻ തോടുവരെ പേകേണ്ടിവന്നില്ല. പാത്രത്തിൽ മഞ്ഞു ശേഖരിച്ച് ചൂടാക്കിയാൽ മതിയല്ലോ. കുറച്ചുവെള്ളം കുടിക്കാൻ. കുറച്ച് ഭക്ഷണം പാകം ചെയ്യാൻ. ശേഷിച്ചത് തുണി അല ക്കാനും പാത്രം കഴുകാനും. വ്യാഴാഴ്ചയും വെള്ളിയാഴ്ചയും അവൾ മലിനജലം തുണുപ്പിച്ച് പുറത്തുകൊണ്ടുവന്നൊഴിച്ചു കളഞ്ഞു. അത് മാരാനിയൻകാരുടെ ഒരു വിശ്വാസമായിരുന്നു. കാലങ്ങളായി പാലിച്ചു പോരുന്നത്. വ്യാഴാഴ്ചയും വെള്ളിയാഴ്ചയും ചൂടുള്ള വെള്ളം മുറ്റത്തേ ക്കൊഴിക്കരുത്. അത് കർത്താവിന്റെ കാലുകൾ പൊള്ളിക്കും.

ശീതകാലത്തിലെ പകലുകൾ ബാബോ മനേഷിന്റെ ജപമാലയിലെ മണികൾപോലെ തിളക്കമുള്ളതായിരുന്നു. ആ ജപമാല അവൾ എപ്പോഴും കൈയിൽ വെച്ചിരുന്നു, രാവിലെ നേരത്തെ അനാട്ടോലിയ പോയി കോഴിക്കൂട്ടിൽ തീറ്റി വിതറും. മുട്ടകൾ പെറുക്കിയെടുക്കും. അതിനുശേഷം ആടിനു തീറ്റി കൊടുത്ത് അടുക്കള വൃത്തിയാക്കും. എളുപ്പത്തിൽ ഒരു പ്രാതൽ തയ്യാറാക്കും. പിന്നെ കുറെനേരം വായന. ഉച്ചയ്ക്കുശേഷം മിക്കവാറും ആകാശം മൂടിക്കെട്ടിയിരിക്കും. രാത്രിയാകു ന്നതോടെ എങ്ങും കനത്ത ഇരുട്ടു പരക്കും. കട്ടിയുള്ള കമ്പിളിപുതപ്പു കൾ ഒന്നിനുമേൽ ഒന്നായി പുതച്ച് മിണ്ടാതെ കിടക്കുകയല്ലാതെ വേറെ യൊന്നും ചെയ്യാനാവില്ല. കരിയുടുപ്പിൽ കനൽക്കട്ടകൾ എരിയുന്നതു നോക്കി കിടന്ന് ഇടയിലെപ്പോഴെങ്കിലും ഉറങ്ങിപ്പോകും. ഏറ്റവും പ്രിയ പ്പെട്ടവരുടെ ഫോട്ടോകൾ പതിച്ച ആൽബം എപ്പോഴും അരികത്തുത ന്നെയുണ്ടാകും. ഇടയ്ക്കിടയ്ക്ക് അതെടുത്തു നോക്കും. നിശ്ശബ്ദമായി

കണ്ണീർ തുടയ്ക്കും. അവരോടു പറയാൻ പ്രത്യേകിച്ചൊന്നുമുണ്ടായിരുന്നില്ല. അല്ലെങ്കിലും ആവലാതികൾ പറഞ്ഞ് അവരുടെ സ്വൈരം കെടുത്താൻ അവൾ ആഗ്രഹിച്ചിരുന്നില്ല.

പതിവിലും വൈകി ആ ആണ്ടിൽ വസന്തം വന്നത് മാർച്ച് പകുതി കഴിഞ്ഞാണ്. തണുപ്പും വിശപ്പും ഇരുട്ടും സഹിച്ച് നാട്ടുകാർ ആകെ വലഞ്ഞിരുന്നു. അവസാനം അവർ ആശ്വാസത്തിന്റെ നെടുവീർപ്പിട്ടു. അവർ അടഞ്ഞുകിടന്നിരുന്ന ജനലുകളും വാതിലുകളും തുറന്ന് സൂര്യപ്രകാശത്തെ സ്വാഗതം ചെയ്തു. മനുഷ്യനെ മരവിപ്പിച്ചു കൊല്ലുന്ന നീണ്ടു നീണ്ടു പോകുന്ന ശീതകാലം കഴിഞ്ഞല്ലോ എന്ന സന്തോഷം. അതോടെ മരണഭയവും അവരെ വിട്ടൊഴിഞ്ഞു. ഷെല്ലുകളും ബോംബുകളും അവർ ഗൗനിക്കാതായി. അതൊക്കെ അവരെ സംബന്ധിച്ചിടത്തോളം സാധാരണ സംഭവങ്ങളായി. എന്നാൽ തണുപ്പുകാലത്ത് വീടുകൾക്കുള്ളിൽ കടന്നുകൂടിയ നനവും അവിടവിടെയുള്ള വെള്ളക്കെട്ടും വലിയ ബുദ്ധിമുട്ടായി. വീടിനും വീട്ടുകാർക്കും ഒരുപോലെ ദോഷം വരുത്തുന്ന സംഗതി. സകല സാധനങ്ങളും പുറത്തെടുത്തിട്ട് വെയിലിൽ ഉണക്കിയെടുക്കണം. കാറ്റും വെയിലും കൊള്ളിച്ച് വീട്ടിനകത്തെ നനവ് അകറ്റണം. ചുമരുകളും തറയും അലമാരകളും കാരവും അണുനാശിനിയും ചേർത്ത വെള്ളമൊഴിച്ച് കഴുകി വൃത്തിയാക്കണം. കിടക്കയും പുതപ്പും പരവതാനികളും സാധാരണ ഉപയോഗിക്കുന്ന വസ്ത്രങ്ങളും എല്ലാം അലക്കി ശുദ്ധമാക്കണം. അങ്ങനെ തീർത്താൽ തീരാത്ത പണികൾ. അനാട്ടോലിയ വീണ്ടും ലൈബ്രറിയിൽ പോയിത്തുടങ്ങിയത് ഏപ്രിൽ അവസാനത്തോടെയായിരുന്നു. അപ്പോഴേക്കും ബോംബു വീഴുന്നത് ഒന്നു കുറഞ്ഞിരുന്നു. പ്രൈമറി സ്കൂൾ തുറന്ന് പ്രവർത്തിക്കാൻ തുടങ്ങിയിരുന്നു.

അനാട്ടോലിയ തലയിണയിൽ കവിളുകൾ അമർത്തി ഉരസി. വീണ്ടും വീണ്ടും പൊട്ടിയൊഴുകിയ കണ്ണീർ തുടച്ചുകളയാൻ ശ്രമിച്ചു. വർഷങ്ങൾ എത്ര കഴിഞ്ഞു. ഇപ്പോഴും ആ ദിവസം ഓർക്കുമ്പോൾ കരച്ചിലടക്കാനാവുന്നില്ല. അത്രയും പരിതാപകരമായിരുന്നു ലൈബ്രറിയുടെ അവസ്ഥ. വളരെ നാളുകൾക്കുശേഷം ആദ്യമായി കടന്നുചെന്നപ്പോൾ ജനലുകൾ മൂടിയിരുന്ന പ്ലാസ്റ്റിക്ക് ഷീറ്റുകളെ തള്ളിമാറ്റി നനവ് അകത്തേക്ക് കടന്നിരുന്നു. പുസ്തകത്തട്ടുകളുടെ മുകളറ്റംവരെ അത് വ്യാപിച്ചിരുന്നു. നോക്കുന്നിടത്തെല്ലാം പൂപ്പൽ പിടിച്ച് നാശമായിരുന്നു. പുസ്തകച്ചട്ടകളും താളുകളും ഒരുപോലെ മഞ്ഞനിറം ബാധിച്ച് ദ്രവിച്ചിരുന്നു. അനാട്ടോലിയ പിന്നേയും പിന്നേയും ദൈവത്തെ വിളിച്ച് ഉറക്കെ കരഞ്ഞു. ഓരോ തട്ടുകളിലും ഒരു നൂറു പുസ്തകങ്ങളുടെ ശവശരീരങ്ങൾ. തന്റെ നോട്ടക്കുറവുകൊണ്ടാണ് ആ ദുരന്തം സംഭവിച്ചതെന്ന് അവൾ സ്വയം കുറ്റപ്പെടുത്തി.

സ്കൂളിലെ പ്രധാന അദ്ധ്യാപിക ലൈബ്രറിയിൽ വന്നപ്പോൾ അനാട്ടോലിയ മുറ്റത്ത് തലയും കുമ്പിട്ടിരുന്ന് തേങ്ങിത്തേങ്ങി കരയുകയായിരുന്നു ഒരു കൊച്ചുകുഞ്ഞിനെപ്പോലെ. തേങ്ങൽ നിർത്താനാവാതെ.

കുറച്ചു പ്രായമായൊരു സ്ത്രീയായിരുന്നു പ്രധാനാദ്ധ്യാപിക. പുരുഷന്മാരുടേതുപോലെ ഉറച്ച തോളും താടിയും അനാട്ടോലിയയുടെ സങ്കടമെല്ലാം അവർ മിണ്ടാതെ കേട്ടുനിന്നു. പല പുസ്തകങ്ങളും താൻ തന്നെ എടുത്തു പരിശോധിച്ചു. നിരാശയോടെ തലയാട്ടി അതാതിന്റെ സ്ഥാനത്ത് തിരിച്ചുവെച്ചു. പൂപ്പലിന്റേയും നനവിന്റേയും മണം പറ്റിയ വിരലുകൾ മണത്തു നോക്കി. പുരികം ചുളിച്ചു. കൈലേസെടുത്ത് വിരലും കൈയ്യും അമർത്തിത്തുടച്ചു.

"അവനവനെ കുറ്റം പറഞ്ഞിട്ടെന്തു കാര്യം? നിനക്കെന്തെങ്കിലും ചെയ്യാൻ പറ്റുമായിരുന്നോ? എന്തായാലും അവ നശിച്ചു പോയേനേ."

"എങ്ങനെ നശിച്ചു പോകാൻ.? പഴയ ലൈബ്രേറിയൻ കടുത്ത ക്ഷാമകാലത്തുപോലും കേടൊന്നും കൂടാതെ ഈ പുസ്തകങ്ങളെ രക്ഷിച്ചില്ലേ? എന്നാൽ... ഞാൻ ഈ യുദ്ധകാലത്ത് ഒന്നും ചെയ്യാതെ നോക്കിയിരുന്നു. എല്ലാം നാശമാവുകയും ചെയ്തു."

ആ കാലത്ത് ജനലകളെല്ലാം കൊട്ടിയടച്ചു വെച്ചിരുന്നു. ഇപ്പോഴത്തെ സ്ഥിതി അതാണോ? ആരു വിചാരിച്ചു ഇങ്ങനെയൊക്കെ സംഭവിക്കുമെന്ന്?"

പുസ്തകങ്ങളെ രക്ഷിക്കാൻ അനാട്ടോലിയ ആവതും ശ്രമിച്ചു. ഫലമുണ്ടായില്ല. മുറ്റത്ത് നീണ്ട അയകൾ കെട്ടി പുസ്തകങ്ങൾ ഉണക്കാനിട്ടു. ദൂരെ നിന്നു നോക്കിയാൽ ലൈബ്രറിമുറ്റത്തെ കമ്പികളിൽ പലവർണ്ണപക്ഷികൾ വന്നിരിക്കുകയാണെന്നു തോന്നും. ഇടയ്ക്കിടെ അവൾ പുറത്തു വന്ന് പുസ്തകങ്ങൾ ചരിച്ചും മറിച്ചും വെച്ചു. രാത്രി മഴ പെയ്ത് പുസ്തകങ്ങൾ നനഞ്ഞാലോ എന്നു കരുതി അവൾ അവിടെത്തന്നെ കിടന്നുറങ്ങി. രണ്ടാമത്തെ ദിവസമായപ്പോഴേക്കും പുസ്തകങ്ങൾ ഒരിവിധം ഉണങ്ങി. പക്ഷേ, പേജുകൾ പൊടിഞ്ഞുപൊടിഞ്ഞു വീഴാൻ തുടങ്ങി. ശരത്കാലത്ത് മരച്ചില്ലകളിൽ നിന്നും ഇലകൾ പൊഴിയുമ്പോലെ. അനാട്ടോലിയ എല്ലാം വാരിയെടുത്ത് ഒരു കൂമ്പാരമാക്കി. വേലിക്കരികിൽ കൊണ്ടുചെന്നിട്ടു. ലൈബ്രറി അടച്ചുപൂട്ടി പുറത്തേക്കിറങ്ങി. പിന്നീടൊരിക്കലും അവൾ ആ പടി കടന്നില്ല.

പിന്നേയും ഏഴുവർഷം കഴിഞ്ഞാണ് യുദ്ധം പിൻവാങ്ങിയത്. അതോടൊപ്പം ഗ്രാമത്തിലെ യുവതലമുറയും അപ്രത്യക്ഷമായി. കുറെ അധികം പേർ പടക്കളത്തിൽ മരിച്ചുവീണു. കുറേപേർ കൂടുതൽ സുഖവും സമാധാനവും സമ്പത്തും തേടി മറ്റിടങ്ങളിലേക്ക് ചേക്കേറി. അപ്പോഴേക്കും അനാട്ടോലിയയ്ക്ക് വയസ്സ് അമ്പത്തിയെട്ടായിരുന്നു. മാരാനിൽ പ്രായമായവർ മാത്രമേ ശേഷിച്ചിരുന്നുള്ളൂ. തങ്ങളുടെ പൂർവ്വികന്മാർ അന്ത്യവിശ്രമം കൊള്ളുന്ന ആ പ്രദേശം വിട്ട് വേറെ എവിടേയും പോകാൻ അവൾ തയ്യാറായില്ല. കൂട്ടത്തിൽ ഏറ്റവും ഇളയവളായിരുന്നു അനാട്ടോലിയ. എന്നാൽ ആ ഇളപ്പം കാഴ്ചയ്ക്കുണ്ടായിരുന്നില്ല യാസാമാന്റെ ഏറ്റവും ഇളയ മകളുടെ പ്രായം. എന്നാൽ കാഴ്ചയിൽ യാസാമാനോളം തന്നെ

വയസ്സ്. മറ്റു സ്ത്രീകളെപോലെ അവളും നീണ്ട കമ്പിളിക്കുപ്പായങ്ങൾ ധരിച്ചു. അതിനുമീതെ ഒരു പിനാഫോർ കെട്ടി തലയാകെ മൂടി. ഒരു തൂവാല അത് കഴുത്തിനു പുറകിലായി ഇറുക്കിക്കെട്ടി. ഇറുകിയ കഴുത്തുള്ള കുപ്പായത്തിനു മീതെ അവൾ തന്റെ അമ്മയുടെ ഒരു ചെറിയ മാല എപ്പോഴും അണിഞ്ഞിരുന്നു. ആഭരണമെന്നു പറയാൻ അതു മാത്രമേ ബാക്കിയുണ്ടായിരുന്നുള്ളൂ. ജീവിതം ഏതെങ്കിലും തരത്തിൽ മെച്ചപ്പെടുമെന്ന പ്രതീക്ഷ ഗ്രാമത്തിൽ ഒരാൾക്കുപോലും ഉണ്ടായിരുന്നില്ല. ഗ്രാമം തന്നെ അതിന്റെ അവസാനകാലത്തിലൂടെ കടന്നുപോവുകയാണെന്ന തോന്നൽ. വധശിക്ഷയ്ക്കു വിധിക്കപ്പെട്ട കുറ്റവാളിയുടെ മട്ട്. മാരാൻ എന്ന ഗ്രാമംതന്നെ ഇല്ലാതാകുന്നു. അതോടൊപ്പം അനാട്ടോലിയയും.

രാത്രി ചുവടുവെച്ചടുക്കുകയായിരുന്നു. തെക്കുവശത്തു നിന്ന് നിലാവിന്റെ നാളങ്ങൾ ജനാലവഴി മെല്ലെ അകത്തേക്കു നീളുന്നു. ലോകം കാണുന്ന സ്വപ്നക്കാഴ്ചകളെക്കുറിച്ചായിരിക്കുമോ ചിവീടുകൾ അടക്കം പറയുന്നത്? അനാട്ടോലിയ തലയിണയിൽ തല അമർത്തിവെച്ച് നിവർന്നു കിടന്നു. തന്റെ പ്രിയപ്പെട്ടവരുടെ ഫോട്ടോകളുള്ള ആൽബം നെഞ്ചോടു ചേർത്തു പിടിച്ചു കരഞ്ഞുകൊണ്ടിരുന്നു.

രണ്ട്

ഒരു പാത്രത്തിൽ മുട്ടയുടെ വെള്ളയും പഞ്ചസാരയും ചേർത്ത് ഓവൻസ് ഷാൽവാരന്റ്സ് ശക്തിയായി അടിച്ചു പതപ്പിച്ചുകൊണ്ടിരുന്നു. കാലവും സാഹചര്യങ്ങളും സ്വന്തം ആരോഗ്യസ്ഥിതിയും ഏതുവിധത്തിലായാലും പ്രാതലിന്റെ കാര്യത്തിൽ അയാൾ ഒരു മാറ്റവും വരുത്താറില്ല. ആദ്യം തന്റെ ഇഷ്ടഭക്ഷണം. അതിനുശേഷം തൈം - ഭക്ഷണം പാകംചെയ്യുമ്പോൾ ഉപയോഗിക്കുന്ന വാസന നൽകുന്ന ഒരു സസ്യം - ഇട്ടു തിളപ്പിച്ച ചായ നല്ല കടുപ്പത്തിൽ. താൻത്തന്നെ ചുരുട്ടിയെടുത്ത സിഗരറ്റ് സാവധാനം പുകച്ചുകൊണ്ട് സുഗന്ധമുള്ള ആവി ഉയരുന്ന ചായയും നുകർന്ന് അങ്ങനെയിരിക്കുക അയാൾക്ക് വലിയ രസമായിരുന്നു. ഈയിടെയായി സിഗരറ്റ് ചുരുട്ടാനുള്ള കടലാസ്സിന്റെ കാര്യത്തിൽ കുറേശ്ശെ പിശുക്കു കാണിക്കാതെ വയ്യ എന്നായിരിക്കുന്നു.

ആഴ്ചയിൽ അഞ്ചുദിവസം തപാൽ വണ്ടി മുക്കിയും മൂളിയും മല കയറി ഗ്രാമത്തിലെത്തും. അച്ചടിമഷിയുടെ നനവും മണവും മാറാത്ത വാർത്താപത്രങ്ങളും അതോടൊപ്പം വന്നെത്തി. വളരെ ശ്രദ്ധയോടെ ഓവൻസ് പത്രത്തിലെ ഓരോ പേജും വായിച്ചിരുന്നു. ശ്രദ്ധ ആകർഷിക്കുന്ന വിധത്തിലുള്ള തലക്കെട്ടുകൾ. എന്നാൽ അതിനു ചുവടെയുള്ള വാർത്ത വെറും പൊള്ളയും. അത് പത്രങ്ങളെക്കുറിച്ചുള്ള അയാളുടെ

അഭിപ്രായത്തിന് ആക്കം കൂട്ടി. പറഞ്ഞു കേൾക്കുന്ന വാർത്തകളുമായി താരതമ്യം ചെയ്യുമ്പോൾ പത്രവാർത്തകൾ തനി ചവറ്.

“ഒരു നൂറുവട്ടം ആലോച്ചിച്ചുറപ്പിച്ചതിനുശേഷം എന്തെങ്കിലും പറയുന്നതാണ് നല്ലത്. ആലോചന കൂടാതെ വല്ലതുമൊക്കെ പ്രചരിപ്പിക്കുന്നതിനേക്കാൾ ഭേദം അതാണ്.” പത്രത്താളുകൾ മറിച്ചുനോക്കിക്കൊണ്ട് ഓവൻസ് തന്നോടു തന്നെ പറയുമായിരുന്നു.

ഉടനെ യാസാമാൻ അയാളെ എതിർക്കും. “നൂറുവട്ടം ആലോചിച്ചിട്ടല്ലേ അവർ ആ വാർത്ത എഴുതിയതെന്ന് പറയാനാവുമോ?”

“ഓരോ വാക്കും എഴുതുംമുമ്പേ അവർ നൂറുവട്ടം ആലോചിച്ചിരുന്നുവെങ്കിൽ മാസത്തിലൊരിക്കലേ പത്രം വരുമായിരുന്നുള്ളൂ. ഇത്രയും ഗൗരവമേറിയ വിവരങ്ങൾ ആർക്കെങ്കിലും ഒറ്റദിവസംകൊണ്ട് ആലോചിച്ചുണ്ടാക്കാനാവുമോ?”

“ഇല്ല.”

“അതുകൊണ്ട് തന്നെയാണ് ഞാൻ പറഞ്ഞത്.”

കാര്യമായ വാർത്തയൊന്നുമില്ലെങ്കിലെന്താ? ആ കടലാസുകൊണ്ട് ചുരുട്ടിയെടുത്ത സിഗരറ്റിന് ഒരു തരക്കേടുമുണ്ടായിരുന്നില്ല. അതുകൊണ്ട് ഓവൻസ് പത്രം വരുത്തുന്നത് നിർത്തിയില്ല. വായിക്കുന്നതുകൊണ്ട് പ്രയോജനമില്ലെങ്കിലും സിഗരറ്റു ചുരുട്ടാനുള്ള കടലാസായല്ലോ. എന്നാൽ യുദ്ധം തുടങ്ങിയതോടെ തപാൽവണ്ടികൾ മനീഷ്കറിലേക്കുള്ള ചുരം കയറി വരുന്നത് തീരെ കുറഞ്ഞു. പതുക്കെ പതുക്കെ വരവ് പാടെ നിർത്തുകയും ചെയ്തു. താഴ്‌വരയിലേക്കുള്ള പെട്രോളിന്റെ അളവ് വല്ലാതെ കുറഞ്ഞുപോയതായിരുന്നു കാരണം. കിട്ടുന്ന പെട്രോൾ അത്യാവശ്യങ്ങൾക്കുമാത്രമായി അധികൃതർ കരുതിവെച്ചു.

തപാൽവണ്ടികൾ വരാതായതോടെയാണ് പത്രങ്ങളുടെ കാര്യം പ്രശ്നമായത്. അതു പരിഹരിക്കാൻ ആളുകൾ അവരുടേതായ വഴികൾ കണ്ടെത്തി. തുടക്കത്തിൽ പഴയ പത്രക്കടലാസുകൾ ഉപയോഗിച്ചു. അതു കഴിഞ്ഞപ്പോൾ അവർ പഴയ പുസ്തകത്താളുകൾ ഉപയോഗിച്ചു തുടങ്ങി. അങ്ങനെയൊരു കൂമ്പാരം നിരാശ മൂത്ത അനാട്ടോലിയ ലൈബ്രറിയുടെ വേലിക്കരുകിൽ കൂട്ടിയിട്ടിരുന്നല്ലോ. വയസ്സായവർ പൂപ്പൽ പിടിച്ചികിടക്കുന്ന അവരുടെ പഴഞ്ചൻ പുസ്തകങ്ങളെ ആശ്രയിച്ചു. ഷേക്സ്പിയർ, ചെക്കോവ്, ദസ്തയെവ്സ്കി, ഫോക്നർ, ബാൽസാക്... അങ്ങനെ ഒക്കെ പൂപ്പൽ ബാധിച്ച് ഉപയോഗശൂന്യമായിരുന്നു. കനമുള്ള ചട്ടകൾ ചൂടുള്ള പാത്രങ്ങൾ വെക്കാനുള്ള അടിത്തട്ടുകളായി. ചിലർ കൈക്കിലയായും. ചിലർ തീ കത്തിക്കാനും പഴയ പുസ്തകങ്ങൾ ഉപയോഗിച്ചു. അത്തരം കടലാസിൽ ചുരുട്ടിയെടുത്ത സിഗരറ്റിന് അസുഖകരമായൊരു മണവും ചവർപ്പും. മാത്രമല്ല പെട്ടെന്ന് പുകഞ്ഞു തീരുകയും ചെയ്തു. ഓവൻസ് പുരികം ചുളിച്ച് ശപിച്ചു. ഒരു സിഗരറ്റ് വലിച്ചുതീർക്കുന്നതിനിടയിൽ എത്ര തവണ അതിൽ തീ കൊളുത്തണം? ചിലപ്പോൾ സ്വന്തം വിരലിലും

പൊള്ളലേല്ക്കും. സ്റ്റൗവിൽ നിന്നും തീ പകർന്നെടുക്കുന്നതിനിടയിൽ. തീപ്പെട്ടിക്ക് നാട്ടിൽ വലിയ ക്ഷാമമമായിരുന്നു. വളരെ സൂക്ഷിച്ചാണ് എല്ലാവരും തീപ്പെട്ടി ഉപയോഗിച്ചിരുന്നത്.

എട്ടു നീണ്ട വർഷങ്ങൾ. ലോകമെമ്പാടും അശാന്തിയും അക്രമവും യുദ്ധം വിതച്ചു കൊയ്തു. എന്നാൽ പെട്ടെന്നൊരു ദിവസം അതിന്റെ കാലിടറി പിൻവാങ്ങുകയും ചെയ്തു. ഓരിയിട്ടുകൊണ്ട് ചോര പൊടിയുന്ന സ്വന്തം ശരീരം നക്കിത്തുടച്ചുകൊണ്ട് മുടന്തി മുടന്തി അത് പിന്നാക്കം ചുവടുവെച്ചു. അപ്പോഴും ഇന്ധനക്ഷാമം അവസാനിച്ചിരുന്നില്ല. എങ്കിലും ഗ്രാമം സാവധാനം സാധാരണസ്ഥിതിയിലേക്കു തിരിച്ചെത്തി. പുറം ലോകത്ത് വന്നുചേർന്ന മാറ്റങ്ങൾ മാരാനെ ബാധിച്ചില്ല. അങ്ങനെയൊരു ഗ്രാമം ഉണ്ടെന്ന കാര്യംതന്നെ എല്ലാവരും മറന്നിരുന്നു. വല്ലപ്പോഴും കടന്നുവന്ന ഒരേയൊരു വാഹനം ഒരു ആംബുലൻസ് ആയിരുന്നു. അതും ആരെങ്കിലും അടിയന്തിരമായ എക്സ്പ്രസ്സ് ടെലിഗ്രാം അയച്ചാൽ മാത്രം. മാരാനിൽ ഒരു ടെലിഗ്രാഫ് ആപ്പീസുണ്ടായിരുന്നു. പുറംലോകവുമായി ഗ്രാമത്തെ ബന്ധിപ്പിച്ചിരുന്ന ഒരേയൊരു ഘടകം. താഴെയുള്ളവർ മുകളിലെ മാരാനിൽ താമസിക്കുന്ന ഒരു പിടി വയസ്സായവരെ പണ്ടേ തള്ളിക്കളഞ്ഞിരുന്നു പിടിവാശിക്കാർ. മനീഷ്കറിന്റെ ഉച്ചിയിൽ നിന്നും താഴ്വരയിലേക്ക് താമസം മാറ്റില്ലെന്ന് ശാഠ്യം പിടിക്കുന്നവർ. അവരോടിനി എന്തു പറയാൻ?

പോസ്റ്റ്മാൻ മാമിക്കോണാണ് ഗ്രാമത്തിലെ കടലാസുക്ഷാമം കുറച്ചെങ്കിലും പരിഹരിച്ചത്. രണ്ടാഴ്ച കൂടുമ്പോൾ ഒരു ദിവസം എഴുത്തുകൾ വിതരണം ചെയ്യാനായി അയാൾ മല കയറി വരും. എഴുത്തുകൾ കുറവായ ദിവസം അയാൾ സഞ്ചിയിൽ പരസ്യക്കടലാസുകളും ലഘുലേഖകളും കുത്തിനിറയ്ക്കും. അയാൾ അതെല്ലാം കൊണ്ടുവന്ന് പോസ്റ്റ് ആപ്പീസിൽ കൂട്ടി വെക്കും. ടെലിഗ്രാഫിസ്റ്റ് സാറെനിക്ക് അത് ഇരുപത്തിമൂന്നു തുല്യ ഭാഗങ്ങളായി വേർതിരിച്ചുവെക്കും. ഗ്രാമത്തിൽ താമസക്കാരായി ഇരുപത്തിമൂന്നു കുടുംബങ്ങളാണ് ഉണ്ടായിരുന്നത്. വൈകുന്നേരമാകുമ്പോഴേക്കും എല്ലാവരും വന്ന് അവനവന്റെ ഭാഗം എടുത്തിട്ടുണ്ടാകും.

പുകയിലെ വെച്ച് ചുരുട്ടുന്നതിനു മുമ്പ് ഓവൻസ് ഓരോ കടലാസും ശ്രദ്ധയോടെ വായിച്ചുനോക്കും. അതു വായിച്ചു നോക്കിയാൽ മനസ്സിലാകും. താഴ്വരയിലെ താമസക്കാർക്ക് ഇപ്പോഴും വിവരം വെച്ചിട്ടില്ലെന്ന് കാര്യങ്ങൾ നേരെ വീപരീതമെന്നാണ് അയാൾക്ക് തോന്നിയത്. അവർ ഇപ്പോഴും മന്ത്രവാദികളെ കാണുന്നു. വശീകരണമന്ത്രങ്ങൾ പ്രയോഗിക്കുന്നു. അനാവശ്യസാധനങ്ങൾ വാങ്ങിക്കൂട്ടാനായി ബാങ്കുകളിൽ നിന്നും കടമെടുക്കുന്നു. വളർത്തുമൃഗങ്ങളെ അവയ്ക്കുള്ള ബ്യൂട്ടീഷ്യൻ സെന്ററുകളിൽ കൊണ്ടുപോയി കണ്ണടച്ച് പണം ചെലവാക്കുന്നു.

"മനുഷ്യനെ ശിക്ഷിക്കണമെന്ന് ദൈവത്തിനു തോന്നിയാൽ ആദ്യമായി അവിടുന്നു ചെയ്യുക അവന്റെ വിവേകം എടുത്തുമാറ്റുകയാണ്."

ഓവൻസ് ചവർപ്പുള്ള ആ പുകയില ആഞ്ഞുവലിച്ചുകൊണ്ട് നിരാശയോടെ തലകുലുക്കി. സ്വന്തം പറമ്പിൽ തന്നെയാണ് തന്റെ ആവശ്യത്തിനുള്ള പുകയില കൃഷി ചെയ്തു വരുന്നത്. ആദ്യകാലത്ത് ആ ഭൂമി അയാളുടെ സഹോദരന്റെ കൈവശമായിരുന്നു. അദ്ദേഹം മരിച്ചിട്ട് വർഷം കുറെയായി. മക്കളാണെങ്കിൽ പലയിടങ്ങളിലേക്കു ചിതറിപ്പോയി. തോട്ടം മുഴുവൻ നോക്കാൻ ആളില്ലാതെ കളയും പുല്ലും വന്നു നിറഞ്ഞു. എന്നാൽ അവിടെ പുകയിലെ കൃഷി ചെയ്യാമെന്ന് ഓവൻസ് തീരുമാനിച്ചു. അത് മണ്ണിന് ഗുണം ചെയ്യും. ഭർത്താവിന്റെ തീരുമാനം യാസാമാനും സന്തോഷമായി. പുകയില അപ്പുറത്തേക്കു മാറ്റിയാൽ തന്റെ അടുക്കളത്തോട്ടത്തിന്റെ അത്രയും ഭാഗത്തുകൂടി ഉരുളക്കിഴങ്ങ് നടാമല്ലോ. വീട്ടുവരാന്തയിൽ പുകയില ഉണക്കിയെടുക്കാം. അതിനുവേണ്ട ഏർപ്പാടുകളും അയാൾ ചെയ്തു. പാകമാകുന്നതിനനുസരിച്ച് അയാൾ പുകയില ശേഖരിച്ചു. രാത്രിയാണ് പുകയില ശേഖരിച്ചിരുന്നത്. ഈർപ്പം ഏറ്റവും കുറവുള്ള നേരം. ഒരു ഇരുമ്പുസൂചികൊണ്ട് അയാൾ ഇലകൾ ഒരു ചരടിൽ കോർത്തുകെട്ടി. ഒരു ചട്ടക്കൂടു തയ്യാറാക്കി. ചരടിൽ കോർത്ത ഇലകൾ അതിൽ കെട്ടിവെച്ചു. ആദ്യം ഏതാനും ദിവസം ഇരുട്ടുമുറിയിൽ വെച്ച് ഇലകൾ വാട്ടിയെടുത്തു. പിന്നീട് ആ ചട്ടക്കൂട് വരാന്തയുടെ നല്ല വെയിലുള്ള ഭാഗത്ത് കൊണ്ടുവന്നുവെച്ചു. നന്നായി ഉണങ്ങി കിട്ടുന്നതുവരെ അത് അവിടെനിന്നും മാറ്റിയില്ല.

അങ്ങനെ ഉണ്ടാക്കിയെടുത്ത പുകയിലെ ശരിക്കും ഒന്നാന്തരമായിരുന്നു. നല്ല മണം. ഏറെ കടുപ്പമില്ല. വലിയ ചവർപ്പുമില്ല. ശനിയാഴ്ചകളിൽ ഗ്രാമത്തിലെ മൈതാനത്തിൽ ചന്ത കൂടുന്ന ദിവസം താൻ ഉണ്ടാക്കിയ നല്ല പുകയിലയുമായി ഓവൻസ് അവിടെ ചെന്നിരിക്കും. ഒപ്പം പകിട നിരത്താനുള്ള പലകയുമുണ്ടാവും. കച്ചവടവും കളിയും ഒരേ സമയത്ത് കൊണ്ടുപിടിച്ചു. അയാളെ പിൻതുടർന്ന് യാസാമനും വരും. തലയിൽ ഭംഗിയുള്ള തൂവാല കെട്ടി. പുറത്തുപോകുമ്പോൾ മാത്രം ഉപയോഗിക്കുന്ന പട്ടു പിനാഫർ ധരിച്ചു. ശനി ഞായർ ദിവസങ്ങളിലും പള്ളിയിലെ ആഘോഷങ്ങൾക്കും മാത്രമേ അവർ പിനാഫർ ധരിക്കാറുള്ളൂ. മാസത്തിലൊരിക്കൽ അസാരിയ അച്ചൻ വന്ന് പള്ളിയിൽ കുർബ്ബാന ചൊല്ലുന്ന ദിവസവും യാസാമാൻ പിനാഫർ ധരിച്ചിരുന്നു.

കാലാവസ്ഥ നല്ലതാണെങ്കിൽ ഗ്രാമത്തിലെ ജനങ്ങൾ മുഴുവനും മൈതാനത്തിൽ ഒരുമിച്ചുകൂടും. അവനവന്റെ മുറ്റത്തും പാടത്തും വിളഞ്ഞ വിഭവങ്ങൾ എല്ലാവരുടേയും കൈയിലുണ്ടാകും. അതാതു കാലത്തുണ്ടാകുന്ന പഴങ്ങളും പച്ചക്കറികളും നാട്ടുമരുന്നുകളും അതിനു പുറമെ ചീസും വെണ്ണയും പുളിപ്പിച്ച പാൽപ്പാടയും. മസാലക്കൂട്ടുകൾ ചേർന്ന് ഉണക്കിയെടുത്ത ഇറച്ചിയാകും ചിലരുടെ കുട്ടയിൽ. വേറെ ചിലരുടെ കുട്ടയിൽ വീട്ടിൽ തന്നെ ചുട്ടെടുത്ത സാധാരണ അപ്പങ്ങളും കേക്കുകളും. സാധാരണയായി നടക്കുക കൈമാറ്റക്കച്ചവടമാണ്. പണം അപൂർവ്വമായേ അവർ ഉപയോഗിച്ചിരുന്നുള്ളൂ. പത്തു കോഴിമുട്ടയ്ക്കു

പകരം ഒരു ഇരുമ്പു കത്തി. പാടത്തു പണിയുമ്പോൾ ഇടാനുള്ള ഷൂസിന് വിലയായി ഒരു ഗ്രാൻകാൽ (408 ഗ്രാം) ഒന്നാന്തരം ഉപ്പുള്ള ചീസ്. പൂക്കളിൽ നിന്നും ശേഖരിച്ച നറുതേൻ കിട്ടാൻ ഉരുക്കിയ വെണ്ണ കൊടുത്താൽ മതി. അതുപോലെയായിരുന്നു ആവശ്യവസ്തുക്കളുടെയെല്ലാം കൊടുക്കലും വാങ്ങലും.

പഴയ കാലത്ത് ഓരോ കുടുംബത്തിനും വലിയ വലിയ കൃഷിയിടങ്ങളുണ്ടായിരുന്നു. അത്രയും ജനസംഖ്യയുമുണ്ടായിരുന്നു. അഞ്ഞൂറിലധികം പേർ. ചന്ത ദിവസം, മൈതാനത്തിൽ തിക്കിയും തള്ളിയുമാണ് നടക്കുക. വില്പനത്തട്ടുകൾ നിറയെ വൈവിധ്യമാർന്ന ചരക്കുകൾ. ആദ്യം പഴങ്ങൾ. പിന്നെ ക്ഷീരോല്പന്നങ്ങൾ. ബഹളവും ഒച്ചയും കൊണ്ട് കാതടഞ്ഞുപോകും. പച്ചക്കറികൾ വില്പനയ്ക്കു വെച്ചിട്ടുള്ളതിന്റെ പുറകിലായി ഒരു ഒഴിഞ്ഞ കോണിൽ കാലിച്ചന്ത. അവിടെ നിയമങ്ങൾ പ്രത്യേകിച്ചും കർശനമായി പാലിക്കപ്പെട്ടിരുന്നു പൂർവികരുടെ കാലം മുതലേ നിലവിലുള്ള നിയമങ്ങൾ. ഒരു കുതിരയ്ക്കു പകരം ഒരു പശു. ഒരു വയസ്സു പ്രായമുള്ള കാളക്കുട്ടിക്ക് വിലയായി രണ്ടു ചെമ്മരിയാട്ടിൻ കുട്ടികൾ. ഒരു പന്നിയെ കൊടുത്താൽ ഒരു മുട്ടനാടിനേയും പെണ്ണാടിനേയും വാങ്ങും. ഒരു പശുക്കുട്ടിക്കു പകരം കൊടുക്കേണ്ടത് മൂന്നുപെണ്ണാടുകളെ. ചെനയുള്ള പശുവാണെങ്കിൽ വിലയായി ഒരു കാളയെത്തന്നെ കൊടുക്കണം.

മനീഷ്കറിന്റെ മലഞ്ചെരുവിൽ നാടോടികളുടെ കുതിരവണ്ടികളുടെ നീണ്ട നിര കാണാം. പ്രത്യേകിച്ചും ചന്തയുടെ സമീപത്തായി. ഗ്രാമാതിർത്തിക്കു പുറത്താണ് അവർ തമ്പടിക്കുക. നിറപ്പകിട്ടുള്ള വസ്ത്രങ്ങൾ അണിഞ്ഞ് ഒച്ചവെച്ച് ഉറക്കെ വിലപേശി അച്ചടക്കമില്ലാത്തൊരാൾക്കൂട്ടം. ഇടയിൽ പതിയെ മോഷണങ്ങളും നടത്തും. കൈയോടെ പിടിച്ചാൽ പൊട്ടിച്ചിരിച്ചുകൊണ്ട് ഓരോ സ്വർണനാണയവും നീട്ടും. ചന്ത വിട്ടുകഴിഞ്ഞാൽ ഓരോരോ വീടുകളിലെത്തും. പഴയ സാധനങ്ങൾ കൊടുക്കാനുണ്ടോ? ചീട്ടു വായിച്ചിട്ടു ഭാവി പറയട്ടെ. സന്ധ്യയാകും മുമ്പേ അവർ സ്ഥലം വിടും. ദൂരെ അവർ ഗിറ്റാറിൽ വായിക്കുന്ന ഈണങ്ങൾ. അവർ തമ്പടിച്ചിരുന്ന ഇടങ്ങളിൽ അപ്പോഴും എരിഞ്ഞു നില്ക്കുന്ന കനലുകൾ.

ഊരു ചുറ്റി അഭ്യാസം കാണിക്കുന്ന ഒരു സർക്കസ്സു കമ്പനി ഉത്സവക്കാലങ്ങളിൽ ഗ്രാമത്തിൽ എത്തുമായിരുന്നു. അവരുടെ കാഹളം വിളി ഗ്രാമം മുഴുവനും മുഴങ്ങിക്കേൾക്കും. ഒരു ഇരുമ്പു കമ്പി മൈതാനത്തിന്റെ നടുവിലായി വലിച്ചു കെട്ടിയിരിക്കും. ഞാണിൽമേൽ കളിക്കാർ അതിൽ കയറി അഭ്യാസങ്ങൾ കാട്ടും. എന്തൊരു ഉയരം! കാണികൾ വീർപ്പടക്കി കണ്ടു നില്ക്കും. അതിനുശേഷം മറ്റു കായികാഭ്യാസികളുടെ പ്രകടനങ്ങളാരംഭിക്കും. അതിശയകരമായ മെയ്‌വഴക്കം. പിഴയ്ക്കാത്ത അഭ്യാസങ്ങൾ. കുട്ടിക്കരണം മറിഞ്ഞ് ഉപ്പൂറ്റി കുത്തി വീഴേണ്ടത് ഇളകിയാടുന്ന ഒരു കയറിൽ. എന്നാൽ അവരുടെ കാലടി തൊട്ടുതൊട്ടില്ല

എന്നാകുമ്പോഴേക്കും കയർ തെന്നിമാറും. ഒരബദ്ധവും പറ്റാതെ അവർ താഴെ വന്നു നിൽക്കുകയും ചെയ്യും.

താഴെ നിറം മങ്ങിയ പരവതാനി വിരിച്ച് ഭാവി പ്രവചിക്കുന്നവർ കാത്തിരിക്കും. കറുത്ത മുഖവും മഞ്ഞക്കണ്ണുകളുമുള്ള അവർ പല ഗൂഢ തന്ത്രങ്ങളും പ്രയോഗിക്കും. ഒരു ജാതി കുഴലൂതി വിചിത്രമായ ശബ്ദ ങ്ങൾ പുറപ്പെടുവിക്കും. ആ ഈണത്തിനൊപ്പം കുട്ടയിൽ നിന്നും പാമ്പുകൾ പുറത്തുവന്നു തലയാട്ടും. ഏറ്റക്കുറച്ചിലില്ലാത്ത ഒരേ ഈണം. നാട്ടുകാർ കണ്ണു തുറിച്ച് പാമ്പുകളുടെ ആട്ടം കണ്ടു നില്ക്കും. ഭയവും അദ്ഭുതവും അവരെ സ്തബ്ധരാക്കും. അവരെ സംബന്ധിച്ചിടത്തോളം അതൊരു വിശുദ്ധ നൃത്തമായിരുന്നു. നീണ്ട പാവാടഞൊറികൾ ഉലച്ചു കൊണ്ട് അതിനിടയിൽ സ്ത്രീകൾ വില്പന നടത്തും. കിഴക്കൻ ദേശ ങ്ങളിലെ മധുരപലഹാരങ്ങൾ. ഈന്തപ്പഴവും അണ്ടിപ്പരിപ്പും അവരുടെ സഞ്ചിയിലുണ്ടാകും. ഗ്രാമത്തിലുള്ളവർക്ക് അതെല്ലാം തികച്ചും വിദേശ വസ്തുക്കളായിരുന്നു. അവരുടെ നാട്ടിലില്ലാത്ത അപൂർവ്വ വിഭവങ്ങൾ.

എന്നാൽ ഇപ്പോൾ അതെല്ലാം പണ്ടുകാലത്തെ അദ്ഭുതകഥകളാണ്. ഇപ്പോൾ മനീഷ്കറിന്റെ തോളിൽ തൂങ്ങിക്കിടക്കുന്നത് യാതൊരു പ്രയോ ജനവുമില്ലാത്ത നുകമാണ്. എല്ലാവരും എന്നന്നേക്കുമായി മറന്നു കഴിഞ്ഞ ഒരു ഭൂപ്രദേശം. മൈതാനം നന്നേ ചുരുങ്ങി തള്ളവിരലിലിടുന്ന തൊപ്പിയോളം ചെറുതായിരിക്കുന്നു. അവിടവിടെയായി ഏതാനും ചെറിയ കടകൾ. ചെറുതായി പകിട എറിയുന്ന ശബ്ദം. മിക്കവാറും ദിവസങ്ങൾ കടന്നു പോയത് അലസമായ സംഭാഷണങ്ങളിലും പഴയ ഓർമ്മകളി ലുമായിരുന്നു. വൈകുന്നേരമാകുമ്പോഴേക്കും വന്നുകൂടിയ വയസ്സ ന്മാരെല്ലാം ഒന്നും വിൽക്കാതെ അവരവരുടെ വീടുകളിലേക്കു മടങ്ങും. കൊണ്ടുവന്ന സാധനങ്ങളെല്ലാം അതേപടി കുട്ടയിലുണ്ടാകും. എല്ലാവ രുടേയും കൈയിലുള്ളത് ഒരേ സാധനങ്ങൾ തന്നെയാകുമ്പോൾ എങ്ങനെയാണ് കച്ചവടം നടക്കുക? രണ്ടുപേർക്കു മാത്രം ചില്ലറ കച്ചവടം നടത്താൻ സാധിച്ചു. ഓവൻസിന്റെ കൈയിൽ നല്ലയിനം പുകയിലയുണ്ടാ യിരുന്നു. ആയുധങ്ങൾ മൂർച്ച കൂട്ടുന്നയാളായിരുന്നു വാസിലി കുഡാ മെന്റ്. കൃഷിപ്പണിക്കാവശ്യമുള്ള ആയുധങ്ങൾക്കുപകരം എന്തെങ്കിലും വാങ്ങി അയാൾ മൂർച്ച കൂട്ടിക്കൊടുത്തു. കൂടുതൽ എന്തെങ്കിലും കൊടു ത്താൽ പുതിയത് ഉണ്ടാക്കിക്കൊടുക്കാനും അയാൾ തയ്യാറായിരുന്നു.

ഗ്രാമത്തിൽ ശനിയാഴ്ച ചന്ത കൂടാതെ മൂക്കുച്ച് നെമെസ്റ്റാന്റിന്റെ ചെറിയൊരു കട കൂടി ഉണ്ടായിരുന്നു. തന്റെ കുതിരവണ്ടിയിൽ അയാൾ ആഴ്ചയിൽ രണ്ടുദിവസം താഴ്‌വരയിൽ പോയി അത്യാവശ്യമായ ചരക്കു കൾ വാങ്ങിക്കൊണ്ടുവന്നിരുന്നു. ഉപ്പ്, പഞ്ചസാര, അരി, പരിപ്പ്, സോപ്പ്, തീപ്പെട്ടി, ടിന്നിലടച്ച മത്സ്യം, ഷൂസ്, തുണിത്തരങ്ങൾ അങ്ങനെ എല്ലാം കുറഞ്ഞ അളവിൽ. ഷൂസ്, ഉടുപ്പുകൾ തുടങ്ങിയവ പാകമായില്ലെങ്കിൽ തിരിച്ചെടുക്കും എന്ന ഉറപ്പോടെയാണ് അയാൾ വാങ്ങിയിരുന്നത്. ചെറിയ ചികിത്സയ്ക്കാവശ്യമുള്ള സാധനങ്ങളും അയാൾ കടയിൽ സൂക്ഷിച്ചിരുന്നു.

ബാൻഡേജ്, പഞ്ഞി, അയോഡിൻ, ആന്റിസെപ്റ്റിക്കുകൾ, പൊട്ടാസിയം പെർമാൻഗനേറ്റ് തുടങ്ങിയവ ആ കടയിൽ ലഭ്യമായിരുന്നു.

ഗ്രാമത്തിലെ പല അസുഖങ്ങൾക്കും ചികിത്സ നടത്തിയിരുന്നത് യാസാമൻ ആയിരുന്നു. വയസ്സന്മാർ പട്ടണത്തിലെ മരുന്നുകളെ തരം താഴ്ന്നതായാണ് കണ്ടിരുന്നത്. അതിരാവിലെ, അല്ലെങ്കിൽ സൂര്യൻ അസ്തമിച്ചതിനുശേഷം, അതായിരുന്നു അവർ കഷായങ്ങൾ തയ്യാറാക്കുന്ന സമയം. വീടിന്റെ നിലവറയിൽ നാട്ടുമരുന്നുകൾ തിളപ്പിച്ച് യാസാമാൻ കഷായങ്ങൾ വാറ്റുമ്പോൾ ഓവൻസ് അടുക്കളയിലിരുന്ന് പ്രാതലിനുവേണ്ട മുട്ടവെള്ളയും പഞ്ചസാരയും അടിച്ചു പതപ്പിക്കും. കടുപ്പത്തിലൊരു ചായ കുടിച്ച് തുറന്നിട്ട അടുക്കള ജനലയ്ക്കരികിലിരുന്ന് സിഗരറ്റു വലിക്കും. ദൂരെ മൾബറി ചില്ലകൾക്കിടയിൽ കുരുങ്ങിക്കിടക്കുന്ന മേഘത്തുണ്ടുകൾ നോക്കി രസിക്കും.

ഓരോ കവിൾ ചായ കുടിക്കുമ്പോഴും അയാൾ ആനന്ദത്തോടെ ശബ്ദമുണ്ടാക്കും... ആ...

ജനലയ്ക്കരികിൽ കുനിഞ്ഞുനിന്ന് ഭാര്യയെ ഉറക്കെ വിളിക്കും. "ഹേ....യാസാമൻ. ഞാൻ പറയുന്നത് കേൾക്കുന്നുണ്ടോ?"

"എന്താ നിങ്ങൾക്ക് വേണ്ടത്?" നീരസത്തോടെ അവർ താഴെ നിന്ന് ഒച്ചവെക്കും.

അതിന് ഓവൻസിന്റെ മറുപടി ഉച്ചത്തിലുള്ള ഒരു ചിരി ആയിരിക്കും.

ആ ഗ്രാമത്തിലെ ഏറ്റവും തമാശക്കാരായ ദമ്പതിമാരായിരുന്നു അവർ. യാസാമാൻ ഷ്ളാപ്കാൻട്സും. ഓവൻസ് ഷാൽവരാന്റ് സും ഷ്ളാപ്ക തൊപ്പിയാണ് ധരിക്കുക. ഷാൽവരാന്റ് സ് എന്ന പാന്റും. മാരാൻ ഗ്രാമത്തിലെ ഓരോ കുടുംബത്തിനും തനതായ ഒരു കുടുംബപ്പേരുണ്ട്. അതിലേറെയും കളിയാക്കുന്ന പരിഹാസപ്പേരുകളായിരുന്നു. ചില പേരുകൾ നോവിക്കുന്നതുമായിരുന്നു എന്നു പറയാതെ വയ്യ. സാരമോ നിസ്സാരമോ ആയ വസ്തുക്കളിൽ നിന്നാകും കുടുംബപ്പേരുകളുടെ തുടക്കം. കുടുംബത്തിലെ കാരണവരെ വിശേഷിപ്പിക്കുന്ന ഒരു കളിപ്പേര് തുടർന്നു വരുന്നവർക്കൊക്കെയുള്ള പൊതുവായ കുടുംബപ്പേരാകും.

യാസാമാന്റെ കുടുംബപേരെടുക്കാം. അവരുടെ ഒരു മുതുമുത്തച്ഛൻ താഴ്വരയിലുള്ള നാടകക്കമ്പനിയിൽ ചെന്ന് പ്രധാന നടനെ സന്ദർശിച്ചു. അയാൾ അദ്ദേഹത്തിന്റെ ഒരു ബന്ധുവായിരുന്നു. അവിടത്തെ വേഷവിധാനങ്ങൾ കണ്ട് ഭ്രമം തോന്നിയ കാരണവർ പുതിയ മട്ടിലൊരു തൊപ്പി വാങ്ങി തലയിൽ വെച്ചു. അതും ധരിച്ച് ഗ്രാമത്തിൽ തിരിച്ചെത്തിയപ്പോൾ നാട്ടുകാരൊക്കെ ചിരിയോടുചിരി. അത്രയും വിചിത്രമായിരുന്നു ആ തൊപ്പി.

"തലയിൽ വെച്ചിരിക്കുന്നതെന്താണ്?"

"ഷ്ളാപ്കാ..." നാട്ടുകാരുടെ ചോദ്യത്തിന് ഒട്ടും കൂസാതെ അദ്ദേഹം മറുപടി പറഞ്ഞു.

അന്നു മുതൽ ആ കാരണവരുടെ പേര് ഷ്ളാപ്കാന്റ് എന്നായി. തുടർന്ന് അദ്ദേഹത്തിന്റെ പിൻഗാമികളും അതേപേരിൽ അറിയപ്പെട്ടു.

എന്നാൽ ഓവൻസിന്റെ ഷാൽവരാന്റ് എന്ന കുടുംബപ്പേരിന്റെ ചരിത്രം തികച്ചും വ്യത്യസ്തമായിരുന്നു. അദ്ദേഹത്തിന്റെ മുതുമുത്തച്ഛൻ ലോകമഹായുദ്ധത്തിൽ പങ്കെടുക്കാൻ തയ്യാറായത് ഒരു ഒഴിവുകാലം ആസ്വദിക്കാൻ പോകുന്നതുപോലെയായിരുന്നു. മീശ ചുരുട്ടി മുടി പുതിയ മട്ടിൽ കോതി. തോളിൽ വെടിയുണ്ടകൾ സൂക്ഷിക്കാൻ പാകത്തിനുള്ള ബെൽറ്റ് പിണച്ചു കെട്ടി. വിലകൂടിയ പുത്തൻ കാലുറകൾ ധരിച്ചു. സ്വന്തം സേനാവിഭാഗത്തിലെത്തുംമുമ്പു തന്നെ അദ്ദേഹത്തിന് ഒരു ഷെൽ ആക്രമണത്തിൽ മുറിവേറ്റു. കാൽമുട്ടിനു താഴെ വെച്ച് അറ്റുപോയി. അവർ അദ്ദേഹത്തെ വീട്ടിലേക്ക് തിരിച്ചയച്ചു. കുറേനാളത്തെ ചികിത്സയ്ക്കുശേഷമാണ് അദ്ദേഹത്തിന് ആരോഗ്യം തിരിച്ചുകിട്ടിയത്. ജോലി പോയതും കാലുപോയതും അദ്ദേഹത്തെ വിഷമിപ്പിച്ചില്ല. അദ്ദേഹത്തിന്റെ സങ്കടം മുഴുവൻ പുതുതായി വാങ്ങിയ വില കൂടിയ കാലുറകൾ ഒന്നിനും കൊള്ളാതായല്ലോ എന്നായിരുന്നു.

ഷാൽവാസ് സോദരിമാരെ നോക്കി അദ്ദേഹം വിലപിച്ചു. ഡോക്ടർമാരോടും അതേസങ്കടം ആവർത്തിച്ചു പറഞ്ഞു. അങ്ങനെ അദ്ദേഹത്തിന്റെ കളിപ്പേര് ഷാൽവാർസ് എന്നായി. ആ പേരുതന്നെ അടുത്ത തലമുറയ്ക്കും പകർന്നു കിട്ടി.

യാസാമാന്റേയും ഓവൻസിന്റേയും കുടുംബപ്പേരുകൾ തമ്മിലുള്ള ചേർച്ച നാട്ടുകാർക്ക് പറഞ്ഞു ചിരിക്കാനുള്ള വകയായിരുന്നു. തൊപ്പിയും കാലുറയും.

ഓവൻസ് സ്വതവേ ഫലിതപ്രിയനായിരുന്നു. ഭാര്യയെ പേരുവിളിക്കാതെ തൊപ്പിക്കാരീ, ഹേ തൊപ്പി എന്നൊക്കെ വിളിച്ചു ചൊടിപ്പിക്കുക അയാൾക്ക് വലിയ രസമായിരുന്നു. യാസാമാനും ഭർത്താവിനെ വെറുതെ വിടാറില്ല. പടക്കളത്തിലെത്തും മുമ്പുതന്നെ ഒരു കാൽ നഷ്ടപ്പെട്ട് വെറുതെ വീട്ടിലിരിപ്പായ പഴയ കാരണവരുടെ പേരു പറഞ്ഞ് അവരും ഭർത്താവിനെ കണക്കിനു കളിയാക്കിയിരുന്നു.

ആ പതിവൊക്കെ ഇന്നും നടന്നു. ഓവൻസ് താൻ ചുരുട്ടിയെടുത്ത സിഗരറ്റ് വേണ്ടുവോളം ആസ്വദിച്ച് പുറത്തേക്കിറങ്ങാൻ ഭാവിക്കുകയായിരുന്നു. ആരോ പടി തള്ളിത്തുറക്കുന്ന ശബ്ദം. അയാൾ തല നീട്ടി നോക്കി. ഇത്രനേരത്തേ വരുന്ന അതിഥി ആരാകും? വന്നത് ഇരുമ്പു പണിക്കാരൻ വാസിലി ആയിരുന്നു. നല്ല ഉയരവും അതിനൊത്ത വണ്ണവും വലിയ കണ്ണുകളും കട്ടിപുരികങ്ങളും. കണ്ണുകൾക്ക് ചൂടാറിയ ചാരത്തിന്റെ മങ്ങിയ നിറം. കൈയിൽ ഒരു അരിവാളും ഉയർത്തിപ്പിടിച്ചാണ് വരവ്. വയസ്സ് അറുപത്തേഴായി. എന്നാൽ കാഴ്ചയിൽ അതിലും കുറച്ചേ പ്രായം തോന്നൂ. ദൃഢമായ ശരീരപ്രകൃതി. മുടി മുഴുവൻ നരച്ചിരുന്നു. ചെറുപ്പകാലത്ത് ഒരു വെല്ലുവിളിക്ക് മൂക്കുച്ച് നെമിസ്റ്റാന്റിന്റെ കാളയെ ഒറ്റയ്ക്കു കൊന്നവനാണ്. പിന്നീട് മൂക്കുച്ച് വാസിലിയെ ശപിച്ചു. നല്ലൊരു

കാള. അതിന്റെ ഇറച്ചി മുഴുവൻ കറിവെച്ച് നാട്ടുകാർക്ക് വെറുതെ കൊടുക്കേണ്ടിവന്നു. വാസിലിയോട് വിലയായി ഒന്നും വാങ്ങാനും സാധിച്ചില്ല. എങ്ങനെ വില ചോദിക്കാൻ താനായി തുടങ്ങിവെച്ചതല്ലേ? വെറുതെ വാസിലിയോടും ചോദിച്ചു. "ഒറ്റയ്ക്ക് ഈ കാളയെ കൊല്ലാനാകുമോ?"

മണ്ടൻ മുക്കൂച്ച് ഒന്നും ആലോചിക്കാതെ ഉയർത്തിയ വെല്ലുവിളി വാസിലി ധൈര്യപൂർവ്വം സ്വീകരിച്ചു.

"കാണണോ?" വാസിലി നെഞ്ചു വിരിച്ചു

"വേണം." തുപ്പലൊലിപ്പിച്ചുകൊണ്ട് മൂക്കുച്ച് പറഞ്ഞു.

മൂക്കുച്ച് തന്റെ മേൽകോട്ട് ഊരി വെച്ചു. ഷർട്ടിന്റെ കൈകൾ ചുരുട്ടി കയറ്റി. നേരെ കുറ്റിയിൽ തളച്ചിട്ടിരുന്ന കാളയുടെ അരികത്തേക്ക് ചെന്നു. നേരിയ നീല കലർന്ന ഒരു കറുത്ത കാളക്കൂറ്റൻ. അത് വാസിലിയെ നോക്കി തലയാട്ടി മുക്രയിട്ടു. അപ്പോഴേക്ക് നാട്ടുകാരിൽ ചിലർ കളി കാണാൻ കൂട്ടമായി വന്നു നിന്നു.

"പിന്നീട് സങ്കടം പറയരുത്." വാസിലി തിരിഞ്ഞ് മുക്കൂച്ചിനെ നോക്കി. അയാൾ മറുപടി പറഞ്ഞില്ല. ഇല്ല എന്ന അർത്ഥത്തിൽ അമർത്തി മൂളിയതേയുള്ളൂ. പിന്നെ വാസിലി ശങ്കിച്ചില്ല. എന്തിനെന്നറിയാതെ ഒരു ചിരിയോടെ കാളയുടെ നേരെ കുതിച്ചു. അതിന്റെ നെറുംതലയിൽത്തന്നെ മുഷ്ടി ചുരുട്ടി ഊക്കോടെ ഇടിച്ചു.

ആ സംഭവത്തിനുശേഷം ഗ്രാമത്തിലൊരാളും തന്നെ വാസിലിക്കെതിരായി ഒന്നും പറയാൻ ധൈര്യം കാണിച്ചില്ല. അയാളോട് തർക്കിക്കാനും ആരും തുനിഞ്ഞില്ല. സ്വതവേ അധികം സംസാരിക്കാത്ത ഒതുങ്ങിയ പ്രകൃതം. ആരെങ്കിലും മിണ്ടാൻ വന്നാലോ അങ്ങോട്ടെന്തെങ്കിലും പറയും. എന്നാലും ആ ശരീരപ്രകൃതിത്തന്നെ ആരുടേയും ശ്രദ്ധയും ആദരവും പിടിച്ചുപറ്റുന്നതായിരുന്നു. "അയാളുടെ പുരികങ്ങൾക്കിടയിൽനിന്ന് പാമ്പിൻവിഷമാണ് ഇറ്റുവീഴുന്നത്." മാരാൻ നിവാസികൾ വാസിലി കേൾക്കാതെ പറയുമായിരുന്നു. ഉടനെ ആദരവും സൂചിപ്പിച്ചുകൊണ്ട് നാവുകൊണ്ട് ക്ലിക് എന്ന ശബ്ദമുണ്ടാക്കുകയും ചെയ്യും.

നാട്ടുകാരുടെ ആദരവ് വാസിലി നിശ്ശബ്ദം സ്വീകരിച്ചു. അതിനുമാത്രം താൻ എന്തുചെയ്തു എന്ന എളിമയായിരുന്നു മനസ്സിൽ. എപ്പോഴും വേണ്ടതിലധികം ഗൗരവവും ചിലപ്പോൾ തെല്ലു ധിക്കാരിയാണെന്നും തോന്നും. ആർക്കും വഴങ്ങാത്ത പ്രകൃതം. അങ്ങനെയൊക്കെയാണെങ്കിലും ആവശ്യക്കാർ അയാളുടെ ആലയിലേക്ക് ധാരാളമായി ചെന്നു. ഒരു ഇരുമ്പുപണിക്കാരൻ എന്ന നിലയിൽ അയാളെ വെല്ലാൻ ചുറ്റുവട്ടത്തൊന്നും വേറൊരാളുമുണ്ടായിരുന്നില്ല. അതുമാത്രമല്ല സത്യസന്ധനുമായിരുന്നു. പണി കഴിഞ്ഞ് പ്രതിഫലം കൊടുത്തില്ലെങ്കിലും കുറച്ചു നാൾ കാത്തിരിക്കാൻ അയാൾ തയ്യാറായിരുന്നു. നാട്ടുകാരിൽ ഒരുവിധം എല്ലാവരും അയാൾക്ക് പണം കൊടുക്കാനുമുണ്ടായിരുന്നു. എന്നാലും പണം ചോദിച്ച് വാസിലി ആരേയും ശല്യപ്പെടുത്തിയില്ല.

യുദ്ധത്തിനുശേഷം ആലയിൽ തിരക്ക് തീരെ കുറവായിരുന്നു. എന്നാലും അതിനെക്കുറിച്ച് അയാൾ പരാതി പറഞ്ഞില്ല. പണിയില്ലാതെ ബുദ്ധിമുട്ടുന്നതിനെകുറിച്ച് ഭാര്യ പരാതിപറഞ്ഞപ്പോഴും അയാൾ ശാന്തനായി അവരെ സമാധാനിപ്പിച്ചു. "എല്ലാവരേയുംപോലെ നമ്മളും...." വാസ്തവത്തിൽ അതു കേൾക്കുമ്പോൾ അവർ കൂടുതൽ ദേഷ്യപ്പെടുകയായിരുന്നു.

മാഗ്ടാകീൻ എന്നായിരുന്നു അവരുടെ പേര്. കഴിഞ്ഞ അമ്പതു വർഷമായി അവർ ഭാര്യാഭർത്താക്കന്മാരാണ്. അവർ നന്നായി അദ്ധ്വാനിച്ചിരുന്നു. എന്നാലും ഒരു കർശനക്കാരി. വല്ലാതെ വായിട്ടലയ്ക്കുന്ന സ്വഭാവം. ദേഷ്യം വന്നാൽ ഇന്നതേ പറയൂ എന്നില്ല. കുറെയൊക്കെ അയാൾ സഹിച്ചിരിക്കും. അതിരു കടക്കുന്നു എന്നു കണ്ടാൽ പിടിച്ചു വലിച്ചു പിൻവശത്തെ മുറിയിൽ കൊണ്ടു തള്ളി വാതിൽ പുറത്തുനിന്ന് അടച്ചു കുറ്റിയിടും. "ഒച്ചവെച്ചു മതിയാവുമ്പോൾ വിളിച്ചോളൂ. വന്ന് തുറന്നുതരാം."

കുറേനേരം തുടർന്നും അവർ ബഹളം വെയ്ക്കും. ഒക്കെ അയാൾ കേൾക്കാൻ വേണ്ടി. സ്വന്തം ദുർവിധിയെ പഴിക്കും. അച്ഛനമ്മമാരെ ശപിക്കും. അവരാണല്ലോ ഇങ്ങനെ ഒന്നിനും കൊള്ളരുതാത്ത ഒരുവന്റെ തലയിൽ തന്നെ കെട്ടിവെച്ചത്. സഹോദരിമാർക്കൊക്കെ നല്ല ഭർത്താക്കന്മാരെ കണ്ടുപിടിച്ചു. ഏറ്റവും ഇളയവൾക്ക് കനത്ത സ്ത്രീധനവും കൊടുത്തു. ധാരാളം സ്വർണ്ണം, മൂന്നു പരവതാനികൾ, രണ്ടുപെട്ടി നിറയെ വസ്ത്രങ്ങൾ, വളക്കൂറുള്ള ഒരു പറമ്പ്, മൂന്നു പശുക്കൾ, ഒരു പന്നി, മുട്ടയിടുന്ന ഇരുപത് കോഴികൾ. അച്ഛനമ്മമാരുടെ ഓമനയായിരുന്നു അവൾ. കൂട്ടത്തിൽ ആദ്യം മരിച്ചതും അവളായിരുന്നു. മറ്റു സഹോദരിമാരും ആ ക്ഷാമകാലത്തെ അതിജീവിച്ചില്ല.

ഇളയവൾക്ക് കൊടുത്തതിന്റെ പകുതിയെ മാഗ്ടാകീന് സ്ത്രീധനമായി കൊടുത്തുള്ളൂ. ആകെ ഉണ്ടായിരുന്ന ഒരു സഹോദരനും ഇടിമിന്നലേറ്റു മരിച്ചു. അവസാനം മാതാപിതാക്കളെ വയസ്സുകാലത്ത് സംരക്ഷിക്കേണ്ട ഭാരം മാഗ്ടാക്കീന്റെ ചുമലിലായി. അവൾ അത് വേണ്ടുന്നതുപോലെ നിർവഹിക്കുകയും ചെയ്തു. അവരുടെ ഒപ്പം നിന്ന് സ്നേഹത്തോടെ ശുശ്രൂഷിച്ചു. അമ്മയുടെ തലവേദനയ്ക്ക് വിനീഗറിൽ മുക്കിയ തുണികൊണ്ട് കാലടികൾ അമർത്തി തിരുമ്മി. നടക്കാൻ വയ്യാത്ത അച്ഛന്റെ മലമൂത്രം എടുത്തുമാറ്റി. അച്ഛനാണ് ആദ്യം മരിച്ചത്. അന്ന് മക്കളുടെ അറുപതാം പിറന്നാളായിരുന്നു. അതിനുശേഷമുള്ള ഓരോ പിറന്നാളും അവർ സെമിത്തേരിയിലാണ് ചെലവഴിച്ചത്. അച്ഛൻ മരിച്ചതിന്റെ തൊട്ടുപിന്നാലെ അമ്മയും യാത്രയായി. അതിനുമുമ്പ് അമ്മ മകളെ അങ്ങേയറ്റം വശംകെടുത്തി. അവർക്ക് ബുദ്ധിയും ബോധവും നഷ്ടപ്പെട്ടു. മലമൂത്രം അറിയാതെ പോയി. അതെല്ലാം വാരി സ്വന്തം ശരീരത്തിൽ തേച്ചു. അവസാനം വീടു മുഴുവൻ വൃത്തികേടാകാതിരിക്കാൻ വേണ്ടി അമ്മയെ മുറിക്കകത്ത് പൂട്ടിയിട്ടു. അമ്മയുടെ മരണശേഷം

മാഗ്ടാക്കീൻ ഭിത്തികളാകെ വീണ്ടും ചെത്തിതേച്ചു. അമ്മയുടെ ബുദ്ധിയേ നിലതെറ്റിയിരുന്നുള്ളൂ. ശാരീരിക പ്രവർത്തനങ്ങൾക്ക് ഒരു കോട്ടവും പറ്റിയിരുന്നില്ല.

പ്രിയപ്പെട്ടവരെല്ലാവരും മരിച്ചതോടെ മാഗ്ടാകീൻ ഒറ്റയ്ക്കായി. അവരുടെ മണ്ടൻ ഭർത്താവ് ഉണ്ടെങ്കിലും ഇല്ലാത്തതുപോലെയായിരുന്നു. വാതുറന്ന് നാലുവാക്കു പറയാനൊരാൾ. കൂടെ ഉണ്ടെങ്കിലും എന്തു ഫലം? അമ്മ ഉണ്ടായിരുന്നപ്പോൾ ബുദ്ധികെട്ടിരുന്നുവെങ്കിലും എന്തെങ്കിലുമൊക്കെ പറഞ്ഞിരിക്കാമായിരുന്നു. എന്തു ചോദിച്ചാലും യാതൊരു ബന്ധവുമില്ലാത്തൊരു മറുപടിയാകും പൂട്ടിയിട്ട് മുറിക്കുള്ളിൽനിന്നും കേൾക്കുക. മാഗ്ടാകീൻ എപ്പോഴും സ്വന്തം ദുർവിധിയെ പഴിച്ചു. ആർക്കും വേണ്ടാത്ത ആരാലും സ്നേഹിക്കപ്പെടാത്തൊരു ജീവിതം. ഒരു വയസ്സൻ നായയെപോലെ അവസാനിക്കാനുള്ളൊരു ജീവിതം. കൊല്ലാൻ മനസ്സില്ല. തീറ്റ കൊടുത്തുകൊണ്ട് പ്രയോജനവുമില്ല. എന്തായാലും ചാവാനുള്ളതല്ലേ?

കുറേനേരം അങ്ങനെ മനസ്സിൽ തോന്നിയതൊക്കെ പറഞ്ഞു കഴിയുമ്പോൾ ഉള്ളൊന്നൊഴിക്കും. മുക്കിയും മൂളിയും ജനലരുകിലേക്ക് ചെല്ലും. അവിടെ ഒരു കോണി ചാരിവെച്ചിട്ടുണ്ട്. അതിലൂടെ ഓരോ പടിയായി സൂക്ഷിച്ചു ചവിട്ടി താഴേക്കിറങ്ങിവരും. അപ്പോൾ വാസിലി തന്റെ ആലയിൽ ചുരുട്ടും പുകച്ച് അലസമായി ഇരുന്ന് നേരം കൊല്ലുന്നുണ്ടാവും. പണിത്തിരക്കൊഴിയാത്ത പഴയ കാലങ്ങളെക്കുറിച്ചുള്ള ഓർമ്മകളായിരിക്കും. മനസ്സു നിറയെ നടു നിവർത്താൻ നേരം കിട്ടാറില്ല. ഭാര്യയും അടങ്ങി ഒതുങ്ങി അവളുടെ പണികളെടുത്തിരുന്നു. തണുപ്പുകാലത്തെ രാത്രിപോലെ അവൾ നിശ്ശബ്ദയായിരുന്നു.

ഭർത്താവാണ് ആദ്യം മരിക്കുക എന്ന് മാഗ്ടാകീൻ ഉറച്ചു വിശ്വസിച്ചിരുന്നു. അങ്ങനെയാണെങ്കിൽ താൻ എങ്ങനെയാണ് ജീവിക്കുക? എപ്പോഴും അവൾ അയാളോടു ചോദിക്കാറുള്ള ഒരു ചോദ്യം. എന്നാൽ സംഭവിച്ചത് നേരെ മറിച്ചായിരുന്നു. നട്ടുച്ചവെയിലിൽ തോട്ടത്തിലിറങ്ങി കളപറിക്കണമെന്നു തോന്നി. അവിടെ വെച്ചാണ് അത് സംഭവിച്ചത്. തലച്ചോറിനകത്ത് രക്തസ്രാവം. ഭാര്യയുടെ പെട്ടെന്നുള്ള മരണം വാസിലിയെ പാടെ തളർത്തി. വീടിനകത്തെ വീർപ്പുമുട്ടിക്കുന്ന ഏകാന്തതയുമായി പൊരുത്തപ്പെടാൻ നാളുകൾ ഏറെ വേണ്ടിവന്നു. ദേഷ്യം പിടിപ്പിക്കുന്ന വിധത്തിലാണ് പലപ്പോഴും പെരുമാറിയിരുന്നതെങ്കിലും മാഗ്ടാകീൻ സ്നേഹമുള്ളൊരു ഭാര്യയായിരുന്നു. ഭർത്താവിന്റെ കാര്യത്തിൽ എപ്പോഴും ശ്രദ്ധയും കരുതലുമുണ്ടായിരുന്നു. സുഖത്തിലും ദുഃഖത്തിലും കൂടെ നിന്നിരുന്നു. പണമുണ്ടായിരുന്ന കാലത്തും ഇല്ലാതായ കാലത്തും അയാളുടെ ആവശ്യങ്ങൾ അറിഞ്ഞു നിറവേറ്റിയിരുന്നു.

ടെലിഗ്രാഫ് ഓപ്പറേറ്ററായ സാറ്റനിക്, വാസിലിയുടെ ഒരു ബന്ധുവായിരുന്നു. വീട്ടുകാര്യങ്ങൾ നോക്കിനടത്താൻ അവളാണ് സഹായിച്ചിരുന്നത്. അവൾ തന്നെയാണ് വാസിലിയുടെ ശ്രദ്ധ അനാട്ടോലിയയുടെ

നേരെ തിരിച്ചുവിട്ടത്. തുടക്കത്തിൽ അയാൾ ഒട്ടും താത്പര്യം കാണിച്ചില്ല. എന്നാൽ സാറ്റനിക് പിടി അയച്ചില്ല. അവർക്ക് ഏതാണ്ട് എൺപതു വയസ്സായിരുന്നു. നിന്നെ സഹായിക്കാൻ ഞാൻ എത്രകാലം ഉണ്ടാവുമെന്നാണ് വിചാരം? ഇന്നോ നാളെയോ എന്നാണെന്റെ സ്ഥിതി.

വാസിലി അയാളുടെ പണിയിൽ മിടുക്കനാണ്. സംശയമില്ല. എന്നാൽ വീട്ടുകാര്യം വരുമ്പോൾ വെറും ശിശുവാണ്. തുണിയലക്കാനോ ഭക്ഷണം പാകം ചെയ്യാനോ ഒന്നും വശമില്ല. ഒരു പുരുഷനെ സംബന്ധിച്ചിടത്തോളം ഏകാന്തത ഏതൊരു രോഗത്തേക്കാളും ഭയാനകമാണ്. അനാട്ടോലിയ സുന്ദരിയാണ്. പ്രായവും കുറവ്. നല്ല ഒതുക്കമുള്ള പ്രകൃതം. എന്തു കൊണ്ട് ഒറ്റയ്ക്കു കഴിയുന്ന ഈ രണ്ടുപേർക്കും ഒരുമിച്ചു കഴിഞ്ഞു കൂടാ? അങ്ങനെ പോയി സാറ്റനിക്കിന്റെ വാദം. അതിലൊക്കെ പ്രധാനം അവർ ഉറപ്പിച്ചു പറഞ്ഞു. "അവൾക്കു നല്ല ബുദ്ധിയും വിവരവുമുണ്ട്. ധാരാളം പുസ്തകങ്ങൾ വായിക്കുന്നതല്ലേ?"

വാസിലിന്റെ മനസ്സിൽ സമ്മർദ്ദം ചെലുത്തേണ്ടതെങ്ങനെ എന്ന് സാറ്റനിക്കിന് അറിയാമായിരുന്നു. ചെറുപ്പകാലം മുതലേ പഠിപ്പുള്ള വരോട് അയാൾക്ക് വലിയ ആദരവായിരുന്നു. മാരാനിൽ അക്കാലത്ത് സ്കൂളുണ്ടായിരുന്നില്ല. തീരെ ദരിദ്രയായ അമ്മയ്ക്ക് മകനെ താഴ്‌വരയിലെ സ്കൂളിലയച്ച് പഠിപ്പിക്കാനുള്ള പ്രാപ്തിയുമുണ്ടായിരുന്നില്ല. ആയിടയ്ക്ക് മാരാനിൽ ഒരു നിശാപാഠശാല തുടങ്ങാനുള്ള ശ്രമം നടന്നു.

എഴുത്തും വായനയും പഠിക്കാൻ അവസരം കിട്ടുമെന്ന് വാസിലി മോഹിച്ചു. പക്ഷേ, ഒക്കെ വെറുതെയായി. ക്ഷാമം വന്നു. ഗ്രാമത്തിലെ ജനങ്ങളിൽ പകുതിയും പട്ടിണി കിടന്നു മരിച്ചു. പിന്നീടൊരിക്കലും നിശാ പാഠശാലയുടെ വിഷയം ചർച്ച ചെയ്യപ്പെടുകയുമുണ്ടായില്ല.

യുദ്ധത്തിൽ വാസിലിയുടെ അനുജനും ആൺമക്കളും കൊല്ലപ്പെട്ടു. ആൺമക്കളെ നിർബന്ധിത സൈനിക സേവനത്തിന് കൊണ്ടുപോയത്. താഴ്വരയിൽ അവർ പഠിക്കുന്ന സ്കൂളിൽ നിന്നായിരുന്നു. മക്കളെ കണ്ട് അവസാനമായി യാത്ര പറയാനുള്ള അവസരം പോലും അച്ഛനമ്മമാർക്ക് ലഭിച്ചില്ല. സഹോദരൻ ആലയിൽ പണിയെടുക്കുന്നതിനിടയിലാണ് പടക്കളത്തിലേക്ക് പോയത്. അവന്റെ നിഷ്കളങ്കമായ മുഖവും കുട്ടിത്തം വിടാത്ത പെരുമാറ്റവും വാസിലി ഇന്നും മറന്നിട്ടില്ല. അവന്റെ ഇടതു കൈവെള്ളയിൽ ആയുർരേഖയുടെ സ്ഥാനത്ത് ആഴമുള്ള ഒരു വടു ഉണ്ടായിരുന്നു. അത് തള്ളവിരലിനു ചുറ്റുമായി ഒരു വശത്തേക്കു നീണ്ടുകിടന്നു.

വാസിലിക്കു പറ്റിയ ഒരു കൈയബദ്ധമായിരുന്നു അതിനു പുറകിൽ. ഉരുകിയ ഓടിന്റെ മൂശയിൽ കൈയിൽ നിന്നു ഓട് വീണു. അതിൽ നിന്നും തെറിച്ച തുള്ളികൾ അരികിലിരുന്ന അനിയന്റെ കൈപ്പടമാകെ പൊള്ളിച്ചു. ആ മുറിവ് വളരെ നാൾ ഉണങ്ങാതെ ചോരയൊലിപ്പിച്ചു കിടന്നു. ദുസ്സഹമായ നീറ്റൽ. യാസാമാൻ പഠിച്ച പണിയൊക്കെ പരീക്ഷിച്ചു. അപ്പോഴേയ്ക്കും യുദ്ധം തുടങ്ങി. ക്രമേണ അനുജന്റെ മുറിപ്പാടുണങ്ങി. വീണ്ടും

കൊല്ലന്റെ ചുറ്റിക കൈയ്യിലെടുക്കണമെന്നായി. അനുജനെക്കുറിച്ചാലോചിക്കുമ്പോൾ ഇന്നും വാസിലിയുടെ കൈ മരവിക്കും. പെട്ടെന്ന് വിഷാദം ബാധിക്കും. കൈകൾ കൂട്ടിത്തിരുമ്മി കുറെനേരം മിണ്ടാതിരിക്കും. കണ്ണീർ ഒലിച്ചിറങ്ങാതിരിക്കാൻ പലവട്ടം കണ്ണുകൾ അടച്ചു തുറക്കും. മക്കളെക്കുറിച്ചോർത്ത് വാസിലി സങ്കടപ്പെടാറില്ല. ആ ഓർമ്മകൾ മനഃപൂർവ്വം അയാൾ അകലെ നിർത്തിയിരിക്കുകയായിരുന്നു. അവരുടെ മരണവാർത്തയറിഞ്ഞ ദിവസം ഹൃദയം പിളർന്നതുപോലെയെന്നു തോന്നി. ഭാര്യയോടും അയാൾ കർശനമായി പറഞ്ഞു. "മക്കളുടെ കാര്യം മിണ്ടിപ്പോകരുത്. ദേഷ്യം വന്ന് പുലമ്പുമ്പോൾ പോലും." "ശരി ഇപ്പോൾ മിണ്ടുന്നില്ല. മരിച്ച് അങ്ങേലോകത്തു ചെല്ലുമ്പോൾ മതിയാവോളം മിണ്ടാം." അവരും സമ്മതിച്ചു. അതിൽ പിന്നെ മാഗ്ടാക്കിൻ മക്കളെപ്പറ്റി ഒരക്ഷരം മിണ്ടിയിട്ടില്ല. വാസിലിക്ക് വല്ലാതെ പാവം തോന്നി. അതുകൊണ്ടുതന്നെ അവരുടെ ശാപങ്ങളും ശകാരങ്ങളും അയാൾ നിശ്ശബ്ദം സഹിച്ചു.

ഒരു ദിവസം പതിവിലും നേരത്തെ അയാൾ വീട്ടിൽ വന്നുകയറി. മാഗ്ടാകീൻ ഒരു നിലക്കണ്ണാടിയുടെ മുമ്പിൽ നില്ക്കുകയായിരുന്നു. കൈയിൽ മക്കളുടെ ഫോട്ടോകൾ. മാറി മാറി ആ പടങ്ങളിൽ നോക്കി സ്വന്തം ജീവിതത്തെക്കുറിച്ച് ആവലാതി പറയുന്നു. എഴുന്നേറ്റു നടക്കാനാവാത്ത അവരുടെ മുത്തച്ഛൻ. വാസിലി ഉണ്ടാക്കിക്കൊടുത്ത പ്രത്യേകം ചാരുകസേരയിലിരുപ്പാണ് എപ്പോഴും. മലമൂത്രവിസർജ്ജനം ചെയ്യാൻ പോലും എഴുന്നേൽക്കേണ്ട. അതിനുള്ള സൗകര്യവും വാസിലി കസേരയിൽ ചെയ്തുവെച്ചിട്ടുണ്ട്. അദ്ദേഹത്തിന്റെ കാലുറകളും പ്രത്യേക തരത്തിലുള്ളതാണ്. എഴുന്നേല്ക്കാതെ തന്നെ ഊരിമാറ്റാം. ഞാൻ തനിച്ചെന്തുചെയ്യാൻ? ഒറ്റയ്ക്കു എടുക്കാനും പൊന്തിക്കാനും എനിക്കാവില്ല. നിങ്ങളുടെ അച്ഛനാണെങ്കിൽ എപ്പോഴും ആലയിൽ പണിത്തിരക്കിലാണ്. നിങ്ങളുടെ അമ്മൂമ്മയെക്കൊണ്ടും ഒരു പ്രയോജനവുമില്ല. അയൽപക്കത്തുചെന്നിരുന്ന് പരദൂഷണം പറയാനേ അറിയൂ. പറയാൻ വിഷമമുണ്ട്. എന്നാലും എനിക്കു തോന്നുന്നത് അവർക്ക് ബുദ്ധിഭ്രമം ബാധിച്ചിരിക്കുന്നു എന്നാണ്.

അന്നൊരുദിവസം അവർ നിലവറയുടെ ഒരു മൂലയിൽ കുത്തിയിരിക്കുന്നതു കണ്ടു. എന്റെ നേരെ നോക്കിയപ്പോൾ ആ കണ്ണുകൾ എരിയുന്നതുപോലെ.

"കാറ്റ് കടന്നുപോകാനാണ് ഞാൻ കാത്തിരിക്കുന്നത്."

"കാറ്റോ? ഏതു കാറ്റിന്റെ കാര്യമാണ് അമ്മ പറയുന്നത്?"

"നിനക്ക് മനസ്സിലാവില്ല."

"ശരിയാണ് എനിക്ക് മനസ്സിലാവില്ല. ഞാനൊരു വിഡ്ഢി. അമ്മയുടെ കൊച്ചു മകൻ ഷ്റ്ഷാനിചരിനാണെങ്കിൽ." തനിക്ക് ഏറ്റവും പ്രിയപ്പെട്ട ഇളയ മകളുടെ പേരുകേട്ടതും നിങ്ങളുടെ അമ്മൂമ്മ ചാടി എഴുന്നേറ്റു. ബഹളം വെച്ച് ഓടിനടന്നു നിലവറയിൽ വെച്ചിട്ടുള്ള കളിമൺ ഭരണികളൊക്കെ തട്ടിപ്പൊട്ടിച്ചു. വളരെ പ്രയാസപ്പെട്ടാണ് ഞാൻ അവരെ

സമാധാനിപ്പിച്ച് മുകളിലേക്ക് കൊണ്ടുവന്നത്. പുതിനയില ഇട്ട് തിളപ്പിച്ച ചായ കൊടുത്തു. നെറ്റിയിൽ മൾബറിച്ചാറു പുരട്ടിതിരുമ്മി. ഒരുമാസത്തേക്ക് പിന്നെ കുഴപ്പമൊന്നും ഉണ്ടായിരുന്നില്ല. എന്നാൽ ഇന്നലെ മുതൽ വീണ്ടും ഒരു പന്തികേട്. വാൽനികയുടെ മുറ്റത്തു ചെന്നു നിന്ന് ഉറക്കെ ഒച്ചവെച്ചു.

"നിന്റെ അമ്മയെ വിളിക്ക്. എനിക്കവരോടു സംസാരിക്കണം. മനസ്സിലായോ? നിങ്ങളുടെ അമ്മൂമ്മയ്ക്കു സംസാരിക്കേണ്ടത് കാറ്റനിക് ഐമ്പോഗാന്റ് സിനോട്. അവർ മണ്ണടിഞ്ഞിട്ട് അര നൂറ്റാണ്ടു കഴിഞ്ഞു."

"നല്ലകാലം." അമ്മൂമ്മ പറഞ്ഞതുകേട്ട് വാൽനികയ്ക്ക് ദേഷ്യം വന്നില്ല. സ്ഥിരബുദ്ധിയുള്ള ഒരാൾ ഇങ്ങനെയൊന്നും സംസാരിക്കില്ലെന്ന് അവർക്ക് മനസ്സിലായി. അവരെ അകത്തേക്കു വിളിച്ചുകൊണ്ടുപോയി മണ്ണിലിരുത്തി. "കുറച്ചുനേരം ഇവിടെ ഇരിക്കൂ. ഞാൻ അമ്മയെ വിളിച്ചു കൊണ്ടുവരാം."

അവൾ എന്റെ അടുത്തേക്കോടിവന്നു. "മാഗടാക്കീൻ, നിന്റെ അമ്മയ്ക്ക് സുഖമില്ലെന്നു തോന്നുന്നു."

ഞാൻ അവിടെച്ചെന്നപ്പോൾ നിങ്ങളുടെ അമ്മൂമ്മ താഴെ ഇരിക്കുകയാണ്. ചുറ്റും കുറെ കുഷ്യനുകൾ. ഒരു മഹാറാണിയുടെ ഭാവം. "വേഗമാവട്ടെ. ഹൽവയും ഉണക്കമുന്തിരിയും വറുത്ത എള്ളും കൊണ്ടുവന്നു തരൂ. ഓർമ്മ വേണം. കുരുവില്ലാത്ത മുന്തിരിയാണ് നമുക്കിഷ്ടം." ഞങ്ങളെ കണ്ട ഭാവമില്ല. ചുമരിനു നേരെ തിരിഞ്ഞിരുപ്പാണ്. ചുമരാണ് കാറ്റനിക്ക എന്ന മട്ടിലാണ് വർത്തമാനം.

അടുത്തദിവസം രാവിലെത്തന്നെ വാസിലി തന്റെ മക്കളുടെ ഫോട്ടോകൾ എടുത്ത് ഒരുകടലാസിൽ പൊതിഞ്ഞ് സാറ്റനിക്കിനെ ഏല്പിച്ചു. അന്നേരം മാഗ്ടാകിൻ അടുക്കളത്തോട്ടത്തിലായിരുന്നു. "എന്റെ ഭാര്യയ്ക്ക് കൈ എത്താത്ത എവിടെയെങ്കിലും ഇത് ഒളിപ്പിച്ചുവെക്കൂ."

സാറ്റനിക് പൊതി വാങ്ങിക്കൊണ്ടു ചോദിച്ചു. "അവളോട് ഇത്രയും ക്രൂരത കാണിക്കേണ്ടതുണ്ടോ?"

അവളുടെ പരാതികളും പരിഭ്രമങ്ങളും കേട്ട് എനിക്കു ഭ്രാന്തുപിടിച്ചു തുടങ്ങി. ഇപ്പോൾ അവൾ ഞങ്ങളുടെ മക്കളേയും കയറിപ്പിടിച്ചിരിക്കുന്നു. വന്നാലും സൈ്വരം കൊടുക്കില്ലെന്നുവെച്ചാൽ.

സാറ്റനിക് കുറെ തിരഞ്ഞതിനുശേഷം ഫോട്ടോകൾ പറ്റിയ ഒരിടത്ത് ഒളിപ്പിച്ചുവെച്ചു. കൽക്കണ്ട ടിന്നിനകത്ത്. ടിൻ അവർ തുണികൾ വെക്കുന്ന പെട്ടിയുടെ അടിയിലേക്ക് തിരുകി. മീതെ തുണികൾ. ഇടയിൽ പൂച്ചി വരാതിരിക്കാൻ വിതറിയിട്ടുള്ള ഗുളികകളും ലാവൻഡർ ഇലകളും.

ഫോട്ടോകൾ കാണാതായ ദിവസം മാഗ്ടാകീൻ ബഹളം കൂട്ടിയില്ല. പക്ഷേ, ഉടനെ സാറ്റനിക്കിനെ കാണാനോടി. ഫോട്ടോകൾ താനാണ് ഒളിപ്പിച്ചുവെച്ചതെന്ന് അവരെ അറിയിക്കാതിരിക്കാൻ സാറ്റനിക് വളരെ ബുദ്ധിമുട്ടി. ഒരുവിധം അവർ മാഗ്ടാകീനെ പറഞ്ഞു മനസ്സിലാക്കി. "ഈ

കാര്യം പറഞ്ഞ് ഭർത്താവിനോട് വഴക്കുണ്ടാക്കരുത്. മൂപ്പരുടെ സൈ്വരം കെടുത്തരുത്."

ബന്ധുവിന്റെ നിർദ്ദേശം അവർ അനുസരിച്ചു. എന്നാൽ വാക്ശരങ്ങളാൽ ഭർത്താവിനെ കൂടുതൽ ശക്തിയായി നോവിച്ചുകൊണ്ടിരുന്നു. "അയാളെപ്പോലെ ഹൃദയശൂന്യനായ ഒരാളുടെ കള്ളക്കളികൾക്കൊന്നും തന്റെ മനസ്സിലെ നോവും, സ്നേഹവും മാറ്റാനാവില്ല. അതെന്നും അവിടെത്തന്നെയുണ്ടാവും. അത്രയും വലുതും ആഴമുള്ളതുമാണ് തന്റെ മനസ്സ്. പ്രിയപ്പെട്ടവരുടെ വിയോഗം. ഒരു കാലത്തും നികത്താനാവാത്ത വിടവാണ്." മാഗ്ടാക്കീൻ വിലപിച്ചു. നിസ്വാർത്ഥയായ, സ്നേഹമയിയായ, ഭാഗ്യം കെട്ട ഒരമ്മയുടെ ഏറ്റവും വിലപിടിച്ച സ്വത്താണ് അയാൾ അപഹരിച്ചിരിക്കുന്നത്. അവർ അത് എങ്ങനെ സഹിക്കും?

സ്വന്തം സങ്കടങ്ങളും വേദനകളും താഴിട്ടുപ്പൂട്ടിവെക്കാൻ ചിലർക്കായേക്കും. എന്നാൽ തനിക്കതിനാവില്ല. മാഗ്ടാക്കീന്റെ ശരീരം തളർന്നു വീഴാറായിരുന്നു കെണിയിൽപ്പെട്ട കാട്ടുമൃഗത്തിന്റെ സ്ഥിതിയിലായിരുന്നു മനസ്സ്. ജീവിക്കാനും മരിക്കാനുമാവാത്ത അവസ്ഥ. കാത്തിരിക്കുകയല്ലാതെ വേറെ വഴിയുണ്ടായിരുന്നില്ല. എല്ലാതരത്തിലും നിർഭാഗ്യകരമായൊരു ജീവിതം. ഒടുങ്ങി കിട്ടേണ്ടേ?"

ഭാര്യയുടെ ശകാരങ്ങളും പരാതികളും ശാപങ്ങളും വാസിലി നിശ്ശബ്ദം സഹിച്ചു. പന്തിയൊന്നുമില്ലാതെ തണുത്തു കിടക്കുന്ന ആലയായിരുന്നു അഭയം. അവിടെയിരുന്ന് ചുരുട്ടു വലിച്ച് മൂളിയും ഞെരങ്ങിയും കൈകൾകൂട്ടിത്തിരുമ്മിയും അയാൾ സ്വന്തം സങ്കടം ഒതുക്കി.

മാഗ്ടാക്കീൻ മരിച്ചതിനുശേഷം, അവരുടെ മക്കളുടെ ഫോട്ടോകൾ വാസിലിയെ തിരിച്ചേല്പിക്കാൻ സാറ്റനിക് പുറപ്പെട്ടതാണ്. പിന്നെ വേണ്ടെന്നുവെച്ചു. മാറിയ സാഹചര്യങ്ങളുമായി അയാൾ ആദ്യം പൊരുത്തപ്പെടട്ടെ. ടിന്നിൽ ഭദ്രമായി സൂക്ഷിച്ചിരുന്ന ഫോട്ടോകൾ കേടും പൂപ്പലും ബാധിക്കാതെ അതേപടി ഉണ്ടായിരുന്നു. സാറ്റിനിക് ആ ടിന്ന് തുണിപ്പെട്ടിക്കടിയിൽ നിന്നും എടുത്ത് ഒരു ആഭരണപ്പെട്ടിയിൽ കൊണ്ടുവെച്ചു.

വാസിലിയുടെ സർവ്വകാര്യങ്ങളും താൻ തന്നെയാണ് നോക്കി നടത്തേണ്ടതെന്ന് സാറ്റിനിക് ഉറപ്പിച്ചു കഴിഞ്ഞിരുന്നു. ആദ്യം അവർ യാസാമാനോടാണ് അനാട്ടോലിയയുടെ കാര്യം സൂചിപ്പിച്ചത്. അവർക്ക് അത് വളരെ സന്തോഷമായി. തന്റെ പ്രിയപ്പെട്ട കൂട്ടുകാരിയുടെ ഏകാന്തതയ്ക്ക് ഒരറുതി വരുമല്ലോ. അനാട്ടോലിയയുടെ മുമ്പിൽ കാര്യം അവതരിപ്പിക്കാമെന്ന് അവർ ഉടനെ സമ്മതിച്ചു. അതോടെ സാറ്റിനിക്കിനും ഉത്സാഹമായി. എന്നാൽ അവരുടെ നിർദ്ദേശം വാസിലി ഗൗരവമായി എടുത്തില്ല. വീണ്ടും വീണ്ടും പറഞ്ഞു പിന്നാലെ നടന്നപ്പോഴാണ് ഒടുവിൽ അയാൾ സമ്മതം മൂളിയത്. ആരും തുണയില്ലാത്തൊരു വയസ്സുകാലം. അതിനേക്കാൾ സങ്കടകരമായി വേറെ ഒന്നുമില്ലെന്ന് അയാൾക്ക് ബോദ്ധ്യമായി തുടങ്ങിയിരുന്നു.

അനാട്ടോലിയയെ വാസിലിക്ക് വലിയ ബഹുമാനമായിരുന്നു. യുദ്ധത്തിനു മുമ്പുള്ള കാലം. ലൈബ്രറിയിൽ പോയി വായിക്കാൻ പഠിക്കണമെന്ന് അയാൾക്ക് നല്ല മോഹമുണ്ടായിരുന്നു. എന്നാലും അവിടെ ചെല്ലുമ്പോൾ അകത്തേക്കു കടക്കാനെന്തോ ഒരു മടി. അകാരണമായൊരു മടിയും സങ്കോചവും. അയാൾക്കുതന്നെ ദേഷ്യം തോന്നാറുണ്ട്. എത്രയോ തവണ അയാൾ കണ്ടിരിക്കുന്നു. നേരിയ വിനാഗിരി ലായിനിയിൽ മുക്കി അനാട്ടോലിയ തന്നെയാണ് ലൈബ്രറിയിലെ ചുമരുകളും തറയും വൃത്തിയാക്കുന്നത്. പക്ഷിക്കൂടുകൾ കേടുവരാതിരിക്കാൻ അവർ അങ്ങേയറ്റം ശ്രദ്ധ ചെലുത്തുമായിരുന്നു. എന്നാൽ താനോ ഒരു കാരണവും കൂടാതെ ഒരു കാളക്കൂറ്റനെ ഇടിച്ചുകൊന്നു ഒരു വെല്ലുവിളിയുടെ പേരിൽ. ചെറുപ്പത്തിലെ എടുത്തുചാട്ടം. വിവരമില്ലായ്മ. അതോർക്കുമ്പോൾ ഇന്നും ലജ്ജ തോന്നുന്നു. അക്ഷരാഭ്യാസമുള്ളവന്റേയും ഇല്ലാത്തവന്റേയും മനോഭാവത്തിലും പെരുമാറ്റത്തിലുമുള്ള വ്യത്യാസം. ലൈബ്രറിയിൽ നിന്നും ആലയിലേക്കു നടക്കവേ അതിനെക്കുറിച്ചാണ് വാസിലി ആലോചിച്ചിരുന്നത്. അനാട്ടോലിയ പഠിപ്പും വിവരവുമുള്ളവളാണ്. അങ്ങനെയുള്ള ഒരു ബുദ്ധിമതി തന്നെപ്പോലെ ഒരു വിവരം കെട്ടവനെ വിവാഹം കഴിക്കാൻ സമ്മതിക്കുമോ? തന്റെ സംശയം അയാൾ സാറ്റിനിക്കുമായി പങ്കുവെച്ചു. “അവരുടെ മരിച്ചുപോയ ഭർത്താവ് പഠിപ്പും മിടുക്കുമുള്ളവനായിരുന്നുവോ?” സാറ്റിനിക്ക് തിരിച്ചു ചോദിച്ചു. “യാതൊരു ദയയുമില്ലാത്തൊരു ക്രൂരനായിരുന്നു. അവൾ സഹിച്ച മർദ്ദനത്തിനൊരു കണക്കില്ല. അതുപോലെയാണോ നീ? അദ്ധ്വാനിയാണ് മര്യാദക്കാരനാണ്. വിശ്വസിക്കാവുന്നവനാണ്. നീ എപ്പോഴെങ്കിലും മാഗ്ടാകീന്റെ നേരെ കൈ ഉയർത്തിയിട്ടുണ്ടോ?” അവൾ അതർഹിച്ചിരുന്നുവെങ്കിലും അവളുടെ ആത്മാവിന് നിത്യശാന്തി... ഇവിടെ പഠിപ്പ് ഒരു വിഷയമല്ല. അവർ കൈ ഉയർത്തി വാസിലിയുടെ നെറ്റിയിൽ വിരലമർത്തി. “ഇതല്ല കാര്യം.” അവർ പതുക്കെ കൈ അയാളുടെ നെഞ്ചിലേക്കു കൊണ്ടുവന്നു. “ജീവിതത്തിലെ സുഖം നിശ്ചയിക്കുന്നത് ഇതാണ്.”

സാറ്റിനിക് പറയുന്നത് ശരിയാണെന്ന് അയാൾക്കും തോന്നി. ഓവൻസിനെ ചെന്നുകണ്ട് കാര്യം നേരിട്ടവതരിപ്പിക്കാം. കൈവശമുള്ള പുകയില കഴിയാൻ അയാൾ കാത്തിരുന്നു. പുകയില വാങ്ങാൻ എന്ന ഭാവത്തിൽ അയാൾ ഓവൻസിന്റെ വീട്ടിൽ ചെന്നു. പലതും പറയുന്ന കൂട്ടത്തിൽ അനാട്ടോലിയായെക്കുറിച്ചും അന്വേഷിച്ചു. എന്നാൽ അയാൾ പറഞ്ഞുനിർത്തുംമുമ്പേ ഓവൻസ് ചാടിക്കയറി. ഈ വിവാഹം നടത്താൻ ഏറ്റവും അധികം സന്തോഷിക്കുക ഞാനായിരിക്കും. യാസാമാൻ പറയുന്നത് വീണ്ടും ഒരു വിവാഹത്തെക്കുറിച്ച് അനാട്ടോലിയ ആലോചിക്കുന്നില്ല എന്നാണ്. പെണ്ണുങ്ങളുടെ കാര്യം അറിയാലോ ഇന്നു പറഞ്ഞതാവില്ല നാളെ പറയുക. കുറച്ചു സമയം കൊടുക്കാം. അവൾ തനിയെ ആലോചിച്ച് ഒരു തീരുമാനമെടുക്കട്ടെ. നമുക്ക് കാത്തിരുന്ന് കാണാം.”

അതിൽപിന്നെ ഇടയ്ക്കിടെ വാസിലി, ഓവൻസിന്റെ വീട്ടിൽ ചെല്ലാൻ തുടങ്ങി. കുറച്ചുനേരം അതുമിതും പറഞ്ഞിരിക്കും. ചിലപ്പോൾ പകിട കളിക്കും. ഒരിക്കൽ അവിടെ അനാട്ടോലിയയുമുണ്ടായിരുന്നു. അയാൾ വളരെ മര്യാദയോടെ കുശലം ചോദിച്ചു. എന്തുകൊണ്ടോ അവൾക്കത് ഇഷ്ടമായില്ല. യാസാമാന്റെ കൈയിൽനിന്നും കുറച്ചു ഉപ്പും വാങ്ങി ഉടനെ സ്ഥലം വിട്ടു.

ഓവൻസ് പിന്നാലെ ചെന്ന് അനാട്ടോലിയയോടു പറഞ്ഞു. "അന്നു നീ പറഞ്ഞില്ലേ അരിവാളിന്റെ മൂർച്ചപോയെന്ന് വാസിലിയോടു പറഞ്ഞോളൂ. അയാൾ നേരെയാക്കിത്തരും."

"നന്ദി. അതിന്റെ ആവശ്യമില്ല. ഞാൻ തന്നെ അത് മൂർച്ച കൂട്ടി യെടുത്തു." അനാട്ടോലിയ തിരിഞ്ഞുനോക്കാതെ നടന്നു.

"അവളുടെ അച്ഛനെപോലെത്തന്നെ. പിടിവാശിക്കാരിയായ കഴുത." അനാട്ടോലിയ പോയിക്കഴിഞ്ഞപ്പോൾ ഓവൻസ് കുറച്ചുറക്കെ പറഞ്ഞു.

വാസിലിയും വിട്ടുകൊടുത്തില്ല. "അവൾ അവളുടെ അച്ഛന്റെ ആദ്യ മകളാണെങ്കിൽ ഞാൻ എന്റെ അച്ഛന്റെ മകനാണ്. ആരാണ് ജയിക്കുക എന്നു കാണാം."

അന്ന് കൈമുട്ടിൽ ആഞ്ഞടിച്ച് ഓവൻസ് പൊട്ടിച്ചിരിച്ചു. ഇന്ന് താടി മീശയ്ക്കിടയിൽ ഒരു കള്ളച്ചിരി ഒളിപ്പിച്ച് ഓവൻസ് വാസിലിയെ നോക്കി നിന്നു. കൈയിൽ ഒരു അരിവാളുമായാണ് മൂപ്പരുടെ വരവ്. നല്ല മൂർച്ച യുള്ള വായ്ത്തല. വെയിലേറ്റു തിളങ്ങുന്നു.

"ഇതെന്താ? ഒരു സമ്മാനവുമായാണല്ലോ ഇന്നത്തെ വരവ്."

വാസിലി ഒതുക്കുകൾ കയറി വരാന്തയിലേക്ക് വന്നു. അരിവാൾ താഴെ വീഴാതെ തിണ്ണയിലെ ഇരുമ്പഴിയിൽ ചാരിവെച്ചു.

"ഞാൻ അനാട്ടോലിയയുടെ വീട്ടിൽ പോകാൻ തീരുമാനിച്ചു. പുതി യൊരു അരിവാളുണ്ടാക്കി. പഴയതിന്റെ മൂർച്ചപോയില്ലേ?"

"പക്ഷേ, നിങ്ങൾ തെറ്റായ വീട്ടിലേക്കാണ് പോകുന്നത്." ഓവൻസ് ഗൗരവത്തിൽ പറഞ്ഞു.

"അറിയില്ല." വാസിലി തെല്ലു സംശയിച്ചു "ഇന്നലെ സന്ധ്യയ്ക്ക് ഞാൻ ആ വഴി വന്നു. വിളക്കുകളൊക്കെ കെടുത്തിയിരുന്നു. ഇന്നു രാവിലെ വീണ്ടും പോയിനോക്കി. കോഴിക്കൂട് തുറന്നിട്ടില്ല. മുറ്റവും വരണ്ടു കിടക്കുന്നു. നനച്ചിട്ടും അടിച്ചിട്ടുമില്ല. വാതിലിൽ മുട്ടി. ആരും തുറന്നില്ല."

"ഒരുപക്ഷേ, അവൾ ഉറങ്ങുകയാവും."

"എന്നാലും ഒരു കാര്യം ചോദിക്കണമെന്നുണ്ടായിരുന്നു. യാസാമാന് പോയി നോക്കിക്കൂടേ. അവൾക്ക് അസുഖമൊന്നും ഇല്ലല്ലോ എന്ന്."

“യാസാമാൻ കഷായം ഉണ്ടാക്കിക്കൊണ്ടിരിക്കയാണ്. കൈ ഒഴിയുമ്പോൾ പോയി നോക്കിക്കൊള്ളും. അയാൾ അർത്ഥം വെച്ചു സംസാരിച്ചു. അല്ല, അത്രയും തിടുക്കമുണ്ടെങ്കിൽ അവനവനുതന്നെ പോയി നോക്കാലോ. എന്തായാലും അതിനായി പുറപ്പെട്ടതല്ലേ?”

വാസിലി തല ചൊറിഞ്ഞുകൊണ്ട് ഇത്തിരി നേരം നിന്നു. പിന്നെ തിണ്ണയിൽ നിന്നും അരിവാളെടുത്ത് പുറപ്പെട്ടു. “എന്നാൽ ഞാൻ തന്നെ പോയി നോക്കാം.”

“ആയിക്കോട്ടെ.” ഓവൻസ് ചിരിച്ചു. “ആ അരിവാൾ ഇവിടെ വെച്ചിട്ടു പോകൂ. പിന്നീട് വന്നെടുക്കാം. അതെങ്ങോട്ടും ഓടിപ്പോവില്ല. ശരീരത്തിന്റെ ഒരു ഭാഗമാണ് എന്നപോലെയാണ് നിങ്ങൾ അതുംകൊണ്ടു നടക്കുന്നത്. വേണ്ടാ അതെന്റെ കൈയിലിരുന്നോട്ടെ.”

“നല്ല കഥ. കൈയിൽ ആയുധവുമായാണോ വിവാഹാഭ്യാർത്ഥനയ്ക്കു പോകുന്നത്?”

“എന്നു വെച്ചാൽ...?”

“വിചാരിച്ച കാര്യം നടക്കട്ടെ. എതായാലും ഇതിലെ വന്ന് വിവരം പറഞ്ഞിട്ടേ പോകാവൂ...”

വാസിലി പടി കടന്നു പോകുന്നതുവരെ ഓവൻസ് നോക്കിനിന്നു. പിന്നെ പറമ്പിലേക്കിറങ്ങാനുള്ള ഷൂസും കുപ്പായവുമിട്ട് നിലവറയിലേക്കിറങ്ങിച്ചെന്നു. യാസാമാൻ കഷായം നനുത്ത ഒരു തുണിയിലൂടെ അരിച്ച് ഒരു കുപ്പിയിലേക്കു പകരുകയായിരുന്നു. മുറിയിലാകെ ഉണങ്ങിയ നാട്ടുമരുന്നുകളുടെ ഗന്ധം.

“കേട്ടോ യാസാമാൻ...” വാതിൽ അമർത്തിയടച്ച് ഓവൻസ് അകത്തു കടന്നു. വെയിലും കാറ്റും തട്ടിയാൽ മരുന്നുകളുടെ ഫലം കുറയും.

“നിങ്ങൾ ആരോടാണ് സംസാരിച്ചിരുന്നത്” യാസാമാൻ തിരിഞ്ഞു നോക്കാതെ ഭർത്താവിനോടു ചോദിച്ചു.

“വാസിലി...അയാളാകെ പരിഭ്രമിച്ചിരിക്കുന്നു. മുട്ടിനോക്കിയിട്ടും അനാട്ടോലിയ വാതിൽ തുറക്കുന്നില്ലെന്ന്...”

“വാതിൽ തുറക്കുന്നില്ലെന്നോ? എന്നുവെച്ചാൽ? അതുതന്നെ. ഒരു പക്ഷേ, അയാളുടെ അരിവാൾ കണ്ട് ഭയന്നിട്ടാകും.”

യാസാമാൻ അമ്പരന്നു നിന്നു. “ഏതരിവാൾ...?”

“അയാൾ അവൾക്കുവേണ്ടി ഉണ്ടാക്കിയ പുത്തൻ അരിവാൾ. മറുപടിയൊന്നും കിട്ടാതെ ക്ഷമകെട്ട് അയാൾ അവൾക്ക് ഒരു സമ്മാനവുമായി വന്നതാണ്. സമ്മാനമായി സ്വീകരിക്കുന്നില്ലെങ്കിൽ വേണ്ട... അവൾ അത് വിലക്കെടുത്തോട്ടെ എന്ന്...”

യാസാമാൻ ഭർത്താവിനെ നോക്കി എന്തോ പിറുപിറുത്തു. അയാൾ കഷായക്കുപ്പിയെടുത്ത് തിരിച്ചും മറിച്ചും നോക്കി അവിടെത്തന്നെ വെച്ചു.

"പുകയിലത്തടം നനയ്ക്കാൻ പുറപ്പെട്ടതാണ്." ഓവൻസ് പറഞ്ഞു. "പിന്നീടാകാം...വാസിലി തിരിച്ചുവന്ന് എന്താണ് ഉണ്ടായതെന്നു പറയട്ടെ. അതറിഞ്ഞിട്ടാവാം ബാക്കി കാര്യം."

"അവളെ പറഞ്ഞു മനസ്സിലാക്കാൻ അയാൾക്കു സാധിച്ചാൽ നന്നായി." യാസാമാനും അവരുടെ ആഗ്രഹം തുറന്നു പറഞ്ഞു.

മൂന്ന്

ഇടതുകാൽ അല്പം വളച്ച് കുമ്പിട്ട് നിന്ന് അച്ഛൻ പുല്ലുവെട്ടുന്നത് അനാട്ടോലിയ നോക്കിനിന്നു. കയറ്റിവെച്ച കാലുറകൾ താഴെ മാംസപേശികൾ വലിഞ്ഞുമുറുകി നില്ക്കുന്നു. ഇറുക്കം കൂടിയ വസ്ത്രങ്ങൾ ധരിച്ച് പണിയെടുക്കാൻ സുഖമുണ്ടാവില്ല. അവൾ തന്നോടുതന്നെ പറഞ്ഞു. നന്നായി മഴ പെയ്തിരുന്നു. എന്നാൽ മഴത്തുള്ളികൾക്ക് വലിയ കനമില്ല. അതിലേ കടന്നുപോയപ്പോൾ ഒന്നു പെയ്തു നോക്കിയതാണ് എന്ന മട്ട്. അവൾ കൈനിവർത്തിപ്പിടിച്ചു. കൈവെള്ളയിൽ വീണ മഴത്തുള്ളികൾ ഗ്രൂഷാ എന്ന പശുക്കുട്ടിയുടെ നിശ്വാസം കൈയിൽ വന്നു തട്ടുമ്പോലെ. ചെറിയ കുട്ടിയായിരുന്നപ്പോൾ അവൾ പശുകുട്ടിക്ക് ദിവസവും കാരറ്റ് കൊണ്ടുവന്നു കൊടുക്കുമായിരുന്നു. തീറ്റ കഴിഞ്ഞാൽ സന്തോഷത്തോടെ അവളുടെ കൈ നക്കും. നനഞ്ഞ വെളുത്ത കൺപീലികൾ വിടർത്തി അവളെത്തന്നെ നോക്കി നിൽക്കും. ഗ്റൂഷാ എന്ന് അവൾ വിളിക്കുമ്പോഴേക്കും പൈക്കുട്ടി മ്പേ... എന്ന് വിളി കേൾക്കും.

അനാട്ടോലിയ ഒരു ദീർഘശ്വാസമെടുത്തു. ഇളം ചുകപ്പുനിറമുള്ള ആപ്പിളിന്റേയും ഇരുണ്ട റാഡ്ബെറിയുടേയും മത്തുപിടിപ്പിക്കുന്ന മണം. അവളുടെ അമ്മ തേനും കറുവാപട്ടയും ചേർത്ത് പഴങ്ങൾ വിളമ്പിവെക്കും. അനാട്ടോലിയയുടെ ചേച്ചി ഭിത്തിയിൽ നിന്ന് ഒരാപ്പിളെടുത്ത് അവളുടെ നേരെ നീട്ടി. വിരൽകൊണ്ട് ഞെട്ടിയിൽ പിടിച്ച് "പാവ് താഴെ ഇറ്റു വീഴാതെ ശ്രദ്ധിച്ച് തിന്നോ..."

പുറത്ത് നല്ല മഴ. തന്റെ എല്ലാ വിഷമങ്ങളും ആ മഴയിൽ ഒലിച്ചുപോവുകയാണ്. മുറിയിൽ തഴുകി തോളുകൾ അമർത്തി. പുറത്ത് ഇക്കിളിയിട്ടു. മഴവെള്ളം ഒലിച്ചിറങ്ങുന്നു. അവൾ മഴയത്ത് മുഖമുയർത്തി നിന്നു. കണ്ണുകളടച്ചില്ല. അപ്പോഴും അച്ഛനെ നന്നായി കാണാം. മഴയത്തു പുല്ലു പറിക്കുന്നതാണ് എളുപ്പം. നനഞ്ഞ മണ്ണിൽ നിന്നും വേഗം പിഴുതെടുക്കാം.

"ആ...യിറിക്." അവൾ അച്ഛനെ നീട്ടി വിളിച്ചു. ആ വിളി അച്ഛൻ കേട്ടില്ല. അരിവാൾ ആഞ്ഞു വീശി പുല്ലുവെട്ടുകയാണ്. കണ്ടാൽ തോന്നും ഒരു ആയാസവുമില്ലാത്ത പണിയാണെന്ന്. അച്ഛൻ സാവധാനം വയലിന്റെ അങ്ങേയറ്റത്തേക്കു നീങ്ങി. ഇതുപോലെ നീണ്ട വാൾത്തലയുള്ള

ഉതിർന്നുവീണ മൂന്ന് ആകാശപ്പഴങ്ങൾ

അരിവാൾ പ്രയോഗിക്കാൻ ഒത്ത പുരുഷന്മാർക്കേ സാധിക്കൂ. അങ്ങനെയുള്ളവരെ മാരാനിലുള്ളവർ രാക്ഷസന്മാർ എന്നു വിളിക്കാറുണ്ട്. അവളുടെ അച്ഛൻ കാപ്പിടോൺ സെർവോയന്റ്സ് അങ്ങനെ ഒരാളായിരുന്നു. രണ്ടു മീറ്റർ ഉയരം. അതിനൊത്ത ശരീരം. വിരിഞ്ഞ കോളറുകൾ. പാറപോലെ ഉറച്ച പേശികൾ. മൂത്ത രണ്ടു പെൺകുട്ടികളെ അച്ഛൻ ഒരു തോളിലിരുത്തും. അനാട്ടോലിയയും അവളുടെ അമ്മ വോസ്കെയും മറ്റേ തോളിൽ. അച്ഛൻ മുറ്റത്തുനിന്ന് അങ്ങനെ വട്ടം ചുറ്റുമ്പോൾ മക്കൾ ചിരിച്ചുചിരിച്ചു ശ്വാസം മുട്ടും. "കുട്ടികളേ, താഴേ വീഴല്ലേ. കുട്ടികളെ താഴെ വീഴ്ത്തല്ലേ.." മനേഷ് മുത്തശ്ശി പേടിയോടെ നിലവിളിക്കും. "ഇല്ല... പേടിക്കണ്ട...." അച്ഛൻ ചിരിച്ചുകൊണ്ടു പറയും.

മഴ പതുക്കെ ശമിച്ചു. അനാട്ടോലിയയെ തോളിൽ പിടിച്ച് എങ്ങോട്ടോ തള്ളി. ഒട്ടും സുഖമില്ലാത്തൊരിടം. ഒച്ചയും ബഹളവും അങ്ങോട്ടു പോകാൻ ആഗ്രഹിക്കുന്നില്ല. ചുറ്റുമുള്ള വെള്ളച്ചാലുകൾക്ക് കനം വെക്കുന്നു. ഇപ്പോൾ അവൾക്ക് അച്ഛനെ കാണാനാവുന്നില്ല. അവൾ ഒരു ചുവട് മുന്നോട്ടുവെക്കാനാഞ്ഞു. കാലുകൾ അനങ്ങുന്നില്ല. പുറകിൽ നിന്ന് കുറച്ചു നേരമായി കേൾക്കുന്ന ഒച്ച കൂടുതൽ ഉച്ചത്തിലായിരിക്കുന്നു. ഏതോ മതിലുകൾ തട്ടി നീക്കി അതവളുടെ കാതുകളിൽ വന്നു വീഴുന്നു. അടിയന്തിരമായ ഒരു വിളി... അനാട്ടോലിയ... അനാട്ടോലിയാ..."

അവൾ പതുക്കെ കണ്ണുതുറന്നു. ആദ്യം കണ്ണിൽപ്പെട്ടത് ഉത്തരത്തിൽ നിന്നും തൂങ്ങിക്കിടക്കുന്ന നേരിയ ഒരു ചിലന്തിവലയായിരുന്നു. മനേഷ് മുത്തശ്ശി കണ്ടിരുന്നെങ്കിൽ കഠിനമായ ചീത്ത പറഞ്ഞേനേ. ഒരു നല്ല വീട്ടമ്മയുടെ വീട്ടിൽ ഇതുപോലെയൊന്നും കാണില്ല. എല്ലാ മുക്കും മൂലയും ദിവസവും അടിച്ചു വൃത്തിയാക്കിവെക്കും. അല്ലെങ്കിൽ നാട്ടുകാർ അവളെ വൃത്തിയില്ലാത്തവൾ എന്നു വിളിച്ചു അധിക്ഷേപിക്കും.

അവൾ കൈകളിൽ മുഖം അമർത്തി കുറച്ചു നേരമിരുന്നു. താൻ ഇനിയും മരിച്ചിട്ടില്ലെന്നോ?

പുതപ്പുമാറ്റിയിട്ട് സാവധാനം എഴുന്നേറ്റു. മെത്തയിൽ വിരിച്ചിരുന്ന മെഴുകുശീല അറ്റം വരെ നനഞ്ഞിരിക്കുന്നു. അവളിട്ടിരുന്ന രാത്രിയുടുപ്പ് മുഴുവൻ നനഞ്ഞിട്ടുണ്ട്. കാതിൽ ഒരു മുഴക്കം. വായയ്ക്കുള്ളിൽ ഒരു ചവർപ്പുരസം. ആദ്യം കുറെ വെള്ളം ഗ്ലാസ്സിലേക്കു പകർന്ന് കുടിച്ചു. തലചുറ്റൽ ഒന്നു കുറഞ്ഞു. എന്നാലും പുറംവേദന സഹിക്കാനാവുന്നില്ല. ദിവസം മുഴുവൻ മെത്തയിൽ മലർന്ന് കിടക്കുകയായിരുന്നില്ല. തോട്ടിൽ കുമ്പിട്ടു നിന്നു പണിയുകയായിരുന്നു. ജനൽപ്പടിയിൽ വീണുകിടക്കുന്ന വെയിൽനാളങ്ങൾ. ഏതാണ്ട് ഉച്ചയാവാറായിരിക്കുന്നു. ഇത്രയും നേരം ഇങ്ങനെ കിടന്നുറങ്ങാൻ നിനക്കെങ്ങനെ സാധിച്ചു?

മെത്തയിൽനിന്നും എഴുന്നേൽക്കാൻ ഭാവിച്ചപ്പോഴാണ് പെട്ടെന്ന് അടുത്ത മുറിയിൽ കാൽപെരുമാറ്റം. വീണ്ടും മെത്തയിലേക്ക് വീണു. പുതപ്പെടുത്ത് ആകെ മൂടി അപ്പോഴേക്കും വാതിലിൽ മുട്ട്.

"അനാട്ടോലിയ....ഇത് ഞാനാണ്. വാസിലി..." അവൾക്ക് ഭയം തോന്നി. ഏതോ ചീത്ത വർത്തമാനം അറിയിക്കാനാവുമോ അയാൾ ഇത്ര തിടുക്കപ്പെട്ടു വന്നിരിക്കുന്നത്?

"എന്തുപറ്റി?"

വാതിൽ കുറച്ചൊന്നു തുറന്ന് അയാൾ തല അകത്തേക്കു നീട്ടി.

"ഞാൻ വാതിലിൽ മുട്ടി. ആരും തുറന്നില്ല. വീടിനു ചുറ്റും നടന്നപ്പോൾ തുറന്നു കിടക്കുന്ന ജനൽ. ഞാൻ പിന്നേയും പലത്തവണ വിളിച്ചു. മറുപടിയുണ്ടായില്ല. പേടി തോന്നി. അകത്തുകടന്നു. നിങ്ങൾക്ക് വല്ല സഹായവും വേണമെങ്കിൽ.."

"എന്തായാലും ഇവിടെവരെ വന്നില്ലേ... അകത്തേക്കു വരൂ..."

വാതിൽ തള്ളിത്തുറന്ന് അകത്തേക്ക് കാൽ വെച്ചു. അവൾ ആദ്യം കണ്ടത് ആ തിളങ്ങുന്ന അരിവാളാണ്. അയാൾ അതിന്റെ വായ്ത്തല താഴ്ത്തി. ചുമരിൽ ചാരി നിന്നു. ഒച്ച താഴ്ത്തി അവളെ അഭിവാദ്യം ചെയ്തു.

ചെറിയൊരു ശങ്കയോടുകൂടിയായിരുന്നു അനാട്ടോലിയയുടെ പ്രതികരണം. അപ്പോഴും അവൾ ആ അരിവാളിൽ നിന്ന് കണ്ണെടുത്തില്ല.

"എന്താ നിങ്ങൾക്ക് സുഖമില്ലേ? യാസാമാനോട് പറഞ്ഞ് മരുന്നു വാങ്ങിക്കൊണ്ടുവരണോ?"

"വേണ്ട." അവൾ തലയാട്ടി. അരിവാളിൽ നിന്നും കണ്ണുകൾ വിരുന്നു കാരന്റെ പാദങ്ങളിലേക്ക് തിരിഞ്ഞു. വീടിനകത്തേക്കു കയറും മുമ്പേ അയാൾ ഷൂസുകൾ ഊരിവെച്ചിരുന്നു. അയാളുടെ സോക്സുകൾ രണ്ടും രണ്ടുനിറത്തിലായിരുന്നു. അവളുടെ നോട്ടം കണ്ട് വാസിലി ഒന്നു പകച്ചു. ശ്രദ്ധിച്ചില്ല. ആദ്യം കൈയിൽ കിട്ടിയതെടുത്തിട്ടു.

സാമാന്യത്തിലധികം വലുപ്പമുള്ള അയാളുടെ കൈയുറകൾ. അവളുടെ ശ്രദ്ധയിൽപെടാതിരിക്കാൻ ആദ്യം കാലുറയുടെ പോക്കറ്റിൽ തിരുകിക്കയറ്റി. പിന്നെ പുറകിൽ പിണച്ചുവെച്ചു. "എന്നാൽ ഞാൻ പോയേക്കാം." അതൊരു ചോദ്യമായിരുന്നു.

"വന്ന കാര്യം പറഞ്ഞില്ലല്ലോ." കുറച്ചു വിഷമിച്ചിട്ടാണെങ്കിലും അവൾ മര്യാദ കാണിച്ചു.

"ഞാൻ പുതിയ ഒരു അരിവാളുണ്ടാക്കി. നിങ്ങൾക്കു സമ്മാനമായി." കുറച്ചൊന്നു പരിഭ്രമിച്ചുകൊണ്ടാണ് അയാൾ പറഞ്ഞത്. ഉടനെ ധൈര്യം സംഭരിച്ച് ഗൗരവത്തിൽ പറഞ്ഞു. "വേറൊരു സംഗതി കൂടി അറിയാനുണ്ടായിരുന്നു. എന്നെ വിവാഹം കഴിക്കാൻ നിങ്ങൾക്ക് സമ്മതമാണോ?"

അനാട്ടോലിയ കണ്ണുരുട്ടി വാസിലിയെ നോക്കി. ഇത്രനാളും മുമ്പിൽ വരാതെ ചുറ്റുവട്ടത്തു കിടന്നു പരുങ്ങുകയായിരുന്നു. ഓവൻസിനോടൊപ്പം പകിടകളിച്ചും യാസാമാന്റെ പുറകിൽനിന്ന് അവളോട് സംസാരിക്കാൻ ശ്രമിച്ചതും ഇതാദ്യമായാണ് നേരിൽ വരുന്നത്. കനലിൽ ചവിട്ടി

69

നിൽക്കുന്നപോലെ ഉറയ്ക്കാത്ത നിൽപ്പ്. എന്താണ് വേണ്ടതെന്ന് അറിയില്ല എന്ന പരുങ്ങൽ.

മാരാൻ നിവാസികൾക്കെല്ലാവർക്കും എല്ലാവരുടേയും സകല വിവരങ്ങളുമറിയാം, പരസ്പരം അത്ര കണ്ടും തുറന്ന പെരുമാറ്റമാണ്. സങ്കടങ്ങളും രോഗങ്ങളും കാലക്കേടുകളും വല്ലപ്പോഴും മാത്രം വിരുന്നിനെത്തുന്ന സന്തോഷങ്ങളും. ആരും ഒന്നും അറിയാതെ പോകുന്നില്ല. നാട്ടുകാർ തമ്മിലുള്ള പരസ്പര ബന്ധം സഹായത്തിന്റേതും സഹതാപത്തിന്റേതുമാണ്. തമ്മിൽ തമ്മിൽ എല്ലാവരും നല്ല അയൽക്കാർ.

തന്റെ അളന്നു മുറിച്ചിട്ടെന്നപോലെയുള്ള ജീവിതത്തിന് ഒരു മാറ്റം വരുത്താൻ വാസിലി ആഗ്രഹിക്കുന്നത് എന്തുകൊണ്ടാവാം.? അനാട്ടോലിയയ്ക്ക് ഒരു രൂപവും കിട്ടിയില്ല. പത്തൊമ്പതാം വയസ്സിലാണ് അവൾ താഴ്വരയിലെ ബന്ധുവീട്ടിൽ നിന്നും അച്ഛന്റെ വീട്ടിലേക്ക് തിരിച്ചുവന്നത്. അതേ ദിവസമാണ് വാസിലിയുടെ മൂത്ത മകൻ പിറന്നത്. അന്നു മുതൽ ഭാര്യ മരിച്ച് ഒറ്റയാനാകുംവരെയുള്ള അയാളുടെ ജീവിതം കടന്നുപോയത് അവളുടെ കൺമുമ്പിൽ കൂടിയാണ്. സഹതാപമല്ലാതെ മറ്റൊരു വികാരവും അയാളെപ്രതി അവൾക്കു തോന്നിയിട്ടില്ല. അതേസമയം ഇപ്പോൾ... പാവത്തിനെ നിരാശപ്പെടുത്താൻ അവളുടെ മനസ്സ് മടിച്ചു. തണുത്തു കഴിഞ്ഞ ചാരത്തിന്റെ വിളറിയ നിറത്തോടുകൂടിയ തുറിച്ച കണ്ണുകളുമായി അയാൾ അവളെത്തന്നെ നോക്കി നിൽക്കുകയായിരുന്നു നിശ്ശബ്ദനായി.

അവളുടെ നീണ്ട മൗനം. അയാളുടെ മനസ്സും പതറി. സാദ്ധ്യമല്ല. എന്താണ് മറുപടിയെങ്കിൽ ആ നിമിഷം പുറത്തു കടക്കും. നേരെ ടെലിഗ്രാഫ് ആപ്പീസിൽ ചെന്ന് സാറ്റനിക്കിന്റെ നട്ടെല്ലു പിടിച്ചുകുലുക്കും. തന്നെ അനാവശ്യമായി ആ കുഴിയിൽ ചാടിച്ചതിനുള്ള ശിക്ഷ. ഇനി ഇങ്ങനെയൊരു കാര്യം പറഞ്ഞ് പിന്നാലെ വരരുത്. മൂന്നുവർഷം ഭാര്യയില്ലാതെ കഴിച്ചുകൂട്ടി. ഇനിയുള്ള കാലവും അങ്ങനെ മുന്നോട്ടു പൊയ്ക്കൊള്ളും. ഒറ്റയ്ക്കു കഴിയുന്ന എത്രയോ പേരുണ്ട്. ബുദ്ധിമുട്ടാണെങ്കിലും പരാതി പറയാതെ ജീവിച്ചു പോരുന്നു. പ്രത്യേകിച്ചും സ്വന്തം കാര്യം. പരാതി പറയാനുള്ള ഒരു കാരണവുമില്ല. കൈയും കാലും യഥാസ്ഥാനത്തുണ്ട്. ബുദ്ധിക്കും തരക്കേടൊന്നുമില്ല.

അനാട്ടോലിയയുടെ മറുപടിക്കു കാത്തുനില്ക്കേ വാസിലിയുടെ മുഖം മഴക്കാറുപോലെ ഇരുണ്ടുവരുന്നത് അവൾ കണ്ടു. ആ നിമിഷം അവൾ ആലോചിച്ചത് എന്തായാലും അധികം ആയുസ്സില്ല. അയാളെ വിവാഹം കഴിക്കില്ലെന്ന് ശഠിച്ചുകൊണ്ട് അവസാനകാലത്ത് ഈ പാവത്തിന്റെ ശാപം ഏറ്റുവാങ്ങേണ്ടതുണ്ടോ? മനസ്സിനെ കൈപ്പിടിയിൽ ഒതുക്കിപ്പിടിച്ചുകൊണ്ട് അവൾ അയാളെ നോക്കി ചിരിച്ചു. തലകുലുക്കി.

“എന്നു വെച്ചാൽ......? സമ്മതമാണ് എന്നോ?” അയാൾക്ക് വിശ്വസിക്കാനായില്ല.

"അതെ." അവൾ കൂടുതലൊന്നും പറഞ്ഞില്ല.

അനാട്ടോലിയ വിസമ്മതം പ്രകടിപ്പിച്ചാൽ എന്താണ് ചെയ്യേണ്ടതെന്ന് അയാൾ നേരത്തേ ആലോചിച്ചുറപ്പിച്ചിരുന്നു. എന്നാൽ "സമ്മതം" എന്നു പറഞ്ഞ സ്ഥിതിക്ക് എന്താണ് ചെയ്യേണ്ടതെന്നറിയാതെ അയാൾ പകച്ചു നിന്നു. ഇടിമിന്നലേറ്റതുപോലെ അയാൾ വീർപ്പടക്കി നിന്നിടത്തുതന്നെ നിന്നുപോയി.

ഒന്നുംകൂടി ആലോചിക്കുകയാണെന്ന് തോന്നുന്നു. എന്തിനെന്നില്ലാതെ അനാട്ടോലിയ ഉറക്കെ ചിരിച്ചു.

"അല്ല....തീർച്ചയായും അല്ല..." അയാൾ ഉറപ്പിച്ചു പറഞ്ഞു. "ഞാൻ ടെലിഗ്രാഫ് ആപ്പീസിൽ പോയി സാറ്റിനിക്കിനേയും കൂട്ടിവരാം."

"അതെന്തിനാ...?"

"ഇടനിലക്കാരിയായി കല്യാണമുറപ്പിക്കാൻ അതല്ലേ അതിന്റെ രീതി?"

"നിങ്ങളും ഞാനും പ്രായം ഇരുപതല്ല. ഔപചാരികതയുടെയൊന്നും ആവശ്യമില്ല. നമ്മൾത്തന്നെ തീരുമാനിച്ചാൽ മതി."

"അങ്ങനെയാണെങ്കിൽ അങ്ങനെ...എന്നാൽ പിന്നെ സംഗതി നീട്ടി വെക്കുന്നതെന്തിന്?" അയാളുടെ മുഖം ഉത്സാഹം കൊണ്ടു വിടർന്നു. "എന്താ വേണ്ടതെന്നു വെച്ചാൽ എടുത്തോളൂ. നമുക്ക് എന്റെ വീട്ടിലേക്കു പോകാം."

"അതു പറ്റില്ല." അനാട്ടോലിയ സങ്കോചം കൂടാതെ പറഞ്ഞു. "നമുക്ക് ഇവിടെ താമസിക്കാം. എന്റെ വീട്ടിൽ. എനിക്കതാണിഷ്ടം."

"എന്നാൽ അങ്ങനെയാവാം. നിങ്ങളുടെ ഇഷ്ടംപോലെ. ഞാൻ പോയി എന്റെ സാധനങ്ങൾ എടുത്തുകൊണ്ടുവരാം. വൈകുന്നേരത്തോടെ."

"എനിക്ക് രണ്ടുദിവസത്തെ സാവകാശം വേണം." അവൾ അപേക്ഷിച്ചു.

"അതെന്തിനാണാവോ?"

"പുതിയ തീരുമാനവുമായി ഒന്നു പൊരുത്തപ്പെടണം. നിങ്ങൾക്കു കൂടി താമസിക്കാൻതക്കവണ്ണം വീടു ശരിപ്പെടുത്തിയെടുക്കണം."

"ആയിക്കോട്ടെ. ഒക്കെ നിങ്ങളുടെ ഇഷ്ടംപോലെ." വാസിലി അരിവാളെടുത്ത് തോളിൽ തൂക്കിയിട്ടു. "ഈവക സാധനങ്ങൾ നിങ്ങൾ എവിടെയാണ് സൂക്ഷിക്കുന്നത്?"

"താഴത്തെ വലിയ കലവറയിൽ. കോണി ഇറങ്ങിയാൽ വലതുവശത്തേക്കായി."

"ശരി... ഞാനിത് അവിടെ കൊണ്ടുചെന്നു വെക്കാം. എന്നിട്ട് യാസാമാനോടും ഓവൻസിനോടും വിവരം പറയാം. നിങ്ങളുടെ കാര്യത്തിൽ അവർക്കും പരിഭ്രമമുണ്ട്."

"അവർക്കെന്തിനാണ് പരിഭ്രമം?"

"അത് ഞാനെങ്ങനെ പറയാൻ?"

"അവരോട് പറയൂ. കുറെ കഴിഞ്ഞ് ഞാൻ അവരെ ചെന്ന് കണ്ടോളാമെന്ന്."

"എന്നാൽ ആ സമയത്ത് ഞാനും വന്നേക്കാം." വാതിൽ മെല്ലെയടച്ച് വാസിലി സ്ഥലം വിട്ടു.

അയാളുടെ കാലടികൾ അകന്നുപോകുന്നത് അനാട്ടോലിയ കാതോർത്തു കിടന്നു. അവൾക്ക് ചെറിയൊരു കുറ്റബോധം തോന്നി. ഇങ്ങനെയല്ലാതെ അവൾക്കു പെരുമാറാൻ സാധിക്കുമായിരുന്നില്ല. ഇനി എന്തായാലും എഴുന്നേറ്റ് ക്ഷണിക്കാതെ കയറിവന്ന അതിഥിയെ യാത്രയയ്ക്കണം. അതാണ് മര്യാദ. ഏതായാലും ഇത്രയുമായി. അയാൾ ചെറിയ കുട്ടിയൊന്നുമല്ലല്ലോ. കാര്യങ്ങൾ മനസ്സിലാകും.

അനാട്ടോലിയ സാവധാനം പുതപ്പുമാറ്റി എഴുന്നേറ്റു. കുപ്പായത്തിലാകെ ചോരക്കറ. വല്ലാതെ മനംപുരട്ടി. സ്വന്തം ശരീരത്തെ ഓർത്തപ്പോൾ വെറുപ്പും ലജ്ജയും തോന്നി. മുൻകാലങ്ങളിൽ നീക്കുപോക്കില്ലാതെ മാസമുറ വന്നുകൊണ്ടിരുന്നപ്പോൾ പോലും ഇത്രയും ദേഷ്യം തോന്നിയിട്ടില്ല. ഗർഭിണിയാകാനുള്ള ഒരവസരംകൂടി നഷ്ടപ്പെടുകയാണെന്ന് മനസ്സ് നീറാറുണ്ടെങ്കിലും അമ്പതു വയസ്സാകുന്നതുവരെ മാസന്തോറും ഇത് സഹിച്ചുകൊണ്ടിരുന്നു. ഓരോ തവണയും അത് അവളെ ആകെ തളർത്തി. തുടർച്ചയായ രക്തസ്രാവം. വയറ്റുനോവ്. ജീവിതം സ്വയം അവസാനിപ്പിക്കണമെന്ന് ഓരോ തവണയും വിചാരിക്കും. കുരുമുളകു നീരും താറാവിന്റെ കൊഴുപ്പും ചേർത്തുണ്ടാക്കിയ ഒരു ലേപനം അടിവയറ്റിൽ പുരട്ടിനോക്കി. അതുകൊണ്ടൊന്നും ശമനമുണ്ടായില്ല. യാസാമാന്റെ നാട്ടുമരുന്നുകളെക്കൊണ്ടും ഗുണമുണ്ടായില്ല. നല്ലൊരു പുതപ്പുകൊണ്ട് ആകെ മൂടി അവൾ മുറിക്കകത്ത് ഒരു കസേരയിൽ കഴിച്ചുകൂട്ടും. നാലുദിവസം മുഴുവനും ഇരിക്കുകയാണ്. കിടന്നാൽ തീരെ ശരിയാവില്ല. തീരെ വയ്യാതാവുമ്പോൾ മാത്രം. യാസാമാന്റെ തോളിൽ മുഖമമർത്തി കരയും. വേദനയും നിരാശയും നിസ്സഹായതയും എത്ര നാളാണ് ഒറ്റയ്ക്ക് സഹിക്കുക?

മാസമുറ പൂർണമായും നിന്നിട്ട് കൊല്ലം എട്ടു കഴിഞ്ഞു. ഇപ്പോൾ പെട്ടെന്ന് വീണ്ടും. അവൾക്ക് പേടിയും പരിഭ്രമവും തോന്നിയില്ല. ഏറിവന്നാൽ ജീവിതത്തിൽ ഇനി ഏതാനും മണിക്കൂറുകൾ മാത്രം. അങ്ങനെയിരിക്കെ വേവലാതിപ്പെട്ടിട്ടെന്തു കാര്യം?

സംശയിച്ചു നിൽക്കാനൊന്നും സമയമില്ല. കാര്യങ്ങളൊക്കെ വേഗം ശരിപ്പെടുത്തണം. ആദ്യം സാവധാനം ആഴത്തിൽ ശ്വാസമെടുത്തു. മനംപുരട്ടൽ ഒന്നു മാറിക്കിട്ടണമല്ലോ. തല ചുറ്റുന്നുണ്ട്. കണ്ണുകളടച്ച് ഭിത്തിയിൽ ചാരി നിന്നു. പതുക്കെ ചുമരിൽ കൈ അമർത്തി നടന്ന് അടുക്കളയിലെത്തി. വല്ലതും വിശപ്പടക്കാനായി ഉണ്ടോ എന്നാണ് ആദ്യം നോക്കിയത്. അടുക്കളത്തട്ടിലെ കുപ്പിയിൽ കുറച്ച് ജാം ശേഷിച്ചിരുന്നു. മധുരം കഴിച്ചപ്പോൾ ഇത്തിരി ശക്തി കൈവന്നതുപോലെ. കുളിമുറിയിൽ പോയി നന്നായി മേലു കഴുകി. വൃത്തിയുള്ള വസ്ത്രങ്ങൾ ധരിച്ച് കസേരയിൽ

വന്നിരുന്നു. കുറച്ച് വിശ്രമിച്ചതിനുശേഷം മെത്തയിലെ വിരിപ്പും പുതപ്പുമൊക്കെ മാറ്റി. കുറച്ച് ബേക്കിങ് സോഡ വെള്ളത്തിൽ കലക്കി കറ പുരണ്ട തുണികൾ കുതർത്തിവെച്ചു. കൂടുതുറന്ന് കോഴികളെ പുറത്തുവിട്ടു. ഒരു പിടി നാരങ്ങ പറിച്ചെടുത്തു. തേനെടുക്കാനായി നിലവറയിലേക്കിറങ്ങിയപ്പോൾ കണ്ടു. പുത്തൻ അരിവാൾ ഒരാണിയിൽ തൂങ്ങി കിടക്കുന്നു. പഴയത് കാണാനുമില്ല. നേരെയാക്കാനായി വാസിലി കൊണ്ടുപോയിട്ടുണ്ടാകും. മനസ്സിൽ വീണ്ടും പൊന്തിവന്ന കുറ്റബോധം അനാട്ടോലിയ ക്ഷണത്തിൽ തട്ടിമാറ്റി. ഇതിനുള്ള സമയമല്ല. ഒരു കിണ്ണത്തിൽ തേനുമായി അടുക്കളയിൽ വന്നു. നാരങ്ങ നീരിൽ തേൻ കലർത്തി അതൊരു ഗ്ലാസു കുടിച്ചു. രണ്ടു കഷ്ണം റൊട്ടിയും തിന്നു. കുറെ നേരത്തേക്ക് വിശപ്പടക്കാൻ അതുമതി.

മുറ്റത്ത് അലക്കിയ തുണികൾ ഉണക്കാനിടുമ്പോഴാണ് യാസാമാൻ കയറി വന്നത്.

“നീ അങ്ങോട്ടുവരുന്നതുവരെ കാത്തിരിക്കാൻ ക്ഷമയില്ല. അതുകൊണ്ട് ഞാൻ ഇങ്ങോട്ടു പോന്നു.” മുഖം നിറയെ ചിരിയുമായി യാസാമാൻ പറഞ്ഞു.

“കുറെ അധികം പണിയുണ്ടായിരുന്നു. ഓ...ഇപ്പോഴാണ് കഴിഞ്ഞത്.’ അനാട്ടോലിയ അയൽക്കാരിയെ സ്വാഗതം ചെയ്തു.

“തലവേദനയുണ്ടോ?” മുഖം വല്ലാതെ വിളർത്തിരിക്കുന്നല്ലോ.” യാസാമാന്റെ സ്വരത്തിൽ ഉത്കണ്ഠ.

“ഇന്നലെ ശരിക്കും ഉറക്കം കിട്ടിയില്ല. അതുകൊണ്ടായിരിക്കും.”

“പുതിനയിലയിട്ടുണ്ടാക്കിയ കഷായം കൊണ്ടുവരട്ടെ.”

“വേണ്ട.” നന്ദിയോടെ അവൾ നിരസിച്ചു. “ഞാൻ തന്നെ കുറച്ചുണ്ടാക്കി.”

യാസാമാൻ തല ഒരു വശത്തേക്കു ചായ്ച്ച് ഇടുപ്പിൽ കൈവെച്ചു നിന്നു. കാര്യമായി എന്തോ പറയാനാണ് ഭാവം.

“വാസിലി വന്നു പറഞ്ഞു. നിങ്ങൾ രണ്ടുപേരും എല്ലാം പറഞ്ഞുറപ്പിച്ചു എന്ന്. നീയാണെങ്കിൽ അതിനെക്കുറിച്ചൊന്നും പറയുന്നുമില്ല. എന്താ കാര്യം?”

അനാട്ടോലിയ എന്തു പറയണമെന്നറിയാതെ ഒരുനിമിഷം ആലോചിച്ചു നിന്നു.

“എന്താണെങ്കിലും അതെന്നോട് പറഞ്ഞോളൂ.” യാസാമാൻ തിടുക്കം കൂട്ടി.

അനാട്ടോലിയ തലയിൽ കെട്ടിയിരുന്ന തൂവാല അഴിച്ചു മാറ്റി. നനഞ്ഞ മുടി നിവർത്തിയിട്ടു. വേഗം ഉണങ്ങി കിട്ടും.

“പ്രത്യേകിച്ചൊന്നും പറയാനില്ല യാസാമാൻ. വിവാഹം കഴിക്കാൻ സമ്മതമാണോ? അയാൾ ചോദിച്ചു. സമ്മതമാണെന്ന് ഞാൻ പറഞ്ഞു.

എന്തായാലും നിങ്ങളും നിങ്ങളുടെ ഭർത്താവും എനിക്കു സൈ്വരം തരില്ലല്ലോ. ഞങ്ങൾ രണ്ടുപേരും ഒരുമിച്ചു ജീവിക്കാൻ തുടങ്ങുന്നതു വരെ. എന്താ ഞാൻ പറഞ്ഞത് ശരിയല്ലേ?"

"ശരിയാണ്." യാസാമാൻ സമ്മതിച്ചു.

"അതുകൊണ്ട് ഞാനും സമ്മതം മൂളി."

"നന്നായി. നീ ചെയ്തത് ശരിയായി. വാസിലി നല്ലൊരാളാണ്. മര്യാദക്കാരൻ. രണ്ടുപേരും രണ്ടിടത്ത് ഒറ്റയ്ക്കു താമസിച്ച് ക്ലേശിക്കേണ്ട തുണ്ടോ?"

"വരൂ, അകത്തേക്കു പോകാം." അനാട്ടോലിയ അയൽക്കാരിയെ ക്ഷണിച്ചു. "എന്തൊരു ചൂട്. വെറുതെ നിന്ന് വെയിൽകൊള്ളണോ?" അവൾ സംഭാഷണം വഴി തിരിച്ചുവിടാൻ ശ്രമിക്കുകയായിരുന്നു. പെട്ടെന്നാണോർത്തത് മരണാനന്തരം ധരിപ്പിക്കാനുള്ള വസ്ത്രങ്ങൾ പൂമുഖത്ത് മേശപ്പുറത്തിരിക്കുന്നുണ്ട്. പെട്ടെന്ന് കണ്ണിൽപ്പെടും വാസിലിയെ പോലയല്ല യാസാമാൻ. കാര്യം പെട്ടെന്നൂഹിക്കും.

"നമുക്ക് വരാന്തയിൽത്തന്നെ ഇരിക്കാം. അകത്ത് വല്ലാത്ത ചൂടും പുഴുക്കവുമാണ്. തേൻ ചേർത്ത നാരങ്ങവെള്ളം കൊണ്ടുവരട്ടെ. വേറെ ഒന്നുമില്ല തരാൻ. പണിത്തിരക്ക്. ഞാൻ ഉച്ചഭക്ഷണം തന്നെ ഉണ്ടാക്കിയില്ല."

"എന്നാൽ നമുക്ക് എന്റെ വീട്ടിലേക്ക് പോകാം. ഞാനൊരു ചീസ്പൈ ഉണ്ടാക്കാമെന്നു വിചാരിച്ചു. തൊടിയിൽ നിന്നും ബീറ്റ്റൂട്ടിന്റെ ഇലയും പച്ചക്കറികളും പറിച്ചുവെച്ചിട്ടുണ്ട്. നിനക്കും എന്നെ അടുക്കളയിൽ സഹായിക്കാം. ഓവൻസ് വരാൻ ഇനിയും കുറെ കഴിയും. വാസിലിയും വരാമെന്നു പറഞ്ഞിട്ടുണ്ട്."

യാസാമാൻ കൂട്ടുകാരിയുടെ മുഖത്തേക്ക് ഒരു കള്ളച്ചിരിയോടെ നോക്കി. തുടർന്ന് ഗൗരവത്തോടെ പറഞ്ഞു. "നിന്റെ മുഖത്തെ ഈ വിളർപ്പ് എനിക്ക് തീരെ പിടിക്കുന്നില്ല."

തുണിയലക്കൽ കഴിഞ്ഞതോടെ അനാട്ടോലിയ പാടെ തളർന്നിരുന്നു. അവസാനത്തെ ഒരുതരി ഊർജ്ജവും ചോർന്നുപോയതുപോലെ. ഒന്നു നടുനിവർത്തി കിടക്കാനായിരുന്നു ധൃതി. എന്നാൽ "വയ്യ" എന്ന് യാസാമാനോടു പറയാനുമാവില്ല. അതവരെ കൂടുതൽ പരിഭ്രമിപ്പിക്കും. അതുകൊണ്ട് ഒന്നും മിണ്ടാതെ അവൾ യാസാമാന്റെ പിന്നാലെ പോയി.

വീട്ടിൽ ചെന്നതും യാസാമാൻ കൂട്ടുകാരിക്ക് ഒരാസവം കുടിക്കാൻ കൊടുത്തു. പിന്നെ തേനോടുകൂടിയ ഒരു കഷ്ണം കൂടും. തേനീച്ച ക്കൂട്ടിലെ മെഴുക് തുപ്പിക്കളയരുത് നല്ലവണ്ണം ചവച്ചു തിന്നണം എന്ന് പ്രത്യേകം ഓർമ്മപ്പെടുത്തി. ആസവം അകത്തു ചെന്നതോടെ അനാട്ടോലിയയ്ക്ക് ആകപ്പാടെ സുഖം തോന്നി. മനംപുരട്ടലും ചെവിയിലെ മുഴക്കവും തീരെ മാറി. എന്നാൽ രാവിലെ മുതൽ തുടങ്ങിയ ദാഹം

കൂടുതലായതേയുള്ളൂ. അവൾ വീണ്ടും വെള്ളം വാങ്ങിക്കുടിച്ചു. അതു കൊണ്ട് രക്തസ്രാവം കൂടുതലാകുമോ എന്ന് ഭയമുണ്ടായിരുന്നു.

യാസാമാന്റെ അടുക്കളയിൽ മുഴുവൻ പുളിച്ചുപൊന്തിയ മാവിന്റെ മണം. അനാട്ടോലിയയ്ക്ക് പ്രത്യേകിച്ചും ഇഷ്ടമുള്ള മണം. യാസാമാൻ ചീസ്പൈ ഉണ്ടാക്കാൻ തുടങ്ങി. അനാട്ടോലിയ പച്ചക്കറികളും ഇലകളും കഴുകി അരിഞ്ഞ് പാകം ചെയ്യാൻ തുടങ്ങി. ആദ്യം വെണ്ണയിൽ കുറെ ഉള്ളി മൂപ്പിച്ചു. അതിനുശേഷം പച്ചക്കറികൾ ഇട്ട് മൂടി വേവിച്ചു. കറി തിളക്കാൻ തുടങ്ങിയപ്പോൾ അടുപ്പിൽ നിന്നും പാത്രം ഇറക്കിവെച്ച് കറി യിൽ ഉപ്പു ചേർത്തു. വീണ്ടും പാത്രം മൂടിവെച്ചു. ഇനി താനേ പാത്ര ത്തിലെ ചൂടിൽ കിടന്ന് പാകമാവട്ടെ. കല്ലുപ്പും വെളുത്തുള്ളിയും ചതച്ച് പുളിച്ച് പാലിലിട്ടുവെച്ചു. മറ്റു വിഭവങ്ങൾ തയ്യാറാകുമ്പോഴേക്കും ഇതും തയ്യാറാകും. പുളിച്ച പാലിലേക്ക് വെളുത്തുള്ളിയുടെ മണവും സ്വാദും ഇറങ്ങും. പിന്നെ അതെടുത്ത് കറിയുടെ മീതെ ഒഴിക്കാം.

പുരുഷന്മാർ വരുന്നതിനുമുമ്പുള്ള സമയം സ്ത്രീകൾ രണ്ടുപേരും വരാന്തയിൽ ചെന്നിരുന്നു. വരാന്തയുടെ ഉത്തരത്തിൽ നല്ലൊരു മുന്തിരി വള്ളി പടർന്നു കിടന്നിരുന്നു. സൂര്യൻ അസ്തമിക്കാൻ തുടങ്ങിയ സമയം ഏതോ ഒരു ചിവീട് രാത്രിയായെന്ന് തെറ്റിദ്ധരിച്ച് ഒരു വിഷാദരാഗം മൂളാൻ തുടങ്ങി. അടുക്കളയിൽ നിന്ന് ചീസ്പൈയുടെ കൊതിപ്പിക്കുന്ന മണം വരാന്തയിലേക്കെത്തി. അനാട്ടോലിയ തണുത്ത കൽചുമരിൽ പുറം ചാരി യിരുന്ന് വിശ്രമിച്ചു. അരികിലിരുന്ന യാസാമാൻ അടഞ്ഞ ശബ്ദത്തിൽ ഒരു നാടൻ പാട്ടുപാടി.

"ഞാൻ എന്റെ അച്ഛനെ സ്വപ്നം കണ്ടു." പെട്ടെന്ന് അനാട്ടോലിയ പറഞ്ഞു.

യാസാമൻ പാട്ടു നിർത്തി. പക്ഷേ, തിരിഞ്ഞു നോക്കിയില്ല. കൈകൾ കെട്ടി മൗനം പാലിച്ചതേയുള്ളൂ. ഏതാനും നിമിഷം കഴിഞ്ഞിട്ടാണ് ചോദി ച്ചത്. "അദ്ദേഹം എന്തെങ്കിലും പറയുകയുണ്ടായോ?"

"ഇല്ല. എന്റെ നേരെ നോക്കുകപോലും ചെയ്തില്ല." യാസാമാൻ കൈകൾ താഴ്ത്തിയിട്ടു. മുഖത്ത് പ്രകടമായ ആശ്വാസം.

"ഇന്ന് ഏത് ദിവസമാണ്?"

"വ്യാഴാഴ്ച."

"വ്യാഴാഴ്ച നല്ല ദിവസമാണ്." യാസാമാൻ പറഞ്ഞു.

"ഒരു ദോഷവുമില്ല."

മരാനിയൻകാർ സ്വപ്നങ്ങൾക്ക് വലിയ പ്രാധാന്യം നൽകിയിരുന്നു. സ്വപ്നങ്ങൾ അവർ പരസ്പരം പറഞ്ഞു. അതിൽ മറഞ്ഞുകിടക്കുന്ന അർത്ഥങ്ങൾ കണ്ടെത്താൻ ശ്രമിച്ചു. ആഴ്ചയിൽ ഏതു ദിവസമാണ് സ്വപ്നം കണ്ടെതെന്നതും അവർ പ്രത്യേകം പരിഗണിച്ചിരുന്നു. ഞായ റാഴ്ചയാണ് സ്വപ്നം കണ്ടതെങ്കിൽ പേടിക്കേണ്ടതില്ല. കാരണം ആ

സ്വപ്നം അലസമായിട്ടുള്ളതാണ്. പ്രത്യേകിച്ച് ഗുണദോഷങ്ങളൊന്നു മില്ലാത്തത്. ചൊവ്വാഴ്ചയും ബുധനാഴ്ചയും കണ്ട സ്വപ്നങ്ങൾ വിശദ മായി ഓർമ്മയിലുണ്ടാകണം. അങ്ങനെ കാണുന്ന സ്വപ്നങ്ങൾ ഭാവിയെ സൂചിപ്പിക്കുന്നതാണ്.

"അവിടെ അച്ഛനെങ്ങനെ കഴിയുന്നു എന്ന് അറിയാനായെങ്കിൽ..."

"നീ സ്വപ്നം കണ്ടുവല്ലോ. അതിന്റെ അർത്ഥം നിന്റെ അച്ഛൻ അവിടെ സുഖമായി കഴിയുന്നു എന്നാണ്."

"അങ്ങനെയാണോ?"

"അതെ. ഞാൻ മനസ്സിലാക്കിയിടത്തോളം അങ്ങനെയാണ്."

"നിങ്ങളെന്നെ സമാധാനിപ്പിക്കാൻ പറയുന്നതാണോ?"

"നിന്നെ മാത്രമല്ല ഞാൻ എന്നെത്തന്നെയും സമാധാനിപ്പിക്കുക യാണ്."

മെയ് മാസത്തിലെ സായാഹ്നം. ആകാശം ഇളംനീലനിറത്തിൽ താഴ്ന്നുകിടന്നു. വിരലുയർത്തി നെടുനീളത്തിൽ ഒരു വരവരച്ചാൽ ചെറിയ ഓളങ്ങളുയർത്തി അത് രണ്ടു ഭാഗത്തേക്കു നീങ്ങുമെന്നു തോന്നി. അപ്പോൾ അതിന്റെ മൃദുവായ പതുപതുത്ത ഉൾഭാഗം കാണാ നാകും.

"നമ്മൾ മരിച്ച് അവിടെ എത്തുന്നതുവരെ നമുക്ക് അറിയാനാവില്ല. നമ്മളെ കൂടാതെ എങ്ങനെയാണ് അവർ അവിടെ കഴിഞ്ഞുകൂടുന്ന തെന്ന്." ആരോടോ എന്നപോലെ അനാട്ടോലിയ പിറുപിറുത്തു.

യാസാമാൻ ഒന്നും മിണ്ടാതെ പതുക്കെ തലയാട്ടി. നീരു വന്ന് വീർത്ത വിരലുകൾ കൊണ്ട് മഞ്ചത്തിലെ കമ്പിളിവിരിപ്പിൽ തിരുപ്പിടിച്ചു. നന്നേ പഴയതായിരിക്കുന്ന തുന്നലുകളും വിട്ടുപോന്നു തുടങ്ങി. ഇനിയത്തെ അലക്കിനു മുമ്പ് നേരെയാക്കണം.

നാല്

മനുഷ്യന്റെ ഓർമ്മ അങ്ങനെയാണ്. ആവശ്യമുള്ളതുമാത്രം തെരഞ്ഞെ ടുത്ത് ഓർത്തു വെക്കും. സ്വന്തം അമ്മ ദേഷ്യപ്പെട്ട് പൊതിരെ തല്ലിയിട്ടു ണ്ടാവും. അയൽപക്കത്തു നിന്ന് എന്തെങ്കിലും മോഷ്ടിച്ചതിന്റെ പേരിലും ആ ചൂരൽപ്രഹരം. എന്നാലും അത് നമ്മൾ അപ്പോഴെ മറന്നു കളയും.

അയൽപക്കത്തെ തൊഴുത്തിൽ ഒരു പഴയ വണ്ടിചക്രം. വണ്ടി എന്നേ പൊളിഞ്ഞു പോയി. വെറുതെയിരിക്കുന്ന ആ ചക്രമെടുത്ത് കുണ്ടും കുഴി യുമുള്ള ഗ്രാമപാതയിലൂടെ ഉരുട്ടി. അതെന്റെ പിന്നാലെ ഓടി. വഴിയിൽ മഴവെള്ളം കെട്ടിക്കിടക്കുന്ന കുഴികൾ. വെള്ളത്തിന് കളിമണ്ണിന്റെ നിറം. അന്ന് നൽകിയ ശിക്ഷ മറന്നു. അമ്മയ്ക്ക് മനസ്സുകൊണ്ട് മാപ്പും കൊടുത്തു. എന്നാൽ യുനാൻ എന്ന ആ അയൽക്കാരനെ മറക്കാനായില്ല.

ഊക്കനൊരാൾ. കയറ്റിപ്പിടിച്ച പരുഷമായ മുഖം. നല്ലൊരടി തന്ന് വണ്ടി ചക്രം അയാൾക്ക് തിരിച്ചുകൊണ്ടുപോകാമായിരുന്നു. അതിനുപകരം അയാൾ തന്നെ പിടിച്ചുവലിച്ച് അമ്മയുടെ മുമ്പിൽ കൊണ്ടുപോയി നിർത്തി. അമ്മ എന്തുചെയ്യാൻ? അല്ലെങ്കിലേ അയാൾക്കു കൊടുത്തുതീർക്കാനുള്ള കടം ബാക്കിയാണ്. രണ്ടു കൊല്ലമായി. മൂന്നളവ് ഉരുക്കിയ വെണ്ണ അയാൾക്ക് കൊടുക്കാനുണ്ട്. അത്രയും നെയ്യ് ഒരുമിച്ചുണ്ടാക്കാൻ അമ്മയ്ക്കു സാധിക്കുന്നില്ല. തവണകളായി സ്വീകരിക്കാൻ അയാൾ തയ്യാറുമല്ല. സ്വന്തം മക്കളുടെ വായ കണ്ടില്ലെന്നു വെച്ച് അമ്മയ്ക്ക് കടം വീട്ടാനുള്ള നെയ്യുണ്ടാക്കാൻ പറ്റുമോ? അതിനിടയിലാണ് ഇത്. ദേഷ്യം തീരും വരെ അടി. തുടർന്നു മൂന്നു ദിവസം മലർന്നു കിടക്കാനായില്ല. പുറം പൊളിഞ്ഞിരുന്നു.

അമ്മയുടെ ഗ്രാമം താഴ്വരയുടെ പടിഞ്ഞാറു മാറിയായിരുന്നു. ഈ പ്രദേശത്തെ ഭാഷ അവർക്കത്ര വശമായിരുന്നില്ല. ശത്രുക്കൾ കടന്നു കയറി ഗ്രാമത്തിൽ കൂട്ടക്കൊല നടത്തി. അമ്മയും നാലു കുഞ്ഞുങ്ങളും അദ്ഭുതകരമാംവിധം രക്ഷപ്പെട്ട് മാരാനിലെത്തി. അർഷക് ബെക്കിന്റെ തോട്ടത്തിലാണ് അവർ ചെന്നെത്തിയത്. സത്യസന്ധനും ഉദാരമതിയുമായിരുന്നു അർഷക് ബെക്. ഭാഗ്യം കെട്ട ആ കുടുംബത്തിന് അയാൾ അഭയം നൽകി. കുടിലുകെട്ടാൻ വേണ്ട സ്ഥലവും, സാമഗ്രികളും നൽകി. അത്യാവശ്യത്തിനുള്ള പണവും നൽകാമെന്നു പറഞ്ഞു. എന്നാൽ അതിനൊന്നും സാവകാശം കിട്ടിയില്ല. ബോൾഷെവിക്കുകളിൽ നിന്നും രക്ഷപ്പെടാനായി അയാൾ തെക്കോട്ടു പലായനം ചെയ്തു. അവിടെ നിന്ന് കടലു കടന്ന് പടിഞ്ഞാട്ടേക്കും പോയെന്നാണ് കേൾവി.

സാർഭരണം റഷ്യയിൽ അട്ടിമറിക്കപ്പെട്ടു. അർഷക് ബെക്കിന്റെ വീടും വസ്തുവകകളും ബോൾഷെവിക്കുകൾ കൊള്ളയടിച്ചു. അമ്മയും മക്കളും വീണ്ടും അഭയാർത്ഥികളായി മനീഷ്കറിന്റെ പടിഞ്ഞാറെ ചെരുവിലെ പണിതീരാത്ത വീട്ടിലേക്ക് താമസം മാറ്റി. ആഹാരമോ വീട്ടുസാധനങ്ങളോ ഇല്ല. അയൽക്കാരനായ യുനാനിനോട് സഹായമഭ്യർത്ഥിച്ചു. അയാളുടെ പക്കൽനിന്നും അവർ കുറച്ച് ഉരുക്കിയ വെണ്ണയും ഗോതമ്പും ഉരുളക്കിഴങ്ങും കടമായി വാങ്ങി. തണുപ്പുകാലം കഴിയുന്നതുവരെ അതുകൊണ്ട് പിടിച്ചുനിന്നു. വസന്തകാലമായി. അവർ ചെറിയൊരു അടുക്കളത്തോട്ടം തയ്യാറാക്കി. മാർച്ചിലാണ് വിതച്ചത്. അങ്ങനെ പതുക്കെ പതുക്കെ അവർ അടിയുറപ്പിച്ചു.

കടം വാങ്ങിയ മുതൽ തിരിച്ചു ചോദിച്ചതുകൊണ്ട് ഓരോ തവണ യുനാൻ വാതിലിൽ മുട്ടിയപ്പോഴും അമ്മ പറഞ്ഞു. "കുഡാം. പിന്നെ തരാം." അങ്ങനെ അതവരുടെ കളിപ്പേരായി ആദ്യം യുനാൻ പരിഹസിച്ചുകൊണ്ടാണ് വിളിച്ചത്. പിന്നീട് ഗ്രാമം മുഴുവൻ ആ കുടുംബക്കാരെ അങ്ങനെ വിളിക്കാൻ തുടങ്ങി. കുഡാമന്റ്സ്.

വാസിലി കുഡാമന്റ്സ് അനാട്ടോലിയയുടെ പഴയ അരിവാളിന്റെ പിടി ഊരിമാറ്റി. വായ്ത്തല പ്രത്യേകം കല്ലിൽ വെച്ചുരച്ച് മൂർച്ച കൂട്ടാൻ

തുടങ്ങി. വർഷങ്ങളിലെ പരിചയം. കൃത്യമായ ചലനങ്ങൾ. ആലയ്ക്കു ള്ളിൽ വെളിച്ചം കുറവാണ്. തണുപ്പുണ്ട്. ഒരു മൂലയിൽ ഉപയോഗിക്കാതെ ഇട്ടിരുന്ന പലവിധ ഉപകരണങ്ങൾ പൊടിപിടിച്ചു കിടന്നു. ചിലപ്പോൾ അയാൾ ദേഷ്യപ്പെട്ടുകൊണ്ട് എന്തെങ്കിലുമൊന്ന് കൈയ്യിലെടുക്കും. പൊടി തുടച്ചുമാറ്റും. പിന്നേയും അവിടെത്തന്നെയിടും.

പഴയ കാലത്തെ സ്ഥിതി ഇതായിരുന്നില്ല. ആലയിൽ എപ്പോഴും പറ്റു കാരുടെ തിരക്ക്. വാസിലിക്ക് നടു നിവർത്താൻ നേരമില്ല. ചൂളയിൽ നിന്നുള്ള ചൂട്... ആലയാകെ പൊള്ളും. ഇരുമ്പു രാകിയതിന്റെ പൊടി മാത്രമേ അഴുക്ക് എന്നു പറയാൻ ആലയിലുണ്ടാവൂ. ഇന്ന് ഈ ആലയെ എല്ലാവരും മറന്നിരിക്കുന്നു. ആർക്കും വേണ്ടാതെ പൊടിപിടിച്ചു കിട ക്കുന്ന ഒരിടം. അതിനും പ്രായമായി. പതുക്കെ മരിച്ചുകൊണ്ടിരിക്കയാണ്.

അലസതയേക്കാൾ വലിയൊരു നാശമില്ല. അയാളുടെ അച്ഛൻ എപ്പോഴും പറയുമായിരുന്നു. അലസതയും വെറുതെയുള്ള വിശ്രമവും രണ്ടും ജീവിതത്തിന്റെ അർത്ഥം കെടുത്തും.

അച്ഛന്റെ വാക്കുകളിലെ സത്യം വാസിലിക്കിപ്പോൾ ശരിക്കും മന സ്സിലാകുന്നുണ്ട്. സ്വന്തം ജീവിതം കൊണ്ട് ചുറ്റുമുള്ളവർക്ക് പ്രയോജന മില്ലാതാവുന്നതോടെ ആ ജീവിതത്തിന് അർത്ഥമില്ലാതാവുന്നു. മറ്റു ള്ളവർക്ക് ഗുണമുണ്ടാകാൻ എന്താണ് ചെയ്യേണ്ടത്. അദ്ധ്വാനിക്കുക തന്നെ. അച്ഛൻ ആദ്യമായി വാസിലിയുടെ കൈയും പിടിച്ച് ആലയിലേക്കു കൊണ്ടുവന്ന ദിവസം. അവന് എട്ടുവയസ്സേ ആയിരുന്നുള്ളൂ. തൊഴിൽ പഠിപ്പിക്കാൻ പറ്റിയ പ്രായം. അന്നത്തെ ആ കുട്ടി എത്ര വേഗമാണ് സമർത്ഥനും പ്രാപ്തനുമായ അച്ഛന്റെ സഹായിയായി മാറിയത്. എന്തും പെട്ടെന്നു ഗ്രഹിക്കും. പണിയെടുക്കാൻ മടിയുമില്ല. അമ്പതിലേറെ വർഷം കഴിഞ്ഞു. വാസിലി നെടുവീർപ്പിട്ടു.

കുറെനാൾ കഴിഞ്ഞപ്പോൾ ജോലിയിൽ പാതി അവന്റെ ചുമലിലായി. അവന് പതിനഞ്ചു വയസ്സായപ്പോഴാണ് അച്ഛൻ മരിച്ചത്. ആ ദിവസം ജീവിക്കുന്ന കാലമത്രയും അയാൾ ഓർക്കും.

അതിരാവിലെ ഗ്രാമം ഉണർന്നു കഴിഞ്ഞിരുന്നു. പടിവാതിലുകൾ ഞെരക്കത്തോടെ തുറന്നു തുടങ്ങിയിരുന്നു. നായ്ക്കളുടെ കുര. കോഴി കളുടെ കൂവൽ. വഴിയിൽ പൊടി ഉയർത്തിക്കൊണ്ട് ഒരു കൂട്ടം പശുക്കൾ മേയാൻ യാത്രയായി കഴിഞ്ഞിരുന്നു. അവയുടെ പുറകിലായി ആടുകളു ടേയും ചെമ്മരിയാടുകളുടേയും പറ്റങ്ങൾ. ഏറ്റവും പിന്നിലായി ആട്ടിട യനും അയാളുടെ രണ്ട് മക്കളും. കുട്ടികൾ തമ്മിൽ ഒരു വയസ്സിന്റെ വ്യത്യാസമേയുള്ളൂ. ഒരുവന്റെ കൈയിൽ ഉച്ചയൂണിന്റെ പൊതി. മറ്റവൻ കോലു വീശി ശബ്ദമുണ്ടാക്കിക്കൊണ്ട് ആടുകളെ തെളിക്കുന്നു. വാസി ലിയും അച്ഛനും ഓരത്തേക്കു നീങ്ങിനിന്ന് ആടുകൾക്ക് വഴി കൊടുത്തു. അവിടെയാകെ ആട്ടിൻ കാഷ്ഠത്തിന്റെയും മൂത്രത്തിന്റെയും നാറ്റം. ഒരു നിമിഷം അച്ഛൻ വഴിവക്കിലെ മരവേലിയിൽ കൈ അമർത്തി നിന്നു.

എന്തോ പറയാൻ ഭാവിച്ചു. അപ്പോഴേക്കും കുഴഞ്ഞു താഴെ വീണു. വല്ലാതെ കിതയ്ക്കാൻ തുടങ്ങി. പതുക്കെ ശ്വാസം നിലച്ചു.

അന്ന് വാസിലിയുടെ അമ്മയ്ക്ക് രണ്ടു മാസം ഗർഭമായിരുന്നു. ശവമടക്ക് കഴിഞ്ഞതും കിടപ്പിലായി. പിന്നെ എഴുന്നേറ്റത് ആറുമാസത്തോളം കഴിഞ്ഞിട്ടായിരുന്നു. അതിനിടയിൽ വാസിലി അമ്മയെ കാണാൻ ഒരാളേയും അനുവദിച്ചില്ല. ഒരു പരാതിയും കൂടാതെ താൻതന്നെ അമ്മയെ വേണ്ടപോലെ ശുശ്രൂഷിച്ചു. ആഹാരം വായിൽ കൊടുത്തു. സമയത്തിന് മരുന്നുകൾ കൊടുത്തു. തൊടിയിൽ ചൂടുവെള്ളം നിറച്ച് കുളിക്കാൻ സഹായിച്ചു. സോപ്പിനോടൊപ്പം ഒരു നുള്ളു ചാരവും കൂട്ടിച്ചേർത്ത് കാലും പുറവുമൊക്കെ കഴുകി വൃത്തിയാക്കി കൊടുത്തു. തല കഴുകിയതിനു ശേഷം അവൻ പുറത്തു വാതിൽക്കൽ കാത്തുനിന്നു. ഇനിയുള്ളത് അമ്മ തനിയെ ചെയ്യേണ്ടതാണ്. മാറാനുള്ള വസ്ത്രങ്ങൾ അവൻ കുളിമുറിയിൽ തന്നെ ഒരുക്കിവെച്ചിരുന്നു. കുളി കഴിഞ്ഞാൽ അമ്മയെ എടുത്തുകൊണ്ടുവന്ന് കട്ടിലിൽ കിടത്തം. കമ്പിളി പുതപ്പുകൊണ്ട് പുതപ്പിക്കും. ചൂടുള്ള ചായ കൊടുക്കും. വലിയ ചൂടും തണുപ്പുമില്ലെങ്കിൽ മകൻ അമ്മയെ എടുത്തുകൊണ്ടുവന്ന് തോട്ടത്തിലിരുത്തും. കുറച്ചുനേരം കാറ്റു കൊള്ളട്ടെ. ശുദ്ധവായു ശ്വസിക്കട്ടെ. അമ്മയുടെ ശരീരം വല്ലാതെ ശോഷിച്ചിരുന്നു. ഒരു കുരുവിയുടെ ഭാരം മാത്രം. വയർ മാത്രം വീർത്ത് ഉന്തി നിന്നു. തോട്ടത്തിലെ പെയർമരത്തിനു ചുവട്ടിൽ ഒരു ബെഞ്ചിൽ മരത്തടിയിൽ ചാരി ഇരിക്കാൻ പാകത്തിന് അമ്മയെ ഇരുത്തും. മകൻ തോട്ടത്തിൽ കൊത്തുന്നതും കിളയ്ക്കുന്നതും കളപറിക്കുന്നതും നനയ്ക്കുന്നതും അമ്മ നിശ്ശബ്ദം നോക്കിയിരിക്കും.

ഉച്ചതിരിഞ്ഞാൽ വാസിലി ആലയിൽ പോകും. അപ്പോൾ അമ്മയ്ക്കു തുണയായി അമ്മായി വന്നിരിക്കും. അല്ലെങ്കിൽ സാറ്റനിക്. പിന്നീട് അവർക്ക് രണ്ടാമത്തെ മകനും പിറന്നു കഴിഞ്ഞിരുന്നു.

അതിശയം തോന്നുന്നു. വാസിലിയുടെ അമ്മ കുഴപ്പമൊന്നും കൂടാതെ ഗർഭകാലം പൂർത്തിയാക്കി. കുഞ്ഞ് ജനിച്ചപ്പോൾ തീരെ ശോഷിച്ചിട്ടായിരുന്നു. വാസിലിക്കുശേഷം അവരുടെ എട്ടാമത്തെ പ്രസവമായിരുന്നു. എന്നാൽ ജീവനോടെ കിട്ടിയത് ഇവനെ മാത്രം. അതിനു മുമ്പുള്ള ഏഴു പേരും ജനിക്കുംമുമ്പേതന്നെ മരിക്കുകയായിരുന്നു. അച്ഛനും അമ്മയ്ക്കും അങ്ങേയറ്റം ദുഃഖവും നിരാശയുമുണ്ടായിരുന്നു. എങ്കിലും അവർ പ്രതീക്ഷ കൈവിട്ടില്ല. മാരാനിലെ കുടുംബങ്ങളെല്ലാം വലുതായിരുന്നു. ഓരോ വീട്ടിലും എട്ടുംപത്തും മക്കൾ. ആ സന്തോഷം തങ്ങൾക്കനുഭവിക്കാനാവുന്നില്ലല്ലോ എന്നതായിരുന്നു അവരുടെ സങ്കടം.

കുഞ്ഞിനെ പ്രസവിച്ചതോടെ വാസിലിയുടെ അമ്മയ്ക്ക് ജീവൻ തിരിച്ചു കിട്ടി എന്നു പറയാം. ഒരിക്കൽകൂടി ആ വീട്ടിനകത്തേക്ക് കുടുംബജീവിതത്തിന്റെ ഒച്ചയനക്കങ്ങളും മണങ്ങളും കടന്നുവന്നു. അടുപ്പിൽ പുക ഉയർന്നു. പഴങ്ങൾ പഞ്ചസാരയിലിട്ടു വിളയിക്കുന്നതിന്റേയും പാൽ

പുളിപ്പിക്കുന്നതിന്റെയും മണം പരന്നു. ഇപ്പോൾ വാസിലിയെ എതിരേല്ക്കുന്നത് വീട്ടിനകത്തെ മരണ നിശ്ശബ്ദതയല്ല. കൽഭരണിയിലിട്ട് തൈരു കലക്കുന്നതിന്റെ ശബ്ദമാണ്. കളിമൺ അടുപ്പിൽ നിന്നുള്ള സുഖകരമായ ചൂടാണ്. അമ്മ എപ്പോഴും പണിത്തിരക്കിലാണ്. മാവു പുളിപ്പിച്ച് റൊട്ടി ചുട്ടെടുക്കുന്നു. മസാലകൾ ചേർന്ന ആട്ടിറച്ചിയുടെ കറി പാകം ചെയ്യുന്നു.

അമ്മ കുഞ്ഞിന് അവന്റെ അച്ഛന്റെ ഓർമ്മയ്ക്ക് അകോപ് കലൊമന്റ്സ് എന്നാണ് പേരിട്ടത്. അവന്റെ അച്ഛമ്മയുടെ അമ്മയിൽ നിന്നായിരുന്നു ആ കളിപ്പേരായ കുടുംബപ്പേരിന്റെ തുടക്കം. അകോപ് നല്ല ബുദ്ധിയുള്ള കുട്ടിയായിരുന്നു. അതേസമയം വളരെ സൗമ്യനും ചിന്താശീലനും. വാസിലിക്ക് അനുജൻ പ്രാണനോളം പ്രിയനായിരുന്നു. എന്നാൽ സ്നേഹക്കൂടുതൽ കൊണ്ട് അവനെ കേടുവരുത്താതിരിക്കാനും അയാൾ ശ്രദ്ധിച്ചിരുന്നു. ആ കാര്യം അമ്മയ്ക്കും അയാൾ ബോദ്ധ്യപ്പെടുത്തിയിരുന്നു. അനുജനെ തീർച്ചയായും എഴുത്തും വായനയും പഠിപ്പിക്കണം. ഭാഗ്യത്തിന് അപ്പോഴേക്കും മാരാനിൽ ഒരു സ്കൂൾ പണിയാൻ തുടങ്ങിയിരുന്നു.

ആലയിൽ നിന്നുള്ള വരുമാനം ധാരാളമൊന്നുമില്ലെങ്കിലും ആവശ്യങ്ങൾ നടത്തിക്കൊണ്ടുപോകാൻ മുട്ടുണ്ടായിരുന്നില്ല. കിട്ടുന്ന തുക വാസിലി അമ്മയെ എല്പിക്കുകയാണ് പതിവ്. എന്നാലും ചെറിയൊരു തുക കൃത്യമായി അതിൽനിന്നും മാറ്റി വെച്ചിരുന്നു. അനുജനെ താഴ്വരയിലെ വലിയ സ്കൂളിൽ അയച്ചു പഠിപ്പിക്കണം. അതായിരുന്നു അയാളുടെ ഏറ്റവും വലിയ മോഹം.

വാസിലിക്ക് പത്തൊമ്പതു വയസ്സു തികഞ്ഞ വസന്തകാലം. വിവാഹപ്രായമായി എന്ന് അമ്മ പലതവണ സൂചിപ്പിച്ചു. അമ്മയുടെ ആഗ്രഹം പുത്രവധുവായി മാഗ്ടാകീൻ യാക്കുലി ചാന്റ്സ് വീട്ടിൽ വന്നു കയറണമെന്നായിരുന്നു. പൊന്നുപോലൊരു പെൺകിടാവ്. വേണ്ടത്ര ഒതുക്കവും മര്യാദയും. നല്ല പണിക്കാരി. പക്ഷേ, വാസിലിക്കൊരു ശങ്ക. തന്നെപോലെയുള്ള ഒരു പരുക്കൻ കൊല്ലന് പെട്രോഡ് യാക്കൂലി ചാന്റ്സ് തന്റെ മൂത്തമകളെ വിവാഹം ചെയ്തു കൊടുക്കുമോ?

എന്തായാലും വാസിലിയുടെ അമ്മ മകന്റെ അനുവാദത്തിനു കാത്തുനിന്നില്ല. തനിക്ക് സ്ത്രീധനമായി കിട്ടിയ രണ്ടു സ്വർണ്ണമോതിരങ്ങളും ഒരു കൈചങ്ങലയും ഒരുജോടി കമ്മലും പൊതിഞ്ഞെടുത്തു. നേരെ പെട്രോഡിന്റെ വീട്ടിൽ ചെന്നു. അവർ വിരുന്നുകാരിയെ അല്പം സങ്കോചത്തോടുകൂടിയാണെങ്കിലും മര്യാദയോടെ സ്വീകരിച്ചു. മേശ നിറച്ച് പലഹാരങ്ങളുമായി സൽക്കരിച്ചു. വാസിലിയുടെ അമ്മ കാര്യം എങ്ങനെ അവതരിപ്പിക്കണം എന്നറിയാതെ ഒന്നു പരുങ്ങി. അവർ പലഹാരത്തട്ട് ഒരു വശത്തേക്കു നീക്കി വെച്ചു. കൈയിൽ കരുതിയിരുന്ന പൊതി അഴിച്ചു. അതിലെ ആഭരണങ്ങൾ മേശവിരിപ്പിലേക്കിട്ടു.

"നിങ്ങളുടെ മകൾ മാഗ്ടാക്കീനുവേണ്ടി ഇത്രയേ എനിക്ക് തരാനാവൂ."

പിന്നീട് പെട്രോസ് വാസിലിയോട് പറയുകയുണ്ടായി. "നിന്റെ അമ്മ കൂടുതലായി ഒരു വാക്കു പറഞ്ഞില്ല." അവരുടെ നോട്ടം മാറിയതുമില്ല. നിവർന്നിരുന്ന് മുട്ടിന് കൈകൾ പിണച്ചു വെച്ചു. തന്നെപ്പോലൊരാൾ എന്ന മട്ടിലാണ് എന്നോടു സംസാരിച്ചത്. അതുകൊണ്ടാണ് അന്നു ഞാൻ സമ്മതിച്ചത്. എന്റെ മകളെ അവരുടെ മകന് വിവാഹം കഴിച്ചുകൊടുക്കാമെന്ന്.

ഒരു ശരത്കാലത്ത് വിവാഹം നടത്താമെന്ന് രണ്ടുകൂട്ടരും കൂടി തീരുമാനിച്ചു. കൊയ്ത്തിനുശേഷം അതാണ് നാട്ടുനടപ്പ്. പക്ഷേ, അതിന് അവർക്ക് അഞ്ചുകൊല്ലം തികച്ചും കാത്തിരിക്കേണ്ടി വന്നു. ആദ്യത്തെ വർഷം മാഗ്ടാക്കീന്റെ അനിയൻ ഇടിമിന്നലേറ്റു മരിച്ചു. തുടർന്ന് അതിന്റെ ദുഃഖാചാരണം. അതു കഴിഞ്ഞപ്പോഴേക്കും മനീഷ്‌കർ പ്രദേശം മുഴുവൻ കടുത്ത ക്ഷാമത്തിന്റെ പിടിയിലായി. ആ വർഷത്തെ വരൾച്ച അവസാനമില്ലാതെ നീണ്ടുപോയി. കുറേ കഴിഞ്ഞപ്പോഴാണ് നാട്ടുകാർ തിരിച്ചറിഞ്ഞത്. അതൊരു മുൻസൂചനയായിരുന്നുവെന്ന്. കാലം അവരുമായി "പൂച്ചയും എലിയും" കളിക്കുകയായിരുന്നു. ജനങ്ങളെല്ലാവരും നിത്യജീവിതത്തിന്റെ തീരാക്കുടുക്കുകളിൽ പെട്ടിരിക്കുകയായിരുന്നു. പ്രകൃതിയുടെ നിഗൂഢസൂചനകൾ, വേണ്ടവിധം മനസ്സിലാക്കാൻ അവർക്കായില്ല.

എല്ലാം തുടങ്ങിയത് ആ രാത്രിയാണ്. പതിവില്ലാത്ത വിധത്തിൽ ഭയാനകമായൊരു ശബ്ദം. ഗ്രാമത്തിലുള്ളവരെല്ലാം ഞെട്ടി ഉണർന്നു. എല്ലാവരും ജനലരികിൽ വന്നുനിന്ന് സൂക്ഷിച്ചുനോക്കി. ആയിരക്കണക്കിന് ചെറുതും വലുതുമായ എലികൾ ഒരു പുഴപോലെ മൈതാനത്തിലേക്ക് ഒന്നായി ഒഴുകി നീങ്ങുന്നു. കുഞ്ഞനെലികൾ മുതിർന്ന എലികളുടെ പുറത്തുകയറി. ആ ഘോഷയാത്രയെ നയിച്ചിരുന്നത് ആണെലികളായിരുന്നു. അവസാനഭാഗത്ത് പെണ്ണെലികൾ. എല്ലാവരും വലിയ ഗൗരവത്തോടെ, നിശ്ചയദാർഢ്യത്തോടെ ഒരേ ലക്ഷ്യത്തിലേക്ക്. അതിനിടയിൽ കൂട്ടത്തിൽ ചവിട്ടും തള്ളുമേറ്റ് കുഞ്ഞെലികൾ ചത്തുവീഴുന്നത് അവർ കാര്യമാക്കിയില്ല. ആകാശത്ത് ചന്ദ്രൻ വലിയൊരു അരകല്ലിന്റെ വലുപ്പത്തിൽ തിളങ്ങിനിന്നു. സാധാരണ എത്ര ചെറിയ ശബ്ദം കേട്ടാലും കുരച്ചു ബഹളം വെക്കുന്ന നായ്ക്കൾ അന്നെന്തോ നിശ്ശബ്ദത പാലിച്ചു. ആളുകൾക്ക് വാതിൽ തുറന്ന് പുറത്തുവരാൻ ഭയം. അത്രയ്ക്കും വിചിത്രവും ഭയജനകവുമായിരുന്നു ആ എലികളുടെ പലായനം. എല്ലാവരും പുറത്തേക്ക് നോക്കി ജനലരികിൽനിന്നും മാറാതെ നിന്നു. തിളച്ചുപൊന്തുന്നതുപോലെയുള്ള ആ വമ്പിച്ച എലിക്കൂട്ടം മൈതാനവും കടന്ന് ഗ്രാമത്തിന്റെ അതിർത്തിവരെ ചെന്നു. മങ്ങിയ നിലാവെളിച്ചത്തിൽ, ഒരു വൻനിര പോലെ എങ്ങോ അപ്രത്യക്ഷമാവുകയും ചെയ്തു. നിമിഷങ്ങൾക്കകം

കുണ്ടും കുഴിയും നിറഞ്ഞ ഗ്രാമവീഥിയിൽനിന്നും എലികളൊക്കെ ഒഴിഞ്ഞുപോയി. അവിടവിടെയായി ചത്ത എലിക്കൂട്ടങ്ങളുടെ ദുർഗന്ധം.

അടുത്ത ദിവസം രാവിലെ മാരാനിൽ പതിവുള്ള തിരക്കുപിടിച്ച ഒച്ചയനക്കങ്ങളൊന്നുമുണ്ടായിരുന്നില്ല. സ്ത്രീകൾക്ക് ഭയം. പോയ എലിക്കൂട്ടങ്ങൾ തിരിച്ചുവന്നാലോ? നിലവറയിലും കലവറയിലും ധാന്യവീപ്പകൾക്കു ചുറ്റിലുമൊക്കെ അവർ എലികളെ അകറ്റി നിർത്താനുള്ള വിഷക്കായകൾ പൊടിച്ചുതൂവി. മാളങ്ങളിലും വിടവുകളിലും കുപ്പിച്ചില്ലും പടക്കമരുന്നും കുത്തിനിറച്ചു. സാധനങ്ങൾ സൂക്ഷിക്കുന്ന ഷെൽഫുകൾ എലികളെത്താത്തവിധം ചുമരിൽനിന്നും അകറ്റിയിട്ടു.

താഴ്വരയിലുള്ളവർ പറഞ്ഞത്, എലികൾ കീഴ്പ്പോട്ടു പാഞ്ഞു എന്നാണ്. കറുത്തിരുണ്ട തിരമാലകൾ ആഞ്ഞടിക്കുന്ന കടലിലേക്ക് അവ എടുത്തു ചാടുന്നത് തീരത്ത് താമസിക്കുന്നവർ കണ്ടുവത്രെ. ദുർബലമായ കാലുകൾകൊണ്ട് തുഴഞ്ഞ് അവ ഏറെ നേരം പൊങ്ങിക്കിടന്നു. അവസാനം ശക്തിമുഴുവൻ ചോർന്ന് എലികൾ ഒന്നടങ്കം കടലിന്റെ ആഴങ്ങളിലേക്ക് ആണ്ടുപോയി.

ഈ സംഭവത്തെക്കുറിച്ച് ഗ്രാമത്തിലുള്ളവർ ഭയത്തോടെയും അതിശയത്തോടെയും ഏറെക്കാലം ചർച്ച ചെയ്തേനേ. എന്നാൽ തൊട്ടുപിന്നാലെ അവർക്ക് വലിയൊരു ദുരന്തം നേരിടേണ്ടിവന്നു. ഏപ്രിൽ മാസത്തിലൊരു ദിവസം. തികച്ചും ശാന്തമായൊരു ഉച്ചനേരം. ഗബ്രിയേൽ മാലാഖ വന്ന് കന്യാമറിയത്തിന് സ്വർഗ്ഗീയ സന്ദേശം നല്കിയതിന്റെ തലേദിവസം. രാവിലെ മുതൽ മാനം കാറൊഴിഞ്ഞ് തെളിഞ്ഞു കിടന്നിരുന്നു. നല്ല ചൂടുള്ള ഒരു പകൽ എന്നതിന്റെ സൂചന. എന്നാൽ വളരെ പെട്ടെന്നാണ് ആകാശത്തിന്റെ അങ്ങേയറ്റത്ത് കറുത്ത കട്ടിയുള്ള ഒരു പുതപ്പ് പ്രത്യക്ഷപ്പെട്ടത്. നോക്കിനില്ക്കേ അത് അതിവേഗം മാനം മുഴുവനും നിറഞ്ഞു. ഒപ്പം ഉച്ചത്തിലല്ലെങ്കിലും വ്യക്തമായ ഒരിരമ്പൽ. സ്ത്രീകൾ അയയിൽ ഉണക്കാനിട്ടിരുന്ന തുണികളെടുക്കാനായി പുറത്തേക്കോടി. എന്നാൽ തുണികൾ വലിച്ചെടുക്കാനോ, പുറത്തു ചുറ്റി നടക്കുന്ന കോഴികളെ കൂട്ടിലാക്കാനോ അവർക്ക് സമയം കിട്ടിയില്ല. അതിനു മുമ്പേ ആകാശത്ത് കനത്ത കാർമേഘങ്ങൾ പോലെ ആയിരക്കണക്കിന് പാറ്റക്കൂട്ടങ്ങൾ വന്നുനിറഞ്ഞു. പറക്കുന്ന വഴിയിൽ കണ്ടിടത്തെല്ലാം കൂട്ടംകൂട്ടമായി അവ അള്ളിപ്പിടിച്ചു. തോട്ടത്തിൽ, തൊടിയിൽ, വേലികളിൽ, പുരപ്പുറങ്ങളിൽ, തൊഴുത്തുകളിൽ എല്ലായിടത്തും വെട്ടുകിളികൾ മാത്രം.

ദൈവം മനുഷ്യരെ ഒരു പാഠം പഠിപ്പിക്കുകയാണോ? അവർ ചെയ്തുകൂട്ടുന്ന ദുഷ്കൃത്യങ്ങൾക്കുള്ള ശിക്ഷ? ഗ്രാമത്തിലാകെ മഴ പെയ്യുന്നതുപോലെയാണ് അവ തുരുതുരെ വന്നുവീണത്. വായുവിൽ അവ വട്ടം ചുറ്റി. മനുഷ്യരുടെ കണ്ണിലും കാതിലും മൂക്കിലും വായിലും വന്നു നിറഞ്ഞു. തോട്ടത്തിലെ ചെടികളെ മുഴുവൻ വെട്ടി നശിപ്പിച്ചു. വീടുകളിലെ

ചിമ്മിനികളുടെ ഉള്ളിലൂടെ അകത്തേക്ക് കടന്നു വീട്ടുസാമാനങ്ങളിലും ചുമരുകളിലും പറ്റിപ്പിടിച്ചിരുന്നു. ഓരോന്നിനും ഒരു ചെറുവിരലിന്റെ നീളം. ചിറകുകൾക്ക് മഞ്ഞ കലർന്ന പച്ചനിറം. പുറത്ത് അഞ്ചു നീണ്ട വരകൾ. ചാരനിറത്തിലുള്ള വയറിൻമേലുമുണ്ടായിരുന്ന അങ്ങനെ വിലങ്ങനെ അഞ്ചു വരകൾ. ലോകം മുഴുവൻ കീഴ്പ്പെടുത്തുമെന്ന ഭാവത്തിൽ, അതിവേഗത്തിലായിരുന്നു അവ പെരുകിയത്. അവ ഇണ ചേരുമ്പോൾ ചിറകുകൾ ഉരുമ്മിയുണ്ടാകുന്ന പരുപരുത്ത ശബ്ദം. കാതുകളെ അലോസരപ്പെടുത്തി. വായുവിൽ വട്ടം ചുറ്റിക്കൊണ്ടുള്ള ഇണചേരൽ. മുട്ട വിരിഞ്ഞു വരുന്ന കുഞ്ഞുങ്ങൾക്ക് തീർത്താൽ തീരാത്ത വിശപ്പ്. എന്തും ഏതും തിന്നുന്ന തരം. കണ്ടുനില്ക്കേ പൂർണ്ണ വളർച്ച പ്രാപിക്കും. ചെടികളെ മാത്രമല്ല, ചെറുപ്രാണികളേയും തിന്നുതീർക്കും. അറപ്പു തോന്നുന്ന, ജെല്ലിയുടെ രൂപത്തിലുള്ള പുഴുക്കൾ. ഒരു ഉള്ളംകൈയിന്റെ നീളം.

നാട്ടുകാർ ആകാവുന്ന പ്രതിരോധനടപടികളൊക്കെ നടപ്പിലാക്കി. ചിമ്മിനികൾ അടച്ചുഭദ്രമാക്കി. കോഴി, പട്ടി മുതലായവയെ നിലവറകളിൽ പൂട്ടിയിട്ടു. ആ ദിവസങ്ങളിൽ ആടുമാടുകളെയൊന്നും പുറത്തു മേയാൻ വിട്ടില്ല. വീടുകളിലെ ജനലുകളും വാതിലുകളും കൊട്ടിയടച്ചുവെച്ചു. അതിനുപുറമേ പുറത്തേക്കുള്ള വാതിലുകളിൽ കനത്ത വിരിപ്പുകൾ നീക്കിയിട്ടു. ശരീരം മുഴുവൻ മൂടുന്ന കനത്ത വസ്ത്രങ്ങൾ എല്ലാവരും ധരിച്ചു. കഴുത്തിൽ തൂവാല ചുറ്റിക്കെട്ടി. തലയും വലിയ തുണികൊണ്ട് മൂടിക്കെട്ടി. കണ്ണിന്റെ സ്ഥാനത്തുമാത്രം ചെറിയൊരു വിടവ്.

വീടിന്റെ അകത്ത് കയറുന്ന പുഴുക്കളെ തല്ലിക്കൊല്ലുകയായിരുന്നു പതിവ്. പിന്നീട് പെറുക്കിയെടുത്ത് പുറത്തേക്കെറിയാൻ തുടങ്ങി. കാരണം, ചത്തു കഴിഞ്ഞാൽ അവയുടെ ശരീരത്തിൽനിന്നും പുറത്തേക്കൊലിക്കുന്ന ദ്രാവകത്തിൽ ഏതോ വിഷമുണ്ടായിരുന്നു. തൊട്ടാൽ പൊള്ളി തൊലി അടർന്നുപോകുന്ന തരം. ആ വ്രണങ്ങൾ പൊട്ടിയും പഴുത്തും ഏറെനാൾ ഉണങ്ങാതെ ശല്യം ചെയ്യും. വീടുകളിൽ സാധാരണ ഉപയോഗിക്കുന്ന മറുമരുന്നുകൾകൊണ്ടൊന്നും ഈ പുഴുക്കളെ അകറ്റിനിർത്താനായില്ല. ഒട്ടും വെള്ളം ചേർക്കാത്ത കട്ടികൂടിയ വിനീഗറിനും അവയെ നശിപ്പിക്കാനായില്ല.

ആവണക്കിന്റെ കുരുവും വേറെ ചില നാട്ടുപച്ചകളും ചേർത്ത് യാസാമാൻ വലിയൊരു കുട്ടകം നിറയെ വെള്ളം തിളപ്പിച്ചു. അത് മുറ്റത്തിന്റെ നടുവിൽ കൊണ്ടുവെച്ചു. അതുകൊണ്ടും പ്രയോജനമുണ്ടായില്ല. സഹികെട്ട അവർ ചിലരെ താഴ്വരയിലേക്ക് പറഞ്ഞയച്ചു. പറ്റിയ രാസവിഷങ്ങൾ കിട്ടുമോ എന്നറിയാൻ. അവരും വെറുംകൈയോടെ തിരിച്ചുവന്നു. ആദ്യകാലത്ത് ഫലപ്രദമായിരുന്ന ചില രാസവസ്തുക്കൾ പിന്നീട് നിർവീര്യമായിപോയത്രെ. മാത്രമല്ല, അവസാനിക്കാതെ പറന്നെത്തുന്ന ആയിരമായിരം കീടങ്ങൾക്ക് നേരെ ഏതു വിഷമാണ് പ്രയോഗിക്കുക എന്ന് അവർക്കും നിശ്ചയമില്ലായിരുന്നു. അതിനുപുറമെ പല രാസ

ഉതിർന്നുവീണ മൂന്ന് ആകാശപ്പഴങ്ങൾ

വസ്തുക്കളും മനുഷ്യർക്കും മൃഗങ്ങൾക്കും വളരെ ദോഷകരവുമായിരുന്നു. പ്രത്യേകിച്ചും അനിയന്ത്രിതമായി ഉപയോഗിക്കുന്നതിന്റെ ഫലം അതീവ ഗുരുതരമായിരുന്നു. മലയുടെ മുകളിൽ സ്ഥിതി ചെയ്യുന്ന മനീഷ്കറിനേക്കാൾ ഭയങ്കരമായിരുന്നു താഴ്വരയിലെ സ്ഥിതി. കാറ്റ് അധികമായ മലമ്പ്രദേശങ്ങളേക്കാൾ ആ പ്രാണികൾക്ക് പത്ഥ്യം കാറ്റു കുറഞ്ഞ താഴ്വരകളായിരുന്നു. അവയുടെ അക്രമണം തുടങ്ങി മൂന്നാം ദിവസമായപ്പോഴേക്കും താഴ്വരയിലുള്ളവരാകെ പരിഭ്രാന്തരായിരുന്നു. കടുത്ത ഭക്ഷ്യക്ഷാമം അവർ തൊട്ടുമുന്നിൽ കണ്ടു. കരുതിവെച്ചിരുന്നതൊക്കെ കഴിഞ്ഞു തുടങ്ങിയിരുന്നു. ഉല്പാദനമൊക്കെ നിർത്തിവെച്ച സ്ഥിതിക്ക് ഇനി എപ്പോൾ എവിടെനിന്ന് എന്ന ചിന്തയായി എല്ലാവർക്കും. ക്ഷാമം തൊട്ടുമുന്നിൽ എന്ന ആശങ്ക. മനുഷ്യമനസ്സും കൊള്ളരുതായ്മകളിലേക്ക് തിരിഞ്ഞു. ആദ്യം വേണ്ടതിലധികം വാരി വാങ്ങി കടകൾ കാലിയാക്കി. അതിനെ തുടർന്ന് ഭക്ഷണസാധനങ്ങൾ സംഭരിച്ചുവെക്കുന്ന വലിയ പാണ്ടികശാലകൾ കൊള്ളയടിക്കപ്പെട്ടു. അപ്പോഴേക്കും സർക്കാർ കർഫ്യൂ പ്രഖ്യാപിച്ചു. ഗ്രാമത്തിലേക്ക് പട്ടാളക്കാർ വന്നെത്തി. അച്ചടക്കം പാലിക്കാൻ ആവശ്യപ്പെട്ടുകൊണ്ട്. അതിനകം വേണ്ടതെല്ലാം വേണ്ടവർ കൈക്കലാക്കി കഴിഞ്ഞിരുന്നു. അവനവന്റെ വീടുകളിൽ ഭദ്രമായി അത് സൂക്ഷിക്കപ്പെട്ടുകഴിഞ്ഞിരുന്നു. അതിന്റെ സംരക്ഷണത്തിന് പ്രാണൻ വെടിയാനും നാട്ടുകാർ തയ്യാറായിരുന്നു. താഴ്വരയിൽ നടക്കുന്ന സംഭവങ്ങളെക്കുറിച്ച് മാരാനിയൻകാർക്ക് രൂപമില്ലായിരുന്നു. അതിനെക്കുറിച്ചൊന്നും ഊഹിക്കാനും അവർ മിനക്കെട്ടില്ല. ഊഹിക്കുന്നതുകൊണ്ട് എന്തു മെച്ചം? മനുഷ്യമനസ്സ് അവർക്കറിയാത്തതോ?

പ്രാണികളുടെ ശല്യം മെയ് അവസാനം വരെ നീണ്ടുനിന്നു. ലക്ഷങ്ങളുടെ കൂട്ടമായാണ് അവ അന്തരീക്ഷത്തിൽ ചുറ്റിപ്പറന്നത്. അവിടെ നിന്ന് അവ വടക്കോട്ട് പറന്നൊഴിഞ്ഞു. ഗ്രാമത്തിൽ ബാക്കിയായത് വിഷം കലർന്ന വെള്ളവും പാടെ നശിച്ച കാടുകളും. ഒരു പുൽത്തുമ്പുപോലും ശേഷിപ്പിക്കാതെ അവ തിന്നുനശിപ്പിച്ച മേച്ചിൽപ്പുറങ്ങളായിരുന്നു. അപ്പോഴും പ്രകൃതി തന്റെ മേൽ കൈ ഉയർത്തിക്കാട്ടി. പതുക്കെ പതുക്കെ എല്ലായിടത്തും പുത്തൻ നാമ്പും തളിരും നിറഞ്ഞു. അറ്റമില്ലാതെ പരന്നു കിടക്കുന്ന പാടങ്ങൾ വീണ്ടും പച്ചപിടിച്ചു. പ്രാണിബാധ ഒഴിഞ്ഞ ഉടനെ ഒരാഴ്ചയോളം തോരാതെ മഴ പെയ്തു. കീടങ്ങളുടെ അവശിഷ്ടങ്ങളും അവയിൽനിന്നും പുറത്തുവന്ന വിഷവസ്തുക്കളും പുഴുക്കൾ പുറത്തു വന്നപ്പോൾ ശേഷിച്ച മുട്ടത്തോടുകളും കോടിക്കണക്കിന് ചത്തുകിടന്ന കീടങ്ങളുമെല്ലാം ആ നേരം മഴയിൽ ഒലിച്ചുപോയി. മഴവെള്ളത്തിൽ മുങ്ങിക്കുളിച്ച് ഗ്രാമമാകെ ശുദ്ധമായി.

എന്നാൽ മഴ തോർന്നതോടെ വരൾച്ചയും ആരംഭിച്ചു. അതികഠിനമായ വെയിൽ. യാതൊരു ദാക്ഷിണ്യവുമില്ലാതെ ജ്വലിച്ചുനിന്ന വെയിലിൽ

ഗ്രാമമാകെ നീറിയുരുകി. കണ്ണിൽ കുത്തുംവിധം രൂക്ഷമായിരുന്നു സൂര്യ രശ്മികൾ. ഭൂമിയിലെ ഈർപ്പമെല്ലാം അത് വലിച്ചെടുത്തു. ചുട്ടുപൊള്ളുന്ന വായു, ശ്വാസോച്ഛ്വാസം പോലും ക്ലേശകരമായി. ഭൂമിയാകെ വിണ്ടു വരണ്ടു. ആ പൊടി മുഴുവൻ അന്തരീക്ഷത്തിൽ നിറഞ്ഞുനിന്നു. കാറ്റിന്റെ ചൂടും ദുസ്സഹമായി. കത്തുന്ന അടുപ്പിൽനിന്നെന്നപോലെയാണ് രാപകൽ ചുടുകാറ്റ് വീശിക്കൊണ്ടിരുന്നത്. അരുവികളും തോടുകളും കണ്ടു നില്ക്കേ വറ്റിവരണ്ടു ഇല്ലാതായി. വെള്ളച്ചാട്ടങ്ങൾക്ക് ശബ്ദമില്ല. നിഴലു കൾക്ക് സാന്ത്വനമേകുന്ന കുളിർമ്മയില്ല. മരങ്ങൾ ഇലകളില്ലാതെ നഗ്ന മായി നിന്നു. കപ്പലിലെ ഒടിഞ്ഞ കൊടിമരംപോലെ പരിതാപകരമായി രുന്നു ഓരോ മരത്തിന്റേയും നില്പ്...

വരാൻപോകുന്ന അതികഠിനമായ ഭക്ഷ്യക്ഷാമത്തിന്റെ മുന്നറിയിപ്പു മായി എത്തിയ ഭൃത്യന്മാർ. ആദ്യം പ്രാണിബാധ, തുടർന്ന് മുമ്പെങ്ങും ഇല്ലാത്ത വിധത്തിലുള്ള വരൾച്ച, തീക്കാറ്റ്. താമസിയാതെ പൊള്ളുന്ന കാറ്റിന്റെ രഥത്തിലേറി ഭക്ഷണക്ഷാമവും വന്നെത്തി. മരണത്തേക്കാൾ ഭയാനകം. എതിരിടാൻ ഒരു മാർഗ്ഗവുമില്ലായിരുന്നു. യാതൊരു ദയാ ദാക്ഷിണ്യവും കൂടാതെ ഗ്രാമത്തെയൊട്ടാകെ അത് കൈപ്പിടിയി ലൊതുക്കി.

ആ കാലത്തെക്കുറിച്ചോർക്കുമ്പോൾ ഇപ്പോഴും വാസിലിക്ക് ശ്വാസം മുട്ടനുഭവപ്പെടും. കടുത്ത ചുമയും നെഞ്ചുവേദനയുമുണ്ടാകും. അവസാ നത്തെ ആടിനേയും കശാപ്പു ചെയ്തതിന്റെ ഓർമ്മ. മുറ്റത്ത് ഒരു പുൽനാമ്പുപോലും ഇല്ലാത്ത അവസ്ഥ. ആടുമാടുകൾ തീറ്റിയില്ലാതെ ഒന്നൊന്നായി ചത്തുവീണു. ശേഷിച്ചവയെ മരണത്തിനു വിട്ടുകൊടു ക്കാതെ ഉടമസ്ഥന്മാർ തന്നെ കൊന്നു. തൊലിയുരിച്ച് ഉപ്പുലായിനിയിട്ടു വെച്ചതിനുശേഷം കാറ്റത്ത് ഉണക്കിയെടുത്ത് സൂക്ഷിച്ചു. അച്ഛന്റെ നല്ല കാലത്ത് വലിയ വിലകൊടുത്ത് വാങ്ങിയ മുട്ടനാട്. അതിൽനിന്ന് നല്ല കമ്പിളി കിട്ടി. നല്ല ആരോഗ്യമുള്ള തലമുറകളെ കിട്ടി. വരൾച്ച നാലു മാസം പിന്നിട്ടപ്പോഴേക്കും തന്നെ അവൻ ശോഷിച്ചുണങ്ങി. എല്ലും തോലുമായി. കാഴ്ചയില്ലാതായി. പല്ലുകൾ കൊഴിഞ്ഞു. അനങ്ങാതെ പിടിച്ചു വശം തിരിച്ചു കിടത്താൻ വേറെ ഒന്നുരണ്ടുപേരെ വാസിലി സഹായത്തിനു വിളിച്ചു. മരണം അടുത്തു എന്ന ബോദ്ധ്യം. ഒരു പശു വിനെപോലെ അവൻ ശാന്തനായി. മൂർച്ചയുള്ള കത്തികൊണ്ട് അതിന്റെ കഴുത്തറക്കവേ വാസിലി മുഖം തിരിച്ചുനിന്നു. ചെറുക്കാനാവാതെ ആ മുട്ടനാട് വിധിക്ക് കീഴടങ്ങുന്നത് അയാൾക്ക് കണ്ടുനില്ക്കാനായില്ല. ജീവൻ പോകുന്നേരം ശരീരമാകെ മുറുകിവലിഞ്ഞുനിന്നത്... എല്ലാം അവ സാനിച്ചപ്പോൾ ആ ശരീരം ഒറ്റക്കൈക്കൊണ്ട് പൊക്കിയെടുത്ത് ഒരു തുരുമ്പുകൊളുത്തിൽ തൂക്കിയിട്ടു. ചോര മുഴുവനായും വാർന്നൊലിച്ച് പോകുന്നതുവരെ.

അഞ്ചുവയസ്സായ അനുജൻ അതുകൊണ്ട് ശ്വാസമടക്കി കണ്ണുതുറിച്ച് അരികിൽത്തന്നെ ഭയത്തോടെ നിന്നിരുന്നു. ജ്യേഷ്ഠൻ മൂർച്ചയുള്ള കത്തി

കൊണ്ട് എത്ര സാമർത്ഥ്യത്തോടെയാണ് ആട്ടിൻതോൽ ഉരിഞ്ഞെടുത്തത്! പാവം. ആടിന്റെ വയറ്റിൽനിന്നും പോളിത്തീൻ ഉറകളും തുണികൾ അയയിൽനിന്ന് പറന്നുപോകാതിരിക്കാൻ കുത്തിവെക്കുന്ന പ്ലാസ്റ്റിക് ക്ലിപ്പുകളും. എന്തിന് തലേദിവസം കാണാതായ അകോപിന്റെ തുകൽ ചെരിപ്പുപോലും പുറത്തുവന്നു. അവന്റെ അമ്മ ക്ഷണത്തിൽതന്നെ ആ ചെരുപ്പ് വൃത്തിയാക്കിയെടുത്തു. കഴുകാൻ വെള്ളമില്ലായിരുന്നു. അത്രയും ദുർലഭമായ വസ്തുവായിരുന്നു വെള്ളം. ചാരംകൊണ്ട് തുടച്ചാണ് അമ്മ ചെരുപ്പ് വൃത്തിയാക്കിയത്. അതിനുശേഷം വോഡ്കയിൽ മുക്കിയെടുത്ത ഒരു തുണിക്കഷ്ണംകൊണ്ട് തുടച്ചുമിനുക്കി. എന്നിട്ടും അവൻ വീണ്ടും ആ ചെരിപ്പ് കാലിലിടാൻ കൂട്ടാക്കിയില്ല.

അത്യഗാധമായ ഒരു ഇരുണ്ട ഗർത്തംപോലെയാണ്, ആ ക്ഷാമകാലം വാസിലിയുടെ ഓർമ്മയിൽ തെളിഞ്ഞുനിന്നത്. തിരിഞ്ഞുനോക്കാൻ അയാൾക്ക് ഭയമായിരുന്നു. മറന്നുപോകാത്തതെങ്കിലും പെട്ടെന്ന് പ്രത്യക്ഷപ്പെട്ടാലോ? അതിന്റെ പിടിയിൽനിന്നും മനസ്സിനെ അടർത്തിയെടുക്കാൻ സാധിച്ചില്ലെങ്കിലോ? എന്നിട്ടും ആ ഓർമ്മകളെ പൂർണ്ണമായും ഒഴിച്ചുനിർത്താൻ അയാൾക്കായില്ല. ഭൂതകാലത്തിന്റെ പെരുംചുഴികളിൽനിന്നും അവ ഇടയ്ക്കിടയ്ക്ക് മേല്പോട്ട് തള്ളിവന്നു. വിശദാംശങ്ങളോടെ ആത്മാവിനെ നാളുകളോളം മുറിപ്പെടുത്തിക്കൊണ്ട്.

പതിറ്റാണ്ടുകൾ തന്നെ എത്ര കഴിഞ്ഞു. ഇപ്പോഴും വാസിലിയുടെ നാക്കിൽ അമ്മ ഏറെ ബുദ്ധിമുട്ടിയുണ്ടാക്കാറുള്ള ആ കറിയുടെ രുചിയുണ്ട്. കണ്ണിൽ കണ്ട വേരുകൾ മാന്തിയെടുത്ത് എവിടെനിന്നോ കിട്ടിയ ഏതാനും ഇലകളും തണ്ടും അരിഞ്ഞിട്ട് തിളപ്പിച്ചുണ്ടാക്കിയ ഒരു "ശൊറവെള്ളം", ധാന്യങ്ങളോ പച്ചക്കറികളോ കാണാൻപോലും കിട്ടാത്ത കാലം. കുറെയധികം ദിവസം മുട്ടനാടിന്റെ മാംസം ഉണക്കിവെച്ചത് സൂപ്പാക്കി കുടിച്ച് വിശപ്പടക്കി. ഒടുവിൽ അതും അവസാനിച്ചു. വില കൊടുത്താൽതന്നെയും എങ്ങും ഭക്ഷണം കിട്ടാനില്ലായിരുന്നു. വരൾച്ച ഒരു മാറ്റവുമില്ലാതെ കത്തിനിന്നു. ശരത്കാലത്തിന്റെ അവസാനം വരെ. നവംബർ മാസത്തോടെ മഴ പെയ്യുമെന്ന പ്രതീക്ഷയോടെ ഗ്രാമം കാത്തിരുന്നു. ഏതാനും ദിവസങ്ങളെങ്കിലും വല്ലതും കൃഷി ചെയ്തുണ്ടാക്കാമെന്ന പ്രതീക്ഷ. അപ്പോഴേക്കും മഞ്ഞുവീഴ്ചയുടെ സമയമാകും. നിലങ്ങളും തൊടികളും മഞ്ഞിനടിയിലാകും. മാർച്ചുവരെ അവർ പിടിച്ചുനിന്നു. എന്നാൽ ശീതകാലത്തിന്റെ അവസാനമായപ്പോഴേക്കും ഗ്രാമത്തിലുണ്ടായിരുന്നവരിൽ പകുതിപേരും പട്ടിണി കിടന്ന് മരിച്ചുകഴിഞ്ഞിരുന്നു. ഫെബ്രുവരിയിലെ ഓരോ ദിവസവും മരണങ്ങളുടേയും ശവമടക്കലുകളുടേതുമായിരുന്നു. വാസിലിയും കൂട്ടുകാരും ഓരോ വീട്ടിലും കയറിയിറങ്ങി വേണ്ട സഹായങ്ങൾ ചെയ്തു. മരിച്ചവരെ എല്ലാവരേയും ഒരേ കുഴിയിൽത്തന്നെയാണ് അവർ അടക്കം ചെയ്തത്. ഓരോരുത്തർക്കും വെവ്വേറെ കുഴി കുത്താനുള്ള കരുത്ത് ഒരാൾക്കുമുണ്ടായിരുന്നില്ല.

പ്രായമായവരും കുട്ടികളുമാണ് ആദ്യം പട്ടിണിക്ക് കീഴ്പ്പെട്ടത്. അവരുടെ തൊട്ടുപുറകിലായി സ്ത്രീകൾ. പുരുഷന്മാർ കുറച്ചുകൂടി പിടിച്ചുനിന്നുവെന്ന് പറയാം. തങ്ങൾക്ക് വേണ്ടപ്പെട്ടവർ... പ്രാണനേക്കാൾ പ്രിയപ്പെട്ടവർ ഓരോരുത്തരായി മരിച്ചുവീഴുന്നതു കണ്ടുനില്ക്കുക... അതികഠിനമായ ശാപംതന്നെ!

ക്ഷാമം തുടങ്ങിയ വർഷം തന്നെ അനാട്ടോലിയയുടെ അച്ഛൻ മരിച്ചു, കാപ്പിടോൺ സൊവോയാന്റസ്. ചെറുപ്പക്കാരുടെ ഇടയിൽ മരിച്ചുപോയത് അങ്ങനെയൊരാൾ മാത്രമായിരുന്നു. തന്റെ മൂത്ത രണ്ടു പെൺകുട്ടികളുടേയും ശവമടക്കിയതിനുശേഷം മൂന്നാമത്തെ അനാട്ടോലിയയെ കൂട്ടി അയാൾ താഴ്വരയിലെത്തി. അവളുടെ സംരക്ഷണം ഒരു ബന്ധുവിനെ ഏല്പിച്ചു. മനേഷ് മുത്തശ്ശികൂടി മരണമടഞ്ഞതോടെ അയാൾ മനസ്സുകൊണ്ട് ആകെ തളർന്നു. ആഹാരവും വെള്ളവും തീരെ കഴിക്കാനാവാതായി. കാര്യമായി ഒന്നും ഉണ്ടായിരുന്നില്ല, എങ്കിൽ കൂടി. അപ്പോഴും വീടുകളിൽചെന്ന് ശവങ്ങളെടുത്തു മാറ്റാനും മറവുചെയ്യാനും അയാൾ എല്ലാവരുടേയും ഒപ്പം നിന്നു. മൂന്നാം ദിവസമായപ്പോഴേക്കും ശക്തിയാകെ ചോർന്ന് തളർന്നു കിടപ്പായി. പിന്നീട് എഴുന്നേറ്റതുമില്ല. അയാൾ മരണത്തെ സ്വയം വരിക്കുകയായിരുന്നുവെന്ന് ഓവൻസ് മാത്രമേ മനസ്സിലാക്കിയുള്ളൂ. ആത്മഹത്യ എന്ന മഹാപാപം തലയിലേറ്റല്ലേ എന്ന് അയാൾ പലതവണ പറഞ്ഞുനോക്കി. കൊച്ച് അനാട്ടോലിയയുടെ കാര്യം പിന്നേയും പിന്നേയും ഓർമ്മിപ്പിച്ചു. എല്ലാം നിശ്ശബ്ദനായി കേട്ടിരുന്നതല്ലാതെ തന്റെ തീരുമാനം അയാൾ മാറ്റിയില്ല. മരണത്തിനു തൊട്ടുമുമ്പായി അയാൾ ഒന്നാവശ്യപ്പെട്ടു. പൊതുവായുള്ള ശവക്കുഴിയിൽ തന്നെ മറവു ചെയ്യരുത്. ഭാര്യയേയും മകളേയും അടക്കം ചെയ്തതിനടുത്തായിത്തന്നെ തന്നേയും അടക്കം ചെയ്യണം. അന്ന് ഓവൻസ് വാസിലിയുടെ സഹായം തേടിവന്നു. അവർ രണ്ടുപേരും ചേർന്നാണ്, നന്നേ ക്ഷീണിതരായിരുന്നുവെങ്കിലും വോസ്കെയെ മറവുചെയ്ത കുഴിതന്നെ പിന്നേയും തോണ്ടിയാണ് അതിലേക്ക് കാപ്പിടോണിന്റെ ശവമിറക്കിയത്. വെറുമൊരു കമ്പിളിക്കൊണ്ടു പൊതിഞ്ഞ ജഡം അവർ വോസ്കെയുടെ പാതിയും ജീർണ്ണിച്ചു കഴിഞ്ഞ ശവപ്പെട്ടിയുടെ മേലെവെച്ചു കുഴി മൂടി. ദിവസന്തോറും നിരവധിപേർ മരിച്ചുകൊണ്ടിരിക്കേ ശവപ്പെട്ടിയെക്കുറിച്ചൊന്നും ആരും ചിന്തിക്കാതായിരുന്നു. കഴിയുന്നത്ര വേഗത്തിൽ ശവം മറവുചെയ്യുക എന്നതുമാത്രമായിരുന്നു അവരുടെ മനസ്സിൽ. കാപ്പിടോണിന്റെ ശവം മറവുചെയ്തതിനുശേഷം ഏറെ നേരം ചങ്ങാതിമാർ രണ്ടുപേരും നിശ്ശബ്ദരായി പുകവലിച്ചുകൊണ്ട് അവിടെത്തന്നെ നിന്നു. തണുപ്പിനു ശക്തി കൂടുന്നതും മഞ്ഞുപാളികൾ ചെറുതരികളായി കോട്ടിന്റെ കോളറുകൾക്കിടയിലൂടെ ശരീരത്തിൽ വന്നു വീഴുന്നതും അവർ അറിഞ്ഞില്ല.

കാപ്പിടോൺ മരിക്കാനുണ്ടായ സാഹചര്യം വാസിലി ഏതാണ്ട് ഊഹിച്ചിരുന്നു. എന്നാലും ഓവൻസിനോട് അതിനെക്കുറിച്ച് കൂടുതലെന്തെങ്കിലും ചോദിച്ചറിയാൻ അയാൾക്ക് മനസ്സുവന്നില്ല. എല്ലാ ഫെബ്രുവരി

മാസത്തിലും അയാൾ ഓവൻസിനെ വളരെ ആത്മാർത്ഥമായിത്തന്നെ ആ സെമിത്തേരിയിലേക്ക് അനുഗമിച്ചു. തണുത്തുറഞ്ഞു കിടക്കുന്ന ആ വേലിയിൽ കൈമുട്ടൂന്നി അവർ ഏറെ നേരം നിശ്ശബ്ദം നിന്നു. ആ നീണ്ട വർഷങ്ങൾക്കിടയിൽ ഒരിക്കൽ മാത്രം ഓവൻസ് തന്റെ മനസ്സ് തെല്ലൊന്നു തുറന്നു.

"മറ്റൊരാളുടെ പ്രവൃത്തികളെ വിലയിരുത്തുവാൻ നമുക്കെന്തർഹത?" ഒരു കൂട് ധൂപത്തിരികളുടെ കെട്ടഴിച്ചുകൊണ്ട് അയാൾ നെടുവീർപ്പിട്ടു.

"ശരിയാണ്... ചില തീരുമാനങ്ങളും പ്രവൃത്തികളും എല്ലാ വിലയിരുത്തലുകളുടേയും പരിധികൾക്കപ്പുറത്താണ്." കൂടുതലായൊന്നും വാസിലിയും പറഞ്ഞില്ല.

ഓവൻസ് മറുപടിയൊന്നും പറഞ്ഞില്ല. എന്നാൽ പിരിഞ്ഞുപോകും മുമ്പേ വാസിലിയുടെ കൈപിടിച്ച് ബലമായി കുലുക്കി. തന്റെ മനസ്സ് ചങ്ങാതി മനസ്സിലാക്കിയല്ലോ! അതിൽപിന്നെ അവർ കാപ്പിടോണിനെ അടക്കിയിരുന്നിടത്തേക്ക് പോവുകയുണ്ടായില്ല. വാസിലി പറഞ്ഞതിന്റെ അർത്ഥം ഓവൻസിനും പൂർണമായി മനസ്സിലാക്കാൻ സാധിച്ചു. കാപ്പിടോണിന്റെ ആ തീരുമാനം അതുതന്നെയാണ് ശരി. മറിച്ചൊരു സാദ്ധ്യതയില്ലായിരുന്നു. "ഇനി അയാൾ സമാധാനമായി കിടക്കട്ടെ." ഓവൻസ് നിശ്ചയിച്ചു.

ക്ഷാമകാലത്തെ ആദ്യത്തെ ഫെബ്രുവരി മാസം. വാസിലിയുടെ ഓർമ്മയിൽ നിറഞ്ഞുനിന്നത് എണ്ണിയാലൊടുങ്ങാത്ത ശവമടക്കലുകൾ മാത്രമായിരുന്നില്ല. അനിയൻ അകോപിന്റെ വിചിത്രമായ പെരുമാറ്റവും കൂടിയായിരുന്നു. അകോപ് കാഴ്ചയിൽ എല്ലും തോലുമായിരുന്നു. എന്നാൽ എപ്പോഴും ഉത്സാഹവും പ്രസരിപ്പും തുടിച്ചുനില്ക്കുന്ന ആരോഗ്യമുള്ളൊരു കുട്ടിയായിരുന്നു അവൻ. അതിനു നന്ദി പറയേണ്ടത് മാഗ്ടാകിന്റെ കുടുംബക്കാരോടാണ്. ഒരു ഭരണി നിറയെ തേൻ അവർ അമ്മയ്ക്ക് കൊടുത്തിരുന്നു. ഒരു പാത്രം ചെറുചൂടുവെള്ളത്തിൽ അമ്മ ഒരു സ്പൂൺ തേൻ അലിയിച്ചു ചേർത്തു. അതിൽ കുറച്ച് പൈൻ പരിപ്പും പൊടിച്ചിട്ടു. ദിവസവും അത് നാലുതവണയായി അമ്മ അനിയനെ നിർബന്ധപൂർവ്വം കുടിപ്പിച്ചിരുന്നു. അതായിരിക്കാം ഒരുപക്ഷേ അവന്റെ ആരോഗ്യവും ഉത്സാഹവും കെടാതെ സൂക്ഷിച്ചത്. അത് ബാക്കിയുള്ളവർക്കും സന്തോഷത്തിനും കാരണമായി. എന്നാൽ അവന്റെ വിചിത്രമായ മാനസികാവസ്ഥ എല്ലാവരേയും അസ്വസ്ഥരാക്കിയിരുന്നു.

ഉച്ചവരെ വലിയ ഒച്ചയും ബഹളവും. ഒരിടത്ത് അടങ്ങിയിരിക്കാതെ എന്തെങ്കിലും ചെയ്തുകൊണ്ടിരിക്കും. പക്ഷേ, വൈകുന്നേരത്തോടെ കുട്ടിയാകെ വാടിത്തളരും. രാത്രിയായാലും കിടക്കാൻ കൂട്ടാക്കാതെ ജനലരികിൽ ഇരുന്ന് വെറുതെ പുറത്തേക്ക് നോക്കി സമയം കഴിക്കും. മഞ്ഞുറഞ്ഞു കിടക്കുന്നതല്ലാതെ പുറത്തൊന്നും കാണാനില്ലായിരുന്നു. ഒരു കമ്പിളിയും പുതച്ച് ഇരുട്ടിൽ കണ്ണും നട്ട് മണിക്കൂറുകളോളം അവൻ

അനങ്ങാതിരിക്കും. എന്താണിത്ര സൂക്ഷിച്ചുനോക്കുന്നത് എന്ന് ആരെങ്കിലും ചോദിച്ചാൽ "ഇരുണ്ട നീലക്കോലുകൾ" എന്നായിരിക്കും അവന്റെ മറുപടി. അമ്മ പുറത്തേക്ക് നോക്കും. കനത്ത ഇരുട്ടല്ലാതെ വേറൊന്നും കാണാനില്ല. അമ്മ പരിഭ്രമിച്ച് കരയാൻ തുടങ്ങും. അമ്മയുടെ കണ്ണീർ മകൻ കണ്ടില്ലെന്നു നടിക്കും. "പോയി കിടക്കൂ..." എന്ന് അമ്മ എത്രവട്ടം പറഞ്ഞാലും അവൻ അനുസരിക്കില്ല. വീട്ടിലെ മുതിർന്നവർ ഊഴമിട്ട് കുട്ടിക്ക് കാവലിരിക്കാൻ തുടങ്ങി. അമ്മയ്ക്ക് തീർച്ചയായിരുന്നു, മകന്റെ മേൽ ഏതോ ബാധ കയറിയിരിക്കുന്നുവെന്ന്. ഒരിക്കൽ വാസിലി ബലമായി അവനെ പിടിച്ചു കിടത്താൻ ശ്രമിച്ചു. അന്ന് അവൻ വല്ലാതെ നിലവിളിച്ച് ബഹളം വെച്ചു. "ഏതോ ഒരു ദുർഭൂതം കുഞ്ഞിന്റെ ആത്മാവിനെ കൈക്കലാക്കിയിരിക്കുന്നു." അമ്മ കണ്ണീർ തുടച്ചുകൊണ്ട് നിരന്തരം പ്രാർത്ഥനകളുരുവിട്ടു. ആ സമയത്തെല്ലാം അനിയന്റെ ശ്രദ്ധ തിരിക്കാനായി വാസിലി കൊച്ചുവർത്തമാനങ്ങൾ പറഞ്ഞുകൊണ്ടിരുന്നു. ചേട്ടന്റെ ചോദ്യങ്ങൾക്ക് അനുജൻ കൃത്യമായി മറുപടി പറഞ്ഞു. അപ്പോഴും ഇരുട്ടിൽനിന്നും കണ്ണെടുത്തില്ല. ഇടയ്ക്കിടെ അവൻ തീർത്തും നിശ്ശബ്ദനായി. അപ്പോഴും ചുണ്ടുകൾ ചലിച്ചുകൊണ്ടിരുന്ന അവൻ വിരലുകൾ മടക്കി, കഴുത്തുനീട്ടി. ജനലിന്റെ ചില്ലുപാളിയിൽ നെറ്റി അമർത്തി മിഴികൾ മേല്പോട്ടും കീഴ്പോട്ടും ചലിപ്പിച്ചു. ഒരു രണ്ടു മണിക്കൂറിനുശേഷം ഒരു നെടുവീർപ്പോടെ അവൻ എഴുന്നേറ്റു. കൂടുതലായൊന്നും ഇനി കാണാനാവില്ല എന്ന് ഉറപ്പായതുപോലെ. എല്ലാവരേയും നോക്കി അവൻ പറഞ്ഞു, "ഇന്ന് ഞാൻ അഞ്ച് കോലുകൾ കണ്ടു... അല്ലെങ്കിൽ നാല്". അഞ്ചിൽ കൂടുതൽ എണ്ണാൻ അവനറിയില്ലായിരുന്നു. അതും പറഞ്ഞ് അവൻ മെത്തയിൽ കയറിക്കിടന്നു. തീരെ ഓർക്കാപ്പുറത്താണ് ആ വിചാരം വാസിലിയുടെ മനസ്സിൽ തെളിഞ്ഞത്. തലേരാത്രി അനിയൻ ഇരുട്ടിൽ കണ്ട കോലുകളും പിറ്റേന്ന് ഗ്രാമത്തിൽ മരിച്ചവരും തമ്മിൽ അകാരണമായൊരു ബന്ധം! രണ്ടും എണ്ണത്തിൽ സമം. വാസിലി പെട്ടെന്ന് ഞെട്ടി. സംഗതി അയാൾ അമ്മയോട് പറഞ്ഞില്ല. അവർ കൂടുതൽ പേടിച്ചാലോ? എന്നാൽ അന്നുരാത്രി അയാൾ വളരെ ശ്രദ്ധയോടെ അകോപിന് കാവലിരുന്നു. എന്നാൽ കുട്ടിയുടെ മുഖത്ത് പ്രത്യേകിച്ച് ഭയമോ ആശങ്കയോ ഒന്നുമുണ്ടായിരുന്നില്ല. അപ്രതീക്ഷിതമായി എന്തോ കണ്ടെന്നപോലെ ഇടയ്ക്ക് അവൻ ഒന്നു ഞെട്ടി പിൻവലിയുന്നത് അയാൾ കണ്ടു.

"പറയൂ... ഇപ്പോ നീ എന്താ കണ്ടത്?" വാസിലി ചോദിച്ചു.

"ആദ്യം ആകാശത്ത് ഒരു വെളിച്ചം... നക്ഷത്രം പോലെ. അവിടെ നിന്ന് താഴേക്ക് നീണ്ട വടിപോലെ ഒന്ന് ഇറങ്ങിവരുന്നതു കാണാം. അത് വെള്ളംപോലെയാണ്. ഇരുണ്ട നീലനിറം... കുറച്ചു വയലറ്റും.

"വെള്ളം പോലെയോ? എന്നുവെച്ചാൽ? അത് താഴേക്ക് ഒഴുകി വരുന്നു എന്നാണോ?"

"അല്ല... വെള്ളംപോലെ അകത്തുള്ളതു കാണാമെന്നാണ്."

"ശരി... അതിന്റെ അകത്ത് നീ എന്താണ് കണ്ടത്?"

"അകത്ത് രണ്ടുപേരെ കാണാം. അല്ല, ആദ്യം ഒരാൾ മാത്രം. അവിടെ നിന്ന് താഴേക്ക് ഇറങ്ങിവരും. അയാൾക്ക് ചിറകുകളുണ്ട്. പക്ഷേ പറക്കുന്നില്ല. ചിറകുകളുള്ള ആ ആൾ താഴെവന്ന് ഇനിയൊരാളെ കൂട്ടി മുകളിലേക്ക് പോകുന്നു. അത് ഒരപ്പൂപ്പനോ അമ്മൂമ്മയോ ആകാം... അല്ലെങ്കിൽ ഒരാൺകുട്ടിയോ പെൺകുട്ടിയോ ആകാം."

"എങ്ങോട്ടാണയാൾ അവരെ കൊണ്ടുപോകുന്നത്?"

"മുകളിലേക്ക്..."

"മുകളിൽ എങ്ങോട്ട്?"

"ഇരുണ്ട നീല വെളിച്ചം."

വാസിലി അമ്മയുടെ നേരെ തിരിഞ്ഞു. കാൽമുട്ടുകളിൽ കൈകൾ അമർത്തിയിരുന്ന് ഒന്നും മിണ്ടാതെ കണ്ണീർ വാർക്കുന്നു. നന്നേ വിളർത്ത് പരവശമായ മുഖം. സകലതും കൈവിട്ടുപോയി എന്ന ഭാവം. വാസിലിക്ക് അത് കണ്ടുനില്ക്കാനായില്ല.

ചുണ്ടിൽ ഒരു ചെറുചിരി വരുത്തിക്കൊണ്ട് അയാൾ അമ്മയോട് പറഞ്ഞു. "അവൻ കാണുന്നത് മരണത്തിന്റെ മാലാഖമാരെയാണ്." ഉടനെ അയാൾ സ്വയം വായ പൊത്തി. പറയാൻ പാടില്ലാത്തത് പറഞ്ഞുപോയോ? ഒപ്പം സ്വന്തം ഭയവും ഉത്കണ്ഠയും കൂടി വെളിപ്പെടുത്തിയോ?

അന്നുരാത്രി അകോപ് രണ്ടു തവണ അഞ്ച്... അഞ്ച് എന്ന് എണ്ണി. പിന്നെ മൂന്നും കൂടി. ഇരുണ്ട നീല കോലുകൾ. പിറ്റേ ദിവസം കൃത്യം പതിമൂന്നുപേർ ഗ്രാമത്തിൽ മരിച്ചു. അവരുടെയെല്ലാം ശവമടക്കലും വാസിലിയും കൂട്ടരും നടത്തി.

പിറ്റേന്ന് രാത്രി വാസിലി അനുജനെ ഒരു കമ്പിളികൊണ്ട് മൂടി പുതപ്പിച്ച് ഗ്രാമത്തിന്റെ അതിർത്തിയിലേക്ക് കൊണ്ടുപോയി. അധികം ദൂരമില്ലായിരുന്നു. നാലഞ്ചു വീടുകൾക്കപ്പുറം. അവിടെ വെച്ചാണ് മനീഷ്കറിന്റെ ഒരു ഭാഗം ഭൂകമ്പത്തിൽ അടർന്നുവീണത്. ഇപ്പോഴും ആ ഭാഗം കൂർത്ത് തള്ളിനിന്നിരുന്നു. അതിന്റെ അറ്റത്താണ് വാസിലി അനുജനേയും കൊണ്ടുവന്നുനിന്നത്. താഴെ അഗാധമായ ഇരുട്ടിന്റെ ഗർത്തം... താഴ്വരയെ മുഴുവനായും അത് വിഴുങ്ങിയിരിക്കുന്നതുപോലെ.

"നോക്കൂ... അവിടെ നീ എന്താണ് കാണുന്നത്?"

"ഹായ് നല്ല പ്രകാശം... പകൽവെളിച്ചം പോലെ..."

"അവിടെ സൂര്യൻ പ്രകാശിക്കുന്നു എന്നാണോ?"

"അല്ല ചേട്ടാ... അവിടെ ഒരുപാട് നീലക്കോലുകളുണ്ട്. അതിന്റെ വെളിച്ചമാണ്."

വാസിലിക്ക് ഒന്നും കൃത്യമായി മനസ്സിലാക്കാൻ സാധിച്ചില്ല. ദൈവദൂതന്മാർ പരേതാത്മാക്കളെ കൂട്ടിക്കൊണ്ടുപോകാൻ പറന്നിറങ്ങുന്നതായി അകോപ് വ്യക്തമായി കാണുന്നു. അയാൾക്ക് അതുമായി പൊരുത്തപ്പെടാനായില്ല. പക്ഷേ, അമ്മ പതുക്കെ പതുക്കെ ആ വിചിത്രമായ കാഴ്ചയുമായി ഇണങ്ങിവരികയാണെന്ന് തോന്നി. വളരെ ബുദ്ധിമുട്ടുള്ള കാര്യമായിരുന്നിട്ടുകൂടി മാറിയിരുന്ന് അവർ കണ്ണുതുടച്ചു. നിർത്താതെ പ്രാർത്ഥനകളുരുവിട്ടു. പക്ഷേ, വാസിലി എന്തു ചെയ്യാൻ? അയാൾ ഒന്നും മിണ്ടാതെ ജനലരുകിൽ ഇരുട്ടിലേക്ക് നോക്കിക്കൊണ്ടിരിക്കുന്ന അനിയന് കാവലിരുന്നു. "ഇനി കിടക്കാം" എന്ന് അവൻ പറയുന്നതുവരെ. അതിനിടയിൽ അയാളും അവിടെയിരുന്ന് ഉറക്കം തൂങ്ങി. അവസാനത്തെ മനുഷ്യാത്മാവും ഭൂമി വിട്ട് ആകാശത്തേക്ക് പറന്നുയരുന്നതുവരെ ജനലരികിൽനിന്നു മാറിപ്പോകാൻ അകോപ് കൂട്ടാക്കിയില്ല.

അകോപിനെ അമ്മ ജ്യേഷ്ഠന്റെ മെത്തയിലേക്ക് മാറ്റിക്കിടത്തിയിരുന്നു. അവൻ തങ്ങളെ ശ്രദ്ധിക്കുന്നുണ്ടെന്ന് കണ്ടറിഞ്ഞ് മരണത്തിന്റെ മാലാഖമാർ അവനെ തേടിവന്നാലോ എന്നായിരുന്നു അമ്മയുടെ ഭയം. എന്നാൽ അതിനൊന്നും മാലാഖമാർക്ക് സമയമുണ്ടായിരുന്നില്ല. അല്ലാതെ തന്നെ ഗ്രാമത്തിൽ കൂടുതൽ കൂടുതൽ പേർ പട്ടിണിമൂലം മരണമടഞ്ഞുകൊണ്ടിരുന്നു. ഭൂമിയിലെ യാതനകൾ അവസാനിപ്പിച്ച് സ്വർഗ്ഗയാത്രയ്ക്കു തയ്യാറാകുന്നവരെ കൈപിടിച്ച് കൂട്ടിക്കൊണ്ടുപോകുന്ന തിരക്കിലായിരുന്നു മാലാഖമാർ.

"പാതിരാമുതൽ അരുണോദയം വരെയുള്ള സമയം. അതാണ് ഏറ്റവും പേടി തോന്നുന്ന നേരം" അമ്മ വാസിലിയോടു പറഞ്ഞു, ഒച്ചയാക്കി സ്വകാര്യം പറയുമ്പോലെ... നിന്റെ അമ്മൂമ്മ പറയാറുണ്ട് "പൂവൻ കോഴികൾ പോലും ഉറക്കത്തിലാണ്ടു കിടക്കുന്ന സമയമാണ് അതെന്ന്. ആ നേരത്താണ് മിക്കവാറുമാളുകൾ മരിക്കുക."

"കോഴി ഉറങ്ങുന്നതും ആളുകൾ മരിക്കുന്നതും തമ്മിൽ എന്താണ് ബന്ധം?" വാസിലി ജനലരികിൽ മഞ്ഞിൽ ഉറച്ചതുപോലെ ഇരിക്കുന്ന അനുജന്റെ നേരെ നോക്കി.

"അവയുടെ കൂകൽ മരണത്തിനു ഭയമാണ്. പകൽ ആരെങ്കിലും മരിക്കുന്നെങ്കിൽ അതിനു കാരണം, പൂവൻ കൃത്യസമയത്ത് കൂകാത്തതുകൊണ്ടാണ്."

വാസിലി നെടുവീർപ്പിട്ടുകൊണ്ട് വെറുതെ തലയാട്ടി. "തണുപ്പുകാലം കഴിഞ്ഞ് വസന്തം തുടങ്ങാറായി... അതോടെ ഈ വറുതിക്കും അവസാനമാകും. പിന്നെ, നാട്ടിൽ ഇതുപോലെ ആളുകൾ മരിക്കില്ല. അകോപിന്റെ മനസ്സും ശാന്തമാകും."

വാസിലി പറഞ്ഞതുപോലെത്തന്നെ എല്ലാം സംഭവിച്ചു. ഒന്നുരണ്ടു ആഴ്ച കഴിഞ്ഞപ്പോഴേക്കും വസന്തത്തിന്റെ ആദ്യത്തെ പച്ചപ്പ് കാണാറായി. അവിടവിടെയായി പുല്ലും പലതരം തൈച്ചെടികളും തലനീട്ടി.

അപ്പോഴേക്കും ഗ്രാമത്തിലെ ജനസംഖ്യ പകുതിയായി കഴിഞ്ഞിരുന്നു. നാടിന് മെല്ലെ മെല്ലെ ജീവൻവെച്ചു. ആളുകൾ തോട്ടങ്ങളിലും തൊടികളിലും വേല തുടങ്ങി. കരുതിവെച്ചിട്ടുള്ള നല്ല വിത്തുകൾ പാകി. ഏറ്റവും വിലയേറിയ വസ്തു അപ്പോൾ അതായിരുന്നു. മാസങ്ങൾക്കുശേഷം അന്ന് ആദ്യമായി സാധാരണയായി കുട്ടികൾ ഉറങ്ങുന്ന സമയത്ത് അകോപ് ഉറങ്ങാൻ കിടന്നു. പാതിരാ കഴിഞ്ഞിട്ട് ഉറങ്ങാൻ കിടക്കുന്ന പതിവ് അവൻ നിർത്തിയിരുന്നു. ഉച്ചയൂണിന് അമ്മ വിളിക്കുന്നതുവരെ കുട്ടി സുഖമായി, ശാന്തമായി ഉറങ്ങി. കുറെനാൾ ജനലരികിൽനിന്നു മാറാതെ ഉറക്കമൊഴിച്ചതിന്റെ ക്ഷീണം അവൻ അങ്ങനെ തീർക്കുകയാണെന്നു തോന്നി.

ഏപ്രിൽ മാസമായപ്പോഴാണ് താഴ്‌വരയിലുള്ളവർക്ക്, ഒടുവിൽ മുകളിലുള്ള ആ ഗ്രാമത്തെക്കുറിച്ച് ഓർമ്മ വന്നത്. ഒരു ദിവസം ഒരു ട്രക്കുനിറയെ ഗോതമ്പും ഉരുളക്കിഴങ്ങും ഗ്രാമത്തിലെത്തിച്ചേർന്നു. പട്ടാളക്കാരുടെ മേൽനോട്ടത്തിലായിരുന്നു വിതരണം. ഓരോ കുടുംബത്തിനും മൂന്ന് അളവ് ഗോതമ്പും നാല് ഉരുളക്കിഴങ്ങും. അതെല്ലാം വിതയ്ക്കാൻ വേണ്ടിയായിരുന്നു. ഗോതമ്പ് നാട്ടിൽ തന്നെ വിളയുന്ന സാധാരണ ഇനമായിരുന്നു. ഭാഗ്യം, തലതിരിഞ്ഞ നാട്ടുകാർ സംഭരണശാലകൾ ഒന്നടങ്കം കൊള്ളയടിച്ചിരുന്നില്ല. വിശപ്പുകൊണ്ട് അത്രയ്ക്കും സഹികെട്ടിരുന്നു നാട്ടിലെല്ലാവരും. എന്നാൽ ഉരുളക്കിഴങ്ങ് ഏതോ പുതിയ ഇനമായിരുന്നു. നീണ്ട് ഉരുണ്ട് പുള്ളിക്കുത്തൊന്നുമില്ലാതെ നല്ല മിനുസത്തിൽ ഓരോന്നും ഓരോ തിളങ്ങുന്ന പഞ്ചാരമിഠായിപോലെ. കടലിനക്കരെ എവിടെയോ നിന്നാണ് ഈ സഹായം വന്നുചേർന്നിരിക്കുന്നതെന്ന് പട്ടാളക്കാർ പറയുകയുണ്ടായി. “നമ്മുടെ പ്രദേശങ്ങളിലും ഇവ നന്നായി വളരുമെന്നാണ് പ്രതീക്ഷ...” അവർ അറിയിച്ചു. “അത്ര മുന്തിയ ഇനമൊന്നുമല്ല. എന്നാലും വേറെയൊന്നും ലഭ്യമല്ലാത്ത സ്ഥിതിക്ക് ഇത് പരീക്ഷിച്ചുനോക്കാവുന്നതാണ്. വിളവുകാലം വരെ എന്തെങ്കിലും കഴിച്ച് പിടിച്ചുനില്ക്കണമല്ലോ.”

ഒരാഴ്ച കഴിഞ്ഞപ്പോൾ പുതിയതായി മറ്റൊരു സഹായം എത്തി. ഏതാനും ആടുമാടുകൾ. ഒരു പശു, ഒരു പെൺചെമ്മരിയാട്, ഒരു പന്നി, രണ്ടു കോലാടുകൾ. അവ വന്നത് വടക്കേ മലയോരത്തുനിന്നായിരുന്നു. അർദ്ധവൃത്താകൃതിയിൽ കിടക്കുന്ന മലനിരകൾ ആ പ്രദേശത്തെ പുറംലോകവുമായി അകറ്റിനിർത്തിയിരുന്നു. പന്നിയെ കണ്ടപ്പോൾ മാരാനിയന്മാർ അദ്ഭുതം കൂറി. ആറ്റിൽ കുളിപ്പിച്ച് വൃത്തിയാക്കിയ വെളുവെളെയുള്ള പന്നി. അവർ നാക്കുകടിച്ച്, കണ്ണുചിമ്മാതെ അതിനെ നോക്കിനിന്നു. ചുറ്റും പലതവണ നടന്നു. അതിന്റെ കുഞ്ഞിച്ചെവികൾ. അതിമൃദുലമായ ചർമ്മം. ആ നാട്ടിലെ പന്നികൾ അവയുടെ ആനച്ചെവികൾ കൊണ്ടാണ് പേരുകേട്ടിരുന്നത്. നിറയെ രോമമുള്ളതായിരുന്നു തൊലിപ്പുറം. എന്നാൽ വന്നെത്തിയ പന്നി എല്ലാംകൊണ്ടും ചന്തം തികഞ്ഞതായിരുന്നു. ഇളംചുകപ്പുരാശിയുള്ള വെള്ളനിറം. ചെറിയ കുളമ്പുകൾ. ഹൃദയത്തിന്റെ ആകൃതിയുള്ള തുടുത്ത മൂക്ക്.

സമ്മാനമായി കിട്ടിയ മൃഗങ്ങളെ ഏറെ നേരം അവർ സന്തോഷത്തോടെ നോക്കിനിന്നു. തുടർന്ന് എവിടെ സൂക്ഷിക്കണം, എങ്ങനെ വിഭവങ്ങൾ പങ്കുവെക്കണം എന്ന ചിന്തയായി. കൂട്ടത്തിൽ വാനോ മെലിക്കെന്റിന്റെ വീട്ടിലായിരുന്നു ഏറ്റവും നല്ല തൊഴുത്ത്. വേണ്ടത്ര സ്ഥലം. നല്ല വൃത്തിയുമുണ്ട്. മൃഗങ്ങൾ അവിടെ നില്ക്കട്ടെ എന്ന് അവർ ഒരുമിച്ച് തീരുമാനിച്ചു. ഇനി പശുവിൻ പാലിന്റെ കാര്യം? അത് ചെറിയ കുഞ്ഞുങ്ങളുള്ള വീട്ടുകാർക്കു മാത്രമായി വീതിച്ചുകൊടുക്കാം എന്ന് എല്ലാവരും സമ്മതിച്ചു. മൃഗങ്ങൾ പെറ്റുപെരുകുമ്പോൾ നാട്ടുകാർക്ക് ഓരോരുത്തർക്കായി അതിന്റെ പങ്കുപറ്റാം. അങ്ങനെ മാരൻ ഗ്രാമത്തിൽ വീട്ടുമൃഗങ്ങളുടെ പുത്തൻ തലമുറകളുണ്ടാവും. അപ്പോഴാണ് അവർ പെട്ടെന്നോർത്തത്, വന്നെത്തിയ മൃഗങ്ങളെല്ലാം പെൺജാതിയാണല്ലോ... അപ്പോൾ പിന്നെ അവ പെറ്റുപെരുകുന്നതെങ്ങനെ?

പോസ്റ്റ് ഓഫീസിലെ ക്ലർക്ക് സാറ്റിനിക് ഉടനെത്തന്നെ പ്രശ്നപരിഹാരത്തിനായി താഴ്‌വരയിലേക്ക് കമ്പിയടിച്ചു. അവർ കാത്തിരുന്നു. പക്ഷേ, മറുപടിയൊന്നും കിട്ടിയില്ല. എന്നാൽ ഒരാഴ്ച കഴിഞ്ഞപ്പോൾ വീണ്ടും ഒരു ട്രക്ക് ഗ്രാമത്തിലെത്തി. അതിൽ നിറയെ വീട്ടുപക്ഷികളുണ്ടായിരുന്നു. ഒപ്പം അവർ കാത്തിരുന്ന കാളയും മുട്ടനാടും ആൺപന്നിയും. പതിനെട്ടു പെട്ടികളിലായാണ് പക്ഷികൾ വന്നെത്തിയത്. പലതരം താറാവുകളും കോഴികളും ടർക്കികളും. അവസാനത്തെ പെട്ടി തുറന്നപ്പോൾ... നോക്കിനിന്നവർ ശരിക്കും അന്തംവിട്ടുപോയി. അതിൽനിന്നും പുറത്തുവന്നത് പാൽപ്പതപോലെ വെളുത്ത ഒരു മയിലായിരുന്നു. പുറത്തുവന്നതും തല ഉയർത്തി, ചിറകു വിടർത്തി വലിയ അഹങ്കാരത്തോടെ അത് അവിടെയാകെ നടക്കാൻ തുടങ്ങി. മഴ പെയ്തതിനു ശേഷം വഴിയാകെ ചളി കെട്ടിക്കിടന്നിരുന്നു. ഇങ്ങനെയൊരു മയിൽ എവിടെനിന്നു വന്നു? അതുകൊണ്ടുള്ള പ്രയോജനമെന്താണ്? നാട്ടുകാരുടെ ചോദ്യങ്ങൾക്ക് ഉത്തരം പറയാൻ ആരുമുണ്ടായിരുന്നില്ല. അതിനു മാരാനിലെത്തിയ വാഹനം അപ്പോഴേ തിരിച്ചുപൊയ്ക്കഴിഞ്ഞിരുന്നു. വാനോവിന്റെ തൊഴുത്ത് ഒരു 'നോഹയുടെ പെട്ടക'മായി മാറി. അയാൾ അപേക്ഷിച്ചതനുസരിച്ച് സാറ്റിനിക് വീണ്ടും താഴ്‌വരയിലേക്ക് ഒരു കമ്പിയടിച്ചു. "ഈ മയിലിനെക്കൊണ്ട് ഞങ്ങളെന്തു ചെയ്യണം?"

മറുപടിക്ക് ഒട്ടും കാത്തുനില്ക്കേണ്ടിവന്നില്ല. "നിങ്ങളുടെ മണ്ടൻ ചോദ്യങ്ങൾക്കുത്തരം നല്കാൻ ഞങ്ങൾക്ക് താത്പര്യമില്ല."

മറ്റു പക്ഷികളോടൊപ്പം അവർ മയിലിനേയും തൊഴുത്തിലാക്കി. എന്നാൽ അത് കരഞ്ഞുകൊണ്ടേയിരുന്നു. പക്ഷികൾക്ക് മാത്രമായി പൊതുവായി മാറ്റിവെച്ചിരുന്ന വട്ടിയിൽനിന്നും തീറ്റി കൊത്തിത്തിന്നതുമില്ല. അവസാനം വാനോവിന്റെ ഭാര്യ അതിനെ വീടിന്റെ അകത്തേക്ക് കൊണ്ടുവന്നു. നല്ലവണ്ണം കുളിപ്പിച്ചു. മടിയിൽ കിടത്തി പഴയൊരു വിരിപ്പുകൊണ്ട് പൊതിഞ്ഞ് ഉണക്കി. ഇടയ്ക്കിടയ്ക്ക് മൂക്കു ചുളിച്ചുകൊണ്ട്

അവർ പറഞ്ഞു, ‘കാണാൻ എന്തൊരു ഭംഗി! പക്ഷേ നാറ്റം... നനഞ്ഞ കോഴിയുടേതുപോലെ.” കുളി കഴിഞ്ഞ് തൂവലുകൾ ഉണങ്ങിയതും മയിൽ ഉഷാറായി. ഓരോ ചുവടുവെച്ച് തല ഉയർത്തി പുറത്തേക്കു നടന്നു. ഉറക്കെ ശബ്ദമുണ്ടാക്കി. “എന്നെ സ്വതന്ത്രനാക്കൂ” എന്ന് ആവശ്യപ്പെടും പോലെ. മുറ്റത്ത് മറ്റു പക്ഷികളുടെ ഇടയിലൂടെ കുറച്ചുനേരം ഉലാത്തി. വീണ്ടും വരാന്തയിൽ തിരിച്ചെത്തി. ഒരു ബെഞ്ചിനടിയിൽ ഇരിപ്പായി. ശബ്ദമുണ്ടാക്കാതെ. ബഞ്ചിനടിയിൽനിന്നും അതിനെ പുറത്തേക്കു കൊണ്ടുവരാൻ പലരും പലവിധം ശ്രമിച്ചു, സാധിച്ചില്ല. ആരെങ്കിലും അരികിൽ വരുമ്പോഴേക്കും തന്നെ അത് ഒച്ചവെച്ച് ബഹളമുണ്ടാക്കി ക്കൊണ്ടിരുന്നു. വാലിൻക ഒരു കിണ്ണത്തിൽ വെള്ളവും. ഒരു കുട്ടയിൽ കുറച്ചു പുല്ലും ഇലകളും മറ്റും അതിന്റെ മുമ്പിൽ കൊണ്ടുവന്നുവെച്ചു. വീട്ടുകാരെ കർശനമായി വിലക്കി. “അടങ്ങിയിരുന്നോട്ടെ, ആരും അതിന്റെ അരികത്തേക്കു ചെല്ലണ്ട.”

കുറേ നേരം കഴിഞ്ഞതോടെ മയിൽ താനേ ശാന്തനായി. ബഞ്ചിന്റെ ചോട്ടിൽനിന്നും പുറത്തുവന്ന് കുറച്ചു വെള്ളം കുടിച്ചു. ഇത്തിരി പുല്ലും ഇലയും കൊത്തിത്തിന്നു. വരാന്തയുടെ ഒരറ്റത്തുനിന്ന് മറ്റേ അറ്റം വരേയും തിരിച്ചും സഹജമായ പ്രൗഢിയോടെ പതുക്കെ അടിവെച്ചു നടന്നു. വൈകുന്നേരമായതോടെ വേലിപ്പുറത്ത് കയറിപ്പറ്റി ഉറക്കമായി. അതിന്റെ സമൃദ്ധമായ പീലിക്കെട്ട് താഴേക്ക് തൂങ്ങിക്കിടന്നു, ഏതാണ്ട് തറ തൊടുവോളം.

ക്രമേണ പുതിയ ചുറ്റുപാടുകളുമായി മയിൽ ഇണങ്ങി. പതുക്കെ പടികടന്ന് തെരുവിലേക്കിറങ്ങി. തെരുവിന്റെ ഒരറ്റംവരെ നടന്ന് പാറക്കെട്ടു കൾക്കടുത്തെത്തിയാൽ നടത്തം നിർത്തി. ചുറ്റുപാടുകളെ നിരീക്ഷിച്ചു കൊണ്ട് അല്പനേരം നില്ക്കും. പിന്നെ തിരിച്ചു നടക്കും. വഴിയിലെ പൊടിയേറ്റ് അതിന്റെ തൂവെള്ള പീലികളും തൂവലുകളും തവിട്ടുനിറ മായി. ഇടയ്ക്ക് അവൻ ഉച്ചത്തിൽ ഒച്ചവെച്ചു. നെഞ്ചു പിളർക്കുന്ന ശബ്ദം! വാനോവിന്റെ വരാന്തയായിരുന്നു അതിന്റെ പ്രധാന താവളം. മയിലിന് പാർക്കാനായി വാനോവ് തട്ടിക്കൂട്ടിയ കൂട് അവൻ പാടെ അവഗണിച്ചു. തണുപ്പും മഞ്ഞുവീഴ്ചയും തീരെ സഹിക്കാതായപ്പോഴാണ് അവൻ കൂടി നുള്ളിൽ കയറിപ്പറ്റിയത്. അതിനകത്ത് വാലിൻക സ്നേഹത്തോടെ വിരി ച്ചിട്ട കമ്പിളി പുതപ്പിന്റെ ചൂടുണ്ടായിരുന്നു. അതിനകത്ത് വിഷാദമൂക നായി അവൻ കിടന്നു. വല്ലപ്പോഴും മാത്രം മുറ്റത്തേക്കിറങ്ങി. ചുറ്റും നിറഞ്ഞു കിടക്കുന്ന മഞ്ഞിനടിയിൽ അവന്റെ വെള്ളനിറം പെട്ടെന്നു കാണാ നായി. വേഗംതന്നെ ചിറകിൽ പറ്റിപ്പിടിച്ച മഞ്ഞുതുണ്ടുകൾ കുടഞ്ഞു കളഞ്ഞ് അവൻ വരാന്തയിലേക്ക് തിരിച്ചുകയറി. കുറച്ചുനേരം തിണ്ണ യിൽ വെറുതെ ഇരുന്നു. പിന്നെ വീണ്ടും സ്വന്തം കൂട്ടിലെ ചൂടിലേക്ക്.

താഴ്വരയിൽനിന്നും ഗ്രാമത്തിലെത്തിച്ചേർന്ന മറ്റു പക്ഷിമൃഗാദി കൾക്ക് പ്രത്യേകിച്ച് വിഷമങ്ങളൊന്നുമുണ്ടായിരുന്നില്ല. തിന്നും കുടിച്ചും

ചുറ്റിനടന്നും പുതിയ ലോകവുമായി അവ ക്ഷണത്തിൽ ഇണങ്ങി. പശുവും ആടുകളും ചെമ്മരിയാടും ധാരാളം പാൽ ചുരത്തി. പലപ്പോഴും ആ പാലിൽനിന്ന് അവർ വെണ്ണയും കടഞ്ഞെടുത്തു. അപ്പോഴൊക്കെയും ഭക്ഷണപദാർത്ഥങ്ങൾക്ക് ക്ഷാമമുണ്ടായിരുന്നു. ചെറിയ കുട്ടികളുള്ള വീട്ടുകാർക്കായിരുന്നു മുൻഗണനന. വേനൽക്കാലമായതോടെ സ്ഥിതി കുറെ മെച്ചപ്പെട്ടു. അടുക്കളത്തോട്ടങ്ങളും, വീട്ടുപറമ്പുകളും പച്ചപിടിച്ചു. മുന്തിരിയും റാസ്ബെറിയും നിറയെ കായ്ച്ചു. ചില്ലകൾ തോറും നിറപ്പകിട്ടുള്ള കുലകൾ ഞാന്നുകിടന്നു. അപ്പോഴും നാട്ടുകാരുടെ മനസ്സിൽ ഭയമായിരുന്നു. കഴിഞ്ഞയാണ്ടിലെപ്പോലെ ഇത്തവണയും വരൾച്ചയാകുമോ? ആ ആശങ്ക വെറുതെയായില്ല. ആ ആണ്ടിലുമുണ്ടായി കടുത്ത വരൾച്ച. തലേ ആണ്ടിലെന്നപോലെ നീണ്ടുനിന്നില്ലെങ്കിലും ആ നാളുകളിലെ ചൂടും ഉഷ്ണവും അതികഠിനമായിരുന്നു. ആകാശത്തുനിന്നു തീ വർഷിക്കുമ്പോലെ. ജൂലായ് മാസത്തിലേ വേനൽ ശക്തി പ്രാപിച്ചുള്ളൂ. അതുമാത്രമായിരുന്നു ചെറിയൊരാശ്വാസം. വിതച്ചത് കരിയും മുമ്പേ കൊയ്യാനും അതിൽനിന്നും ഒരു ഭാഗം കരുതിവെക്കാനും അവർക്ക് സാധിച്ചു. താഴ്‌വരയിൽനിന്നും വന്ന ഉരുളക്കിഴങ്ങ് പിന്നൊന്നും മുളച്ചില്ല. എന്നാൽ വാസിലിയുടെ തോട്ടത്തിൽ എപ്പോഴും ബാക്കി കിടന്ന ഉരുളക്കിഴങ്ങുകൾ തീരെ അപ്രതീക്ഷിതമായി മുളച്ചുപൊന്തി. എന്തായാലും ആ വറുതിക്കാലവും അവർ ബുദ്ധിമുട്ടിയാണെങ്കിലും കഴിച്ചുകൂട്ടി. ഉപ്പിലിട്ട വെള്ളരിക്കയും തക്കാളിയും കൂണുകളും അണ്ടിപ്പരിപ്പുകളും ഏതാനും പഴവർഗ്ഗങ്ങളും അവർക്ക് തുണയായി. തേനീച്ചക്കൂടുകളും അവരെ കൈവിട്ടില്ല. അത്യാവശ്യത്തിനുവേണ്ട തേൻ എല്ലാവർക്കും കിട്ടി. അങ്ങനെ ഒക്ടോബർ മാസത്തിൽ ചൂടിന് ശമനം വരുന്നതുവരെ അവർ നാളുകളെണ്ണി കഴിച്ചു.

ക്ഷാമത്തിന്റെ രണ്ടാം ആണ്ടിൽ, ശീതകാലത്തിലാണ് വാസിലിയുടേയും അകോപിന്റേയും അമ്മ മരിച്ചത്. തണുപ്പുകാലം ഏതാണ്ട് അവസാനിക്കുന്നതുവരെ അവർ അള്ളിപ്പിടിച്ചുനിന്നു. ഒരു ദിവസം വെറുതെ ഒരു ഉച്ചമയക്കത്തിനു കിടന്നതാണ്. ആ മയക്കത്തിൽനിന്നും അവർ ഉണർന്നില്ല. മക്കൾ രണ്ടുപേരും ആ സമയത്ത് പണിപ്പുരയിലായിരുന്നു. രാത്രി ഏറെ നേരം ഉറക്കമൊഴിച്ചിരിക്കുന്ന അനുജന്റെ ശ്രദ്ധതിരിക്കാനായി വാസിലി അവനേയും ആലയിലേക്ക് കൂടെ കൊണ്ടുപോകാൻ തുടങ്ങിയിരുന്നു. ഒരു ഇടവേളയ്ക്കുശേഷം തണുപ്പു കഠിനമായതോടെ കുട്ടി വീണ്ടും പഴയ ഇരുപ്പ് ആരംഭിച്ചിരുന്നു. വാസിലി ഒരുക്കിയ ഇരുമ്പ് മൂശയിലേക്ക് ഒഴുക്കുന്നതിനിടയിൽ അകോപ് പെട്ടെന്ന് ജ്യേഷ്ഠന്റെ കൈയിൽ മുട്ടുവെച്ചൊന്നു കുത്തി. മഹാഭാഗ്യം! ഉരുകിയ ഇരുമ്പ് തുളുമ്പിപ്പോയില്ലേ? കുട്ടിയെ ശകാരിക്കാൻ അയാൾ വായ തുറന്നതാണ്. പക്ഷേ, അവന്റെ പേടിച്ച് വിളർത്ത മുഖം കണ്ടപ്പോൾ അയാൾ നാക്കടക്കി. അവൻ കിതച്ചുകൊണ്ട് എന്തോ പറയാൻ ഭാവിക്കുന്നു. എന്നാൽ വാക്കുകൾ പറത്തുവരുന്നില്ല. ആലയിലെ ചൂട്. കുട്ടിക്ക് ശ്വാസം

മുട്ടുന്നുണ്ടാവാം. അയാൾ ക്ഷണത്തിൽ അനുജനെ എടുത്ത് ആലയുടെ പുറത്തേക്ക് കൊണ്ടുവന്നു. ജ്യേഷ്ഠന്റെ കൈപിടിച്ച് വളരെ പ്രയാസപ്പെട്ട് അവൻ പറഞ്ഞു. "മരണമാലാഖ എത്തിക്കഴിഞ്ഞു... നമ്മുടെ അമ്മയ്ക്കായി."

വാസിലി അകോപിന്റെ കൈയും പിടിച്ചുവലിച്ചു വീട്ടിലേക്കോടി. ഇടയിൽ വസ്ത്രങ്ങളിൽ കാൽ തടഞ്ഞ് വീഴാൻ പോയതൊന്നും അയാൾ ഗൗനിച്ചില്ല. പുറത്ത് കഠിനമായ തണുപ്പായിരുന്നു. രണ്ടുപേരും കമ്പിളിക്കുപ്പായങ്ങളൊന്നും ധരിച്ചിരുന്നില്ല. ആലയ്ക്കകത്തെ ചൂടിൽ അതിന്റെ ആവശ്യമില്ലല്ലോ! വീടിന്റെയകത്ത് മരണമൂകത. അമ്മ നിഷ്കളങ്കയായ ഒരു കുഞ്ഞിനെപ്പോലെ, വശം തിരിച്ച്, കവിളിനടിയിൽ കൈ വെച്ച് കിടക്കുകയായിരുന്നു. കുട്ടിയെ ഒരു മഞ്ചത്തിലിരുത്തി വാസിലി മുട്ടുകുത്തി അമ്മയ്ക്കരികിലിരുന്നു. അവരുടെ നെറ്റിയിൽ ചുണ്ടുകള മർത്തി. മരണത്തിന്റെ തണുപ്പിൽ ഉറച്ചുപോയ നെറ്റിത്തടം. അയാൾ ഉറക്കെ നിലവിളിച്ചു.

അന്ന് ആദ്യമായി അകോപ് രാത്രി ജനലരികിൽ ചെന്നിരുന്നില്ല. പകൽ മുഴുവൻ അമ്മയുടെ ശവശരീരത്തിനരികെ ഇരുന്ന് കരഞ്ഞു. വൈകുന്നേരമായപ്പോഴേക്കും ആകെ തളർന്നു. കടുത്ത പനിയായി. വാസിലി യാസാമാനെ സഹായത്തിനു വിളിച്ചു. കുട്ടിയെ സ്വന്തം വീട്ടിൽ കൊണ്ടുപോയി ശുശ്രൂഷിക്കാൻ അവർ തയ്യാറായിരുന്നു. പക്ഷേ, അവൻ തയ്യാറായില്ല. "എനിക്ക് ഇവിടെത്തന്നെ ഇരിക്കണം." അവൻ വാശി പിടിച്ചു.

യാസാമാൻ അകോപിന്റെ ഉടുപ്പുകൾ അഴിച്ചുമാറ്റി. ദേഹം മുഴുവൻ മൾബറി ചാറ് തേച്ചുപിടിപ്പിച്ചു. കമ്പിളി പുതപ്പിച്ചു കിടത്തി. കഷായം കുടിപ്പിച്ചു. നന്നായി വിയർപ്പിച്ചു. പിന്നെ വിയർപ്പ് തുടച്ചുമാറ്റി വീണ്ടും മൾബറിച്ചാറ് തേച്ചുപിടിപ്പിച്ച് കമ്പിളികൊണ്ട് പൊതിഞ്ഞു കിടത്തി. പനി കുറഞ്ഞു എന്ന് ബോദ്ധ്യമായപ്പോഴേ അവർ സ്വന്തം വീട്ടിലേക്ക് മടങ്ങിയുള്ളൂ. "ഞാനിനി രാവിലെ വരാം." പോകുംമുമ്പേ ഒരിക്കൽ കൂടി അവർ കുട്ടിയുടെ നെറ്റിയിൽ കൈവെച്ചുനോക്കി.

ആ രാത്രി മുഴുവൻ അകോപ് ജ്യേഷ്ഠന്റെ ചുമലിൽ തലചേർത്തു വെച്ച് ഉറങ്ങാതെ കിടന്നു. അതിനിടയിൽ അവൻ പറഞ്ഞു, ആ മഞ്ഞുകാലത്ത് തങ്ങളുടെ അമ്മ മരിക്കുമെന്ന് അവനറിയാമായിരുന്നുവെന്ന്. അതുകൊണ്ടാണ് ജനലരികിൽനിന്നും ഞാൻ മാറാതെ ഇരുന്നത്. എങ്ങോട്ടാണ് അവർ പറന്നുവരുന്നതെന്ന് മുൻകൂട്ടി അറിയാൻവേണ്ടി... ചേട്ടന്റെ കൂടെ ഞാൻ ആലയിലേക്ക് വന്നില്ലായിരുന്നുവെങ്കിൽ..."

"നീ എന്തുചെയ്യുമായിരുന്നു?"

"എന്റെ അമ്മയെ കൊണ്ടുപോകല്ലേ എന്ന് ഞാൻ അവരോട് അപേക്ഷിക്കുമായിരുന്നു."

"നീ പറഞ്ഞാൽ മാലാഖ അനുസരിക്കുമെന്നാണോ?"

“അനുസരിച്ചേനേ.”

ആ ദിവസം മുതൽ അകോപ് ജനലരികിൽ ഉറക്കമൊഴിച്ചിരിക്കാതെയായി. അതിനെക്കുറിച്ച് വാസിലി ചോദിച്ചപ്പോൾ അവൻ പറഞ്ഞത്, ഇനി അങ്ങനെ കാവലിരിക്കേണ്ട ആവശ്യമില്ല എന്നാണ്. “നമ്മുടെ വീട്ടിലെ ആരും ഇപ്പോൾ മരിക്കാൻ പോകുന്നില്ല.”

ആദ്യത്തെ തണുപ്പുകാലത്തിന്റെ അത്രതന്നെ കഠിനമായിരുന്നില്ല രണ്ടാമത്തെ തണുപ്പുകാലം. ആദ്യത്തെ വർഷം കുറേയധികം ആളുകൾ മരണമടഞ്ഞു. അവരാരും മരിച്ചത് തണുപ്പിന്റെ കാഠിന്യം കൊണ്ടായിരുന്നില്ല. വിശപ്പുകൊണ്ടുമായിരുന്നില്ല. പോഷകാഹാരത്തിന്റെ കുറവുകൊണ്ടായിരുന്നു. വാസിലിക്കും അകോപിനും അവരുടെ അമ്മ നഷ്ടപ്പെട്ടു. യാസാമാനും ഓവൻസിനും ഒരു മകനും രണ്ടു പേരക്കുട്ടികളും നഷ്ടമായി. മാഗ്ടാകീന്റെ അച്ഛനമ്മമാരുടെ മൂന്നു പെൺമക്കൾ മരിച്ചു. പെട്രോഡിന്റെ കുടുംബത്തിൽ ബാക്കിയായത് രണ്ടു പെൺമക്കൾ മാത്രം. പതിനെട്ട് വയസ്സായ മാഗ്ടാകീനും പത്തുവയസ്സായ ഷുഷാനിക്കും. ഷുഷാനിക്കിനെ പല തവണ കടുത്ത ന്യുമോണിയ ബാധിച്ചു. എന്നിട്ടും അവൾ അതിശയകരമാംവിധം രക്ഷപ്പെട്ടു. അകോപിന്റെ സംരക്ഷണം ഏറ്റെടുക്കാൻ പെട്രോഡ് വളരെ ആത്മാർത്ഥതയോടെ കൈനീട്ടി. ആറു വയസ്സായ ഒരു കുട്ടിയെ നോക്കിവളർത്താൻ ഒരു സ്ത്രീയുടെ സഹായം കൂടിയേ തീരൂ എന്ന് അയാൾ വാസിലിയെ ബോധിപ്പിക്കാൻ ശ്രമിച്ചു. പക്ഷേ, വാസിലി നന്ദിപൂർവം ആ സഹായം നിരസിച്ചു. ജ്യേഷ്ഠനും അനുജനും കൂടി അവരുടേതായ രീതിയിൽ ജീവിതം മുന്നോട്ടുകൊണ്ടുപോയി. വിവാഹത്തെക്കുറിച്ച് വാസിലി സൂചിപ്പിച്ചതുപോലുമില്ല. ഗ്രാമം മുഴുവൻ മരിച്ചവർക്കുവേണ്ടി ദുഃഖമാചരിക്കുമ്പോൾ സ്വന്തം വിവാഹത്തെപ്പറ്റി അയാൾ എങ്ങനെ സംസാരിക്കാൻ? ഒടുവിൽ ഭാവി അമ്മായിഅച്ഛനായ പെട്രോഡ് തന്നെയാണ് ആ വിഷയം അവതരിപ്പിച്ചത്.

“ഒരു വർഷംകൂടി നമുക്ക് കാത്തിരിക്കാം. അടുത്ത ശീതകാലത്തെ അതിജീവിക്കാനായാൽ... നമുക്ക് ഈ വിവാഹം നടത്താം.... വരുന്ന വസന്തത്തിൽ.”

അതിനിടെ മാഗ്ടാകീൻ ശരിക്കും ഒരു സുന്ദരിയായിക്കഴിഞ്ഞിരുന്നു. നല്ല ഉയരം, മെലിഞ്ഞ ശരീരം, കറുത്ത കണ്ണുകൾ, ഇരുണ്ട് നീണ്ട തലമുടി. വാസിലിയേക്കാൾ ഉയരം സ്വല്പം കൂടുതലാണെന്നു പറയാം. പ്രതിശ്രുതവരന്റെ മുമ്പിൽ അവൾ നാണം നടിച്ചുനിന്നില്ല. അയാളുടെ മുഖത്തേക്ക് നോക്കാൻ സങ്കോചവും കാണിച്ചില്ല. അവളും അമ്മയും ആഴ്ചയിലൊരിക്കൽ വാസിലിയുടെ വീട്ടിലെത്തി, വേണ്ട സഹായങ്ങൾ ചെയ്തുകൊടുത്തു. വീട് വൃത്തിയാക്കി. ഭക്ഷണം പാകംചെയ്തു. ഒരിക്കൽ രണ്ടുപേരും തനിച്ചായ സമയം, അയാൾ അവളുടെ കൈയിൽ പിടിച്ചു, കവിളിൽ നനുത്തൊരു ചുംബനവും നല്കി. അതിനപ്പുറം

കടക്കാൻ അവൾ അയാളെ അനുവദിച്ചില്ല. പഴയ സമ്പ്രദായങ്ങൾ കൃത്യമായി പാലിക്കുന്നവരായിരുന്നു മാരാൻ ഗ്രാമക്കാർ. വിവാഹത്തിനു മുമ്പുള്ള ചുംബനങ്ങളും ബന്ധപ്പെടലുകളുമൊന്നും അവിടെ അനുവദ നീയമായിരുന്നില്ല. സ്വഭാവശുദ്ധി കാത്തുസൂക്ഷിക്കുന്നവരായിരുന്നു ഗ്രാമത്തിലെ പെൺകിടാങ്ങൾ. വിധവാവിവാഹവും അപൂർവ്വമായിരുന്നു. ആയുഷ്കാലം മുഴുവൻ മരിച്ചുപോയ ഭർത്താവിന്റെ പേരിൽ ദുഃഖം ആചരിക്കുന്നവരായിരുന്നു അവിടത്തെ സ്ത്രീകൾ.

വാസിലിയും അകോപും ഞായറാഴ്ചകളിൽ മാഗ്ടാകീന്റെ വീട്ടിൽ പ്രതി സന്ദർശനം നടത്തി. സമ്മാനമായി എന്തെങ്കിലും പിടിക്കാൻ അയാൾ ഒരിക്കലും മറന്നില്ല. ഒരു പിടി കൂണ്, അല്ലെങ്കിൽ ഒരു കുല സ്ട്രോബെറികൾ, അതുമല്ലെങ്കിൽ നാലഞ്ച് ആപ്പിളുകൾ, അല്പം വിസമ്മതത്തോടുകൂടിയാണെങ്കിലും മാഗ്ടാകീന്റെ അമ്മ ആ ഉപഹാര ങ്ങൾ സ്വീകരിച്ചു. ഗ്രാമത്തിൽ ഓരോ ഗോതമ്പുമണിയും എത്രത്തോളം വിലപ്പെട്ടതാണെന്ന് അയാൾക്ക് അറിയാമായിരുന്നു.

വിശപ്പ്... ധനികർക്കും ദരിദ്രർക്കുമിടയിലെ അതിർവരമ്പുകൾ വെട്ടി മാറ്റിയിരുന്നു. അന്തിമവിധിക്കായി കാത്തുനില്ക്കുന്നവരെപ്പോലെ എല്ലാവരും ഒരുപോലെയായി കഴിഞ്ഞിരുന്നു. എല്ലാവരും ഒരേ മട്ടിൽ കുഴിവക്കത്ത് കാത്തുനില്ക്കുന്നവർ. ഒന്നുകിൽ തോരാത്ത മഴയിൽ വിതച്ചതെല്ലാം മുങ്ങിപ്പോയി. അല്ലെങ്കിൽ ഒടുങ്ങാത്ത വരൾച്ചയിൽ വിത്തു കൾ ഒന്നൊഴിയാതെ കരിഞ്ഞുപോയി. സ്ഥായിയായി നിന്നത് വിശപ്പു മാത്രം. അതിനിടയിൽ കോഴിമുട്ടയോളം വലുപ്പത്തിൽ മഞ്ഞുകട്ടകൾ പെയ്യിച്ചുകൊണ്ട് ശീതകാലവും. അതോടെ കായ്ക്കാൻ തുടങ്ങിയ ഫല വൃക്ഷങ്ങളും ശൂന്യമായി. കാട്ടിൽ വളരെ കുറച്ചു മൃഗങ്ങളെ ശേഷിച്ചിരു ന്നുള്ളൂ. വറുതിയുടെ മുൻവർഷങ്ങളിൽ കിട്ടാവുന്നതിനെയൊക്കെ നാട്ടു കാർ വേട്ടയാടിത്തിന്നിരുന്നു. രക്ഷപ്പെടാൻ സാധിച്ച ഏതാനും മൃഗങ്ങൾ ഉൾക്കാടുകളിലേക്ക് വലിഞ്ഞിരുന്നു. എന്നാലും ഗ്രാമം ഓരോ ഇഞ്ചായി ആപത്തിൽനിന്ന് അകന്നുനീങ്ങിക്കൊണ്ടിരുന്നു. താഴ്വരയിൽനിന്നും വന്ന പക്ഷിമൃഗങ്ങൾ ക്രമേണ ദോഷം കൂടാതെ പെറ്റുപെരുകി. വസന്ത കാലമായപ്പോഴേക്കും എണ്ണത്തിൽ ഇരട്ടിയായി. ആറുമാസം പ്രായമായ കോഴി–താറാവ് കുഞ്ഞുങ്ങൾ വാലിൻകയുടെ വീട്ടുമുറ്റത്ത് ഒച്ചവെച്ച് ഓടി നടന്നു. ആ തണുപ്പുകാലത്ത് തള്ളപ്പന്നിയും പെറ്റു. പന്ത്രണ്ടു കുഞ്ഞു ങ്ങൾ. പ്രതീക്ഷിച്ചതിലും എത്രയോ മേലെ. നാട്ടുകാരെല്ലാവരും പന്നിക്കുട്ടി കളെ കാണാൻ തിരക്കിട്ടെത്തി. അവർ അതിശയത്തോടെ നോക്കിനിന്നു. തള്ളപ്പന്നിയുടെ തരി ഛായപോലുമില്ലാത്ത പന്ത്രണ്ടു കുഞ്ഞുങ്ങൾ!

തികച്ചും മൂന്നുവർഷത്തിനുശേഷമാണ് ആ വറുതിക്കാലത്തിന് ഒരറുതി വന്നത്. ക്ഷാമത്തിന്റെ ബാക്കിപത്രമായി ഗ്രാമത്തിൽ നീണ്ടു പരന്നുകിടന്ന, അതിനോളംതന്നെ വലുപ്പമുള്ളൊരു സെമിത്തേരി. അതിനിടെ ഗ്രാമത്തിന്റെ ഹൃദയവും ദുഃഖം സഹിച്ചുസഹിച്ച് കല്ലായി മാറിയിരുന്നു.

ജീവിതത്തിൽ ഏതോ കാലത്ത് അനുഭവിച്ച ആ സന്തോഷത്തിന്റെ ഓർമ്മകൾ... ഒന്നുകൂടി അയവിറക്കാൻ കൊതി തോന്നുമ്പോൾ വാസിലി തന്റെ ഹൃദയത്തിൽ നോവുകൾ മാത്രം ബാക്കിവെച്ച് കടന്നുപോയ ദിവസങ്ങളിൽനിന്നെല്ലാം കരുതലോടെ ഒഴിഞ്ഞുമാറും. അച്ഛന്റെ മരണം, അമ്മയുടെ, സഹോദരന്റ, മാഗ്ടാകീന്റെ... മൂന്നുകൊല്ലത്തിനിടയ്ക്ക് തന്നെ വിട്ടുപോയ തന്റെ മൂന്നുമക്കളുടെ മരണം, ശ്വാസമടക്കിപ്പിടിച്ച് വാസിലി ഏറെ പുറകോട്ടു നോക്കും. തെളിവാർന്ന വേനൽ ദിനങ്ങൾ. എത്രയോ മരങ്ങളായിരുന്നു... ഓരോന്നും മാനംമുട്ടെ ഉയരത്തിൽ. വാസിലി എന്ന അഞ്ചുവയസ്സുകാരൻ അരുസ്യാക് മുത്തശ്ശിയുടെ മടിയിലിരിക്കുന്നു. ചുക്കിച്ചുളിഞ്ഞ കൈക്കൊണ്ട് മുത്തശ്ശി അവന്റെ മുടിയിഴകൾ തഴുകുന്നു. പഴങ്കഥകൾ പറയുന്നു. അമ്മ അരുവിയിൽനിന്നും ഒരു ചെമ്പുകുടം വെള്ളം ചുമലിലേറ്റി പതുക്കെ നടന്നുവരുന്നു. അമ്മയന്ന് നന്നേ ചെറുപ്പമായിരുന്നു. എന്തു ഭംഗിയായിരുന്നു അമ്മയെ കാണാൻ. കല്ലിൽതട്ടി വീഴാതിരിക്കാൻ താഴേക്ക് നോക്കി സൂക്ഷിച്ചാണ് അമ്മ നടക്കുക. മുത്തശ്ശിയുടെ മടിയിലിരിക്കുന്ന മകനെ കാണുന്നതോടെ അവരാകെ ഒരു നറുചിരിയിലലിയും.

അച്ഛനേയും വാസിലി സ്നേഹത്തോടെ ഓർത്തു. നല്ല കരുത്തനായിരുന്നു. പക്ഷേ, ചെറുപ്പത്തിലെ നര ബാധിച്ചു. ആലയിൽ തീ ഊതിയൂതി പുരികങ്ങളും കൺപീലികളും ചൂടേറ്റ് കരിഞ്ഞുപോയിരുന്നു. ചില ദിവസം ഒന്നു വിശ്രമിക്കാനായി അച്ഛൻ ആലയിൽനിന്ന് പുറത്തുവരും. വൈകുന്നേരങ്ങളിൽ, പകൽവെളിച്ചം മാഞ്ഞിട്ടുണ്ടാകും. മുറ്റത്തേക്ക് മഞ്ഞും തണുപ്പും ഇറങ്ങിവന്നിട്ടുണ്ടാകും. ഇഷ്ടികച്ചുമരിൽ ചാരിയിരുന്ന് സ്വന്തം കുടുംബത്തിന്റെ പഴയ കഥകൾ അച്ഛൻ മകന് പറഞ്ഞുകൊടുക്കും. അദ്ദേഹത്തിന്റെ അമ്മ ഒരു കൂട്ടക്കൊലയിൽനിന്നും അദ്ഭുതകരമായ വിധത്തിൽ രക്ഷപ്പെട്ടത്, നാലു കൊച്ചുമക്കളേയുംകൊണ്ട് ഈ പ്രദേശത്ത് അഭയം തേടി എത്തിയത്. അർഷക് - ബെക് എന്ന ഭൂവുടമയുടെ ഔദാര്യം. ഭാഗ്യംകെട്ട ആ കുടുംബത്തിന് അഭയം നല്കിയതിനു ശേഷം വളരെ പെട്ടെന്ന് അദ്ദേഹം അപ്രത്യക്ഷനായി. യുനാൻ എന്ന യാതൊരു കാരുണ്യവുമില്ലാത്ത അയൽക്കാരനെക്കുറിച്ചും അച്ഛൻ പറയുമായിരുന്നു. കടം വാങ്ങിച്ച നെയ്യ് തവണകളായി കൊടുത്തുതീർക്കാമെന്ന് അമ്മ പറഞ്ഞപ്പോൾ അയാളതു നിരസിച്ചു. മാത്രമല്ല, കുഡാം എന്ന പരിഹാസപ്പേരും അമ്മയുടെ മേൽ വെച്ചുകെട്ടി. അവരുടെ അരുസ്യാക് എന്ന ശരിയായ പേര് ഗ്രാമം ക്രമേണ മറന്നു. “അങ്ങനെയാണ് മകനെ നമ്മൾ കുഡാമന്റ് എന്ന കുടുംബപ്പേരോടെ അറിയപ്പെടാൻ തുടങ്ങിയത്. “ഓരോ തവണയും അച്ഛൻ അങ്ങനെയാണ് കഥ പറഞ്ഞ് അവസാനിപ്പിക്കുക. “അമ്മ എപ്പോഴും യുനാൻ എന്ന അയൽക്കാരനോടു പറയുമായിരുന്നു... കുഡാം... പിന്നെത്തരാം...” കടം കൊടുത്ത നെയ്യ് ഒന്നായി കിട്ടണമെന്ന് ശാഠ്യം പിടിക്കുന്ന ആ മനുഷ്യനോട് അമ്മ വേറെന്തു പറയാനാണ്?

അഞ്ച്

അനാട്ടോലിയ അവർ കരുതിയതുപോലെ അടുത്ത ദിവസം മരിച്ചില്ല. അതിനടുത്ത ദിവസവും മരിച്ചില്ല. നാലാം ദിവസമായപ്പോഴേക്കും രക്ത സ്രാവം പൂർണ്ണമായും നിലച്ചു. എന്നാൽ ചെവിയിലെ മുഴക്കത്തിന് ശമന മുണ്ടായില്ല. അതുപോലെത്തന്നെ തലചുറ്റലും മനം പുരട്ടലും ഒട്ടും കുറ യാതെ തുടർന്നു. അതവരെ വല്ലാതെ തളർത്തി. എഴുന്നേറ്റു നില്ക്കാനും നടക്കാനുമാവാതെ ചുമരിൽ ചാരിയും, എന്തെങ്കിലുമൊന്നിൽ ബലമായി പിടിച്ചും വളരെനേരം കണ്ണടച്ച് അനങ്ങാതെയിരിക്കേണ്ട അവസ്ഥ. അതിനും പുറമെ ദേഹമാസകലമൊരു വേദന, അടിവയറ്റിൽ കൂടുത ലായും. കൈകൾക്കും വല്ലാത്തൊരു മരവിപ്പ്. മേശപ്പുറത്തിരുന്ന ചായ അവർ കൈയിലെടുത്തു. ഇത്രവേഗം ഇതു തണുത്തോ? അവർക്കദ്ഭുതം തോന്നി. എന്നാൽ ഒരു കവിൾ കുടിച്ചപ്പോൾ... നല്ല ചൂട്. ചൂടും തണുപ്പും തിരിച്ചറിയാത്ത അവസ്ഥയിലായിരുന്നു അവരുടെ വിരലുകൾ.

ഭയത്തിനു കീഴടങ്ങില്ലെന്ന് അനാട്ടോലിയ സ്വയം ഉറപ്പിച്ചു. സ്വന്തം ജീവിതത്തെ പരിതാപകരമായ ഒരു സ്ഥിതിയിലേക്കെത്തിക്കുകയില്ല എന്നും അവർ തീരുമാനിച്ചു. തന്റെ വല്ലായ്മകളെക്കുറിച്ച് ആരോടും പറഞ്ഞില്ല. വളരെ ബുദ്ധിമുട്ടിയിട്ടാണെങ്കിലും വീട്ടുപണികൾ ഓരോ ന്നായി സാവധാനം ചെയ്തു.

പതിവില്ലാത്ത നേരത്ത് മുറ്റത്ത് തളർന്നിരിക്കുന്ന അനാട്ടോലിയയെ കണ്ട് യാസാമാൻ അന്വേഷിക്കാൻ വന്നു. "ഭക്ഷ്യവിഷം ബാധിച്ചുവെന്നു തോന്നുന്നു" ഒരു പരിഭ്രമവും കാണിക്കാതെ അനാട്ടോലിയ പറഞ്ഞു. "കഴിഞ്ഞകൊല്ലം ഉപ്പിലിട്ടുവെച്ച കാബേജ് കുറച്ചു തിന്നു. അത് തീരെ പിടിച്ചില്ല."

ഉടനെത്തന്നെ യാസാമാൻ വീട്ടിൽപോയി ദഹനക്കേടിനുള്ള മരുന്നു കൊണ്ടുവന്നുകൊടുത്തു. നാഡിമിടിപ്പും ഹൃദയമിടിപ്പും ശ്രദ്ധിച്ചു. വീണ്ടും ചില പുതിയ മരുന്നുകളെടുത്തുകൊണ്ടുവന്നു. അടുത്ത ദിവസമായ പ്പോഴേക്കും അനാട്ടോലിയയുടെ അസുഖങ്ങൾ ഒന്നു കുറഞ്ഞു. എന്നാലും ആകപ്പാടെയുള്ള ക്ഷീണത്തിനും തലചുറ്റലിനും കുറവു ണ്ടായില്ല. ശരീരത്തിന്റെ കഴപ്പും വേദനയും വിട്ടുമാറിയില്ല.

സ്വന്തം ദേഹസ്ഥിതിയെക്കാൾ അവരെ കൂടുതൽ പരിഭ്രമിപ്പിച്ചത്, താമസിയാതെ വാസിലി കൂടെ പൊറുക്കാൻ വരുമല്ലോ എന്ന ആശങ്ക യായിരുന്നു. പക്ഷേ, തത്കാലത്തെ ദേഹസ്ഥിതി അതിനനുവദിച്ചില്ല. അതുകൊണ്ട് ആ ചുമതല അവൾ ഓവൻസിനെ ഏല്പിച്ചു. വളരെ വിഷമത്തോടെയാണ് അയാൾ അതിനു സമ്മതം മൂളിയത്. എന്നാൽ അയാൾക്ക് വാസിലിയെ അന്വേഷിച്ച് അങ്ങോട്ട് പോകേണ്ടിവന്നില്ല. അതിനുമുമ്പേ ചങ്ങാതി അനാട്ടോലിയയുടെ വാതിൽക്കൽ പ്രത്യക്ഷ പ്പെട്ടു. തനിക്കുണ്ടായ സന്തോഷം ഓവൻസ് പുറത്തുകാണിച്ചില്ല.

വാസിലിയോടൊപ്പം അയാളുടെ ബന്ധു കൂടി ഉണ്ടായിരുന്നു, സാറ്റനിക്. തനിക്ക് അത്യാവശ്യം വേണ്ട വസ്ത്രങ്ങളും അയാൾ കൂടെ എടുത്തിരുന്നു. അനാട്ടോലിയയുടെ പഴയ അരിവാൾ അയാൾ മൂർച്ച കൂട്ടി കൊണ്ടുവന്നിരുന്നു. അതിനുപുറമെ അയാളുടെ കൈയിലുണ്ടായിരുന്ന പുതുതായി ചുട്ടെടുത്ത ഏതാനും റൊട്ടികളും ഒരു കിണ്ണം നിറയെ തോട്ടത്തിൽനിന്നും അപ്പോൾ പറിച്ചെടുത്ത കുറേ സ്ട്രോബെറികളും. സാറ്റനിക് വളരെ ആദരവോടെ തന്റെ സഹോദരന് അകമ്പടി സേവിച്ചു. ആഘോഷയാത്രയുടെ ഭാഗമായി വാസിലിയുടെ നായയും ഒരു തള്ളയാടും രണ്ടു മുതിർന്ന ആട്ടിൻകുട്ടികളുമുണ്ടായിരുന്നു. പക്ഷേ, കൂടെയുണ്ടായിരുന്ന മുട്ടനാട് വയസ്സനായിരുന്നു. തിമിരം ബാധിച്ച് കാഴ്ചയും നഷ്ടമായിരുന്നു. എന്നാൽ അവയെ ഒക്കെ നയിച്ചുകൊണ്ട് മുമ്പിൽ നടന്ന നായ ഉശിരനായിരുന്നു. തൂവെള്ള നിറത്തിൽ ഒരു അർമേനിയൻ ഗാംപെർ.

അവർ വന്നുചേർന്ന സമയം. അനാട്ടോലിയ താഴെ നിലവറയിലിറങ്ങി കുറച്ച് നെയ്യും എടുത്ത് കയറിവരികയായിരുന്നു. തീരെ പ്രതീക്ഷിക്കാതെ അതിഥികളെ മുന്നിൽ കണ്ടപ്പോൾ അവർ ആകെയൊന്നു പതറി. ഒരു കാൽ പിന്നാക്കം വെച്ചു. കോണിയുടെ കൈവരിയിൽ കൈ അമർത്തി. വളരെ സാവധാനം നെയ്യ്കിണ്ണം കോണിപ്പടിയിൽവെച്ചു.

സാറ്റനിക് ചിരിച്ചുകൊണ്ടു പറഞ്ഞു, “നവവധുവിന് ശുഭസായാഹ്നം!”

“നാളെ കാണാം എന്നല്ലേ നമ്മൾ തീരുമാനിച്ചിരുന്നത്?” അനാട്ടോലിയയുടെ മുഖത്ത് പരിഭ്രമം പ്രകടമായിരുന്നു. അവൾ പറഞ്ഞത് വാസിലി കേട്ടില്ല... അയാൾ പറഞ്ഞു. “പടിവാതിൽ മലർക്കെ തുറന്നു വെക്കൂ... മൃഗങ്ങളെയൊക്കെ ഉള്ളിൽ കൊണ്ടുവരണ്ടേ?”

അനാട്ടോലിയ തിടുക്കത്തിൽ വേലിക്കരുകിലേക്ക് നടന്നു. ഓർക്കാപ്പുറത്ത് വന്നുവീണ കുരുക്ക്. ഇതിൽനിന്നും എങ്ങനെയാണൊന്ന് ഊരിപ്പോരേണ്ടത്? അവരാകെ വിഷമത്തിലായി. ഗത്യന്തരമില്ലാതെ അവൾ പടിവാതിൽ തുറന്നുപിടിച്ചു. മൃഗങ്ങൾ ഓരോന്നായി മുറ്റത്തേക്കു കടന്നു. തന്റെ കൈയിലിരുന്ന വസ്ത്രങ്ങളുടെ പൊതി വാസിലി വേലിക്കരികിലായി വെച്ചു. വീട്ടിൽനിന്നും കൊണ്ടുവന്ന ചൂടാറാത്ത റൊട്ടി അനട്ടോലിയയുടെ നേരെ നീട്ടി. വലിയ ആത്മവിശ്വാസത്തോടെ അയാൾ ആടുകളെ തൊഴുത്തിലേക്ക് നയിച്ചു. അഞ്ചാറുമാസമായി തൊഴുത്ത് ഒഴിഞ്ഞു കിടക്കുകയായിരുന്നു. അനാട്ടോലിയയുടെ ആടുകൾക്കെല്ലാം എന്തോ അസുഖം പിടിപെട്ടു. കഴിഞ്ഞ തണുപ്പുകാലത്ത് എല്ലാം ചാവുകയും ചെയ്തു. പുതിയ ആടുകളെ വാങ്ങണം. ശരത്കാലമാവട്ടെ എന്ന് കാത്തിരിക്കുകയായിരുന്നു. യാസാമാൻ ഒരു പെണ്ണാടിനെ കൊടുക്കാമെന്ന് ഏറ്റിരുന്നു. കുട്ടിയാണ്, തള്ളയെ വിട്ട് തനിയെ കഴിയാൻ തക്കവണ്ണം വളരണമല്ലോ. നായ, താൻത്തന്നെ മുമ്പിൽ കടന്ന് ആദ്യം ആടുകളെ ആലയിലെത്തിച്ചു. പിന്നെ തിരിച്ചുവന്ന്, അനാട്ടോലിയയുടെ ഉടുപ്പിന്റെ കീഴറ്റം അതിന്റെ നനവാർന്ന മൂക്കുകൊണ്ട് മണത്തു. വലിയ

ചെവികളോടുകൂടിയ തലയുയർത്തി അനാട്ടോലിയയെ നോക്കി... ഉടനെ ഒന്നു കുരച്ചു. "അവൻ നിന്നെ അംഗീകരിക്കുകയാണ്" സാറ്റനിക് ഉറക്കെ ചിരിച്ചു. "പാട്രോ, ഇതാണ് നിന്റെ പുതിയ യജമാനത്തി."

വെറുതെ, മര്യാദയുടെ പേരിൽ അനാട്ടോലിയ കുമ്പിട്ട് അവന്റെ തലയിൽ തട്ടി... ചെവിയുടെ പിന്നിലായി ചൊറിഞ്ഞുകൊടുത്തു.

"നാളെ കാണാമെന്നല്ലേ നമ്മൾ നിശ്ചയിച്ചിരുന്നത്" അനാട്ടോലിയ വീണ്ടും പറഞ്ഞു. അവൾ വാസിലിയെ നോക്കി. അയാൾ അത് ശ്രദ്ധിക്കാതെ തൊഴുത്തിന്റെ വാതിലടച്ചു. കൈയിലിരുന്ന അരിവാൾ കൊണ്ടു വെക്കാനായി നിലവറയുടെ നേരെ നീങ്ങി.

"അങ്ങനെയാണോ?" സാറ്റനിക് പുരികമുയർത്തി.

"വാസിലി എന്നോടു പറഞ്ഞത് മറ്റന്നാൾ എന്നാണ്, അതായത് ഇന്ന്..."

"ഞാൻ പറഞ്ഞത് രണ്ടു ദിവസത്തിനകം എന്നാണ്."

"അയാൾ തെറ്റി മനസ്സിലാക്കിയതാവാം... എന്തായാലും എന്റെ പ്രിയപ്പെട്ട മണവാട്ടി, നീ എന്നെ വേലിക്കുപുറത്ത് നിർത്താനാണോ ഭാവം? അകത്തേക്ക് ക്ഷണിക്കുന്നില്ലേ?"

"അയ്യോ! അതു മറന്നു... വരൂ... വരൂ..." അനാട്ടോലിയക്ക് പെട്ടെന്നാണ് അതോർമ്മവന്നത്.

"അതൊക്കെ അവിടെ വെച്ചേക്കൂ... വാസിലി എടുത്തുകൊണ്ടു വന്നോളും." അയാൾ വേലിക്കരുകിൽവെച്ച കുപ്പായപ്പൊതിയിലേക്ക് സാറ്റനിക് വിരൽ ചൂണ്ടി. "നിങ്ങൾ കോണിപ്പടിയിൽവെച്ച വെണ്ണയുടെ കാര്യം മറക്കണ്ട. ഒരു നിമിഷം മതി... പട്രോ ഒക്കെ അകത്താക്കും, അല്ലേ പട്രോ?"

ശരിയെന്നു പറയുമ്പോലെ പട്രോ അമർത്തി ശബ്ദമുണ്ടാക്കി, വാലാട്ടി.

"ഇവൻ എവിടെയാണ് കിടന്നുറങ്ങുക? തൊഴുത്തിലോ?"

"അല്ല... അവന് അവന്റേതായ പുരയുണ്ട്... അത് വാസിലി പിന്നീട് കൊണ്ടുവരും."

വാസിലി നിലവറയ്ക്കുള്ളിൽനിന്നും കയറിവന്നു. വാതിൽ അമർത്തി അടച്ചു. ഭീഷണിപ്പെടുത്തുമ്പോലെ നായയുടെ നേരെ വിരൽ ചൂണ്ടി. "അതിന്റെ അകത്തേക്ക് കടക്കരുത്, മനസ്സിലായോ?"

മനസ്സിലായി എന്ന മട്ടിൽ നായ ശബ്ദമുണ്ടാക്കി. താഴത്തേക്കു നോക്കി ഓരോ ചുവടുവെച്ചു. അവന്റെ പരന്ന കാലടികൾ വഴിയിൽ ഉറച്ചു പതിച്ചു ഒരു പ്രത്യേകരീതിയിൽ.

"ഇന്നലെ ഞാൻ ഒരു വലിയ തുണ്ട് ചീസ് അടുക്കളയിൽത്തന്നെ വെച്ചു. എടുത്തുവെക്കാൻ മറന്നുപോയി. രണ്ടുമിനിറ്റുകഴിഞ്ഞ് തിരിച്ചു

വന്നപ്പോഴേക്കും അതുമുഴുവൻ അവൻ തിന്നു കഴിഞ്ഞിരുന്നു." അനട്ടോലിയയുടെ കണ്ണിലെ അതിശയം കണ്ടപ്പോൾ വാസിലി വ്യക്തമാക്കി. "നാളെ നിലവറയുടെ വാതിലിൽ ഒരു കൊളുത്തു പിടിപ്പിക്കാം. പിന്നെ അവന് അകത്തേക്ക് കയറാനാവില്ലല്ലോ. ഉമ്മറത്തെ വാതിലിനും വേണം ഒരു കൊളുത്ത്."

ചുടുറൊട്ടിയുടെ തട്ടം നെഞ്ചോടു ചേർത്തുപിടിച്ച് അനട്ടോലിയ ചവിട്ടുപടികൾ കയറി. തല ചുറ്റുന്നുണ്ടായിരുന്നു. കാലുകൾക്ക് വല്ലാത്ത കുഴച്ചിൽ. ഏതു നിമിഷവും വീണുപോയേക്കാം. മനസ്സിൽ ഒരു ചിന്തയുമില്ല... ഇതെല്ലാം എങ്ങനെ സംഭവിച്ചു എന്ന ചോദ്യമല്ലാതെ. ആ ചോദ്യം അവനവനോടുതന്നെയായിരുന്നു... വാസിലിയോടെ സാറ്റനിക്കിനോടോ ആയിരുന്നില്ല. എല്ലാം താൻ തന്നെ ഉണ്ടാക്കിവെച്ചതല്ലേ? അവർക്ക് രണ്ടു പേർക്കും ഇതിൽ പങ്കില്ലല്ലോ. "അകത്തിരുത്തി ചായ ഉണ്ടാക്കിക്കൊടുക്കാം. ക്ഷമാപണവും നടത്താം. മടങ്ങിപ്പൊയ്ക്കോട്ടെ." അവൾ രക്ഷപ്പെടാനൊരു വഴി കണ്ടെത്തി.

അനാട്ടോലിയ കോണിപ്പടിയിൽവെച്ച നെയ്ക്കിണ്ണം സാറ്റനിക് എടുത്തുകൊണ്ടുവന്നു. പാത്രത്തിന്റെ അടിഭാഗം ഏപ്രന്റെ തുമ്പുകൊണ്ട് തുടച്ച് മേശപ്പുറത്തുവെച്ചു. താടി ചുളിവീണ കൈക്കൊണ്ടു താങ്ങി മേശയ്ക്കരികിലായി ഇരുന്നു.

"പോടാ നായേ... എന്റെ പുറകിൽ വരേണ്ട. മുറ്റത്തുപോയി കളിച്ചോ..." നായയുടെ മുഖത്തിനുനേരെ വാസിലി ഉമ്മറവാതിൽ ഒച്ചയോടെ അടച്ചു. തന്റെ സാധനങ്ങളെല്ലാം പൂമുഖത്ത് ഒരു വശത്തായി ഒതുക്കിവെച്ചു. എവിടെയാണ് വെക്കേണ്ടതെന്നു ചോദിച്ചാലോ? ഒരു മിനിറ്റ് ശങ്കിച്ചുനിന്നശേഷം വേണ്ടെന്നുവെച്ചു.

അനാട്ടോലിയ തീപ്പെട്ടി എടുത്ത് സ്റ്റൗ കത്തിക്കാൻ പുറപ്പെട്ടു. സ്റ്റൗവിന്റെ പുറകിലെ തട്ടിൽനിന്നും കൈ എത്തിച്ച് തീപ്പെട്ടി എടുക്കുന്നതിനിടയിൽ പെട്ടെന്ന് തലചുറ്റി അവർ സ്റ്റൗവിന് മുകളിലേക്ക് വീണു. അതോടെ ബോധവും മറഞ്ഞു. തല തിണ്ണയിൽ ചെന്നിടിച്ചതിന്റെ ആഘാതമാകാം. യാസാമാൻ ഓടിവന്ന് നെറ്റിയിൽ മരുന്നു പുരട്ടി കുറച്ചു നേരം തടവി. ബോധം വന്നപ്പോളാണ് അറിഞ്ഞത് അടുക്കളയിലായിരുന്ന താൻ സ്വന്തം മെത്തയിലാണ് കിടക്കുന്നതെന്ന്. യാസാമാൻ കാലിന്റെ അടിയിലും മാറിമാറി അമർത്തി മരുന്നുപുരട്ടി തടവിക്കൊണ്ടിരുന്നു.

അടുത്ത മുറിയിലിരുന്ന് വാസിലിയും ഓവൻസും സംസാരിക്കുന്നു. അതിൽ ചില വാക്കുകൾ അനട്ടോലിയയുടെ കാതിലും വന്നുവീണു.

"നാലുദിവസമായി സുഖമില്ലാതായിട്ട്. എന്റെ ഭാര്യ വേണ്ടതു ചെയ്യുന്നുണ്ട്... എന്നാലും, എന്താണ് പറ്റിയിരിക്കുന്നതെന്ന് പിടികിട്ടുന്നില്ല."

"അവൾ സുഖമില്ലാതിരിക്കേ ഞാൻ താമസം മാറ്റിയത്... ശരിയായില്ല."

"ഇല്ല... നിങ്ങൾക്കു തെറ്റി. ഇനി അവൾ തനിച്ചാവില്ലല്ലോ... രാത്രിയായാലും തുണയ്ക്ക് ഒരാളുണ്ടാവുമല്ലോ."

"നാളെ രാവിലെ വരെ നോക്കാം. ഭേദം തോന്നുന്നില്ലെങ്കിൽ ഞാൻ താഴ്‌വരയിലേക്ക് കമ്പി അടിക്കാം. അവർ ഉടനെ ആംബുലൻസ് അയയ്ക്കും." ശബ്ദം താഴ്ത്തിയാണ് സാറ്റനിക് പറഞ്ഞത്. എങ്കിലും അനട്ടോലിയ അത് വ്യക്തമായി കേട്ടു.

"ഒന്നും വേണ്ട. എന്നെ എന്റെ പാട്ടിനുവിട്ടാൽ മതി." അനട്ടോലിയ ഉറക്കെ വിളിച്ചുപറയാൻ തുടങ്ങിയതാണ്. പക്ഷേ, വായിൽനിന്നു പുറത്തു വന്നത് വാക്കുകളായിരുന്നില്ല, നീണ്ട ഒരു ഞെരക്കമായിരുന്നു.

കൂട്ടുകാരിയുടെ അരികത്തേക്ക് ചാഞ്ഞുകൊണ്ട് യാസ്മാൻ ചോദിച്ചു, "എന്തുപറ്റി?"

കണ്ണുതുറന്ന് യാസാമാനെ നോക്കണമെന്ന് വിചാരിച്ചു. പക്ഷേ, മിഴി തുറക്കാനാവുന്നില്ല. കൺപോളകൾക്ക് വല്ലാത്ത കനം. വെറുതെ കൈവീശി. യാസാമാന്റെ വിരലുകളിൽ മെല്ലെ പിടിച്ചു. ദുർബലമായൊരു പിടി. "ഇല്ല... ഒന്നുമില്ല."

പുറത്ത് പെഡ്രോ ഉറക്കെ കുരച്ചു. എന്തോ ആവശ്യപ്പെട്ടുകൊണ്ടെന്ന പോലെ. സാറ്റനിക് പതുക്കെ അനാട്ടോലിയയുടെ കാലുകൾ താഴെ വിരിപ്പിൽവെച്ചു. ജനലരികിൽ ചെന്നുനിന്ന് മുറ്റത്തേക്ക് നോക്കി. വിരലുകൾ ചൂണ്ടി പഡ്രോവിന് ശകാരിച്ചു. "ഒച്ചയുണ്ടാക്കരുത്. മിണ്ടാതെ നിന്നോ. അല്ലെങ്കിൽ ഇപ്പോൾ ചങ്ങലയ്ക്കിടും."

അവർ പറഞ്ഞതു കേൾക്കാത്തമട്ടിൽ പഡ്രോ മുന്നോട്ടോടി. മുറ്റത്ത് വീപ്പയിൽ നിറച്ചുവെച്ചിരുന്ന മഴവെള്ളത്തിൽ ചെന്നുവീണു. ആകെ നനഞ്ഞുകുതിർന്നു. മറിഞ്ഞുവീണ വീപ്പ ഒച്ചയോടെ മൂന്നുനാലുതവണ ഉരുണ്ടു. ഒടുവിൽ മരവേലിയിൽ ചെന്നുമുട്ടിനിന്നു. വേലിപ്പുറത്തിരുന്ന പക്ഷികൾ ഒച്ചവെച്ച് പറന്നുയർന്നു. അതുകണ്ട് ഭയന്ന് തൊഴുത്തിനരികെയുള്ള ആടുകൾ പേടിച്ച് വട്ടം ചുറ്റി. അപ്പോഴേക്കും ബഹളം കേട്ട് കാര്യമെന്തെന്നറിയാൻ വാസിലി പുറത്തേക്കോടി വന്നു.

"ഇത്രയധികം ആളുകൾ ചുറ്റും കൂടിനില്ക്കേ സ്വസ്ഥമായി ഒന്ന് മരിക്കാനും കൂടി വയ്യല്ലോ!" അനാട്ടോലിയ മനസ്സിൽ പറഞ്ഞു. ആ ചിന്തയോടെ അവരറിയാതെ ഗാഢനിദ്രയിൽ ആണ്ടുപോവുകയും ചെയ്തു. അടുത്ത ദിവസം ഉച്ചവരെ അവൾ കണ്ണുതുറന്നില്ല. പഡ്രോവിന്റെ ഉച്ചത്തിലുള്ള കുരയും അവന്റെ കനത്ത കാലടികൾ മുറ്റത്തു പതിക്കുന്ന ശബ്ദവുമാണ് അവരെ ഉണർത്തിയത്.

മുറ്റത്തു നിറയെ ജമന്തി പൂത്തു നിന്നിരുന്നു. മെയ് മാസത്തിൽ അത്

പതിവില്ലാത്തതാണ്. ജൂൺ ആകുമ്പോഴേക്കും തന്നെ മഞ്ഞുവീഴ്ച തുടങ്ങുമെന്നാണോ? പോപ്ളാർ മരങ്ങൾ പൂക്കുന്നത് ആ കാലത്താണ്.

കസേരയുടെ പുറകിലായി അനാട്ടോലിയയുടെ ഉടുപ്പ് ഭംഗിയായി മടക്കി ഇട്ടിരുന്നു. അവർ അതെടുത്തു ധരിച്ചു. കഴുത്തറ്റം വരെ ബട്ടനുകളിട്ടു. വീടിനകത്ത് ഇട്ടുനടക്കാറുള്ള ചെരിപ്പുകൾ അവിടെയെങ്ങും കണ്ടില്ല. അവർ നടു നിവർത്തിനിന്നു. ശരീരത്തിന് യാതൊരു ഭാരവുമില്ലാത്തതുപോലെ. കഴപ്പും വേദനയുമൊന്നും തോന്നിയില്ല. ശ്വാസമെടുക്കാനും ബുദ്ധിമുട്ടില്ല.

അവർ ഒരു ദീർഘശ്വാസമെടുത്തു നോക്കി. തല ഇത്തിരി ചുറ്റുന്നതായി തോന്നി. അടുക്കളയിൽ പാത്രങ്ങൾ കൂട്ടിമുട്ടുന്ന ശബ്ദം. യാസാമാൻ അടുക്കളയിൽ കടന്ന് ഭക്ഷണം പാകം ചെയ്യാൻ തുടങ്ങി എന്നതിന്റെ സൂചന. അനാട്ടോലിയ പൂമുഖത്തേക്ക് ചെന്നു. അവിടെ ഉണ്ടായിരുന്ന മഞ്ചം അടുത്ത മുറിയിലേക്ക് മാറ്റിയിരുന്നു. രാത്രി മുഴുവനും ആരോ അവിടെ തനിക്കു കാവലായി കിടന്നിട്ടുണ്ടാകണം. നീണ്ട ഇടനാഴി ചെല്ലുന്നത് അടുക്കളയിലേക്കാണ്. ഇടനാഴിയിൽ നല്ല കാറ്റും വെളിച്ചവുമുണ്ട്. നടക്കുമ്പോൾ ഒച്ചയുണ്ടാക്കുന്ന മരപ്പാളികൾ പാകിയ തറ. ആ തറയുടെ ചൂട് കാലടികളിലേക്കേറ്റു വാങ്ങിക്കൊണ്ട് അവൾ പതുക്കെ നടന്നു. അഞ്ചുദിവസമായി വീട് തൂത്ത് തുടച്ചിട്ട്. എങ്ങനെയെങ്കിലും ശക്തി സംഭരിച്ച് ഇന്ന് വീട് വൃത്തിയാക്കണം. പറ്റുമെങ്കിൽ നാളെ വെള്ളമൊഴിച്ച് കഴുകണം. അത്രയ്ക്കും ചളിയുണ്ട്.

അടുക്കളവാതിൽ മലർക്കെ തുറന്നു കിടന്നിരുന്നു. ജനലയിലെ കർട്ടൻ ഇളങ്കാറ്റിൽ മെല്ലെ പൊങ്ങിത്താഴുന്നു. വാസിലി ചുരുട്ടിന്റെ തുമ്പ് ചവച്ചുകൊണ്ട് മേശയ്ക്കരികിലിരിക്കുന്നു. ചുരുട്ടിലെ തീ അണഞ്ഞു കഴിഞ്ഞിരുന്നു. അയാൾ കത്തികൊണ്ട് ഉരുളക്കിഴങ്ങിന്റെ തൊലി ചുരണ്ടുകയായിരുന്നു. പുതുതായി വിളവെടുത്ത ഉരുണ്ട കൊച്ചു കിഴങ്ങുകൾ.

അനാട്ടോലിയയെ കണ്ടപ്പോൾ അയാൾ എഴുന്നേറ്റു. സഹായിക്കാനായി കൈനീട്ടി. "വേണ്ട, ഞാൻ തന്നെ നടന്നോളാം..." അയാൾ കൈ ഉയർത്തി കാണിച്ചു. "വാ. ഞാൻ നിങ്ങളുടെ ചെരിപ്പെടുത്തു കൊണ്ടുവരാം." വാസിലി പറഞ്ഞു. "ഇന്നലെ അബദ്ധത്തിൽ യാസാമാന്റെ കൈയിൽനിന്നും ടിക്ചറിന്റെ കുപ്പി അതിന്മേൽ വീണു. ഞാൻ അതു കഴുകി പുറത്തുവെച്ചു. ഇപ്പോൾ ഉണങ്ങിക്കാണും."

അയാൾ വരാന്തയിൽ ചെന്ന് ചെരിപ്പുകളെടുത്തുകൊണ്ടുവന്നു. അയാൾ കുമ്പിട്ട് ചെരിപ്പ് അവളുടെ മുമ്പിൽവെച്ചു. "ചെരിപ്പിട്ടോളൂ... ഞാൻ സഹായിക്കും."

"അതാണെനിക്ക് ഒട്ടും ആവശ്യമില്ലാത്തത്... സഹായം." അല്പം ദേഷ്യത്തിലാണവർ അതു പറഞ്ഞത്.

"അങ്ങനെയെങ്കിൽ അങ്ങനെ." വാസിലി ഒരു തർക്കത്തിനു തയ്യാറായിരുന്നില്ല. അയാൾ വീണ്ടും കത്തി കൈയിലെടുത്തു. "രാവിലെ

നേരത്തെ തന്നെ യാസാമാൻ വന്നിരുന്നു. നിങ്ങളുടെ ഹൃദയമിടിപ്പ് പരിശോധിച്ചു. ഭേദമായിട്ടുണ്ടെന്നു പറഞ്ഞു. ഉരുളക്കിഴങ്ങു തൊലി കളഞ്ഞുവെക്കാനും അടുപ്പു കത്തിക്കാനും അവരാണെന്നോടു പറഞ്ഞത്... ദാ, ആകുന്ന മാതിരി ഞാനതു ചെയ്യുന്നു."

"ഇന്നലെ രാത്രി അപ്പുറത്തെ മുറിയിൽ ആരായിരുന്നു?"

"ഞാനാണ് അവിടെ കിടന്നത്. ഏതാനും തവണ നിങ്ങളെ വന്നു നോക്കുകയും ചെയ്തു. ശ്വാസം ശ്രദ്ധിച്ചു. എത്ര പതുക്കെയാണ് നിങ്ങൾ ശ്വസിക്കുന്നത്... വായയുടെ അടുത്ത് ചെവി ചേർത്തുവെക്കേണ്ടി വന്നു. നിങ്ങൾ ശ്വാസോച്ഛ്വാസം ചെയ്യുന്നുണ്ടെന്നു മനസ്സിലാക്കാൻ."

അനാട്ടോലിയ ഉപ്പൂറ്റി ഉയർത്തി അതിൽ പറ്റിപ്പിടിച്ച പൊടി തട്ടിക്കളഞ്ഞു. പതുക്കെ ഷൂസിനുള്ളിലേക്ക് കാൽ കടത്തി. മറ്റൊരു സാഹചര്യത്തിലായിരുന്നെങ്കിൽ അവർക്ക് വിഷമവും വേവലാതിയും തോന്നിയേനേ. തികച്ചും അന്യനായ ഒരു പുരുഷൻ തന്റെ തൊട്ട മുറിയിൽ ഒരു രാത്രി മുഴുവനും... മാത്രമല്ല, ഇടയ്ക്കിടയ്ക്ക് തന്റെ മുറിയിൽ കയറി അടുത്തിരിക്കുകയും ചെയ്തിരിക്കുന്നു! അപ്പോഴത്തെ ആരോഗ്യസ്ഥിതി... പ്രത്യേകിച്ചൊന്നും തോന്നിയില്ല... ആകപ്പാടെ ഒരു നിർവികാരത മാത്രം. എന്തെങ്കിലുമായിക്കോട്ടെ എന്ന ഭാവം. എന്നാലും അയാളുടെ ഈ താമസം മാറ്റൽ. അത് തടയുകതന്നെ വേണം.

"ഇനി നിങ്ങൾ സ്വന്തം വീട്ടിലേക്ക് മടങ്ങണം" അധികാരം കാണിച്ചുകൊണ്ട് അനാട്ടോലിയ പറഞ്ഞു.

"അതിനെന്താ?" തൊലി കളഞ്ഞ ഉരുളക്കിഴങ്ങ് അയാൾ ഒരു പാത്രത്തിലേക്കിട്ടു.

"നമ്മുടെ തീരുമാനം... മണ്ടത്തരമായി."

"ശരിയായിരിക്കാം... എന്നാൽ അതിനെ കൂടുതൽ വഷളാക്കേണ്ടതുണ്ടോ?"

അയാളുടെ മുഖത്തെ പരിഹാസം അവർ കാണാതിരുന്നില്ല. അവർക്ക് ദേഷ്യം വന്നു. "കൂടുതൽ വഷളാക്കുകയോ? നിങ്ങൾ എന്താണ് ഉദ്ദേശിച്ചത്?"

"നമ്മുടെ പ്രായത്തിന് തീരെ ചേരാത്തതാണ് എടുത്തുചാട്ടം. ഒരിക്കൽ ഒരു തീരുമാനമെടുത്തു. ഞാൻ നിങ്ങളോടൊപ്പം പൊറുക്കാൻ വന്നു. ഇനി തിരിച്ചുപോവുകയോ? നാട്ടുകാർ എന്തു വിചാരിക്കും... നമ്മളെപ്പറ്റി...?"

"നമ്മുടെ ഈ പ്രായത്തിൽ നമ്മളെപ്പറ്റി മറ്റുള്ളവർ എന്തുവിചാരിക്കുന്നു എന്നുള്ളത് ഒട്ടും കാര്യമാക്കേണ്ടതില്ല." അവരുടെ വാക്കുകളിൽ നിന്നും പുച്ഛം ഇറ്റുവീണു.

വാസിലി എഴുന്നേറ്റുനിന്നു. എന്തോ ശബ്ദമുണ്ടാക്കി. വായിലെ ചുരുട്ട് ഒരു മൂലയിൽനിന്നും മറ്റേ മൂലയിലേക്ക് നീക്കി. കൈയിലിരുന്ന കഞ്ഞി

അയാൾ ഒച്ചയോടെ മേശപ്പുറത്തേക്കിട്ടു. "അത്രയ്ക്ക് മിടുക്കു തോന്നുന്നുണ്ടെങ്കിൽ പോയി പണിയെടുത്തോളൂ... ഞാൻ അടുപ്പ് കത്തിക്കാം..."

അനാട്ടോലിയ ശരി എന്ന മട്ടിൽ തോളു കുലുക്കി. മേശപ്പുറത്തുനിന്നും കത്തി കൈയിലെടുത്തു.

കുറച്ചുനേരം കഴിഞ്ഞ് യാസാമാനും ഓവൻസും ആ വഴി വന്നപ്പോൾ ഹൃദ്യമായൊരു കുടുംബചിത്രമാണ് അവരെ എതിരേറ്റത്. അനാട്ടോലിയ ചുണ്ടുകൾ ഇറുക്കിപ്പിടിച്ച് ഉരുളക്കിഴങ്ങ് തൊലി ചുരണ്ടുന്നു. വാസിലി അടുപ്പിനരികെ മുട്ടുമടക്കി ഇരുന്ന് വിറകിൽ തീ പിടിപ്പാൻ ശ്രമിക്കുന്നു. അയൽക്കാരെ കണ്ടപ്പോൾ വാസിലി എഴുന്നേറ്റുവന്നു. ചിരിച്ചുകൊണ്ട് ചങ്ങാതിക്ക് കൈ കൊടുത്തു. രണ്ടുപേരും പരസ്പരം കുശലം അന്വേഷിച്ചു. യാസാമാൻ വീട്ടിൽനിന്നും പാകം ചെയ്തു കൊണ്ടുവന്നിരുന്ന സൂപ്പ് മേശപ്പുറത്തുവെച്ചു. അനാട്ടോലിയയുടെ അരികിൽ ചെന്നു നിന്നു. "നോക്കട്ടെ... ഇപ്പോഴെങ്ങനെയുണ്ട്? നിവർന്നിരിക്കൂ... എന്റെ ഈ വിരൽത്തുമ്പിനുനേരെ നോക്കൂ..."

അതിന്റെയൊന്നും ആവശ്യമില്ലെന്ന് പിറുപിറുത്തെങ്കിലും അനാട്ടോലിയ കൂട്ടുകാരിയെ അനുസരിച്ചു. യാസാമാൻ സാവധാനം തന്റെ വിരൽ ഇടത്തുനിന്നു വലത്തോട്ടും പിന്നെ തിരിച്ചും നീക്കി. അനാട്ടോലിയയും ശ്രദ്ധയോടെ അതിൽ നോട്ടമുറപ്പിച്ചു. യാസാമാൻ ഒരു നെടുവീർപ്പിട്ടു.

"നിന്റെ കൃഷ്ണമണികൾ പതറുന്നില്ല. അതിന്റെ അർത്ഥം തലചുറ്റൽ മാറിയിരിക്കുന്നു എന്നാണ്."

"ശരിയാണ്. എനിക്ക് കുറച്ച് സുഖം തോന്നുന്നുണ്ട്."

"ഞാൻ പുതിനയിലയും വേറെ ചില മരുന്നുകളുമിട്ട് കഷായം ഉണ്ടാക്കിയിട്ടുണ്ട്. തണുക്കട്ടെ. കുറച്ചുകഴിഞ്ഞ് അതെടുത്തുകൊണ്ടുവരാം. ഇടയ്ക്കിടയ്ക്ക് ഓരോ കവിൾ ഇന്നു മുഴുവൻ കുടിക്കണം. വാനോമെലിക്കന്റ് ഇന്ന് ഒരാടിനെ അറക്കുന്നുണ്ട്. കുറച്ച് കരളും ഹൃദയവും തരാമെന്നു പറഞ്ഞു. ഞാനത് ഉള്ളി മൂപ്പിച്ചതിലിട്ട് പൊരിച്ചുതരാം. അതും കഴിക്കണം. മുഖം ചുളിക്കയൊന്നും വേണ്ട. അസുഖം ബാധിച്ചാൽ ഒപ്പം ചികിത്സയും വേണം."

അനാട്ടോലിയ മറുപടിയൊന്നും പറയാതെ നെടുവീർപ്പിട്ടു.

"എനിക്കൊരു അസുഖവുമില്ല" തെല്ലിട കഴിഞ്ഞ് അവൾ പറഞ്ഞു. "രക്തസമ്മർദ്ദം കുറച്ചധികം താഴ്ന്നു... അത് എല്ലാവർക്കും സംഭവിക്കുന്നതല്ലേ? അതൊന്നുമല്ല എന്റെ ഇപ്പോഴത്തെ പ്രശ്നം. വാസിലിയെ തിരിച്ചയയ്ക്കണം. അയാളാണെങ്കിൽ അതിന് വഴങ്ങുന്നുമില്ല. അങ്ങോട്ടുമിങ്ങോട്ടും കയറിയിറങ്ങി ഈ പ്രായത്തിൽ വെറുതെ എന്തിന് നാണക്കേടുണ്ടാക്കണം എന്നാണ് അയാളുടെ ചോദ്യം."

തന്നെ പറ്റിയാണ് സ്ത്രീകൾ രണ്ടുപേരും സംസാരിക്കുന്നത് എന്ന ഭാവമേ വാസിലിയുടെ മുഖത്തുണ്ടായിരുന്നില്ല. അയാൾ വളരെ

ശ്രദ്ധയോടെ അടുപ്പിൽ തീപ്പൂട്ടാൻ ശ്രമിച്ചുകൊണ്ടിരുന്നു. വിറകുകൊള്ളികൾ അങ്ങോട്ടുമിങ്ങോട്ടും നീക്കി. എല്ലാവശത്തും തീ പിടിക്കുന്നില്ലേ എന്നു നോക്കി...

"അയാളെ തിരിച്ചു വീട്ടിലേക്കയയ്ക്കുകയോ? നീ എന്താണ് ഉദ്ദേശിക്കുന്നത്? നല്ലൊരു കാര്യം... ഞങ്ങൾ ആഘോഷിക്കാൻ ഒരുങ്ങുകയായിരുന്നു." ഓവൻസിന്റെ സ്വരത്തിൽ ഒട്ടും മയമുണ്ടായിരുന്നില്ല. "ഞങ്ങളുടെ മുറ്റത്ത് ഒരു മേശ ഒരുക്കി... എല്ലാവരും ചേർന്നിരുന്ന്. സാറ്റനിക് ഗ്രാമത്തിൽ എല്ലാവരേയും ഇതിനകം അറിയിച്ചു കാണും. ചെറിയ തോതിൽ ഒരു വിവാഹവിരുന്ന്.

"എന്തസംബന്ധമാണ് നിങ്ങൾ പറയുന്നത്?" അനാട്ടോലിയയുടെ ഒച്ച അവരറിയുംമുമ്പേ ഉയർന്നു. "വിവാഹവിരുന്നോ? നിങ്ങളെല്ലാവരും കൂടി ഞങ്ങളെ വിഡ്ഢിവേഷം കെട്ടിക്കുകയാണോ?"

"പതിവുള്ള കല്യാണസൽക്കാരം. തേനും വാൾനട്ടുമൊക്കെയായി. കൂടെ ഭാഗ്യ നാണയവുമുണ്ടാകും. അത് കിട്ടുന്നയാളുടെ കല്യാണമായിരിക്കും അടുത്തത്." വലിയൊരു തമാശ പറഞ്ഞ മട്ടിൽ ഓവൻസ് ഉറക്കെ ചിരിച്ചു.

അനാട്ടോലിയ എന്തുപറയണമെന്നറിയാതെ അന്തം വിട്ടുനിന്നു.

"എന്താണ് നിങ്ങൾ പറഞ്ഞുവരുന്നത്? എല്ലാവർക്കും നൊസ്സു പിടിച്ചോ?"

"സൂക്ഷിച്ചു സംസാരിക്കണം."

"ഇങ്ങനെയല്ലാതെ സംസാരിക്കാൻ സാധിക്കുമോ?"

"സാധിക്കുമോ എന്നു ചോദിച്ചാൽ... സാധിക്കണം."

അനാട്ടോലിയയും ഓവൻസും പിന്നേയും കുറച്ചുനേരം തർക്കിച്ചു നിന്നു. യാസാമാൻ കഴുകിയെടുത്ത ഉരുളക്കിഴങ്ങ് എല്ലാംകൂടി ഒന്നിളക്കി നന്നായി മൂടിവെച്ചു.

"ഓവൻസ്, തൊടിയിൽനിന്ന് കുറച്ച് പുതിനയും സെലറിയുമൊക്കെ പറിച്ചുകൊണ്ടുവരൂ. കുറച്ച് ചീസും കൂടി വീട്ടിൽനിന്നെടുത്തോളൂ. ഉരുളക്കിഴങ്ങ് വറവൽ പാകമായാൽ നമുക്ക് ഉണ്ണാനിരിക്കാം..." യാസാമാൻ ഭർത്താവിന് നിർദ്ദേശങ്ങൾ നല്കി.

"അടുക്കളത്തോട്ടം നനച്ചിട്ട് രണ്ടു ദിവസമായി." അനാട്ടോലിയ ഓർത്തു.

"ഞാൻ രാവിലെത്തന്നെ നനച്ചില്ലേ?" വാസിലി ഉടനെ പറഞ്ഞു. അയാൾ വാതിൽക്കലേക്ക് നടന്നു. എന്തോ പിറുപിറുത്തുകൊണ്ട് പിന്നാലെ ഓവൻസും.

പുരുഷന്മാർ പുറത്തേക്ക് കടന്നതും ഒരു കസേലര വലിച്ചിട്ട് യാസാമാൻ അനാട്ടോലിയയ്ക്ക് അഭിമുഖമായി ഇരുന്നു.

"ആട്ടെ, നീയെന്തിനാ മുഖം വീർപ്പിച്ചിരിക്കുന്നത്?

എന്താണ് നിന്റെ മനസ്സിൽ?"

"എനിക്കയാളോടൊപ്പം പൊറുക്കാൻ വയ്യ. അത്രതന്നെ."

"ഒറ്റത്തള്ളയായി ജീവിതം അവസാനിപ്പിക്കാനാണോ ഭാവം?"

"ഒറ്റയോ ഇരട്ടയോ? എന്താണ് വ്യത്യാസം? എന്തായാലും വയസ്സാകും... മരിക്കും."

"ശരി തന്നെ. വ്യത്യാസമൊന്നുമില്ലെന്നിരിക്കെ എന്തിനാ ഒന്നിൽ ത്തന്നെ ഇങ്ങനെ മുറുകെ പിടിക്കുന്നത്?" എന്തുപറയണമെന്നറിയാതെ അനാട്ടോലിയ മേശപ്പുറത്ത് ഒച്ചയോടെ ഇടിച്ചു.

"ഞാൻ വാശിപിടിക്കുകയല്ല... ഇതൊന്നും എനിക്കിഷ്ടമാവുന്നില്ല എന്ന് പറയുകയായിരുന്നു." അവർ നീരസത്തോടെ വിരലുകൾ മടക്കി എണ്ണാൻ തുടങ്ങി. "അയാൾ താമസം ഇങ്ങോട്ടു മാറ്റിയതും ഇഷ്ടമായില്ല. എന്റെ തൊഴുത്തിൽ കിടക്കുന്ന അയാളുടെ ആടുകളേയും ഇഷ്ടമായില്ല."

അവർ ഒന്നുനിർത്തി വീണ്ടും തുടർന്നു. "എന്നോട് ചോദിക്കാതെ യല്ലേ ഇത്രയും ചെയ്തത്? എന്താണയാളുടെ വിചാരം? ഈ വീട്ടിലെ ഗൃഹനാഥനാണെന്ന മട്ടിലല്ലേ അയാൾ പെരുമാറുന്നത്?"

"അങ്ങനെയല്ലേ അയാൾ പെരുമാറേണ്ടത്?"

"എനിക്കറിഞ്ഞുകൂടാ... എന്നാലും തള്ളിക്കയറി വരുന്നതിനുമുമ്പ് എന്നോടൊന്നു ചോദിക്കാമായിരുന്നല്ലോ?"

"എന്നുമുതലാണ് നമ്മുടെ നാട്ടിലെ ആണുങ്ങൾ പെണ്ണുങ്ങളോട് അനുവാദം ചോദിക്കാൻ തുടങ്ങിയത്? കേൾക്കട്ടെ."

അനാട്ടോലിയ കസേരയുടെ പുറകിലേക്ക് ചാരിയിരുന്നു. നിസ്സഹായതയോടെ കണ്ണുകൾ തിരുമ്മി.

"വന്നുകയറിയ നിമിഷം തന്നെ പറഞ്ഞു വിടണമായിരുന്നു."

"എന്തായാലും നീ അതു ചെയ്തില്ല. പിന്നെ, ഇപ്പോൾ ദേഷ്യപ്പെട്ടിട്ടെന്തു കാര്യം?"

"ഞാൻ എന്റെ വാക്ക് തിരിച്ചെടുക്കട്ടെ?"

"അസ്സലായി. ആദ്യം കൊടുക്കാനും പിന്നെ തിരിച്ചെടുക്കാനുമുള്ള താണോ വാക്ക്? അതെന്തു വാക്കാണ്?"

അതിനുള്ള മറുപടി അനാട്ടോലിയയുടെ പക്കലുണ്ടായിരുന്നില്ല. യാസാമാൻ എഴുന്നേറ്റു. സൂപ്പ് കിണ്ണങ്ങളിലേക്ക് പകർന്നു. റൊട്ടിയും മുറിച്ചുവെച്ചു. ഒരു മരച്ചട്ടുകമെടുത്ത് ഇരുമ്പുചട്ടിയിലെ ഉരുളക്കിഴങ്ങ് നന്നായി ഇളക്കി. ആവശ്യത്തിന് ഉപ്പുചേർത്തു. ചുണ്ടുകളമർത്തി,

ദേഷ്യമൊതുക്കി അനാട്ടോലിയ നോക്കിക്കൊണ്ടിരുന്നു. തന്റെ കൂട്ടുകാരി തന്നെ പിൻതാങ്ങാത്തതെന്തേ എന്നായിരുന്നു അവളുടെ ചിന്ത. സംഭവിച്ചതു സംഭവിച്ചു. ഇനി അതുമായി ചേർന്നുപോകുക എന്നാണല്ലോ അവരുടെ നിലപാട്. അനാട്ടോലിയയുടെ മുഖത്തെ ആശയക്കുഴപ്പംയാസാമാൻ കണ്ടെടുത്തു. "നിനക്കറിയാഞ്ഞിട്ടാണ്... ആരും തുണയില്ലാതെ വാർദ്ധക്യം തള്ളിനീക്കുക എത്ര സങ്കടകരമായ അവസ്ഥയാണ്! ആ സങ്കടം മുഴുവനായും അവരുടെ സ്വരത്തിൽ നിറഞ്ഞുനിന്നിരുന്നു. സ്വന്തം മരണം വന്നെത്തുന്നതും കാത്ത്, അതിനിടെ ഓരോരോ ശവമടക്കലുകൾ. നമ്മുടെയൊക്കെ മുമ്പിൽ എന്താണുള്ളത്?"

"എനിക്കറിയില്ല..." അനാട്ടോലിയ കൈ മലർത്തി.

അവളുടെ മനസ്സും പിടി അയക്കാൻ തുടങ്ങിയിരുന്നു.

"കൈയിൽ വന്ന അവസരം ഇങ്ങനെ കണ്ണടച്ചു തട്ടിക്കളയണോ? ഇനിയൊരാളുടെ ജീവിതത്തിലേക്ക് അല്പം സന്തോഷം പകരാൻ കിട്ടിയ അവസരം. നീ നിന്നെ പറ്റി ചിന്തിക്കുന്നില്ലെങ്കിൽ വേണ്ട... അയാളെക്കുറിച്ച് ഒന്നാലോചിച്ചുനോക്കൂ..."

വരാന്തയിലെ മരപ്പാളി പാകിയ തറയിൽ കാൽ പെരുമാറ്റം. പുരുഷന്മാർ രണ്ടുപേരും തൊടിയിൽനിന്നും പച്ചില പറിച്ചെടുത്ത് അകത്തേക്ക് കയറി. അവരുടെ പിന്നാലെ മോങ്ങിക്കൊണ്ട് പെട്രോവും. ജനലയിലൂടെ എത്തിനോക്കിക്കൊണ്ട് യാസാമാൻ ചോദിച്ചു.

"ഇവനിതെന്തു പറ്റി?"

"അവന് ചീസു വേണം. ഞാൻ ഒരു കഷണം പൊട്ടിച്ചുകൊടുത്തു. അത് പോരാപോലും" വാസിലി പറഞ്ഞു. "വയസ്സുകാലത്ത് ഒരു തുണയാവട്ടെ എന്നു കരുതി കൂടെ കൂട്ടിയതാണ്. സാറ്റനിക്കിന്റെ നിർബന്ധം. ഒരു നായ കൂടെയുണ്ടെങ്കിൽ തനിയെ എന്ന തോന്നലുണ്ടാവില്ല." വാസിലി സാറ്റനിക്കിന്റെ ശബ്ദം അനുകരിച്ചു.

"അല്ലെങ്കിലും നിങ്ങളുടെ ബന്ധു ഒന്നാന്തം ഒരു കൂട്ടിയോജിപ്പുകാരിയാണ്. ആരേയും തനിയെ വിടില്ല. ഒന്നുകിൽ ഒരു നായ അല്ലെങ്കിൽ ഒരു ഭാര്യ... അല്ലേ?"

യാസാമാന്റെ തമാശ വാസിലിക്ക് ബോധിച്ചു. വീണ്ടും ഒരു തുണ്ടു ചീസ് പൊട്ടിച്ച് പെട്രോന് എറിഞ്ഞുകൊടുത്തു.

"അതു ശരിയാണ്... കൂടുതലൊന്നുമില്ല."

കിട്ടിയ ചീസുകഷണം ക്ഷണത്തിൽ വിഴുങ്ങി നായ വീണ്ടും മോങ്ങാൻ തുടങ്ങി. പക്ഷേ, യജമാനന്റെ കടുപ്പിച്ച നോട്ടം. പെട്രോ വേഗം അടങ്ങി. ഇനിയൊന്നും കിട്ടില്ലെന്നുറപ്പായപ്പോൾ അത് തിണ്ണയിൽനിന്നും മുറ്റത്തേക്ക് ചാടി. പറമ്പിൽ ചിക്കി നടക്കുന്ന കോഴിക്കുഞ്ഞുങ്ങളുടെ പിന്നാലെ പോയി.

അവർ നാലുപേരും സ്വസ്ഥമായി ഇരുന്ന് ഉച്ചഭക്ഷണം കഴിച്ചു. കാര്യമായ സംഭാഷണമൊന്നുമുണ്ടായില്ല. പാത്രങ്ങളുടേയും സ്പൂണുകളുടേയും ശബ്ദങ്ങൾക്കിടയിൽ എന്തോ ചില വാക്കുകൾ കൈമാറി. വളരെ സാധാരണ മട്ടിൽ. "വീട്ടിൽ ചുട്ട റൊട്ടി അല്പം കൂടുതൽ വരണ്ടുവോ?", "ഒരു കഷണം ചീസ് മുറിച്ചുതരൂ", "ആ ഉപ്പിന്റെ കപ്പ് ഇങ്ങോട്ടുനീക്കൂ...", "ഗ്ലാസ്സിൽ കുറച്ചു വെള്ളമൊഴിക്കൂ..." അങ്ങനെ...

എന്തോ, അന്ന് ആദ്യമായി അനാട്ടോലിയയ്ക്ക് തോന്നി, ജീവിതം തനിക്കു കിട്ടിയ ഒരു സമ്മാനമാണ്. ആരോ നിസ്സാരമായി വലിച്ചെറിഞ്ഞു തന്ന ഒന്നല്ല. അവർ യാസാമാനേയും ഓവൻസിനേയും ഒടുവിൽ വാസിലിയേയും മാറി മാറി നോക്കി. നേരേ നോക്കാൻ സങ്കോചം തോന്നി. ഇടങ്കണ്ണിട്ടുനോക്കിയപ്പോൾ... അയാളുടെ തിടുക്കം കൂട്ടാതെയുള്ള ഒതുക്കമുള്ള ചലനങ്ങളും, കൂട്ടത്തിൽ ഒരാളാണ് എന്ന ഭാവവും അവരുടെ ശ്രദ്ധയാകർഷിച്ചു. അനാട്ടോലിയയ്ക്ക് അദ്ഭുതം തോന്നി. താനും തന്റെ ചുറ്റുമുള്ള എല്ലാമായും ഒരു പുതിയ ബന്ധം. മനുഷ്യരും മൃഗങ്ങളും പക്ഷികളും വൃക്ഷങ്ങളും എല്ലാം പൊടുന്നനെ തനിക്ക് ഏറ്റവും വേണ്ടപ്പെട്ടതായി തോന്നി. അവർ തന്നോടുതന്നെ പറഞ്ഞു, "സ്വർഗ്ഗവും നരകവുമൊന്നുമില്ല, സന്തോഷമാണ് സ്വർഗ്ഗം. ദുഃഖം നരകവും. ദൈവം എല്ലായിടത്തുമുണ്ട്. അവിടന്ന് സർവ്വവ്യാപിയായതുകൊണ്ടല്ല... ഈ പ്രപഞ്ചത്തിലെ സർവത്തിനേയും പരസ്പരം ബന്ധിപ്പിക്കുന്ന അദൃശ്യമായ ചരടായതുകൊണ്ട്."

ആഹാരം കഴിച്ചതിനുശേഷം അനാട്ടോലിയ, യാസാമാൻ പ്രത്യേകമായി വാറ്റിക്കൊണ്ടുവന്ന കഷായം മടി കൂടാതെ കഴിച്ചു. അതിനുശേഷം ഉറങ്ങാൻ കിടന്നു. കണ്ണുതുറന്നത് ആട്ടിൻപറ്റങ്ങൾ മേച്ചിൽപുറങ്ങളിൽ നിന്നും വീടണയുന്ന ശബ്ദം കേട്ടായിരുന്നു. വായുവിന് സന്ധ്യയുടേയും മേയ് മാസത്തിലെ പാടങ്ങളുടേയും ഗന്ധം. അനാട്ടോലിയ പുറത്തേക്കിറങ്ങി. വാസിലി ആടുകളെ ആട്ടിത്തെളിച്ച് കൂടിനകത്താക്കുകയായിരുന്നു. വരാന്തയിൽ അനാട്ടോലിയ നില്ക്കുന്നതുകണ്ടപ്പോൾ വാസിലി മെല്ലെ ചിരിച്ചു. ചുണ്ടിന്റെ കോണിൽ തങ്ങിനില്ക്കുന്ന ഒരു ചിരി. അയാൾ സാവധാനം അവരുടെ അടുത്തേക്ക് നടന്നുവന്നു. അപ്പോഴാണ് അവർ ആദ്യമായി ശ്രദ്ധിച്ചത്... അയാളുടെ കണ്ണുകളുടെ തിളങ്ങുന്ന ചാരനിറം. അനാട്ടോലിയ ആലസ്യത്തോടെ ചുമരിലേക്ക് തല ചായ്ച്ചു. "ആടുകളെ ഞാൻ കറക്കാം. നിങ്ങൾ തൊഴുത്തിലേക്ക് വെള്ളം കൊണ്ടുവന്നു തന്നാൽ മാത്രം മതി. കറക്കുന്നതിനുമുമ്പേ ആടുകളെ നല്ലവണ്ണം കഴുകണമല്ലോ." അനാട്ടോലിയ പറഞ്ഞു.

"നിങ്ങളൊന്നും ചെയ്യേണ്ട" അവരുടെ വിളർപ്പു മാറാത്ത മുഖത്തേക്ക് നോക്കി വാസിലി പറഞ്ഞു. "എല്ലാം ഞാൻ തന്നെ ചെയ്തോളാം... സാറ്റനിക് പഠിപ്പിച്ചു തന്നിട്ടുണ്ട്."

"ആടിനെ കറക്കാനും പഠിപ്പിച്ചിട്ടുണ്ടോ?"
"ഉവ്വ്..."
"സംഗതി എങ്ങനെയുണ്ട്?"
"കുഴപ്പമില്ല. ആടുകളൊന്നും ഇതുവരെ ആവലാതി പറഞ്ഞിട്ടില്ല."
അനാട്ടോലിയ കൈക്കൊണ്ട് മുഖംപൊത്തി പൊട്ടിച്ചിരിച്ചു. ആളൊരു തമാശക്കാരനാണല്ലോ. അവർ വാസിലിയോടു പറഞ്ഞു, "എന്നാൽ അങ്ങനെയാവട്ടെ. വെള്ളം കൊണ്ടുവന്നോളൂ... നിങ്ങൾക്കുതന്നെ കറക്കാം. ഞാൻ വെറുതെ കൂടെ നില്ക്കാം."

ഭാഗം രണ്ട്
കഥ പറഞ്ഞ ആൾക്കായി

ഒന്ന്

മനീഷ്കർ ഗ്രാമത്തിന്റെ അതിർത്തിയോടു ചേർന്നായിരുന്നു വാനോ മെലിക്കാൻസിന്റെ വീട്. വലിയൊരു പാറക്കെട്ടിനോട് തൊട്ടുരുമ്മിയാണ് അത് നിന്നിരുന്നത്. ആ പാറ രണ്ടായി പിളർന്ന് ഒരു ഭാഗം താഴേയുള്ള അഗാധമായ ഗർത്തത്തിലേക്ക് വീണിരുന്നു. ശേഷിച്ച ഭാഗത്തിന്റെ അരികു പറ്റിയായിരുന്നു ആ രണ്ടുനില കെട്ടിടം. നല്ലൊരു അടുക്കളത്തോട്ടത്തിനു പുറമേ വാനോവിന് വലിയൊരു പഴത്തോപ്പുമുണ്ടായിരുന്നു. പറമ്പിൽ അവിടവിടെയായി പല ആവശ്യങ്ങൾക്കായുള്ള ചെറുപുരകൾ. എല്ലാറ്റിനേയും ചുറ്റി നല്ല ഉറപ്പുള്ള വേലിക്കെട്ടും.

വാനോവിന്റെ കാര്യത്തിൽ നാട്ടുകാർക്കൊക്കെ അദ്ഭുതമായിരുന്നു. ഭൂമികുലുക്കത്തിൽ ചുറ്റുവട്ടത്തുള്ള വീടുകളൊക്കെ തകർന്ന് പെട്ടെന്നുണ്ടായ ഗർത്തത്തിലേക്ക് വീണുപോയി. ഈയൊരു വീടു മാത്രമാണ് ഉറച്ചുനിന്നത്. വാനോവിന്റെ കുടുംബം ആ മഹാദുരന്തത്തെ അതിജീവിച്ചു. അവരുടെ വസ്തുവകകൾക്കും കോട്ടം പറ്റിയില്ല. എന്തിന്, വിറകിനായി ശേഖരിച്ചുകൊണ്ടുവന്ന മരത്തടികൾപോലും അതേപടി അവിടെ കിടന്നു. ഇതെങ്ങനെ സംഭവിച്ചു? നാട്ടുകാർക്ക് എത്ര ആലോചിച്ചിട്ടും പിടികിട്ടിയില്ല.

ദൈവം തന്നെയാണ് തങ്ങളെ രക്ഷിച്ചത് എന്നായിരുന്നു വാനോവിന്റെ വിശ്വാസം. അത് അവിടത്തെ കാരുണ്യമായിരുന്നുവോ അതോ അബദ്ധത്തിൽ തങ്ങളെ കാണാതെ പോയതോ? ആരെയൊക്കെ കൊണ്ടുപോകണം? ആരെയൊക്കെ നിലനിർത്തണം? മരണത്തിന്റെ കൈകൾ ഗ്രാമത്തെ രണ്ടായി ഭാഗിച്ച് ഒരു വര വരച്ചപ്പോൾ... ഒരുപക്ഷേ അറിയാതെ തങ്ങളെ കാണാതെ പോയിട്ടുണ്ടാകും. എന്തായാലും തങ്ങൾ രക്ഷപ്പെട്ടതിൽ, ഭാര്യ പറയുമ്പോലെ ദൈവികമായൊരു ശക്തിയുടെ ഇടപെടലൊന്നും വാനോ കണ്ടില്ല. ആ ഉരുൾപൊട്ടലിൽ തങ്ങളും അകപ്പെട്ടിരുന്നെങ്കിൽ എന്തെല്ലാം സംഭവിക്കുമായിരുന്നു എന്ന് അയാളുടെ ഭാര്യ എണ്ണിപ്പെറുക്കി പറയുമ്പോൾ വാസ്തവത്തിൽ വാനോവിന് കലശലായ ദേഷ്യം വന്നിരുന്നു.

“നമ്മളെല്ലാവരും മരിച്ചുപോയിട്ടുണ്ടാകും. അല്ലാതെന്ത്?” അയാൾ ഭാര്യയുടെ നേരെ കയർക്കുമായിരുന്നു. അതോടെ അവർ വായടയ്ക്കും.

വാസിലിക്ക് സങ്കടം സഹിക്ക വയ്യാതെ നെഞ്ച് കൂട്ടി പിടിക്കും. അതുകണ്ടാൽ വാതിലടച്ച് വാനോ മുറ്റത്തേക്കിറങ്ങും. തോട്ടത്തിന്റെ അങ്ങേ ചെരുവിൽ പോയി നില്ക്കും. അവിടെ മറ്റൊരു ചെറിമരത്തിന്റെ താഴെ കിടക്കുന്ന കാലൊടിഞ്ഞ പഴയ ബെഞ്ചിൽ ചെന്നിരിക്കും. അതിൽ ഒരാൾക്ക് കഷ്ടിച്ചിരിക്കാം. സൂക്ഷിച്ചിരുന്നില്ലെങ്കിൽ മറിഞ്ഞുവീഴുകയും ചെയ്യും.

മാനത്ത് നക്ഷത്രങ്ങൾ തെളിയുന്ന നേരം വരെ വാനോ ആ ബെഞ്ചിൽ തനിയെ ഇരിക്കും. കാലത്തിന്റെ തിരശ്ശീലയ്ക്കപ്പുറത്തേക്ക് മറഞ്ഞു പോയ തന്റെ പ്രിയപ്പെട്ടവരെക്കുറിച്ചുള്ള ഓർമ്മകളിൽ മുങ്ങിത്തപ്പും. അയാളുടെ അമ്മ അർഷക് ബെക്കിന്റെ ഒരു സഹോദരിയായിരുന്നു. കഴിഞ്ഞ നൂറ്റാണ്ടിന്റെ തുടക്കത്തിൽ റഷ്യയിൽ സർ ഭരണം അട്ടിമറിക്കപ്പെട്ടു. പുതിയ ഭരണകൂടം നിലവിൽ വന്നു. അവരുടെ അക്രമങ്ങളിൽ നിന്നും രക്ഷപ്പെടാനായി അർഷക്- ബെക്കിന് നാടുപേക്ഷിച്ചു പോകേണ്ടി വന്നു. അവരുടെ മുത്തശ്ശനായിരുന്ന ലിവോൺ ബെക് ഒരു കുലീന കുടുംബത്തിലെ അംഗമായിരുന്നു. ലൂസിനിയൻ എന്ന പ്രഭുകുടുംബത്തിലെ കിഴക്കേ ശാഖയിൽപ്പെട്ടയാൾ. സിലീസിയയിലെ മഹാരാജാവിന്റെ അകമ്പടിക്കാരായിരുന്നു ആ കുടുംബാംഗങ്ങൾ. തന്റെ പേരമകൾ ഒരു സാധാരണക്കാരനെ വിവാഹം ചെയ്യുന്നത് ലിവോൺ ബെക്കിന് പൊറുക്കാനായില്ല. എന്നാൽ വാനോവിന്റെ അമ്മ 'സമത്വവും സാഹോദര്യവു'മൊക്കെ തലയ്ക്കു പിടിച്ച ഒരു വാശിക്കാരിയായിരുന്നു. അതിനോട് ബന്ധപ്പെട്ട് പല സ്ത്രീസ്വാതന്ത്ര്യ പ്രവണതകളും അവർ പ്രകടിപ്പിച്ചിരുന്നു. കുലീന സ്ത്രീകൾക്കു മാത്രമായുള്ള ഒരു സ്ഥാപനത്തിലാണ് അവർ ഉന്നതപഠനം നടത്തിയത്. അതിനിടയിലാണ് അച്ഛന്റെ ഇഷ്ടം മാനിക്കാതെ കേവലം ഒരു കൃഷിക്കാരന്റെ മകനുമായി അവർ അടുത്തതും അയാളെ വിവാഹം കഴിച്ചതും. സാമ്പത്തികമായി അയാൾ അത്ര താഴ്ന്നവനായിരുന്നില്ല. എന്നാലും ഒരു കൃഷിക്കാരൻ തന്നെ. ബന്ധുക്കളാരും പിൻതുണ നല്കില്ലെന്ന് ഉറപ്പായിരുന്നതുകൊണ്ട് അവർ കാമുകനോടൊപ്പം താഴ്വരയിലേക്കൊളിച്ചോടി. ഗർഭിണിയാണ് എന്ന് ഉറപ്പായതിനുശേഷമേ അവർ സ്വന്തം ഗ്രാമത്തിലേക്ക് തിരിച്ചുവന്നുള്ളൂ.

പേരമകളുടെ ധിക്കാരം മുത്തശ്ശൻ ക്ഷമിക്കാൻ തയ്യാറായില്ല. അവളെ തന്റെ ജീവിതത്തിൽനിന്നും എന്നന്നേക്കുമായി പുറത്താക്കി. എന്നാൽ തന്റെ ശപഥം അദ്ദേഹം പാലിച്ചത് വിചിത്രമായ വിധത്തിലായിരുന്നു. അതിനെക്കുറിച്ച് വാനോവിന്റെ അമ്മ പറയുമായിരുന്നു.

മുത്തശ്ശൻ അധികസമയവും തന്റെ സ്വകാര്യമുറിയിലായിരിക്കും. വായിച്ചും കുറിപ്പുകളെഴുതിയും അമ്മ ആ മുറിയിലെ നിലത്ത് മുത്തശ്ശന്റെ മടിയിൽ തല ചേർത്തിരിക്കും. ഒന്നും മിണ്ടാതെ ജര ബാധിച്ച കൈത്തലംകൊണ്ട് മുത്തശ്ശൻ അമ്മയുടെ തലയിൽ തലോടും. ആ തലോടുകളോരോന്നും അമ്മയെ സംബന്ധിച്ചിടത്തോളം അനുഗ്രഹ

സ്പർശങ്ങളായിരുന്നു. അപ്പോഴേക്കും അമ്മയ്ക്ക് പ്രസവസമയം അടുത്തിരുന്നു. ഛർദ്ദിയും മനം പുരട്ടലും ഏറെ തളർത്തിയിരുന്ന ദിവസങ്ങൾ. എന്നാലും മുത്തശ്ശന്റെ അരികെ ചെന്നിരിക്കുമ്പോൾ പറയാനാവാത്ത ഒരു സുഖം അവരനുഭവിച്ചിരുന്നു. ഇടയ്ക്കിടെ ഛർദ്ദിച്ചിരുന്നുവെങ്കിലും എന്തെങ്കിലുമൊക്കെ ആഹാരം അകത്താക്കാൻ സാധിച്ചിരുന്നു. ഭക്ഷണത്തിന്റെ ഗന്ധംപോലും ആ ദിവസങ്ങളിൽ മനംപുരട്ടലുളവാക്കിയിരുന്നു.

എത്ര നേരം അരികുപറ്റിയിരുന്നാലും കുറെ കഴിഞ്ഞാൽ മുത്തശ്ശൻ എഴുന്നേറ്റുപോകും. അമ്മയോട് ഒരക്ഷരം പോലും മിണ്ടാതെ. എന്നിട്ടും തന്റെ ഏറ്റവും വിലപിടിച്ചൊരു ഛായാചിത്രം അമ്മയ്ക്കായി അദ്ദേഹം മാറ്റിവെച്ചു. കുരിശുയുദ്ധത്തിൽ നേരിട്ടു പടപൊരുതിയ ധീരനായൊരു സൈനികന്റെ ഛായാച്ചിത്രം. കാറ്റിലാടുന്ന കൊടിയുടെ മുമ്പിൽ പോർച്ചട്ട ധരിച്ച് തല ഉയർത്തി നില്ക്കുന്ന വീരയോദ്ധാവ്. ആ കൊടിയിൽ ലൂസിനിയൻ കുടുംബക്കാരുടെ സ്വന്തമായ, നീലയും വെള്ളയും നിറത്തിലുള്ള മുദ്രയുണ്ടായിരുന്നു. എന്തിനാണദ്ദേഹം ആ ചിത്രം അവൾക്ക് പ്രത്യേകമായി നല്കിയത്? സ്വന്തം കുടുംബമഹിമയെക്കുറിച്ചുള്ള ഓർമ്മപ്പെടുത്തലോ? നിലവിട്ട് ജീവിച്ചതിനുള്ള ശകാരമോ? എന്തായാലും വാനോവിന്റെ അമ്മ സ്വന്തം പൂമുഖത്തളത്തിൽ മാന്യമായൊരു സ്ഥാനത്തു തന്നെ ആ പടം തൂക്കി. ഒരു ദിവസംപോലും മറക്കാതെ അതിനു മുമ്പിൽ പുതിയ പൂക്കൾ അർപ്പിക്കുകയും ചെയ്തു.

സ്വന്തം സഹോദരനെ പിരിയേണ്ടിവന്നതിൽ അമ്മയ്ക്ക് വലിയ ദുഃഖമുണ്ടായിരുന്നു. പുതിയ ഭരണകൂടം വന്നപ്പോൾ ആത്മരക്ഷാർത്ഥം അദ്ദേഹത്തിനു നാടുവിടേണ്ടിവന്നു. ഇനിയൊരിക്കലും തമ്മിൽ കാണുകയുണ്ടാവില്ലെന്ന് അമ്മ വിചാരിച്ചിരുന്നു... ഈ ജന്മത്തിൽ തീർച്ചയായും ഇല്ല. അമ്മയുടെ കുടുംബക്കാർ ഒരു തരത്തിലും അവരെ അവഹേളിച്ചില്ല. പക്ഷേ, ഒരിക്കലും കുടുംബവീട്ടിൽ കയറിച്ചെല്ലാതിരിക്കാൻ അമ്മ മനസ്സിരുത്തിയിരുന്നു. അമ്മയുടെ കുടുംബവീടും വസ്തുവകകളും ആദ്യം കൊള്ളയടിക്കപ്പെട്ടു. പിന്നീട് സർക്കാർ അധീനതയിലായി. പുതിയ ഭരണാധികാരികളുടെ കണ്ണിൽ പെടാതിരിക്കാൻ വേണ്ടി പൂർവികന്റെ ചിത്രം അവർ കെട്ടിപ്പൊതിഞ്ഞ് പെട്ടിയിലാക്കി തട്ടിൻപുറത്തുകൊണ്ടുവന്നുവെച്ചു. കത്തിച്ചുകളയുകയാണ് നല്ലതെന്ന് ഭർത്താവ് നിർദ്ദേശിച്ചത് അവർ ചെവികൊണ്ടില്ല.

"എന്റെ സ്വന്തം മുത്തശ്ശന്റെ ഓർമ്മയ്ക്കുള്ളതാണത്. ഒരു കാരണവശാലും ഞാനത് നശിപ്പിക്കില്ല."

ഇപ്പോഴും ആ ചിത്രം അതേ പെട്ടിയിലുണ്ട്. വേണ്ടാത്ത സാധനങ്ങളെല്ലാം കുത്തിനിറച്ച്, പൊടിയും മാറാലയും പൊതിഞ്ഞുകിടക്കുന്ന വലിയൊരു മരപ്പെട്ടി. അമ്മയുടെ വിദൂരനായ ആ പൂർവികന് വിധിക്കപ്പെട്ടത് അതായിരുന്നു. "ഏകാന്തതയുടെ നൂറുവർഷം."

ഉതിർന്നുവീണ മൂന്ന് ആകാശപ്പഴങ്ങൾ

വാനോവിന്റെ അമ്മ ഭർത്താവിന്റെ കുടുംബപ്പേര് സ്വീകരിച്ചു. സ്വന്തം പാരമ്പര്യത്തിന്റെ അടയാളങ്ങൾ പാടെ മായ്ച്ചുകളഞ്ഞു. തന്റെ കുലീനമായ പാരമ്പര്യം പുതിയ ഭരണകൂടത്തെ ചൊടിപ്പിച്ചാലോ എന്ന ഭയമായിരുന്നു. മാരാൻ ഗ്രാമത്തിൽ അതൊരു പുതുമയായിരുന്നു. അവിടത്തെ പെൺകുട്ടികൾ വിവാഹശേഷം കുടുംബപ്പേരു മാറ്റുന്ന പതിവുണ്ടായിരുന്നില്ല. സ്വന്തം കുടുംബത്തിൽനിന്ന് അവർ അകന്നുപോയില്ല. പഴയ ബന്ധം അതേപടി നിലനിർത്തിപ്പോരുകയായിരുന്നു അവരുടെ രീതി. മാരാൻ ഗ്രാമക്കാർ വാനോയുടെ അമ്മയുടെ ശരിയായ കുടുംബപ്പേര് വളരെ രഹസ്യമായി വെച്ചു. എന്നാൽ തമ്മിൽ തമ്മിൽ പറയുമ്പോൾ വാനോവിന്റെ അച്ഛനെ മെലിക്കന്റ് മരുമകൻ എന്നു വിശേഷിപ്പിച്ചിരുന്നു. മെലിക് എന്നാൽ രാജകുമാരൻ എന്നാണർത്ഥം. അങ്ങനെയാണ് വാനോവിന്റെ കുടുംബപ്പേര് മെലിക്കന്റ് എന്നായത്. അതായത് രാജകുമാരനെപ്പോലെ എന്ന്.

അന്ന് 'നോഹയുടെ പെട്ടകം' ഗ്രാമത്തിൽ വന്നിറങ്ങിയ ദിവസമാണ് വാനോയുടെ ആദ്യത്തെ പേരക്കുട്ടി ജനിച്ചത്. ടൈഗ്രാൻ മെലിക്കന്റ് അദ്ദേഹത്തിന്റെ ഒരേയൊരു പൗത്രനായിരുന്നു. ക്ഷാമകാലത്തെ അതിജീവിച്ച ഗ്രാമത്തിലെ ഒരേയൊരു ശിശു. ആ ദിവസം എല്ലാ വിശദാംശങ്ങളോടുകൂടി ഇന്നും വാനോയുടെ ഓർമ്മയിലുണ്ട്. പത്തു മണിക്കൂറോളം കടുത്ത നോവ് അനുഭവിച്ചതിനുശേഷമാണ് വാനോയുടെ മരുമകൾ ഒരാൺകുഞ്ഞിനെ പ്രസവിച്ചത്. നേരം പുലരാൻ തുടങ്ങിയിരുന്നു. തീരെ ശോഷിച്ച്, ചെറിയ കുഞ്ഞ്. അപ്പൂപ്പന്റെ കൈവെള്ളയിൽ ഒതുക്കാവുന്ന വലുപ്പം മാത്രം. പ്രസവം കഴിഞ്ഞ് പിറ്റേ ദിവസം കുഞ്ഞിന്റെ അമ്മ മരിച്ചു. പ്രസവത്തിന്റെ അനന്തരഫലമായിരുന്നില്ല. വിശപ്പും തളർച്ചയും അവരുടെ എല്ലാ ശക്തിയും ചോർത്തിയെടുത്തിരുന്നു. ആ കുഞ്ഞിനെ വളർത്തി വലുതാക്കേണ്ട ഭാരം പൂർണ്ണമായും വാലിൻകയുടെ ചുമലിലായി. അതിനകം അവരുടെ പെൺമക്കളും മരിച്ചു കഴിഞ്ഞിരുന്നു.

ടൈഗ്രാൻ ജനിച്ചദിവസം തന്നെ രാവിലെ ഒരു തൂവെള്ള മയിൽ വാനോയുടെ പറമ്പിന്റെ അതിർത്തിയിലെത്തി. അനങ്ങാതെ ചുറ്റും നോക്കി തല ഉയർത്തി നില്പായി. ആ വീടിന് കാവൽ നില്ക്കുകയാണെന്ന ഭാവം. പിറ്റേന്ന് വൈകുന്നതുവരെ മയിൽ അവിടെത്തന്നെ നിന്നു. അപ്പോഴേക്കും അത് ഏറെ ക്ഷീണിച്ചിരുന്നു. പുറത്തും ചിറകുകളിലുമൊക്കെ പുള്ളിക്കുത്തുകൾ വീണിരുന്നു. അതോടെ തൂവലുകൾ കൊഴിയാൻ തുടങ്ങി. ഒരു മാസത്തോളം പതിവായി അവന്റെ തൂവലുകൾ വരാന്തയുടെ അറ്റത്തുനിന്നും തൂത്തുവാരിക്കളയുക വാലിൻകയുടെ പണിയായി. തൂവലുകളെല്ലാം അവർ ചാക്കിൽ കെട്ടിവെച്ചു. സമയം കിട്ടുമ്പോൾ നേരം തിരിച്ച് കുഞ്ഞിനെ കിടത്താൻ നല്ലൊരു തൂവൽ മെത്തയുണ്ടാക്കാം. പുതിയ കുഞ്ഞിന്റെ ജീവൻ ഒരു നൂലിഴയിൽ കിടന്നോടുകയായിരുന്നു. എപ്പോൾ വേണമെങ്കിലും നഷ്ടമായേക്കാം. എങ്ങനെയോ

ഒരു മാസം കഴിഞ്ഞു. അവൻ അപകടാവസ്ഥ തരണം ചെയ്തു. അതേ സമയം തന്നെ മയിലിന്റെ സ്ഥിതിയും മെച്ചപ്പെട്ടു. കൊഴിഞ്ഞുപോയ തൂവലുകളുടെ സ്ഥാനത്ത് ഒന്നാന്തരം വെള്ളിത്തൂവലുകൾ മുളയ്ക്കാൻ തുടങ്ങിയിരുന്നു. നവജാതശിശുവിന്റെ ശ്വാസംപോലെ നന്നേ മൃദുവായ, കനമില്ലാത്ത തൂവലുകൾ.

കുഞ്ഞിന്റേയും മയിലിന്റേയും സ്ഥിതി ഒരേ സമയമാണ് മെച്ചപ്പെട്ടത്... ആ യാദൃച്ഛികസംഭവം ആരും ശ്രദ്ധിച്ചതേയില്ല. കുറേനാൾ കഴിഞ്ഞ് വാലിൻക ആ തൂവൽചാക്ക് കെട്ടഴിച്ചു നോക്കിയപ്പോൾ അതിൽ തൂവലുകളൊന്നുമുണ്ടായിരുന്നില്ല. എല്ലാം ഉണങ്ങിക്കരിഞ്ഞ് ചാരനിറത്തിലുള്ള ഒരു പൊടിയായി മാറിയിരുന്നു. അതിൽനിന്നും കുറേ കൈയിൽ കോരിയെടുത്ത് അവർ സൂക്ഷിച്ചുനോക്കി. ചാരത്തേക്കാൾ ഭാരം കുറവ്. വെയിലിൽ തിളങ്ങുന്നു. ബദാമിന്റേയും കറുവാപട്ടയുടേയും മണം. അതിനെക്കുറിച്ച് ആരോടും പറഞ്ഞുപോകരുത് എന്ന് വാനോ ഭാര്യയെ വിലക്കി. ഭയംകൊണ്ടായിരുന്നില്ല. കാര്യത്തിന്റെ നിജസ്ഥിതി മനസ്സിലാവാത്തതുകൊണ്ടായിരുന്നു. വിശദീകരണം കൊടുക്കാനാവാത്ത സംഗതികൾ. ഞാൻ ഭ്രാന്തുപറയുന്നു എന്ന് നാട്ടുകാർ പറഞ്ഞാലോ? അയാൾ ചാക്കിലെ ചാരം മുഴുവൻ വേലിക്കരികിൽ കുഴിച്ചുമൂടി. എന്തുകൊണ്ടെന്നറിയില്ല, അയാൾ രണ്ടു മരക്കമ്പുകൾ കൂട്ടിക്കെട്ടി ഒരു കുരിശുണ്ടാക്കി അതിന്മേൽ കുത്തിനിർത്തുകയും ചെയ്തു. എന്നാൽ ആ ജീവനറ്റ മരക്കൊമ്പുകൾ തളിർത്തു. ഒരു ചെറിമരമായി വളർന്നു. വല്ലാതെ ചെരിഞ്ഞായിരുന്നു അതിന്റെ വളർച്ച. പ്രഭാതത്തിൽ അതിന്റെ ചുകന്ന കായകളെല്ലാം താഴെയുള്ള അഗാധമായ ഗർത്തത്തിലേക്ക് പൊഴിഞ്ഞുവീണു. എങ്കിലും ശരത്കാലത്ത് അതിൽ നിറയെ തുടുത്ത ഇലകൾ തെളിഞ്ഞു നിന്നു.

ടൈഗ്രാൻ നന്നേ ദുർബലനായ ഒരു കുട്ടിയായിരുന്നു. എപ്പോഴും പേടിയും പരിഭ്രമവും. രാത്രി നേരാംവണ്ണം ഉറക്കമില്ല. ഇടയ്ക്കിടെ നിലവിളിക്കും. അഞ്ചുവയസ്സ് കഴിഞ്ഞതിൽ പിന്നെയാണ് സ്ഥിതി കുറച്ചൊന്ന് ഭേദമായത്. സംസാരത്തിലും പുറകിലായിരുന്നു. ഒന്നോ രണ്ടോ വാക്കുകളിലൂടെ അവൻ പറയാനുള്ളത് പറഞ്ഞു. വെള്ളം... റൊട്ടി എന്നിങ്ങനെ. അപ്പൂപ്പന്റേയും അമ്മൂമ്മയുടേയും ജീവനായിരുന്നു അവൻ. മറ്റു മക്കളെല്ലാം ക്ഷാമകാലത്ത് അവർക്ക് നഷ്ടപ്പെട്ടിരുന്നു. വാലിൻക ഒരിക്കലും അവനെ തനിച്ചാക്കിയില്ല. അയൽപക്കത്തെ സ്ത്രീകളെ കാണാൻ പോകുമ്പോഴും കുട്ടിയെ കൂടെ കൂട്ടി. സ്ത്രീകൾ കൈകൾ കൊണ്ടു തുന്നുകയും വായകൊണ്ട് അടക്കം പറയുകയും ചെയ്യുന്നതിനിടയിൽ ടൈഗ്രാൻ അവന്റെ മരപ്പാവകളും കല്ലുകളുമെടുത്ത് കളിച്ചു. വൈകുന്നേരമായാൽ കുഞ്ഞിനെ അവന്റെ അപ്പൂപ്പനെ ഏല്പിച്ച് വാലിൻക വീട്ടുജോലികളുടെ തിരക്കിൽ മുഴുകും. വാനോയും ടൈഗ്രാനും കൂടി തോട്ടത്തിലിറങ്ങി കളകൾ പറിക്കും. കോഴികളെ കൂട്ടിലാക്കും. കുറേ നേരം ചെറി മരത്തിനു ചോട്ടിലുള്ള ബഞ്ചിൽ ചെന്നിരിക്കും. വാനോ

ഓരോരോ കഥകൾ പറയും. കുട്ടി ശ്രദ്ധയോടെ കേട്ടിരിക്കും. തീരെ മെലിഞ്ഞതായിരുന്നു അവന്റെ ശരീരം. മെല്ലെ തടവിയാൽ കശേരുക്കൾ ഓരോന്നായി എണ്ണാം. അവന്റെ കാലുകൾക്കും ഒട്ടും ബലമില്ലായിരുന്നു. ചെറിയൊരു കല്ലിൽ തട്ടിയാൽപോലും മറിഞ്ഞുവീഴും. മൂക്കുപൊട്ടി ചോരയൊലിക്കും. അപ്പോഴേക്കും അവനെ എടുക്കാനായി വാലിൻക ഓടിച്ചെല്ലും. ഉടനെ വാനോ ദേഷ്യത്തോടെ തടയും "വേണ്ട കുട്ടിയല്ലേ... വീഴും... താനേ എഴുന്നേല്ക്കാൻ പഠിക്കട്ടെ..."

കുട്ടി വീണു കരയാൻ തുടങ്ങിയാലുടനെ മയിൽ എവിടെയാണെങ്കിലും പറന്നെത്തും. തിണ്ണയിലെ വേലിപ്പുറത്ത് ഇരുന്ന് കുട്ടിയുടെ നേരെ കഴുത്തുനീട്ടി നോക്കും. എന്തോ ചില ശബ്ദങ്ങൾ പുറപ്പെടുവിക്കും. സാധാരണഗതിയിൽ ചുറ്റുപാടുമുള്ളതിലൊന്നും അത് താത്പര്യം കാണിക്കാറില്ല. താനല്ലാതെ മറ്റൊന്നില്ല എന്ന ഭാവം. ആകപ്പാടെ അവൻ കുറച്ചെങ്കിലും താത്പര്യം കാണിച്ചിരുന്നത് ടൈഗ്രാന്റെ കാര്യത്തിൽ മാത്രമായിരുന്നു.

ആ മയിൽ തന്റെ വീട്ടിൽ ആകസ്മികമായി വന്നെത്തിയതല്ല എന്നായിരുന്നു വാനോവിന്റെ വിശ്വാസം. അതിന് സ്വന്തമായൊരു ലക്ഷ്യമുണ്ട്... ഒരുപക്ഷേ പ്രധാനപ്പെട്ട ഒരു ദൗത്യം. അയാൾ ഓർത്തുനോക്കി. പക്ഷിമൃഗാദികളേയും കൊണ്ട് താഴ്‌വരയിൽനിന്ന് മാരാനിൽ വണ്ടി എത്തിയ അതേ ദിവസം തന്നെയാണ് വാനോവിന്റെ മരുമകൾ ആ വിശേഷ വർത്തമാനം അറിയിച്ചത്. താൻ ഗർഭിണിയാണ്. സ്വതവേ അയാൾ യുക്തിപൂർവം ചിന്തിക്കുന്ന കൂട്ടത്തിലാണ്. യുക്തിക്ക് നിരക്കാത്തതിനെ സംശയത്തോടുകൂടി മാത്രമേ കാണാറുള്ളൂ. എന്നിട്ടും അയാൾ കാര്യമായി ആലോചിച്ചു. ആ രണ്ടു സംഭവങ്ങളുമായി എന്തെങ്കിലും ബന്ധമുണ്ടോ? ഒന്നും കണ്ടുകിട്ടിയില്ല. അയാൾ വിചാരിച്ചു. പ്രത്യേകിച്ച് കാര്യകാരണങ്ങൾ നിർവചിക്കാനാവാത്ത സംഭവങ്ങളും നാട്ടിൽ സാധാരണമാണല്ലോ! എന്നാലും മയിലിന്റെ വരവും ടൈഗ്രാനുമായി എന്തോ ഒരു ബന്ധമുണ്ട് എന്ന തോന്നൽ അയാളുടെ മനസ്സിൽ നിന്നും വിട്ടുമാറിയില്ല. പക്ഷേ, അതയാൾ ഭാര്യയോടുപോലും പറഞ്ഞില്ല. എന്തെങ്കിലും കേൾക്കാൻ കാത്തിരിക്കുകയാണ്. പരിഭ്രമിച്ച് പുലമ്പാൻ തുടങ്ങും. അതൊക്കെ കേട്ട് അയൽക്കാരും അസ്വസ്ഥരാകും. സ്വതവേ മാരാൻ ഗ്രാമക്കാർ കാര്യങ്ങൾ ബുദ്ധിപൂർവം കാണുന്നവരാണ്. എന്നാലും നിമിത്തങ്ങളിലും സ്വപ്നങ്ങളിലുമൊക്കെ വലിയ വിശ്വാസമാണ്. അവർ കുട്ടിയുടെ ചുറ്റും നിന്ന് ആശങ്കയോടെ നോക്കും. അതവനെ കൂടുതൽ പരിഭ്രമിപ്പിക്കും. ആദ്യമായി ആ മയിൽ തന്റെ പറമ്പിൽ ചേക്കേറിയ ദിവസം. എല്ലാവർക്കും എന്തു കൗതുകവും ഉത്സാഹവുമായിരുന്നു. എത്ര നേരമാണ് അതിനെ നോക്കി അതിശയിച്ചുനിന്നത്. ചിലർ തൊട്ടുതലോടാൻ തരം നോക്കി നിന്നു. അഹങ്കാരിയായ മയിൽ... ആരേയും അടുപ്പിച്ചില്ല.

എന്തായാലും വാനോവിന്റെ മനസ്സിൽ ആ മയിലിനെ പ്രതി വിശേഷിച്ചൊരാദരവുണ്ടായിരുന്നു. അയാൾ അതിനുവേണ്ടി പ്രത്യേകം ചില

സൗകര്യങ്ങളും ചെയ്തുകൊടുത്തു. വരാന്തയുടെ ഒരറ്റത്ത് പഴയ ഒരു പരവതാനി വിരിച്ചു. വേലിയുടെ മുകളിലേക്ക് എളുപ്പത്തിൽ കയറി ച്ചെല്ലാൻ മൂന്നുപടികളോടുകൂടിയ ഒരു കോണി ഉണ്ടാക്കിവെച്ചു. മയിലിന് നല്ല ഗോതമ്പും പഴങ്ങളും മാത്രമേ കൊടുക്കാവൂ എന്ന് ഭാര്യയ്ക്ക് പ്രത്യേകം നിർദ്ദേശം നല്കി. താൻ തന്നെ അവന് കുടിക്കാനുള്ള വെള്ളം ഇടയ്ക്കിടെ പുതുതായി ഒഴിച്ചുകൊടുത്തു. ഈ വക സഹായസൗകര്യ ങ്ങളൊന്നും മയിലിന്റെ ശ്രദ്ധയിൽപെട്ടില്ല. തീറ്റിയുടെ കാര്യത്തിൽ അവന് തീരെ താത്പര്യമുണ്ടായിരുന്നില്ല. എന്തുകൊടുത്താലും അലസമായി കൊത്തിപ്പെറുക്കും. വാനോ അവനുവേണ്ടി ഉണ്ടാക്കിവെച്ച കോണി അവൻ ഒരിക്കൽപോലും ഉപയോഗിച്ചില്ല. ചിറകടിച്ച് യഥേഷ്ടം പറന്നു പൊങ്ങാനായിരുന്നു അവന് താത്പര്യം. വേലിപ്പുറത്ത് അനങ്ങാതെ യിരുന്ന് പറമ്പിൽ ചിക്കിപ്പറക്കുന്ന കോഴികളെ നോക്കും. അതിനിടയിൽ വാനോ താഴ്വരയിലേക്ക് പോയി. വലിയ വില കൊടുത്ത് ഒരു പെൺ മയിലിനെ വാങ്ങിക്കൊണ്ടുവന്നു. അത് നല്ല നിറപ്പകിട്ടുള്ളൊരു പേടയാ യിരുന്നു. വാനോ അതിനേയും വരാന്തയിൽ സ്വതന്ത്രമായി വിഹരിക്കാൻ വിട്ടു. പക്ഷേ, ആൺമയിൽ പെൺമയിലിനെ തിരിഞ്ഞുനോക്കിയതു പോലുമില്ല. അവൾ അതൊന്നും കാര്യമാക്കാതെ വരാന്തയിൽ അടിവെച്ചു നടന്നു. പാത്രത്തിൽനിന്നും വെള്ളം കുടിച്ചു. കുട്ടയിലെ ഗോതമ്പും പഴങ്ങളും കൊത്തിത്തിന്നു. ഇടയ്ക്ക് മുറ്റത്തേക്കിറങ്ങി കോഴികളും ടർക്കി കളുമായി കൂട്ടം കൂടി. അഞ്ചാറുമാസം വാനോ ക്ഷമയോടെ കാത്തു. മയിലുകൾ തമ്മിൽ തീരെ അടുക്കുന്നില്ല. അയാൾ പെൺമയിലിനെ അതിന്റെ ഉടമസ്ഥന് തിരിച്ചുകൊടുത്തു. കൊടുത്ത വിലയിൽ പാതി മാത്രമേ അയാൾ മടക്കിക്കൊടുത്തുള്ളൂ. ആ നഷ്ടം വാനോ അത്ര കാര്യ മാക്കിയില്ല. തന്റെ പേരക്കുട്ടിയുടെ രക്ഷകനായ ആ വെള്ളമയിലിന് വേണ്ടതെന്താണെന്ന് അറിഞ്ഞുചെയ്യാനാവുന്നില്ലല്ലോ എന്നതായിരുന്നു അയാളുടെ സങ്കടം. ആ മയിലിന്റെ അനുഗ്രഹംകൊണ്ടാണ് ടൈഗ്രാൻ മരണത്തെ അതിജീവിച്ചത് എന്നായിരുന്നു അയാളുടെ വിശ്വാസം. വാനോ യുടെ സ്നേഹവും കരുതലുമൊന്നും മയിലിനെ ഒരു തരത്തിലും സ്വാധീനിച്ചില്ല. മയിലിന്റെ കണ്ണിൽ എപ്പോഴും ടൈഗ്രാൻ മാത്രമേ ഉണ്ടാ യിരുന്നുള്ളൂ. അവനോട് അതിനുണ്ടായിരുന്ന പരിഗണന വളരെ വ്യക്ത വുമായിരുന്നു.

സാധാരണഗതിയിൽ മയിൽ വളരെ ശാന്തനായിരുന്നു. ഒച്ചയുണ്ടാ ക്കാതെ വെറുതെ അവിടെയൊക്കെ ചുറ്റിനടന്നുകൊണ്ടിരിക്കും. എന്നാൽ ഇടയ്ക്കു ചിലപ്പോൾ പാറക്കെട്ടിന്റെ തെറ്റത്തു ചെന്നുനിന്ന് ഉറക്കെ നില വിളിക്കും. ഹൃദയത്തിൽ തുളച്ചു കയറുന്ന ശബ്ദം. ആകാശത്തേക്ക് നോക്കിക്കൊണ്ടുള്ള ആ നിലവിളി... തന്നെ എവിടെനിന്നാണോ പുറ ത്താക്കിയത് അവിടേക്ക് തിരിച്ച് വിളിക്കൂ എന്ന അപേക്ഷയായിരുന്നുവോ? കുറേ നേരം കാത്തുനിന്ന് അവൻ തിരിച്ചുവരും. സ്വർഗവാതിൽ തനിക്കായി തുറക്കുന്നില്ല എന്ന് മനസ്സിലായതുപോലെ. ചെമ്മണ്ണുനിറഞ്ഞ

പാതയിലൂടെ തന്റെ സമൃദ്ധമായ വെൺപീലികൾ വലിച്ചിഴച്ചുകൊണ്ട് അവൻ സാവധാനം നടക്കും. വരാന്തയിൽ തന്റേതായ മൂലയിൽവന്ന് അനങ്ങാതെയിരിക്കും. പിന്നെ കുറേ നേരത്തേക്ക് പുറത്തേക്ക് നോക്കുക പോലുമില്ല.

ടൈഗ്രാൻ ജനിച്ച നാൾ മുതൽ കാണാൻ തുടങ്ങിയതല്ലേ ഈ വെള്ള മയിലിനെ. വാനോയേക്കാൾ അവനായിരുന്നു മയിലുമായി കൂടുതൽ ഇണക്കം. അവന്റെ മനസ്സിൽ വരാന്തയുടെ ആ മൂല മയിലിന്റെ സ്വന്തം വീടായിരുന്നു. വീട്ടിലെ മറ്റു പക്ഷികളിലൊന്നായി അവൻ മയിലിനെ കണ്ടു. ഒരിക്കൽ മാത്രം അവൻ അദ്ഭുതത്തോടെ ചോദിച്ചു. "കോഴികളും ടർക്കികളുമൊക്കെ കൂട്ടിനകത്താണല്ലോ ഉറങ്ങുന്നത്? മയിൽ മാത്ര മെന്താണ് ഈ വരാന്തയിൽ...?" വാനോ ഒന്നാലോചിച്ചിട്ടാണ് മറുപടി പറഞ്ഞത്. "മയിലിന് നീണ്ട തൂവലുകളില്ലേ? കൂട്ടിനകത്ത് സുഖമായി കിടക്കാനാവില്ല. വരാന്തയിലാവുമ്പോൾ...

"അതു ശരിയാണ്..." അപ്പൂപ്പന്റെ ഉത്തരം കുട്ടിക്ക് തൃപ്തിയായി. അപ്പൂപ്പനേയും അമ്മൂമ്മയേയും അവന് പൂർണവിശ്വാസമായിരുന്നു. അവരുടെ നേരെ അവന് വളരെയധികം സ്നേഹാദരങ്ങളുമുണ്ടായിരുന്നു. സ്കൂളിൽ പോകാനും പഠിക്കാനും അവന് വലിയ ഉത്സാഹമായിരുന്നു. സ്കൂളിലെ ഒരേയൊരു കുട്ടിയായിരുന്നു തുടക്കത്തിൽ ടൈഗ്രാൻ. അവൻ ഒന്നാം ക്ലാസ്സിലെത്തിയപ്പോൾ, ക്ഷാമത്തിനുശേഷം പിറന്ന കുട്ടികൾ കഷ്ടിച്ച് സംസാരിക്കാൻ തുടങ്ങിയിട്ടേ ഉണ്ടായിരുന്നുള്ളൂ.

ആഴ്ചയിൽ രണ്ടു ദിവസം ടൈഗ്രാൻ സ്കൂളിൽ പോയി. മനസ്സി രുത്തി പഠിച്ചു. വായിക്കാൻ വലിയ താത്പര്യം. അപ്പോഴേക്കും അനാട്ടോ ലിയ ലൈബ്രറിയുടെ ചുമതലക്കാരിയായി ജോലി തുടങ്ങിയിരുന്നു. വായി ക്കാൻ ഇഷ്ടമുള്ള ആ കുഞ്ഞിനോട് അവർക്ക് പ്രത്യേകിച്ചും വാത്സല്യം തോന്നി. അവനുവേണ്ടി പുസ്തകങ്ങളെടുത്തുകൊടുത്തു. കൂടുതൽ ദിവസങ്ങൾ കൈവശം വെക്കാൻ അനുവദിച്ചു. വീട്ടിൽ വന്നാലും അവന് തിരക്കായിരുന്നു. അപ്പൂപ്പനേയും അമ്മൂമ്മയേയും ഓരോരോ വീട്ടുജോലി കളിൽ മാറി മാറി സഹായിച്ചു. തോട്ടത്തിൽ കള പറിക്കാനും ചെടികൾ നനയ്ക്കാനും, തിരികല്ലിലിട്ട് ഗോതമ്പു പൊടിക്കാനുമൊക്കെ അവൻ അവരെ സഹായിച്ചു. അമ്മൂമ്മ മണിക്കൂറുകളെടുത്തു ചെയ്യുന്ന ജോലി ടൈഗ്രാൻ വളരെ എളുപ്പത്തിൽ ചെയ്തുതീർക്കുമായിരുന്നു.

പതിന്നാലു വയസ്സായപ്പോഴേക്കും അവൻ നല്ല മിടുക്കനും അദ്ധ്വാ നിയുമായി കഴിഞ്ഞിരുന്നു. സ്വന്തം ജീവിതത്തെ പ്രതി തികഞ്ഞ സംതൃപ്തി. കൂട്ടിനാരുമില്ല എന്ന സങ്കടം മാത്രമേ അവനുണ്ടായിരു ന്നുള്ളൂ. സമപ്രായക്കാരായി ആരുമില്ല. അവരെല്ലാം ക്ഷാമകാലത്ത് മരിച്ചു പോയിരുന്നു. ടൈഗ്രാനെ കൂടാതെ ചെറുപ്പക്കാരനായി മാരാനിലുണ്ടാ യിരുന്നത് കൊല്ലൻ വാസിലിയുടെ അനുജനായിരുന്നു. ആ കാലത്ത്

അയാൾക്ക് ഇരുപത്തിരണ്ടു വയസ്സായിരുന്നു. എന്തോ ആരോഗ്യപ്രശ്ന ങ്ങൾ അയാളെ അലട്ടിയിരുന്നു. അതുകൊണ്ടാകാം കൂട്ടുകൂടാനും വർത്ത മാനം പറഞ്ഞിരിക്കാനും അയാൾ തീരെ താത്പര്യം കാണിച്ചില്ല. ഗ്രാമ ത്തിലെ മറ്റുകുട്ടികൾ ടൈഗ്രാനേക്കാൾ ഏഴു വയസ്സിനിളയതായിരുന്നു. ടൈഗ്രാനെപോലെ ചൊടിയും ചുണയും കത്തിനില്ക്കുന്നൊരു പതി ന്നാലുകാരന് ഏഴുവയസ്സുകാർ തീരെ പോരായിരുന്നു.

ടൈഗ്രാനു പതിന്നാലു വയസ്സു കഴിഞ്ഞു. ഒച്ച മാറിത്തുടങ്ങി. സ്കൂൾ അധികൃതരുടെ നിർദ്ദേശങ്ങളും പ്രോത്സാഹനവുംകൊണ്ട് വാനോയും വാലിൻകയും പഠിത്തം തുടരാനായി അവനെ താഴ്‌വരയിലേക്കയച്ചു. അതിനു പിന്നിൽ അനാട്ടോലിയയുടെ ഉത്സാഹവുമുണ്ടായിരുന്നു. കുട്ടിയെ തങ്ങളിൽനിന്നും കത്തികൊണ്ടു മുറിച്ചുമാറ്റുമ്പോലെയാണ് അപ്പൂപ്പനും അമ്മൂമ്മയ്ക്കും തോന്നിയത്. അവൻ പോയതോടെ കുറേ കാലത്തേക്ക് വാനോവിന് ഉറക്കമില്ലാതായി. വാലിൻകയും കുറേനാൾ സുഖമില്ലാതെ കിടന്നു. അധികവും മാനസികമായ അസ്വാസ്ഥ്യങ്ങളാ യിരുന്നു. എന്തായാലും ഭാഗ്യംകൊണ്ട് സ്ഥിതി കൂടുതൽ വഷളാകും മുമ്പേ രണ്ടുപേരും രക്ഷപ്പെട്ടു.

കരഞ്ഞുകരഞ്ഞ് വാലിൻക പകുതിയായി. പെട്ടെന്ന് വൃദ്ധയായി. സ്കൂൾ ഡയറക്ടറുടെ ചില അകന്ന ബന്ധുക്കൾ താഴ്‌വരയിൽ താമസി ച്ചിരുന്നു. അവരോടൊപ്പമാണ് ടൈഗ്രാൻ താമസിച്ചത്. ചിലവിനുള്ള തുകയും പല അവശ്യസാമാനങ്ങളും വാനോ താഴ്‌വരയിലെത്തിച്ചു. ആഴ്ചതോറും കുട്ടിക്കായി രണ്ടു സഞ്ചി നിറയെ സാധനങ്ങൾ വാലിൻക തപാൽ വണ്ടി വഴി കൊടുത്തയച്ചു. ഒരു സഞ്ചിയിൽ വെണ്ണയും ചീസും ഉണങ്ങിയ മാംസവും മറ്റും. രണ്ടാമത്തേതിൽ പഴങ്ങളും പച്ചക്കറികളും തേനും വലിയൊരു കെട്ട് ലവാഷും - പുളിപ്പിക്കാത്ത മാവുകൊണ്ടുണ്ടാ ക്കിയ ഒരു തരം റൊട്ടി. അർമീനിയക്കാരുടെ ഇഷ്ടഭക്ഷണം. ഇടയ്ക്കിടെ ടൈഗ്രാൻ മുഷിഞ്ഞ വസ്ത്രങ്ങൾ വണ്ടിയിൽ കൊടുത്തയച്ചു. വാലിൻക അതെല്ലാം അലക്കി ഇസ്തിരിയിട്ട് അടുത്ത ആഴ്ച തിരിച്ചയച്ചു. കൊല്ല ത്തിൽ രണ്ടുതവണ അവൻ അവരെ കാണാൻ വന്നിരുന്നു, ക്രിസ്തു മസ്സിനും വേനലവധിക്കും. ഹൈസ്കൂൾ പഠനം കഴിഞ്ഞപ്പോഴേക്കും അവന് നന്നായി ഉയരം വെച്ചിരുന്നു. ഒത്തൊരു ചെറുപ്പക്കാരൻ. ശബ്ദ ത്തിന് നല്ല മുഴക്കം. വീട്ടിലുള്ളപ്പോഴെല്ലാം അവൻ ഓരോരോ പണി കൾ ചെയ്തിരുന്നു. അപ്പൂപ്പനും അമ്മൂമ്മയ്ക്കും കഴിയുന്നത്ര വിശ്രമം നല്കി. കള പറിച്ചു, കൊയ്തു, പുര കെട്ടി മേഞ്ഞു. തണുപ്പുകാലത്തേക്ക് വേണ്ട വിറക് ശേഖരിച്ച് കെട്ടിവെച്ചു. ഒരു കാര്യത്തിലും അശ്രദ്ധയോ അലസതയോ കാണിച്ചില്ല. പഴയ വിറക് മുകളിലും പുതിയത് താഴേയു മായി എത്ര കൃത്യമായാണവൻ അടുക്കിയത്! അമ്മൂമ്മയ്ക്ക് കൈ എത്തി ച്ചാൽ ഉണങ്ങിയ വിറകു കിട്ടാൻ പാകത്തിന്.

ഹൈസ്കൂൾ പഠനത്തിനുശേഷം ടൈഗ്രാൻ മിലിറ്ററി അക്കാദമിയിൽ ചേർന്നു. ഇരുപത്തിയഞ്ചു വയസ്സായപ്പോഴേക്കും ഉയർന്ന പദവിയിലെത്തി. വിവാഹം കഴിക്കാൻ തയ്യാറായ സമയത്താണ് യുദ്ധം തുടങ്ങിയത്. അവൻ കമാൻഡ് ചെയ്തിരുന്ന സൈനികവിഭാഗമാകെ ശത്രുക്കളുടെ വലയത്തിലകപ്പെട്ടു. തുടർന്ന് എട്ടുകൊല്ലത്തോളം അവനെപ്പറ്റി ഒരു വാർത്തയും അവർക്ക് കിട്ടിയില്ല. കരഞ്ഞും പ്രാർത്ഥിച്ചും വാലിൻക ദിവസങ്ങൾ കഴിച്ചു. അധികനേരവും അവർ ചെലവഴിച്ചത് ഗ്രാമത്തിലെ പഴയ പള്ളിക്കകത്തായിരുന്നു. വാനോവിനെ കടുത്ത വാതം ബാധിച്ചിരുന്നു. കാലടി നിലത്തു കുത്താനാവാത്ത വേദനയും നീറ്റലും. പക്ഷേ, തന്റെ വേദനയും ഭയവുമൊന്നും ആ വൃദ്ധൻ പുറത്തുകാണിച്ചില്ല. അയാളുടെ ഏക ആശ്വാസം ആ മയിലായിരുന്നു. പ്രായം ഏറെ ആയിരുന്നുവെങ്കിലും അതിന്റെ ആരോഗ്യത്തിന് കുറവൊന്നുമുണ്ടായിരുന്നില്ല. മയിൽ നന്നായിരിക്കുന്നിടത്തോളം കാലം തന്റെ കൊച്ചുമകന് ദോഷമൊന്നും സംഭവിക്കയില്ല എന്നായിരുന്നു ആ അപ്പൂപ്പന്റെ വിശ്വാസം.

വർഷങ്ങൾ കഴിഞ്ഞു. വാനോവിനും വാലിൻകയ്ക്കും വയസ്സായി. പഴയപോലെ പണിയെടുക്കാൻ വയ്യാതായി. കാട്ടിൽപോയി വിറകുവെട്ടി കൊണ്ടുവരാനുള്ള കരുത്തില്ല. അടുപ്പിൽ തീ പൂട്ടാൻ വരാന്തയുടെ തറയിൽ പാകിയിട്ടുള്ള മേപ്പലകകൾ അടർത്തിയെടുക്കാൻ തുടങ്ങി. അങ്ങനെ മയിലിനെ അവർ വീടിനകത്തേക്ക് കൊണ്ടുവന്നു. അത് പ്രതിഷേധമൊന്നും പ്രകടിപ്പിച്ചില്ല. അത് അടുക്കളയിലൊരു മൂലയിൽ ഒതുങ്ങിക്കൂടി. അടുപ്പിലെ തീനാളങ്ങൾ നോക്കിക്കൊണ്ടുനിന്നു. കൊഴിഞ്ഞുവീണ മയിൽപ്പീലികൾ വാനോ വാരിക്കൂട്ടി തലയിണ ഉറകളിൽ നിറച്ചുവെച്ചു. സൈനികർക്ക് സംഭാവന ചെയ്യാനായി വാലിൻക വീട്ടിലിരുന്ന് കമ്പിളിക്കുപ്പായങ്ങളും സോക്സുകളും തുന്നിയുണ്ടാക്കി. മേൽവിലാസമില്ലാത്ത ഓരോ പൊതിയിലും അവർ ഓരോ വെള്ള മയിൽപീലി വെച്ചു. വാനോ സ്വന്തം കൈയാൽ കൊത്തിയുണ്ടാക്കിയ പരിശുദ്ധ മാതാവിന്റെ ഓരോ കൊച്ചു രൂപവും. അയച്ചയാളും മേൽവിലാസവും അവർ ആ പൊതികളിൽ എഴുതിവെച്ചില്ല. അതുകൊണ്ട് അവയൊന്നും തിരിച്ചു വന്നതുമില്ല. എന്നാൽ തിരിച്ചുവന്നത് മാരാനിലെ ഇന്നയാൾ യുദ്ധത്തിൽ കൊല്ലപ്പെട്ടു എന്ന അറിയിപ്പായിരുന്നു. പട പൊരുതാൻ പോയ വ്യക്തിക്കു പകരം.

യുദ്ധം അവസാനിച്ച ആ വസന്തകാലം. ടൈഗ്രാൻ ജനിച്ച ആ ദിവസം പോലെ അതും വാനോവിന്റെ മനസ്സിൽ തെളിഞ്ഞുനില്ക്കുന്നുണ്ട്. എല്ലാ വിശദാംശങ്ങളോടുംകൂടിത്തന്നെ. എന്തോ കാരണവശാൽ തലേ രാത്രി അയാൾ കണക്കുകൂട്ടി നോക്കുകയുണ്ടായി. ആ വെള്ള മയിൽ തന്റെ വീട്ടിലേക്ക് വന്നിട്ട് മുപ്പത്തിമൂന്നുവർഷം പിന്നിട്ടിരിക്കുന്നു. പിറ്റേന്നു രാവിലെ വാനോവും വാലിൻകായും ഉറക്കമുണർന്നത് മയിലിന്റെ ഉച്ചത്തിലുള്ള കരച്ചിൽ കേട്ടുകൊണ്ടായിരുന്നു. തലേയാണ്ടിലെ ശീതകാലം മുതൽ മയിലിന്റെ സ്ഥിതി വളരെ മോശമായിരുന്നു. നടക്കാൻ വയ്യ. തല

ഉയർത്തി നില്ക്കാൻ വയ്യ. അടുക്കളയുടെ മൂലയിൽ ഒതുങ്ങിക്കൂടിയിരുന്ന മയിൽ അന്ന് വാതിലോളം നടന്നുവന്ന് കൊക്കുകൊണ്ട് കുത്തിയും കോറിയും വാതിൽ തുറക്കാൻ ശ്രമിക്കുന്നു. സഹായത്തിനായി നില വിളിക്കുന്നു. അതിശയത്തോടെ വാനോ വാതിൽ തുറന്ന് മയിലിനെ വാരി യെടുത്തു വരാന്തയിൽവന്നുനിന്നു. അതേ നിമിഷം പടിവാതിൽ തുറന്ന് അദ്ദേഹത്തിന്റെ കൊച്ചുമകൻ മുറ്റത്തേക്ക് നടന്നുവന്നു. ആകെ എല്ലും തൊലിയും. മേലാസകലം മുറിപ്പാടുകൾ. അന്നു വൈകുന്നേരം തന്നെ ടൈഗ്രാന്റെ കൈകളിൽ കിടന്ന് മയിലിന്റെ ജീവൻ പോയി. അയാൾ അപ്പൂപ്പനും അമ്മൂമ്മയ്ക്കും തന്റെ അനുഭവങ്ങൾ വിവരിച്ചുകൊടുക്കുന്ന തിനിടയിലാണ് അത് സംഭവിച്ചത്.

തന്റെ സേനാവിഭാഗം ശത്രു സൈന്യത്താൽ വലയം ചെയ്യപ്പെട്ടതും അവിടെനിന്ന് ഭാഗ്യവശാൽ രക്ഷപ്പെട്ട് കാട്ടിൽ ഒളിപ്പോരാളിയായി കഴി ഞ്ഞതും കാലിൽ മുറിവേറ്റതും, അണുബാധ പരക്കാതിരിക്കാൻ മയക്കു മരുന്നൊന്നും തരാതെ കാൽ പൊള്ളിച്ചതും. എല്ലാം ഓരോന്നായി അയാൾ വിസ്തരിച്ചു. ശരിയായ ചികിത്സ കിട്ടാത്തതു കാരണം ചില മാംസപേശികൾ സ്തംഭിച്ചു. അതുകൊണ്ട് ഇപ്പോഴും കാല് മുഴുവനായും മടക്കാനാവില്ല.

ടൈഗ്രാന്റെ കഥ കേട്ടുകൊണ്ടിരിക്കേ വാനോവിന് തോന്നി, നേരി യൊരു കാറ്റ് ആകാശത്തിൽനിന്നും ഭൂമിയിലേക്ക് വീശിയെത്തുന്നു. മല മുകളിൽനിന്നും ഇറങ്ങിവന്ന് ജനലുകൾ മലർക്കെ തുറക്കുന്നു. വീടിനക ത്തേക്ക് പ്രവേശിച്ച് കൈക്കുമ്പിളിൽ ആ പക്ഷിയുടെ ശോഭയാർന്ന ആത്മാവിനെ വാരിയെടുക്കുന്നു. ഉയരങ്ങളിലേക്ക് പറന്നുപോകുന്നു. പിന്നീട് അവിടെ ബാക്കിയായത് സദാമിന്റേയും കറുവാപ്പട്ടയുടേയും സുഗന്ധം മാത്രം. അദമ്യമായ, പറഞ്ഞറിയിക്കാനാവാത്ത വിധം സുന്ദര മായ മറ്റൊന്നുകൂടി അവിടെ ബാക്കിനിന്നിരുന്നു.

പാറക്കെട്ടുകൾക്കരികിലായാണ് അവർ മയിലിനെ അടക്കം ചെയ്തത്. കുഴിമാടത്തിനുചുറ്റും ഉയരം കുറഞ്ഞ ഒരു വേലികെട്ടി. കാട്ടു ലില്ലികൾ നട്ടുപിടിപ്പിച്ചു. വെളുത്ത ലില്ലിപ്പൂക്കൾ പൂത്തുലയട്ടെ. ശേഷ മുള്ള കാലം മാരാൻ ഗ്രാമത്തിൽതന്നെ കഴിയാനായിരുന്നു ടൈഗ്രാന്റെ തീരുമാനം. അതിനുമുമ്പായി താഴ്വരയിൽച്ചെന്ന് പട്ടാളത്തിൽനിന്നും രാജിവെക്കണം. ഔദ്യോഗിക ബഹുമതികൾ തിരിച്ചേല്പിക്കണം. എന്നാൽ ഒരു വർഷം കഴിഞ്ഞതോടെ അപ്പൂപ്പന്റേയും അമ്മൂമ്മയുടേയും അഭിപ്രായത്തിന് അയാൾ കീഴ്വഴങ്ങി. അവനവന്റെ സാമാനങ്ങളെല്ലാം സംഭരിച്ച് പുതിയൊരു ജീവിതം തുടങ്ങാൻ അയാൾ യാത്രയായി. യുദ്ധ ങ്ങളിൽനിന്നുമകലെ വടക്കെ അതിർത്തിക്കപ്പുറത്തേക്ക്. യുദ്ധത്തിനു പോയ മാരാൻ ഗ്രാമക്കാരിൽനിന്നും ജീവനോടെ തിരിച്ചുവന്ന ഒരേ യൊരാൾ ടൈഗ്രാനായിരുന്നു. വയസ്സന്മാരുടേതു മാത്രമായി മാറിയ ആ ഗ്രാമത്തിൽനിന്നും അവസാനമായി ഇറങ്ങിപ്പോയ ചെറുപ്പക്കാരനും അയാളായിരുന്നു.

ദൂരെ വടക്കൻ പ്രദേശത്തെ ജീവിതം അത്ര സന്തോഷകരമായിരുന്നില്ല. എന്നാലും ടൈഗ്രാന് പരാതിയോ നിരാശയോ ഉണ്ടായിരുന്നില്ല. തരക്കേടില്ലാത്തൊരു ജോലി. അധികം താമസിയാതെ കിട്ടി. ആ നാട്ടുകാരിയായ ഒരു യുവതിയെ വിവാഹവും കഴിച്ചു. ഒരു വയസ്സായ ഒരു പെൺകുഞ്ഞിന്റെ അമ്മയായിരുന്നു അവർ. നല്ലൊരു പേരുണ്ടായിരുന്നു അവർക്ക് - നടാസ്യ. വാനോയും വാലിൻകയും ആ പേര് ഈണത്തിൽ നീട്ടിവിളിച്ചു. ഫോട്ടോയിൽ കണ്ട പരിചയം മാത്രമേ അവർക്കുണ്ടായിരുന്നുള്ളൂ. എന്നാലും ടൈഗ്രാന്റെ ഭാര്യ സുന്ദരിതന്നെ എന്നവർ സമ്മതിച്ചു. ഉയർന്ന താടിയെല്ലുകളും ചന്തമുള്ള ചുണ്ടുകളും ചെറുതായി ചുരുണ്ട തലമുടിയും വലിയ കണ്ണുകളും. ആ കണ്ണുകളുടെ നിറം നീലയോ പച്ചയോ എന്ന് അവർക്ക് തീരുമാനിക്കാനായില്ല. ഗ്രാമം വിട്ടുപോയ ടൈഗ്രാൻ പിന്നീടൊരിക്കലും തിരിച്ചുവന്നില്ല. എങ്കിലും മുറയ്ക്ക് കത്തുകളെഴുതി. ആറു വർഷത്തിനുശേഷം ആ സന്തോഷവാർത്തയും അയാൾ അവരെ അറിയിച്ചു. തനിക്കൊരു മകൻ പിറന്നു. കുഞ്ഞിന് അവർ കിരാക്കോഡ് എന്നു പേരിട്ടു. വാനോയുടെ മുത്തശ്ശന്റെ ഓർമ്മയിൽ പണ്ടു നടന്ന ഒരു കൂട്ടക്കൊലയിൽ അദ്ദേഹം കൊല്ലപ്പെടുകയായിരുന്നു.

ദൂരെയുള്ള ആ വടക്കൻ പട്ടണത്തിൽ നിന്നും ഇടയ്ക്കിടയ്ക്ക് കത്തെഴുതി. അപ്പൂപ്പനേയും അമ്മൂമ്മയേയും കാണാൻ താനും കുടുംബവും വൈകാതെ വരുന്നുണ്ടെന്ന്. ആ കത്തുകളെല്ലാം വാലിൻക ലാവൻഡറിന്റെ മണമുള്ള ഒരു മഞ്ഞപ്പെട്ടിയിൽ സൂക്ഷിച്ചുവെച്ചു. സമയം കിട്ടിയപ്പോഴെല്ലാം ആ കത്തുകളുമായി അനാട്ടോലിയയുടെ വീട്ടിൽ ചെന്നു. അവരെക്കൊണ്ട് കത്തുകൾ വായിപ്പിച്ചുകേട്ടു. കത്തുകളിലെ ഉള്ളടക്കം വാലിൻകയ്ക്ക് കാണാപാഠമായിരുന്നു. എന്നാലും പിന്നേയും പിന്നേയും വായിച്ചു കേൾക്കാനൊരു രസം.

വാനോ പകൽ ഏറെ സമയവും തോട്ടത്തിന്റെ അതിർത്തിയിലുള്ള ചെറിമരത്തിനു താഴെ, ആ പഴയ ബെഞ്ചിലിരുന്ന് കഴിച്ചുകൂട്ടി. മരിച്ചുപോയ വേണ്ടപ്പെട്ടവരെക്കുറിച്ചുള്ള സ്മരണകളിൽ മുഴുകി. വേനൽക്കാലത്ത് അവിടെ സുഖമുള്ള ചൂടും വെളിച്ചവും നിറഞ്ഞുനിന്നു. തണുപ്പുകാലങ്ങളിൽ എങ്ങും മഞ്ഞുമൂടികിടന്നു. ദിവസങ്ങൾ മൂടിക്കെട്ടിയിരിക്കും. മനസ്സും വിഷാദംകൊണ്ട് ഇരുളും. ഇടയ്ക്കുതോന്നും മയിലിന്റെ കുഴിമാടത്തിനുമേൽ ഏതോ വെളിച്ചം മിന്നി നില്ക്കുന്നുണ്ടോ? അയാൾ ബെഞ്ചിൽ നിന്നും പതുക്കെ എഴുന്നേറ്റ് കുഴിമാടത്തിനു ചുറ്റുമുള്ള വേലിക്കരികിൽ ചെന്നുനില്ക്കും അകത്തേക്ക് കടക്കാൻ എന്തുകൊണ്ടോ ധൈര്യം തോന്നാറില്ല. അയാൾ കൈകൾ കണ്ണിനു മീതെ ഒന്നു മറച്ചുപിടിച്ച് കണ്ണുകൾ ഇറുക്കിനോക്കും... വെണ്മയാർന്ന പീലികൾ നിവർത്തി, തല ഉയർത്തി, ആകാശത്തേക്ക് നോക്കി ഏതോ ഉത്തരം തേടുന്ന മട്ടിൽ നിശ്ചലം നില്ക്കുന്ന ഒരു മയിൽ... ഉണ്ട്... അതവിടെയുണ്ട്...

രണ്ട്

പെന്റികോസ്റ്റ് കഴിഞ്ഞ ഉടനെയാണ് വാനോ മരിച്ചത്. ഉച്ചയൂണു കഴിഞ്ഞ് ഒന്നു വിശ്രമിക്കാൻ കിടന്നതാണ്. പിന്നീട് കണ്ണു തുറന്നില്ല. ഭർത്താവിന് കാര്യമായ എന്തോ സംഭവിക്കാൻ പോകുന്നു എന്നൊരു ഉത്കണ്ഠ വാലിൻകയുടെ മനസ്സിൽ നിഴൽ വീഴ്ത്തിയിരുന്നു എന്നു തോന്നി. അന്നു രാവിലെ മുതൽ അവർ അയാളുടെ പുറകിൽനിന്നും മാറാതെ നിന്നു. അടുക്കളത്തോട്ടത്തിലെ ചെറുപണികൾ ഒരുമിച്ചു ചെയ്തു. അങ്ങാടിയിൽ പോയി കേക്കുണ്ടാക്കാനുള്ള മാവ് വാങ്ങിക്കൊണ്ടുവന്നു. തിരിച്ചുവരും വഴി കവലയിൽനിന്ന് രണ്ടുപേരും പരിചയക്കാരോട് കുശലം ചോദിച്ചു. ചന്തയിൽ ആരെല്ലാം എന്തെല്ലാം മാറ്റക്കച്ചവടത്തിനായി കൊണ്ടുവന്നിരിക്കുന്നു എന്ന് എത്തിനോക്കി. ഒടുവിൽ മൂക്കുച്ചിന്റെ ചെരിപ്പുകടയിലും കയറി. വാനോ ആവശ്യപ്പെട്ടതനുസരിച്ച് അയാൾ പുതിയൊരു ജോടി ഷൂസ് തയ്യാറാക്കിവെച്ചിരുന്നു.

മേത്തരം തുകൽ. ഉപ്പൂറ്റിക്ക് നല്ല ഉറപ്പ്. ഗ്രാമത്തിലെ കല്ലും കുഴിയും നിറഞ്ഞ പൊട്ടിപ്പൊളിഞ്ഞ വഴിയിൽ കൂടി നടക്കാൻ പറ്റിയതുതന്നെ. വാനോയ്ക്ക് തൃപ്തിയായി. കുമ്പിട്ടുനിന്നു ചരടു മുറുക്കേണ്ട ആവശ്യമില്ല. അതാണ് വാനോയ്ക്ക് ഏറ്റവും ഇഷ്ടമായത്. കാൽ വെറുതെ അകത്തേക്ക് കയറ്റുകയേ വേണ്ടൂ. ഇത്തിരി വലുപ്പം അധികമായോ? എന്നാലും വേണ്ടില്ല. വാതത്തിന്റെ വേദനകൊണ്ടു വിങ്ങുന്ന പാദങ്ങൾക്ക് ഇതാണ് സുഖം. സോക്സും ഇറുകിപ്പിടിച്ചു കിടക്കാൻ വേണ്ടി ഇലാസ്റ്റിക് പിടിപ്പിക്കാതെയാണ് അയാൾ തുന്നിച്ചിരുന്നത്.

വാനോ തർക്കിക്കാൻ നിന്നില്ല. ഒന്നും മിണ്ടാതെ ഷൂസിന്റെ വില എണ്ണിക്കൊടുത്തു. വാലിൻകയോടുള്ള പരിഭവം കാണിക്കാനെന്നോണം കേക്കുമാവിന്റെ സഞ്ചിയും പുതിയ ഷൂസിന്റെ പൊതിയും അയാൾ അവിടെത്തന്നെ വെച്ചു.

വാലിൻക ചിരി ഒതുക്കി തലയാട്ടി. പൊതികൾ രണ്ടും കൈയിലെടുത്തു. മൂക്കുച്ചിയോട് യാത്ര പറഞ്ഞ് ഭർത്താവിന്റെ പുറകെ കടയിൽ നിന്നിറങ്ങി. തിരിഞ്ഞുനോക്കാതെ ഗൗരവത്തിലായിരുന്നു വാനോവിന്റെ നടത്തം. പാടത്തും പറമ്പിലും പണിയെടുത്തു തഴമ്പിയ വലിയ കൈകൾ പുറകിൽ പിണച്ചുവെച്ചിരുന്നു.

“ഈ മാവിന്റെ സഞ്ചിയെങ്കിലും ഒന്നു പിടിച്ചുകൂടേ?” വാലിൻക ഉറക്കെ വിളിച്ചുപറഞ്ഞു.

“ഇല്ല” തിരിഞ്ഞുനോക്കാതെ അയാൾ അമറി.

“ഇത്രയും ദേഷ്യപ്പെടാൻ തക്കവണ്ണം ഞാനെന്താണ് പറഞ്ഞത്? പെന്റികോസ്റ്റിന് ഇനി രണ്ടു ദിവസമല്ലേയുള്ളൂ. അത്രയും ക്ഷമിച്ചിരിക്കാൻ വയ്യെന്നൊ?”

വാനോ മറുപടി പറഞ്ഞില്ല. വാലിൻക നടത്തത്തിനു വേഗം കൂട്ടി. ഭർത്താവിന്റെ ഒപ്പമെത്തി. ഷൂസിന്റെ പെട്ടി ബലമായി അയാളുടെ

കൈയിൽവെച്ചു. അയാൾ അതുവാങ്ങി. എന്നാൽ അവരുടെ നേരെ നോക്കിയില്ല.

“പ്രായമായതോടെ പ്രകൃതം അപ്പാടെ മാറിയിരിക്കുന്നു. ചെറിയൊരു കാര്യം മതി... ദേഷ്യം വരാൻ.”വാലിൻക ഒപ്പം നടന്നുകൊണ്ട് പറഞ്ഞു.

“ആ ചെറിയ കാര്യം നിന്റെ ഭാഗത്തുനിന്നുണ്ടാവാഞ്ഞാൽ മതി. അപ്പോൾ പിന്നെ എനിക്ക് ദേഷ്യവും വരില്ല.”

“ആട്ടെ. ഞാനിപ്പോൾ എന്തു പറഞ്ഞുവെന്നാണ്?”

“ഇല്ല... ഒന്നും പറഞ്ഞില്ല.”

“അതെ, അതാണ് ശരി. നിങ്ങൾക്കു നല്ലതുവരണമെന്നേ എന്റെ മനസ്സിലുള്ളൂ... നിങ്ങൾക്കു ദോഷം വരുന്ന എന്തെങ്കിലും ഞാൻ എപ്പോഴെങ്കിലും പറഞ്ഞിട്ടുണ്ടോ...? ഇല്ല... പറഞ്ഞിട്ടില്ല...” അവർ സ്വയം സമർത്ഥിച്ചു.

അവർ പടിവാതിൽ തുറന്ന് ഭർത്താവ് അകത്തേക്കുപോകാനായി ഒരു വശത്തേക്ക് മാറി കാത്തുനിന്നു. എന്നാൽ അയാൾ അവരെ ഗൗനിക്കാതെ പറമ്പിന്റെ അങ്ങേയറ്റത്തെ വേലിക്കരികിലേക്ക് നടന്നു. അവിടെ വേലിയുടെ ഒരു ഭാഗം പൊളിഞ്ഞുവീണിരുന്നു. അതിനടിയിൽപ്പെട്ട് വളരെ കാലത്തിനുശേഷം കായ്ക്കാൻ തുടങ്ങിയ ഒരു മുന്തിരി വള്ളി ചതഞ്ഞു പോയിരുന്നു. വാലിൻക കൈകെട്ടി ചുണ്ടുകൾ കൂട്ടിപ്പിടിച്ച് ഭർത്താവിനെ നോക്കിനിന്നു. ഭർത്താവ് മാവിന്റെ സഞ്ചിയും ഷൂസുപെട്ടിയും തൂക്കിപ്പിടിച്ചു നടക്കുന്നു. കൂടുതൽ നേരം നോക്കിനില്ക്കാതെ അവർ വീട്ടിനകത്തേക്ക് നടന്നു. “കഴിക്കാനെന്തെങ്കിലും വേഗം ചൂടാക്കിയെടുക്കാം. വയറുനിറഞ്ഞാൽ ഒരുപക്ഷേ മൂപ്പരുടെ ഭാവം ശാന്തമായേക്കും.”

വേലിത്തലയ്ക്കൽ വാനോയുടെ കാലുറയുടെ തുമ്പ് കുരുങ്ങിപ്പോയി. ഊരിയെടുക്കാൻ കാലു കുടഞ്ഞപ്പോൾ കാലുറ വലിഞ്ഞു കീറി. ഒരു തുമ്പു തൂങ്ങിക്കിടക്കുന്നു. തൂങ്ങിക്കിടക്കുന്ന ഭാഗം അയാൾ വലിച്ചുകീറി ദൂരേയെറിഞ്ഞു. “ഇനി അവിടെ കിടക്ക്” അയാൾ പിറുപിറുത്തു. പൂത്തുനില്ക്കുന്ന ഫലവൃക്ഷങ്ങൾക്കിടയിലൂടെ വാനോ വരാന്തയിലേക്ക് നടന്നു. ഇളംചുകപ്പും തൂവെള്ളയുമായ പൂക്കൾ വഴിനീളെ കൊഴിഞ്ഞുകിടന്നിരുന്നു.

വരാന്തയുടെ ചവിട്ടുപടിയിൽ വാനോ കാലുമടക്കി ഇരുന്നു. ഒരു സിഗരറ്റ് ചുരുട്ടി കത്തിച്ചു. ദേഷ്യത്തോടെ സിഗരറ്റിന്റെ തുമ്പിൽനിന്നും ഇത്തിരി കടിച്ചുമാറ്റി മുറ്റത്തേക്ക് തുപ്പി. വാലിൻക പറഞ്ഞത് ശരിയാണ്. കാലം ചെല്ലുന്തോറും തന്റെ ശീലം മോശമായി വരുന്നുണ്ട്. അവളുടെ കാര്യവും അങ്ങനെത്തന്നെ. എപ്പോഴും വാശിയും ശാഠ്യവും... തർക്കിച്ചുകൊണ്ടിരിക്കും. രാവിലെ മുതൽ രാത്രിവരെ പിന്നാലെ നടന്ന് അരിശം പിടിപ്പിക്കും. കാരണങ്ങൾ പലതായിരിക്കും. നനഞ്ഞ തോർത്ത് വേണ്ടവിധത്തിൽ നിവർത്തിയിട്ടില്ല. കാലും മുഖവും കഴുകുമ്പോൾ വെള്ളം തെറിപ്പിച്ചു. ജനല മുഴുവനായും തുറന്നിട്ടില്ല. അവളുടെ നേരെ നോക്കാതെ

സംസാരിച്ചു. ഇതൊന്നുമല്ലെങ്കിൽ തെറ്റായതെന്തോ പറഞ്ഞു... ചിന്തിച്ചു. അന്നു രാവിലെതന്നെ ഭാര്യ അയാളെ വട്ടു പിടിപ്പിച്ചിരുന്നു. ചായ കുടിക്കുന്നതിനിടയിൽ തുളുമ്പിപ്പോയി എന്നുപറഞ്ഞ് പ്രാതൽ കഴിക്കുമ്പോൾ തന്നെ തുടങ്ങി ശകാരം. ആദ്യം കപ്പിൽ പഞ്ചസാരയിടണം. വാലിൻകയുടെ നിർദ്ദേശം. ചൂടുവെള്ളമല്ല ഒഴിക്കേണ്ടത്. അങ്ങനെയാവുമ്പോൾ വേണ്ടതിലധികം വെള്ളമൊഴിക്കില്ല. ഇളക്കുമ്പോൾ തുളുമ്പിപ്പോവുകയുമില്ല.

"എന്തിനാ ചവിട്ടുപടിയിൽ വന്നിരുന്നത്. വല്ല ഉളുക്കും ബാധിച്ചാൽ പിന്നീട് എഴുന്നേല്ക്കാൻ പറ്റില്ല." വാതിൽ ചാരിനിന്ന് വാലിൻക പറഞ്ഞു. അയാളുടെ മനസ്സിലുള്ളത് വായിച്ചെടുത്തതുപോലെ.

"ഒരുപക്ഷേ, അതുതന്നെയാണ് എനിക്കു വേണ്ടതും."

"അതു തന്നെയോ? എന്നുവെച്ചാൽ?"

"പുറത്തൊരു ഉളുക്ക്."

"വാനോ?" അവർ ഭർത്താവിനുനേരെ ഒച്ചയിട്ടു.

"എന്താ?"

മൂർച്ചയുള്ള നാലുവാക്ക് പറയാനോങ്ങിയതാണ്. പിന്നെ വേണ്ടെന്നു വെച്ചു. "ഒന്നൂല്ല്യാ... വരൂ... ആഹാരം കഴിക്കാം." വാലിൻക ദേഷ്യമടക്കി പറഞ്ഞു.

"ഈ സിഗരറ്റ് വലിച്ചു തീർന്നിട്ടുവരാം..." വാനോ പതുക്കെ പറഞ്ഞു. എന്തുകൊണ്ടോ കലഹം തുടരേണ്ട എന്നു കരുതി. ഭാര്യയുടെ ശകാരം... അയാൾക്ക് വല്ലാതെ മടുക്കാൻ തുടങ്ങിയിരുന്നു.

വാതിൽ തുറന്നുവെച്ച് വാലിൻക അകത്തേക്ക് പോയി. തുറന്ന ജനലിലൂടെ അയാൾ കേട്ടു. സൂപ്പുചട്ടിയിൽ തലേന്നു ബാക്കിയായ സൂപ്പ് അവർ ചുരണ്ടിയെടുക്കുന്നു. ഉരുളക്കിഴങ്ങു പുഴുങ്ങിയതാണ് പ്രധാന ഭക്ഷണം. അതിന്റെ കൂടെ ടർക്കി വേവിച്ച് കഷണമാക്കിയത്. പെന്റികോസ്റ്റിനു തുറക്കാൻ വേണ്ടി രണ്ടു കുപ്പി പീച്ച് പഞ്ചസാരയിൽ വിളയിച്ച് കരുതിവെച്ചിരുന്നു. അതിൽ ഒന്ന് നിലവറയിൽനിന്നും എടുത്തുകൊണ്ടുവന്നു തുറന്നു. ഭർത്താവിനു സന്തോഷമാവട്ടെ. പീച്ച് വിളയിച്ചതു കൊടുത്താൽ വലിയ സന്തോഷമാണ്. ഏറ്റവും ഇഷ്ടപ്പെട്ട മധുരം. നുണച്ചു നുണച്ചു തിന്നും. വിരലുകളും ചുണ്ടുകളും നക്കിത്തുടങ്ങും. മധുരം തിന്നാൻ പാടില്ലാത്ത കുട്ടിക്ക് മധുരം കിട്ടിയാലുള്ള ഭാവം! സന്തോഷം കൊണ്ട് കണ്ണുകൾ വിടരും.

ഉച്ചയൂണു കഴിഞ്ഞ് വാനോ മയങ്ങാൻ കിടന്നു. അതയാളുടെ ശീലമായിരുന്നു. വാലിൻക തുന്നാനിരുന്നു. തുണിത്തുണ്ടുകൾ ഭംഗിയിൽ ചേർത്തു തുന്നി കട്ടിപ്പുതപ്പുണ്ടാക്കുന്നതിൽ അവർക്ക് നല്ല വിരുതാണ്. നിലത്തിരുന്നാലേ വേണ്ടവിധത്തിൽ അതു ചെയ്യാനാവൂ. അമ്മയിൽ നിന്നാണ് അവർ ആ വിദ്യ വശമാക്കിയത്. പുതപ്പുണ്ടാക്കുന്നതിലുള്ള

അവരുടെ സാമർത്ഥ്യം നാട്ടിൽ പ്രസിദ്ധമായിരുന്നു. അവരുടെ പണിക്ക് പ്രത്യേകിച്ചൊരു ഭംഗിയും വൃത്തിയുമുണ്ടായിരുന്നു. സ്വന്തം മക്കളേയും അവർ അത് പഠിപ്പിച്ചിരുന്നു. അങ്ങനെ അവരും തുന്നൽപ്പണിയിൽ പേരെടുത്തു. കല്യാണപ്രായമായതോടെ മാരാനിലെ കുടുംബക്കാരെല്ലാം മക്കൾക്ക് ഭാര്യമാരായി അവരെ തേടിവന്നു.

വാലിൻകയുടെ മൂത്തമകൾ സരുയി കുറെ ദൂരെയാണ് താമസിച്ചിരുന്നത്. മലയിടുക്കിന് തൊട്ടരികിലായി. എല്ലാ ശനിയാഴ്ചയും പള്ളിയിലെ രാവിലെ നേരത്തേയുള്ള പ്രാർത്ഥന കഴിഞ്ഞുവരുമ്പോൾ വാലിൻക മകളുടെ വീട്ടിലൊന്നു കയറും. മകൾ അപൂർവമായേ പള്ളിയിൽ വരാറുള്ളൂ. വയസ്സായ അമ്മായിഅപ്പന്റെ ചുമതല അവൾക്കായിരുന്നു. അയാളാണെങ്കിൽ വലിയ ശ്വാസംമുട്ടുകാരനും. ശനിയാഴ്ച മുഴുവൻ മകളുടെ വീട്ടിൽനിന്ന് അമ്മ അവളെ ജോലികളിൽ സഹായിച്ചുവന്നു. ഭക്ഷണമുണ്ടാക്കി, വീട് വൃത്തിയാക്കി, കുട്ടികളുടെ കാര്യങ്ങൾ നോക്കി. ചുമച്ചും ശ്വാസംമുട്ടിയും തളർന്നുകിടക്കുന്ന വയസ്സനെ ശുശ്രൂഷിച്ചു. അങ്ങനെ മകൾക്ക് സ്വൈര്യമായി കുറച്ചുനേരമൊന്നു വിശ്രമിക്കാനും ഉറങ്ങാനും അവസരമുണ്ടാക്കിക്കൊടുത്തു. ചിലപ്പോൾ മകളുടെ മക്കളെ അവൾ സ്വന്തം വീട്ടിലും കൊണ്ടുവന്നു താമസിപ്പിച്ചു. അന്നൊക്കെ വാലിൻകയുടെ അമ്മയും ആ വീട്ടിൽ അവരോടൊപ്പമുണ്ടായിരുന്നു. ഭൂമികുലുക്കത്തിൽ സരുയിയുടെ കുടുംബം മുഴുവൻ ഇല്ലാതായി. ഭർത്താവും അദ്ദേഹത്തിന്റെ അച്ഛനും മൂന്നു കുഞ്ഞുങ്ങളും. ആ ദിവസത്തെക്കുറിച്ചോർക്കുമ്പോൾ ഇപ്പോഴും വാലിൻകയുടെ ഹൃദയം നിന്നുപോകും. ആ വാർത്ത കേട്ട് മനസ്സിന്റെ സമനില തെറ്റി. വാലിൻകയുടെ അമ്മ കുട്ടികളുടെ പേരെടുത്തു വിളിച്ചുകൊണ്ട് മലയിടുക്കിൽ ചെന്നുനിന്ന് മുറവിളി കൂട്ടി. അതിൽ പിന്നെ അവർ നേരാംവണ്ണം ഉറങ്ങിയിട്ടില്ല. എപ്പോഴും കരച്ചിലും സങ്കടപ്പെടലുമായി കഴിഞ്ഞു. വീട്ടുപണികൾ എല്ലാം അമ്മ മുറപോലെ ചെയ്തു. എന്നാൽ ആ കണ്ണീർ ഒരിക്കലും വറ്റിയില്ല. അവരുടെ കൈലേസ് എപ്പോഴും കണ്ണീരിൽ കുതിർന്നിരുന്നു. ഇടയ്ക്കിടയ്ക്ക് നനഞ്ഞ തൂവാല മാറ്റി പുതിയത് കൊണ്ടുവന്നുകൊടുക്കാൻ വാലിൻക ശ്രദ്ധിച്ചു.

ഒരു മഴക്കാലത്താണ് വാലിൻകയുടെ അമ്മ കാറ്റിൻക മരിച്ചത്. മകളുടെ മകളുടെ കുടുംബത്തെയോർത്ത് കരഞ്ഞുകരഞ്ഞ് അവരുടെ ശ്വാസം നിലച്ചു. കനത്ത മഴ ഏഴുദിവസം തോരാതെ പെയ്തു. എന്തോ ഭാഗ്യംകൊണ്ട് ശവഘോഷയാത്ര തടസ്സം കൂടാതെ സെമിത്തേരിയിലെത്തി. ശവമടക്കലും വേണ്ടവിധം നടന്നു. അത്രയും നേരം മഴ ഒഴിഞ്ഞുനിന്നു.

രണ്ടുമൂന്നുവർഷത്തിലൊരിക്കൽ വാലിൻക കമ്പിളികൊണ്ട് താൻ തുന്നിയുണ്ടാക്കിയ കട്ടിപുതപ്പുകൾ ഓരോന്നായി കഴുകിയുണക്കും. കേടുപാടുകൾ തീർക്കും. പുതപ്പിന്റെ നടുവിൽ തിളങ്ങുന്ന സൂര്യഗോളം

വീണ്ടും തുന്നിപ്പിടിപ്പിക്കും. കാലത്തിന്റെ യവനികയ്ക്കു പിന്നിൽ എന്നെന്നേക്കുമായി മറഞ്ഞുപോയ തന്റെ പ്രിയപ്പെട്ടവർക്കുള്ള ഓർമ്മ പുതുക്കലാണ് അത്. വിരലുകൾക്കിടയിലൂടെ മണൽ ചോർന്നുപോകുന്നതുപോലെയല്ലേ അവരെല്ലാം നഷ്ടമായത്! മനുഷ്യർക്ക് കാണാനാകാത്തവിധം പ്രപഞ്ചത്തിന്റെ മറുവശത്തേക്കവർ കടന്നുപോയി. ഏഴു പൂട്ടുകളിട്ടാണ് അവിടം പൂട്ടിയിരുന്നത്. ഓരോ പൂട്ടിനും ഒരു സൂചിമുനയുടെ വലിപ്പം. വലിയൊരു പർവതത്തിന്റെ ഭാരവും. ആർക്കുമാവില്ല അതിനെ തള്ളിനീക്കാനോ... കടന്നുപോകാനോ...

ഭൂമികുലുക്കത്തിനിടയിൽ വാനോയും വാലിൻകയും കിടക്കുന്ന മുറിയിൽ ചെറിയൊരു പിളർപ്പ് പ്രത്യക്ഷപ്പെട്ടിരുന്നു. സൂക്ഷിച്ചുനോക്കിയാലേ കാണൂ. ക്രമേണ അതിനു വലിപ്പം കൂടി. പകൽ വെയിൽനാളവും രാത്രിയായാൽ നിലാവിന്റെ വെട്ടവും അതിലൂടെ മുറിയിലേക്ക് കടന്നുവന്നു. വാനോ മരത്തടികൾ ചേർത്തുവെച്ച് ഭിത്തിക്ക് ഉറപ്പുനൽകാൻ ശ്രമം നടത്തി. സിമന്റും കുമ്മായവും ചേർത്ത് വിടവ് അടയ്ക്കുകയും ചെയ്തു. അതുകൊണ്ട് പ്രയോജനമുണ്ടായില്ല. കുമ്മായവും സിമന്റും അടർന്നുവീണു. വീണ്ടും അവിടെ ആ പിളർപ്പ് കാണാമെന്നായി. വാനോ പലവട്ടം ആ വിടവു നികത്താൻ ശ്രമിച്ചു. ഒന്നുകൊണ്ടും ഫലമുണ്ടായില്ല. മാത്രമല്ല, പിളർപ്പിനുള്ളിൽ ഏതോ പുല്ല് വളരാനും തുടങ്ങി. കല്ലുകൾക്കിടയിലൂടെ ഒട്ടലുള്ള ഒരു തരം പുൽനാമ്പുകൾ തലനീട്ടിനിന്നു. നേരിയ പുൽനാമ്പുകൾക്കിടയിൽ എട്ടുകാലികൾ വല നെയ്തു. ആ വിടവിൽ കൂടി അകത്തെത്തിയ വെയിലേറ്റ് നീലച്ചായമടിച്ചിരുന്നു. തറയുടെ ഒരു ഭാഗം കരുവാളിക്കുകയും ചെയ്തു.

ഭിത്തിയിലെ പിളർപ്പിൽ വളരുന്ന പുല്ലുകളേയും അവയ്ക്കിടയിൽ സ്ഥലം പിടിച്ച പ്രാണികളേയും കൂട്ടത്തിൽ ചത്തുകിടക്കുന്ന ഈച്ച, പാറ്റ തുടങ്ങിയവയേയും നോക്കി വാനോ അദ്ഭുതപ്പെട്ടു "എല്ലായിടത്തും ജീവനുണ്ട്, എല്ലായിടത്തും മരണവുമുണ്ട്."

അവസാനമായി വാനോ ഭിത്തിയിലെ വിടവ് അടച്ചത് രണ്ടുകൊല്ലം മുമ്പായിരുന്നു. ഇപ്പോൾ അതെല്ലാം പൂർണ്ണമായും അടർന്നു വീണിരിക്കുന്നു. ഒരിക്കൽ കൂടി തന്റെ പ്രയോഗം നടത്തണം. അതിനുള്ള ഒരുക്കത്തിലായിരുന്നു വാനോ. വെയിലിന്റെ ശക്തി കുറഞ്ഞിട്ടാവാം പണി തുടങ്ങാൻ.

വാനോ പണി തുടങ്ങിയാൽ വാലിൻകയ്ക്ക് പണിയായി. അയാളുടെ പണി ഒരു ദിവസം കൊണ്ടുതീരും. എന്നാൽ അവരുടെ വൃത്തിയാക്കൽ മുഴുവനാക്കാൻ ഒരാഴ്ച വേണ്ടിവരും. "കിടപ്പുമുറി പൂട്ടിയിട്ട് നമുക്ക് മറ്റേ മുറിയിലേക്ക് മാറാം" അവർ പറഞ്ഞുനോക്കി. "ആ മുറിയെ അതിന്റെ പാട്ടിനു വിട്ടേക്കൂ."

"ഭൂമികുലുക്കം എന്നെ ഈ വീട്ടിൽ നിന്നിറക്കിയില്ല... എന്നാൽ ഇതെന്നെ ഇവിടെനിന്നിറക്കുമെന്നാണ് തോന്നുന്നത്." ഭിത്തിയിലെ

വൃത്തികെട്ട പിളർപ്പിലേക്ക് വിരൽ ചൂണ്ടി ദേഷ്യത്തോടെ വാനോ പ്രതികരിച്ചു.

ചുമരിലെ പിളർപ്പിനോടു പൊരുതുക വാനോവിന് ഒരു ശീലമായിരിക്കുന്നു. തർക്കിച്ചിട്ടൊന്നും കാര്യമില്ല. വാലിൻക അഭിപ്രായം പറയൽ നിർത്തി. ഇഷ്ടംപോലെ ചെയ്യട്ടെ. "എല്ലാവർക്കുമുണ്ട് ജീവിതത്തിൽ അവനവന്റേതായ ഒരു ദൗത്യം... അവനവന്റേതായ പോരാട്ടങ്ങളും." അവർ തന്നോടുതന്നെ പറഞ്ഞു.

പുതപ്പ് തുന്നി കഴിഞ്ഞതിനുശേഷം വാലിൻക അത് മുറ്റത്തെ അയയിൽ കൊണ്ടുവന്നിട്ടു. കാറ്റും വെയിലും കൊണ്ട് വൃത്തിയാവട്ടെ. വൈകുന്നേരമാവുമ്പോൾ എടുത്ത് മടക്കി ലാവൻഡർ മണമുള്ള മരപ്പെട്ടിയിൽ വെക്കാം. തണുപ്പുകാലമാവുമ്പോൾ പുറത്തെടുക്കാം. അവർ നിലവറയിൽചെന്ന് റൊട്ടിയും ചീസും മട്സ്പൂണും എടുത്തുകൊണ്ടുവന്നു. ഇടനേരം കഴിക്കാനായി. അപ്പോഴും ഭർത്താവ് ഉച്ചമയക്കം കഴിഞ്ഞുണർന്നിട്ടില്ല. ഇന്നെന്താണിങ്ങനെ? അവർ ചെറിയ ഇടനാഴിയും സ്വീകരണമുറിയും കടന്ന് ഒട്ടും തിടുക്കം കൂടാതെ കിടപ്പുമുറിയിലേക്ക് നടന്നു. അരുതാത്തതെന്തെങ്കിലും സംഭവിച്ചിരിക്കുമോ എന്ന ആശങ്ക തെല്ലും അവരുടെ മനസ്സിലുണ്ടായിരുന്നില്ല. എന്നാൽ വാതിൽ തുറന്നതും അവർക്ക് മനസ്സിലായി. സങ്കോചത്തോടെ നാലടി കൂടി മുന്നോട്ടുവെച്ചു. ഭർത്താവിന്റെ അരികിൽ ചെന്നുനിന്നു. ആ മുഖത്തുനിന്ന് കണ്ണെടുക്കാനാവാതെ. വാനോയുടെ ജീവൻ പോയിക്കഴിഞ്ഞിരുന്നു. തല പിന്നാക്കം ചാഞ്ഞുകിടന്നു. ഇടതുകൈ കട്ടിലിന്റെ പിൻവശത്ത് തൂക്കിയിട്ടിരിക്കയായിരുന്നു. നനുത്ത കമ്പിളിപുതപ്പ് കാലിനുതാഴെ ചുരുണ്ടുകിടന്നിരുന്നു. ചുമരിലെ വിടവിൽ കൂടി സൂര്യപ്രകാശം കാണാനില്ലായിരുന്നു. എന്നാലും എന്തോ ഒരു വെളിച്ചം മുറിയിലാകെ നിറഞ്ഞു കണ്ടു. അതിന്റെ പ്രതിഫലനം വാനോയുടെ ജീവനറ്റ കണ്ണുകളിലും. മുഖം കുനിച്ച് സ്വരം താഴ്ത്തി അവർ ഭർത്താവിനെ പേരെടുത്തു വിളിച്ചു.

പൊട്ടിപ്പൊളിഞ്ഞു കിടക്കുന്ന ഗ്രാമപാതയിലൂടെ അലറിവിളിച്ചുകൊണ്ട് ആംബുലൻസ് പാഞ്ഞുവന്നു. ചുറ്റുവട്ടത്തെ ആടുമാടുകളും പക്ഷിക്കൂട്ടങ്ങളും പേടിച്ചരണ്ടു. അപ്പോൾ വീടിനകത്തെ കണ്ണാടികൾ വാലിൻക വിരിപ്പുകൾ തൂക്കിയിട്ട് മറയ്ക്കുകയായിരുന്നു. അവർ കിടപ്പുമുറിയിൽ കുന്തിരിക്കം പുകച്ചു കഴിഞ്ഞിരുന്നു. ഡോക്ടർ വന്നു കയറിയപ്പോഴേക്കും ഉമ്മറമുറ്റം അടിച്ച് വെള്ളം തളിച്ചിരുന്നു. ടർക്കികളേയും കോഴികളേയും കൂടിനകത്താക്കി വാലിൻക വാതിലടച്ചു. അല്ലെങ്കിൽ അവ പരിഭ്രമിച്ച് അവിടേയും ഇവിടേയും ചുറ്റിനടന്ന് ആളുകളുടെ സ്വൈര്യം കെടുത്തും. അവർ കറുത്ത വസ്ത്രം ധരിച്ചു. തലയിലും കറുത്ത തൂവാല കെട്ടി. വാനോവിന്റെ കട്ടിലിന്റെ തലയ്ക്കലായി നിശ്ശബ്ദം ഇരുന്നു. കൈകൾ മടിയിൽ പിണച്ചുവെച്ചു. നോട്ടം ഭിത്തിയിലെ പിളർപ്പിൽ തറച്ചുനിന്നു.

“ഇനിയിപ്പോ ആരാണീ വിടവു നികത്തുക?” ആരോടെന്നില്ലാതെ അവർ ചോദിച്ചു.

അകത്തേക്കു കടന്നുവന്ന ഡോക്ടറും ആദ്യം നോക്കിയത് ഭിത്തിയിലെ വിള്ളലിലേക്കാണ്. “വല്ല ബോംബും?” ഡോക്ടർ നന്നേ മെലിഞ്ഞിട്ടായിരുന്നു. വളഞ്ഞ മൂക്ക്. ഉറക്കക്കുറവുകൊണ്ട് കലങ്ങിയ കണ്ണുകൾ.

“അല്ല, ഭൂമികുലുക്കത്തിൽ സംഭവിച്ചതാണ്.”

ഇത്രത്തോളം വിണ്ടുനില്ക്കുന്ന ഭിത്തിയോടുകൂടിയ ഒരു വീട്ടിൽ അവർ എങ്ങനെ അമ്പതുകൊല്ലത്തിലധികം ജീവിച്ചു എന്ന് അദ്ദേഹം അദ്ഭുതപ്പെട്ടു. പക്ഷേ, ഒന്നും ചോദിച്ചില്ല. അദ്ദേഹം മരണസർട്ടിഫിക്കറ്റ് എഴുതിക്കൊടുത്തു. കൂടുതലൊന്നും ചോദിക്കാതെ താഴ്‌വരയിലേക്ക് തിരിച്ചുപോയി. ആംബുലൻസിന്റെ മടക്കയാത്ര വീണ്ടും. കാതുപൊഴിഞ്ഞുപോകുന്ന സൈറൺ. കൂട്ടിലെ പക്ഷികൾ പിന്നേയും പരിഭ്രമിച്ച് ഒച്ചവെച്ചു.

വാനോയെ അദ്ദേഹത്തിന്റെ പഴയ സ്യൂട്ടും ഷൂസും ധരിപ്പിച്ചാണ് വാലിൻക അടക്കം ചെയ്തത്. പുതിയ ഷൂസ് ഉപയോഗിച്ചിട്ടേയില്ല. അത് മൂക്കുച്ചിന്റെ കടയിൽ തിരിച്ചേല്പിക്കാം.

തുടർന്നുള്ള കഥ പെട്ടെന്ന് പുതിയൊരു വഴിയിലേക്ക് തിരിഞ്ഞു. ശവമടക്കൽ കഴിഞ്ഞ അതേ രാത്രി തന്നെ വാലിൻക വാനോയെ സ്വപ്നം കണ്ടു. പഴയ സ്യൂട്ടും ഷൂസും ധരിച്ച് വിഷാദമഗ്നനായാണ് നിന്നത്. ഭാര്യയുടെ നേരെ നോക്കി ദേഷ്യത്തോടെ ചോദിച്ചു. “നീ എന്റെ പഴയ ഷൂസ് കൈക്കലാക്കി അല്ലേ?”

വാലിൻക ഞെട്ടി ഉണർന്നു. അപ്പാടെ വിയർപ്പിൽ കുളിച്ചിരുന്നു. പിന്നീട് ഉറങ്ങാനായില്ല. ഏറെ നേരം തിരിഞ്ഞും മറിഞ്ഞും കിടന്നു. നേരം പുലർന്നതും പള്ളിയിലേക്കോടി വാനോവിന്റെ നിത്യശാന്തിക്കുവേണ്ടി മെഴുകുതിരികൾ കത്തിച്ചു. വരുംവഴി മൂക്കുച്ചിന്റെ കടയിൽ കയറി ചോദിച്ചു.

“ആ ഷൂസുകൾ തിരിച്ചുതരാമോ?”

“വിരോധമില്ല. കൊണ്ടുപൊയ്ക്കോളൂ.”

അന്നുരാത്രി വീണ്ടും അവർ വാനോയെ സ്വപ്നം കണ്ടു. ഒരു ചതുപ്പുനിലത്തിൽ മുട്ടുകുത്തി നഗ്നനായി നില്ക്കുന്നു. ഒന്നും മിണ്ടിയില്ല. എങ്കിലും ആ മുഖത്ത് എതിർപ്പ് പ്രകടമായിരുന്നു.

“നിങ്ങളെന്താണിങ്ങനെ?” വാലിൻക നീരസത്തോടെ ചോദിച്ചു. “ഉപയോഗിക്കാത്ത ഷൂസ് തിരിച്ചുകൊടുത്തു. അത്രതന്നെ. നമ്മൾ വലിയ പണക്കാരൊന്നുമല്ലല്ലോ!”

വാനോ ഒന്നും മിണ്ടാതെ ആ ചതുപ്പിലൂടെ ബുദ്ധിമുട്ടി നടന്നുപോയി... ഞെരമ്പുകൾ തടിച്ചുവീർത്ത് വേദനിക്കുന്ന കാൽ വലിച്ചുവെച്ചു.

വാലിൻകയ്ക്ക് സങ്കടം സഹിച്ചില്ല. "കുറച്ചുകാലം ക്ഷമിച്ചിരിക്കൂ... ആരെങ്കിലും വൈകാതെ മരിക്കും. ഞാൻ ഷൂസുകൾ കൊടുത്തയയ്ക്കാം." അവർ ഉച്ചത്തിൽ വിളിച്ചുപറഞ്ഞു.

വാനോ തലയാട്ടി. തിരിഞ്ഞുനോക്കാതെ വേഗം നടന്നു. വാലിൻക സൂക്ഷിച്ചുനോക്കി... ഇല്ല, വാനോ ഇപ്പോൾ മുടന്തുന്നില്ല.

ഒരു മാസത്തോളം വാലിൻക കാത്തിരുന്നു. മാരാനിൽ ഒരാളും മരിച്ചില്ല. അവസാനം ഒരവസരം ഒത്തുവന്നു. മറിയം – ബെക്കൻവാൻടെ അമ്മായിഅമ്മ മരിച്ചു. അടുക്കളയിൽ ഉപയോഗിക്കാൻ വെച്ചിരിക്കുന്ന നല്ലൊരു ടവ്വലിൽ അവർ ആ ഷൂസുകൾ പൊതിഞ്ഞെടുത്തു. മറിയത്തിന്റെ വീട്ടിൽചെന്ന് അപേക്ഷിച്ചു.മരിച്ചുപോയ അമ്മായിഅമ്മയുടെ ദേഹത്തോടൊപ്പം ആ ഷൂസുകൾ കൂടി മറവുചെയ്യാമോ എന്ന്.

മറിയം നിസ്സഹായയായി കൈമലർത്തി. "ഞാനിത് എവിടെ കൊണ്ടു വെക്കും?" മറിയം ചുറ്റും നോക്കി അടക്കം പറഞ്ഞു. "നിനക്കറിയില്ലേ... എന്തൊരു തടിച്ച ദേഹമാണ് അവരുടേത്. ഏറ്റവും വലിയ ശവപ്പെട്ടി തന്നെയാണ് ഏർപ്പാട് ചെയ്തിരിക്കുന്നത്. എങ്ങനെയെങ്കിലും അവരെ അതിനകത്താക്കണം."

വാലിൻക പൊട്ടിക്കരഞ്ഞു. ആ ഷൂസിന്റെ കഥയും താൻ കണ്ട സ്വപ്നവും അവർ വിസ്തരിച്ചു. ചതുപ്പുനിലത്തിലൂടെ നഗ്നനായി കാലു വലിച്ചുവെച്ചു നടക്കുന്ന വാനോ. കാൽവണ്ണയിൽ നീല ഞെരമ്പുകൾ വീർത്തുനില്ക്കുന്നു. മറിയം നെടുവീർപ്പിട്ടു. ചുണ്ടു കടിച്ചുപിടിച്ച് ആലോചിച്ചു. ഒടുവിൽ വാലിൻകയുടെ കൈയിൽനിന്നും ഷൂസുകൾ വാങ്ങി.

"ശരി. ഞാനീ ഷൂസുകൾ അമ്മായിഅമ്മയുടെ കാലുകളിൽ ഇടുവിക്കാം. ഈ ലോകത്തിന്റെ അതിർത്തി കടന്നുകഴിഞ്ഞ സ്ഥിതിക്ക്... ഏതു ഷൂസിട്ടാലും അവർക്കൊരു വ്യത്യാസവുമില്ല."

അങ്ങനെ ആ കാര്യത്തിനൊരു തീർപ്പായി.

മൂന്ന്

സാമാന്യത്തിലധികം വലുപ്പമുള്ള ഒരു ലക്കോട്ട്, ചുക്കിച്ചുളിഞ്ഞിരുന്നു. പലനിറത്തിലുള്ള കുറെ സ്റ്റാമ്പുകൾ അതിൽ പതിച്ചിരുന്നു. മെലിഞ്ഞുണങ്ങി പഴയൊരു യൂണിഫോമും അതിലും പഴയൊരു തൊപ്പിയും ധരിച്ചു വന്ന തപാൽ ശിപായി തന്റെ തോൾ സഞ്ചിയിൽനിന്നും ആ ലക്കോട്ട് പുറത്തെടുത്തു. തിരിച്ചും മറിച്ചും നോക്കി. ഇതിനകം മനഃപാഠമായി കഴിഞ്ഞ മേൽവിലാസം ഒരിക്കൽ കൂടി വായിച്ചു. തെറ്റിയിട്ടില്ല എന്ന് ഉറപ്പ് വരുത്തി. മാരാൻ ഗ്രാമത്തിലെ പടിഞ്ഞാറെ ചെരുവിലെ ഏറ്റവും അവസാനത്തെ വീട്. പോസ്റ്റ്മാൻ മനസ്സിൽ പറഞ്ഞു. "കത്തിലെ വാർത്ത

നന്നായിരുന്നാൽ ഭാഗ്യം! സുഖമില്ലാത്ത വർത്തമാനവുമായി ഈ കണ്ട ദൂരം മലകയറിവരാൻ..." അയാൾ പറയാതെ പറഞ്ഞത് ഫാദർ അസേറിയ കേട്ടു. അദ്ദേഹം നിർവികാരനായി പറഞ്ഞു... "എന്തായാലും അത് ദൈവഹിതമാണ്."

തപാൽ ശിപായി വീണ്ടും ആ കത്ത് തന്റെ സഞ്ചിയിലിട്ടു. ചുണ്ടുകൾ അമർത്തി കടിച്ചുകൊണ്ട് ചോദിച്ചു. "അപ്പോൾ ഞാൻ ഒരു കാര്യം കൂടി ചോദിച്ചോട്ടെ."

"മാമിക്കോൺ, പിന്നേയും തുടങ്ങണ്ട." അച്ചൻ അക്ഷമയോടെ പറഞ്ഞു. നെഞ്ചിലേക്ക് ആഴ്ന്നു കിടക്കുന്ന കനമുള്ള കുരിശ് കിടന്നാടാതിരിക്കാൻ ബലമായി പിടിച്ചു. എന്തോ തിടുക്കമുണ്ടെന്ന മട്ടിൽ വേഗം നടക്കാൻ തുടങ്ങി.

മലമ്പാതയിലൂടെ നടന്നുനീങ്ങുന്ന അസേറിയ അച്ചനേയും നോക്കി മാമിക്കോൺ കുറച്ചുനേരം നിന്നു. അദ്ദേഹത്തിന്റെ കുപ്പായത്തിന്റെ കൈകളും കീഴറ്റവും കാറ്റിൽ ആടിക്കൊണ്ടിരുന്നു. നല്ല ചൂടുള്ള ദിവസം. വായുവിന് പൊള്ളുന്ന കരിങ്കല്ലിന്റെ മണം. ഒപ്പം അപ്പോൾ മാത്രം വെട്ടിയ പുല്ലിന്റേയും പച്ചിലകളുടേയും ഗന്ധം. മലയിടുക്കിൽനിന്നും ഒരു കൂട്ടം മീവൽ പക്ഷികൾ പറന്നുയർന്നു. കുറേ നേരം മാനത്തു വട്ടം ചുറ്റി. പിന്നെ കിഴക്കോട്ട് സൂര്യനഭിമുഖമായി പറന്നുപോയി. ഉച്ചത്തിൽ ശബ്ദിച്ചുകൊണ്ട്.

മാമിക്കോൺ പതുക്കെ ശ്വാസം ഉള്ളിലേക്കെടുത്തു. അതുപോലെ പുറത്തേക്കും വിട്ടു. അയാൾ തലയിൽനിന്നും തൊപ്പിയെടുത്ത് പൊടി തട്ടി വീണ്ടും വെച്ചും. കാലുറകൾ വലിച്ചിട്ടു. തോൾസഞ്ചിയുടെ വള്ളി നേരെയാക്കി. അതൊക്കെ ചെയ്യുമ്പോഴും കണ്ണുകൾ ദൂരേക്ക് നടന്നുനീങ്ങുന്ന പാതിരിയുടെ പുറത്തുനിന്ന് മാറിയില്ല.

മാമിക്കോണിന്റെ കണ്ണുകൾ തന്റെ പുറത്തു തറച്ചുനിൽക്കുന്നത് അച്ചനു മനസ്സിലാവുന്നുണ്ടായിരുന്നു. അദ്ദേഹം തിരിഞ്ഞുനോക്കിയില്ല. നടത്തത്തിന് വേഗം കൂട്ടിയതുമില്ല. പാതയുടെ അങ്ങേയറ്റത്തെത്തിയപ്പോൾ അച്ചൻ വലത്തോട്ട് തിരിഞ്ഞു. പാറക്കെട്ടുകൾക്കു പുറകിൽ മറഞ്ഞു. അതിനുമുമ്പായൊന്ന് തിരിഞ്ഞുനോക്കി.

"നിങ്ങൾ വരുന്നുണ്ടോ ഇല്ലയോ?"

"വരാതെ എവിടെ പോകാൻ, പരിശുദ്ധ പിതാവേ?" മാമിക്കോൺ ധൃതിയിൽ നടക്കാൻ തുടങ്ങി. "തീർച്ചയായും ഞാൻ വരുന്നുണ്ട്," തന്റെ കൂട്ടുകാരനേക്കാൾ വാശിയിൽ ഒട്ടും പുറകിലല്ല എന്ന് തെളിയിക്കാനായല്ലോ എന്ന തൃപ്തിയായിരുന്നു അയാൾക്ക്.

"ഒരു കഴുതയുടെ ദുശ്ശാഠ്യമാണ് നിങ്ങൾക്ക്." അച്ചന് പറയാതിരിക്കാനായില്ല.

"അങ്ങനെ എന്തോ ഒന്ന്." ശിപായിയും വിട്ടുകൊടുത്തില്ല. മലയുടെ അടിവാരത്തിൽനിന്നു തുടങ്ങിയ തർക്കമായിരുന്നു വിഷയം. വലത്തെ

കരണത്തടിച്ചാൽ ഇടത്തെ കരണം കാണിച്ചുകൊടുക്കണം എന്നതിലെ യുക്തി. മാമിക്കോണിന്റെ സംശയവും വാദഗതിയും അച്ചനു സഹിക്കാനായില്ല. അദ്ദേഹം ഒരു പ്രസംഗം തന്നെ നടത്തി. ദൈവത്തോടു കാട്ടുന്ന നിന്ദ എങ്ങനെ അനുവദിച്ചുകൊടുക്കാൻ? എതിരാളിയുടെ സംശയങ്ങൾ അടിസ്ഥാനരഹിതമാണെന്ന് തെളിയിക്കാനായിരുന്നു അസേറിയ അച്ചന്റെ ശ്രമം.

അച്ചൻ പറഞ്ഞതെല്ലാം മാമിക്കോൺ ശ്രദ്ധയോടെ കേട്ടു. നാക്കുകൊണ്ട് ശബ്ദമുണ്ടാക്കി. തൊപ്പി അല്പം പുറകോട്ടു നീക്കി നെറ്റി ചൊറിഞ്ഞു.

"പരിശുദ്ധ പിതാവേ, ഒന്നു സങ്കല്പിച്ചുനോക്കൂ... വലതു കരണത്തടിച്ചാൽ ഇടത്തെ കരണം കാണിച്ചുകൊടുക്കണം എന്നു പറഞ്ഞത് കർത്താവായ യേശുവല്ല, ഏതോ ഒരു ജന്മിയാണ് എന്ന്. പറഞ്ഞത് സ്വന്തം വേലക്കാരനോടാണ് എന്ന്. അയാൾക്ക് തിരിച്ചു പറയാൻ സാധിക്കില്ലല്ലോ... അങ്ങനെയിരിക്കേ ആ വാക്കുകൾ ആ വേലക്കാരനിലുളവാക്കുന്ന ഭാവം എന്തായിരിക്കും? കടുത്ത വെറുപ്പായിരിക്കില്ലല്ലോ?"

"നിങ്ങളെന്താ പറയാനുദ്ദേശിക്കുന്നത്?"

"ആരു പറഞ്ഞാലും അർത്ഥം ഒന്നുതന്നെയാവണം. വ്യത്യാസമുണ്ടാവരുത്. അല്ലെങ്കിൽ അതിനർത്ഥമില്ലാതെയാവും."

ആ പറഞ്ഞത് ശരിയല്ലെന്നു പറയാൻ അച്ചൻ നാക്കെടുത്തതാണ്. പിന്നെ വേണ്ടെന്നുവെച്ചു. അദ്ദേഹത്തിന് മാമിക്കോനെ നന്നായി അറിയാമായിരുന്നു. തന്റെ അഭിപ്രായത്തിൽ ഉറച്ചുനില്ക്കാനാണ് തീരുമാനമെങ്കിൽ ആർക്കും അയാളെ അതിൽനിന്നും മാറ്റാനാവില്ല. അതുകൊണ്ട് അയാളെ വെറുതെ വിടുകയാണ് നല്ലത്. കാര്യമില്ലാത്ത എന്തൊക്കെയോ കാര്യങ്ങൾ പറഞ്ഞ് അവർ ബാക്കി വഴി കൂടി പിന്നിട്ടു. ദൈവസംബന്ധമായ വിഷയങ്ങളിലേക്ക് സംസാരം വഴി തിരിഞ്ഞുപോകാതിരിക്കാൻ അച്ചൻ പ്രത്യേകം ശ്രദ്ധിച്ചു.

മാമിക്കോൺ നടന്ന് അച്ചന്റെ ഒപ്പമെത്തി. വലിയ മൂക്കോടുകൂടിയ തന്റെ നീളൻ തല പിതാവിന്റെ മുമ്പിൽ കുനിച്ചു. കളിയാക്കുന്നതുപോലെ.

"വ്യക്തിപരമായ തീരുമാനങ്ങൾക്ക് പ്രയോജനമില്ലെന്നു പറഞ്ഞതിന്റെ അർത്ഥം?" മാമിക്കോൺ പിടിവിടാതെ ചോദിച്ചു.

"ഒരു മണ്ടച്ചാരായി ജീവിക്കുക. അങ്ങനെത്തന്നെ മരിക്കുക." അസേറിയ അച്ചന് ക്ഷമകെട്ടു.

"പരിശുദ്ധ പിതാവേ! എന്നെ ചീത്ത വിളിക്കാതെ കാര്യം പറഞ്ഞു മനസ്സിലാക്കിയാൽ നന്നായിരുന്നു."

"എന്തു പറഞ്ഞു മനസ്സിലാക്കിയിട്ടും കാര്യമില്ല. നിങ്ങളുടെ മനസ്സിന് ഒരു മാറ്റവും വരാൻ പോകുന്നില്ല."

"ആ പറഞ്ഞത് വളരെ ശരി..."

ഫാദർ അസേറിയ കുപ്പായക്കീശയിൽനിന്നും ജപമാല പുറത്തെടുത്തു. പതുക്കെ വിരലുകൊണ്ട് പഴക്കംചെന്നു ചെറുതായ ആ മണികൾ ഉരുട്ടാൻ തുടങ്ങി. മാമിക്കോൺ നിശ്ശബ്ദത പാലിച്ചുകൊണ്ട് അച്ചന്റെ പുറകിൽ നടന്നു... അയാളുടെ ചുണ്ടുകൾ എന്തോ മൂളിപ്പാടി, തീരെ ഒച്ച കുറച്ച്.

വഴി അധികം ബാക്കി ഉണ്ടായിരുന്നില്ല. ഒരു മൂന്നു കിലോമീറ്റർ ദൂരം കൂടി. പക്ഷേ, അത് നല്ലൊരു കയറ്റം തന്നെയായിരുന്നു. മലയുടെ ഉച്ചിയിൽ അവരെ കാത്തുകിടന്നത് നിറയെ ഫലവൃക്ഷത്തോപ്പുകളോടു കൂടിയ ഒരു ഗ്രാമമായിരുന്നു. അസേറിയ അച്ചന്റെ യാത്ര ഒരു ശവമടക്കം നടത്താനായിരുന്നു. മാമിക്കോൺ മലകയറിയത് ഒരു കത്ത് അതിന്റെ മേൽവിലാസക്കാരന് എത്തിക്കാനും.

അതൊരു ബുധനാഴ്ചയായിരുന്നു. കോഴി കൂകുംമുമ്പേ സൂര്യനുദിച്ച ദിവസം. അതിരാവിലെ മഞ്ഞുപെയ്തിരുന്നു. കൈക്കുടന്നയിൽ കോരിയെടുക്കാം... മഞ്ഞുകാലം കഴിഞ്ഞ് വേനൽ വന്നെത്തിയിരുന്നു.

മേശപ്പുറത്ത് ഒരു ശവപ്പെട്ടി. വലിയ നീളമില്ല. എന്നാലും സാമാന്യത്തിലധികം വീതി. അതിന്റെ കാൽഭാഗം ആചാരപ്രകാരം വാതിലിനു നേരെ. പ്രായമായ ഏതാനും സ്ത്രീകൾ ശവപ്പെട്ടിക്കുചുറ്റും ഇരുന്നിരുന്നു. നരച്ച തലമുടി ഇറുക്കി ചുറ്റിക്കെട്ടി. കറുത്ത സ്വെറ്ററുകളുടെ ബട്ടണുകൾ കഴുത്തറ്റം കുടുക്കി...

അവരാരും കരയുന്നുണ്ടായിരുന്നില്ല. ആരുടെ മുഖത്തും പ്രത്യേകിച്ചൊരു സങ്കടവും കണ്ടില്ല. ഒരു സ്ത്രീ മാത്രം ശവപ്പെട്ടിയുടെ കാല്ക്കലിരുന്ന് തേങ്ങിക്കരഞ്ഞിരുന്നു. തൂവാലകൊണ്ട് ഇടയ്ക്കിടെ മൂക്കു ചീറ്റിയിരുന്നു. നീണ്ട മൂക്കുള്ള ആ സ്ത്രീ അച്ചനെ കണ്ടതും തേങ്ങലോടെ എഴുന്നേറ്റു. ഒപ്പം മറ്റുള്ളവരും. എല്ലാവരും മൗനം പാലിച്ചുകൊണ്ട് ഓരോരോ മൂലയിലേക്ക് ഒതുങ്ങിനിന്നു.

ഫാദർ അസേറിയ മേശയ്ക്കുചുറ്റും ഒന്നു നടന്നു. ശവപ്പെട്ടിയുടെ തലയ്ക്കലായി നില്പ്പുറപ്പിച്ചു. ആ ശവപ്പെട്ടി വളരെ ചെറുതാണല്ലോ എന്നു തോന്നി. വല്ലാതെ വിമ്മിഷ്ടപ്പെട്ടാണ് ആ ശരീരം അതിൽ കിടന്നിരുന്നത്... ഞെക്കി ഞെരുങ്ങി. ആ അതൃപ്തി അവരുടെ മുഖത്തും കാണാമായിരുന്നു. കൈകൾ രണ്ടും വലിയ വട്ടവയറിനുമേൽ പിണച്ചു വെച്ചിരുന്നു. വലതുകൈയിലെ മോതിരവിരലിൽ പഴക്കം ചെന്നതെങ്കിലും ഒളിമങ്ങാത്ത വിവാഹമോതിരം, ഇളം വയലറ്റുനിറത്തിലുള്ള നീണ്ട ഒരു പട്ടു ഗൗണാണ് അവരെ ധരിപ്പിച്ചിരുന്നത്. കാലിൽ ഒരു ജോടി പുതിയ ഷൂസുകൾ... വളരെ വലുത്... പുരുഷന്മാരിടുന്നത്... സൈസ് ഏതാണ്ട് നാല്പത്തിയഞ്ചുവരും.

ആ ഷൂസു കണ്ടപ്പോൾ അസേറിയ അച്ചൻ പകച്ചുപോയി. പക്ഷേ, അതദ്ദേഹം മുഖത്തു കാണിച്ചില്ല. പ്രാർത്ഥനാപുസ്തകം തുറന്നു. ഒരു

ദീർഘനിശ്വാസത്തോടെ പ്രാർത്ഥന ചൊല്ലാൻ തുടങ്ങി. പുസ്തകത്തിലെ വരികളിൽനിന്നും കണ്ണെടുത്തില്ല. എന്നിട്ടും എന്താണെന്നറിയുന്നില്ല. വരികളും അക്ഷരങ്ങളും പിന്നേയും പിന്നേയും തെറ്റുന്നു. വാക്കുകൾ ഇടറുന്നു. ഒരേ വരിതന്നെ ആവർത്തിച്ചു വായിക്കുന്നു. അച്ചൻ വല്ലാതെ ഭയപ്പെട്ടു. പ്രാർത്ഥനയിൽ ശ്രദ്ധ കേന്ദ്രീകരിക്കാൻ ചെയ്ത ശ്രമങ്ങളെല്ലാം വിഫലമായി. നില്പിനുമാറ്റം വരുത്തി. കണ്ണുകളടച്ചു തുറന്നു. തൊണ്ട തെളിയിച്ചു... അവസാനം താടി ബലമായി പിടിച്ചുവലിച്ചു. അതോടൊപ്പം കഫം തടഞ്ഞ് ശ്വാസം മുട്ടുകയും ചെയ്തു.

ആരോ കുറച്ചുവെള്ളം കൊണ്ടുവന്നുകൊടുത്തു. അതു കുടിച്ചപ്പോൾ ഇത്തിരി ആശ്വാസം. പക്ഷേ, പരേതയുടെ കാലിലെ ആ ഷൂസുകൾ തന്റെ നേരെത്തന്നെ തുറിച്ചുനോക്കുന്നതുപോലെ. ഒരു കാന്തത്തെപോലെ അത് അദ്ദേഹത്തിന്റെ ശ്രദ്ധ ആകർഷിച്ചുകൊണ്ടിരുന്നു. ചുമരിൽ ചാരി, കൈകൾ നെഞ്ചിൽ പിണച്ചുവെച്ച്, മൗനം പാലിച്ചുനില്ക്കുന്ന വൃദ്ധകൾ അച്ചനെത്തന്നെ ഉറച്ച് നോക്കുകയായിരുന്നു. ആ നീണ്ട മൂക്കുള്ള സ്ത്രീ മാത്രം, അതുമിതും ചെയ്തു അവിടെയൊക്കെ നടന്നുകൊണ്ടിരുന്നു.

"ഇത് എങ്ങനെയെങ്കിലും ഒന്നു ചെയ്തുതീർക്കണമല്ലോ" അസേറിയ അച്ചൻ തന്നോടുതന്നെ പറഞ്ഞു. മെല്ലെ ഒരു ദീർഘനിശ്വാസമെടുത്തുകൊണ്ട് അദ്ദേഹം വീണ്ടും പ്രാർത്ഥനയിലേക്ക് ശ്രദ്ധ തിരിച്ചു.

മുറ്റത്തിട്ടിരുന്ന ഒരു മരബെഞ്ചിൽ വയസ്സായ കുറേ പുരുഷന്മാർ വരിയായി ഇരുന്നിരുന്നു. പുകവലിച്ചുകൊണ്ട് താഴ്ന്ന സ്വരത്തിൽ അവർ വർത്തമാനം പറഞ്ഞു. ശവമടക്കലിനു ശേഷമുള്ള ആഹാരത്തിനുവേണ്ടി മുറ്റത്ത് ഒരു മരച്ചോട്ടിൽ ഒരു മേശ കൊണ്ടുവന്നിട്ടിരുന്നു. അതിന്റെ വെള്ളവിരിപ്പ് കാറ്റിലാടിക്കൊണ്ടിരുന്നു. തത്കാലം മേശപ്പുറത്ത് ഒഴിഞ്ഞ പാത്രങ്ങൾ മാത്രം. ശവമടക്കിയതിനുശേഷമേ ഭക്ഷണം കൊണ്ടുവെക്കുകയുള്ളൂ.

പ്രായമായ സ്ത്രീകളിലൊരാൾ ഒരു ബക്കറ്റിൽ വെള്ളവുമായി പടിക്കൽ കാത്തുനില്ക്കും. അവരുടെ തോളിൽ ഒരു ടവലുമുണ്ടാകും. സെമിത്തേരിയിൽ നിന്നുവരുന്ന ഓരോരുത്തരുടെ കൈയിലേക്കും അവർ ഓരോ കോപ്പ വെള്ളമൊഴിക്കും. "സെമിത്തേരിദുഃഖം" കഴുകിക്കളയൽ എന്നാണ് അതിന് പറയുക. കൈകഴുകി, അവരുടെ ചുമലിൽ കിടക്കുന്ന തോർത്തിൽ കൈ തുടച്ചതിനുശേഷമേ ഓരോരുത്തരും മുറ്റത്തേക്ക് കയറൂ. അവിടെ അവരെ കാത്തിരിക്കുന്നുണ്ടാകും ആചാരപ്രകാരം വിഭവങ്ങൾ പാകംചെയ്തു വെച്ചിട്ടുള്ള ഒരു മേശ.

നാട്ടുനടപ്പനുസരിച്ച് ഉച്ചവരെ ഫാദർ അസേറിയ പരേതാത്മാവിനുവേണ്ടിയുള്ള പ്രാർത്ഥനകൾ ചൊല്ലിക്കൊണ്ടിരുന്നു. അതിനുശേഷം ശവപ്പെട്ടി എടുക്കാനായി ഏതാനും പുരുഷന്മാർ അകത്തേക്ക് വന്നു. പണി ഒട്ടും എളുപ്പമായിരുന്നില്ല. അവർക്ക് നന്നേ ബുദ്ധിമുട്ടേണ്ടിവന്നു.

പ്രായമായ പുരുഷന്മാർ. ഭാഗ്യത്തിന് തക്ക സമയത്ത് മാമിക്കോണും അവിടെയെത്തി. എല്ലാവരും ചേർന്ന് പൊക്കിയിട്ടും പെട്ടി ഉയർത്താൻ വിഷമിച്ചു. അതിലും പ്രയാസപ്പെട്ടു അതിനെ പുറത്തേക്കെത്തിക്കാൻ. വല്ലാത്ത വിസ്താരം. ചായ്ച്ചും ചെരിച്ചുമാണ് വാതിൽ കടത്തിക്കൊണ്ടു വന്നത്. ദൈവം തന്നെ രക്ഷിച്ചു. അതിൽ കിടക്കുന്നയാൾ പുറത്തേക്ക് വഴുതിവീണില്ല. പടിക്കുപുറത്ത് ഒരു പഴഞ്ചൻ വണ്ടി. അതുവലിക്കാൻ ഒരു മുതുക്കൻ കഴുത. ആ വണ്ടിയിൽ കയറിയാണ് ആഴ്ചയിൽ രണ്ടു തവണ മുക്കൂമ്പ് ചരക്കെടുക്കാൻ താഴ്വരയിലേക്ക് പോയിരുന്നത്. എല്ലാവരും ചേർന്ന് ശവപ്പെട്ടി വണ്ടിയിലേക്കെടുത്തുവെച്ചു. ഇടുങ്ങിയ വെട്ടുവഴിയിലൂടെ അവർ കാടുപിടിച്ചുകിടക്കുന്ന സെമിത്തേരിയിലേക്ക് യാത്രയായി.

വിലാപയാത്രയല്ലേ... മൂക്കുച്ച് വലിയ ഒച്ചയൊന്നുമുണ്ടാക്കാതെ കഴുതയെ തെളിച്ചു.

നീണ്ടുകൂർത്ത മൂക്കുള്ള സ്ത്രീ സെമിത്തേരിയിലേക്ക് പോയില്ല. അവർക്ക് കൂട്ടായി തലനരച്ച്, മെലിഞ്ഞ ഒരു സ്ത്രീ കൂടി വീട്ടിൽ നിന്നു. സാമാന്യത്തിലധികം നീല നിറമായിരുന്നു അവരുടെ കണ്ണുകൾക്ക്. വാലിൻക ഐബോഗാന്റ് എന്നായിരുന്നു അവരുടെ പേര്. അവരുടെ മുത്തശ്ശൻ ഒനിക് സാർ ചക്രവർത്തിയുടെ സൈന്യത്തിലെ ഒരു സൈനി കനായിരുന്നു. പട്ടാളത്തിൽനിന്നും പിരിഞ്ഞുവന്ന ഒനിക് ഇടയ്ക്കിടക്ക് ഒരു റഷ്യൻ പ്രയോഗം നടത്തി. എന്തു പറയുമ്പോഴും ഇടയിൽ "നേരായും സത്യമായും..." എന്ന്. മാരാൻ ഗ്രാമക്കാർക്ക് അതിന്റെ അർത്ഥം പിടികിട്ടിയില്ല. അസംബന്ധം എന്ന അർത്ഥത്തിൽ അവർ അയാളെ കാണുമ്പോൾ ഐബോഗന്റ് എന്നു പറയാൻ തുടങ്ങി. അങ്ങനെ അയാൾക്ക് ആ പേരുറച്ചു. അയാളുടെ പിൻഗാമികൾ ഐബോഗന്റുമാരു മായി.

സ്ത്രീകൾ തിരക്കിട്ട് ഭക്ഷണസാധനങ്ങൾ ഒരുക്കി. അല്പം പുളി പ്പുള്ള നാടൻ റൊട്ടിക്കഷണങ്ങൾ മുറിച്ചുവെച്ചു. വീട്ടിൽ തന്നെ തയ്യാ റാക്കിയ ബീഫും പന്നിയിറച്ചിയും കഷണങ്ങളാക്കി തടത്തിൽ നിരത്തി. കാരറ്റും മുള്ളങ്കിയുമൊക്കെ കഴുകി അവിഞ്ഞു. സെമിത്തേരിയിലേക്ക് പോയവർ തിരിച്ചുവരുമ്പോഴേക്കും മേശപ്പുറത്ത് വിഭവങ്ങൾ നിരത്താം. നേരത്തെ കൊണ്ടുവെച്ചാൽ കാറ്റേറ്റ് വരണ്ടുപോകും. പോരാത്തതിന് ഈച്ചയുടെ ശല്യവും.

"അമ്മായി അമ്മയെ കണ്ടപ്പോൾ അസേറിയ അച്ഛൻ ആകെ പകച്ചു." പച്ചക്കറികൾ കഴുകുന്നതിനിടയിൽ നീണ്ട മൂക്കുള്ള സ്ത്രീ പറഞ്ഞു. "ശ്രദ്ധിച്ചില്ലേ... അദ്ദേഹം വാക്കുകളൊക്കെ മറന്നു."

"അദ്ദേഹത്തിനോട് നേരത്തെ നമ്മൾ പറയേണ്ടതായിരുന്നു." വാലിൻക വളരെ ഗൗരവത്തോടെ പറഞ്ഞു, "നിന്റെ അമ്മായിയമ്മ ഇട്ടിരി ക്കുന്നത് എന്റെ ഭർത്താവിന്റെ ഷൂസുകളാണെന്ന്. അതു കണ്ടിട്ടാണല്ലോ അദ്ദേഹം ഭയന്നുപോയത്."

വാനോവിന്റെ പുത്തൻ ഷൂസിന്റെ കഥയൊന്നും അറിയാത്ത അസേറിയ അച്ചൻ ഒരുവിധം പണിപ്പെട്ട് പരിഭ്രമമൊതുക്കി ശാന്തനാവാൻ ശ്രമിച്ചു. മൂന്നു വൃദ്ധന്മാർ വളരെ പ്രയാസപ്പെട്ട് ശവപ്പെട്ടിയിൽ ആണി തറക്കുന്നത് അദ്ദേഹം വിഷമത്തോടെ നോക്കിനിന്നു. ശവപ്പെട്ടിയുടെ മൂടി പലതവണ വഴുതി നീങ്ങി. എന്തോ ഒന്ന് തടസ്സം സൃഷ്ടിച്ചുകൊണ്ടിരുന്നു. മരിച്ച സ്ത്രീ ധരിച്ചിരിക്കുന്ന ഷൂസോ അതോ അവരുടെ വീർത്തുന്തിയ വയറോ. മൂടി ശരിയായി സ്ഥാനത്തുറപ്പിക്കാൻ അവർക്ക് സാധിച്ചില്ല. കണ്ടുനിന്ന സ്ത്രീകളുടെ കണ്ണുകൾ ഭയംകൊണ്ട് വിടർന്നു. ആരും അഭിപ്രായമൊന്നും പറഞ്ഞില്ല. അല്ലെങ്കിലും എന്തുപറയാനാണ്? ഇങ്ങനെയൊരു സാഹചര്യത്തിൽ എന്തു പോംവഴിയാണ് നിർദ്ദേശിക്കുക.

കുറെ അധികം നേരം പാടുപ്പെട്ടതിനുശേഷം അവർ എങ്ങനെയോ ശവപ്പെട്ടിയുടെ മൂടി ആണി തറച്ചു. വളരെ ആയാസപ്പെട്ട് പെട്ടി കുഴിയിലേക്കിറക്കി. ഒട്ടും വൈകിക്കാതെ അതിന്മേലേക്ക് മണ്ണും കോരിയിട്ടു. എല്ലാവരും കുഴിയിൽനിന്നും മാറിനിന്നു.

അസേറിയ അച്ചൻ പരിഭ്രമം ഉള്ളിലൊതുക്കി. ആ സമയത്ത് ചൊല്ലേണ്ടുന്ന പ്രാർത്ഥനകൾ ചൊല്ലി. എല്ലാവരും മുഖം കുനിച്ച് അതു കേട്ടുനിന്നു. കൂട്ടത്തിലൊരാൾ പെട്ടെന്നു ചുമയ്ക്കാൻ തുടങ്ങി. മറ്റുള്ളവർക്ക് ശല്യമാകാതിരിക്കാൻ അയാൾ ഒഴിഞ്ഞുനിന്നു. തുടർന്ന് പടികടന്ന് പുറത്തേക്ക് പോയി. ചുമ നിൽക്കുന്നില്ല. കൂടുതലാവുകയായിരുന്നു. പ്രാർത്ഥനയ്ക്കുശേഷം എന്തുകൊണ്ടോ അസേറിയ അച്ചൻ അവർക്ക് എല്ലാവർക്കുമായി പൊതുവിൽ ഒരു കുരിശുവരച്ചു. അദ്ദേഹം തിടുക്കത്തിൽ സെമിത്തേരിയുടെ പടിക്കലേക്ക് നടന്നു.

ശവപ്പെട്ടി കൊണ്ടുപോയ അതേ വണ്ടിയിലിരുത്തിയിട്ടാണ് അച്ചനെ അവർ തിരിച്ചുകൊണ്ടുവന്നത്. വണ്ടിയുടെ രണ്ടുവശങ്ങളിലും മുറുകെ പിടിച്ച് അദ്ദേഹം ഇരുന്നു. തീരെ പതുക്കെയായിരുന്നു യാത്ര. എന്നാലും വണ്ടി വല്ലാതെ ഇളകിയിരുന്നു. താൻ മറ്റുള്ളവരോടൊപ്പം നടന്നോളാം എന്ന് അച്ചന് പറയണമെന്നുണ്ടായിരുന്നു. പക്ഷേ പറഞ്ഞില്ല. വണ്ടിയുടെ ഉടമസ്ഥൻ മൂക്കുച്ച് അത് ഒരപമാനമായി കണ്ടാലോ? അതുകൊണ്ട് അദ്ദേഹം പല്ലുകടിച്ച് വണ്ടിക്കകത്ത് നിശ്ശബ്ദനായി ഇരുന്നു. എങ്ങനെയെങ്കിലും മരണവീട്ടിൽ എത്തിക്കിട്ടിയാൽ മതി എന്നായിരുന്നു മനസ്സിൽ. ഒരിക്കൽ മാത്രം അദ്ദേഹം തിരിഞ്ഞുനോക്കി. കൂട്ടത്തിൽ മാമിക്കോണിന്റെ തൊപ്പി കണ്ടപ്പോൾ കുറച്ചാശ്വാസമായി. പരിചയമുള്ള ഒരാളുണ്ടല്ലോ അരികെ. ഉച്ചതിരിഞ്ഞ് രണ്ടുമണിയായിരുന്നു. ഇനിയും വൈകിക്കാൻ വയ്യ. മരണവീട്ടിൽ ചെല്ലണം. ശവമടക്കലിനുശേഷം വിളമ്പുന്ന ആഹാരത്തിൽ പങ്കുചേരണം. താഴ്‌വരയിലേക്ക് നടക്കണം. പത്തു കിലോമീറ്റർ തികച്ചും മലയിറങ്ങണം. സൂര്യൻ അസ്തമിക്കുന്നതിനു മുമ്പ് ഇതെല്ലാം നടക്കുമോ? മരണവീട്ടിലെത്താൻ തന്നെ ഇനിയും എത്ര ദൂരം പോകണം?

നാല്

സൂര്യൻ ഉദിച്ചിട്ട് നേരം കുറേയായി. എന്നാൽ സൂര്യനും മേഘങ്ങളും കൂടി 'ഒളിച്ചും കണ്ടും' കളിച്ചുകൊണ്ടിരിക്കുകയാണ്. പൂച്ചയും എലികളു മെന്നപോലെ. ചിലപ്പോൾ തെളിഞ്ഞ്, ചിലപ്പോൾ മറന്ന് അവസാനം കളിച്ചു മതിയായെന്ന മട്ടിൽ മേഘങ്ങളെ തള്ളിനീക്കി സൂര്യൻ ആകാശ ത്തിന്റെ ഉച്ചിയിലെത്തി. എങ്ങും പൊള്ളുന്ന വെയിലായി.

നേരം പുലരുന്നതിനുമുമ്പേ വാലിൻക ജോലികളെല്ലാം ഒരു വിധ ത്തിൽ തീർത്തു. കോഴികളേയും ടർക്കികളേയും കൂടു തുറന്നുവിട്ടു. അവ കൊത്തിയും പെറുക്കിയും പറമ്പിൽ മുഴുവൻ ചുറ്റിനടന്നു. ഓരോ പുല്ലിന്റേയും ചെടിയുടേയും കടക്കൽ കൊത്തി ശ്രദ്ധയില്ലാതെ വിശ്രമി ക്കുന്ന മണ്ണിരകളേയും പുൽച്ചാടികളേയും കൊക്കിനകത്താക്കി. വാലിൻകാ ആടുകളേയും പശുക്കളേയും കറന്ന് മേയാൻ വിട്ടു. തോട്ട ത്തിൽ വളർന്നു നില്ക്കുന്ന കളകൾ പിഴുതെറിഞ്ഞു. വീപ്പയിൽ സംഭരിച്ചു വെച്ചിരിക്കുന്ന മഴവെള്ളമെടുത്ത് തോട്ടം നന്നായി നനച്ചു. പകൽച്ചൂട് അതികഠിനമാണ്. ധാരാളം വെള്ളം കിട്ടിയില്ലെങ്കിൽ ചെടികളാകെ ഉണങ്ങും. പ്രത്യേകിച്ചും പച്ചിലകൾക്കായി വളർത്തുന്ന ക്രെസ്, സിലാൻട്രോ തുടങ്ങിയവ.

മുറ്റത്തെ പണികളൊക്കെ തീർത്ത് വാലിൻക വീട്ടിനകത്തേക്ക് കയറി. ഇനി ഭക്ഷണം പാകം ചെയ്യണം. ഉമ്മറവാതിൽ അടക്കുന്നതിനു മുമ്പേ ഒരു നിമിഷം അവൾ മുറ്റത്തേക്ക് നോക്കിനിന്നു. എല്ലാം വൃത്തി യായും വെടിപ്പായും കിടക്കുന്നു. അവർക്ക് തൃപ്തിയായി. വിറക് വേണ്ട വിധത്തിൽ വെട്ടി ഒരു ഭാഗത്ത് അടുക്കിവെച്ചിരിക്കുന്നു. തുണികൾ അലക്കി അല്പം നീലം മുക്കി അയയിൽ വൃത്തിയായി ഉണക്കാനിട്ടിരി ക്കുന്നു. രാവിലത്തെ കാറ്റിൽ അവ പാറിക്കളിക്കുന്നു. ചെമ്പുകെറ്റിലുകൾ മണലിട്ട് തേച്ചുമിനുക്കി ഉണക്കാൻ വെച്ചിട്ടുള്ളത് സ്വർണ്ണംപോലെ തിളങ്ങുന്നു, സൂര്യരശ്മികളേക്കാൾ ശോഭയോടെ.

അടുക്കളയിലും അഴുക്കും പൊടിയും ഒരിടത്തുമില്ല. തേച്ചുകഴുകി മിനുങ്ങുന്നത്. അടുക്കളപ്പാത്രങ്ങൾ തട്ടുകളിൽ ഭംഗിയായി കഴുകി കമഴ്ത്തിവെച്ചിട്ടുണ്ട്. കപ്പുകളും പിടി വലതുഭാഗത്തേക്കാക്കി ഒതുക്കി വെച്ചിരിക്കുന്നു. വരിയിൽനിന്നും ഒന്നെടുക്കാൻ അതാണ് സൗകര്യം.

വാലിൻക അടുപ്പു കത്തിച്ചു. തലേ ദിവസം തന്നെ വൃത്തിയാക്കി വെച്ച കോഴി, പാത്രത്തിലാക്കി അടുപ്പത്ത് വേവിക്കാൻ വെച്ചു. ഇനി നിലവറയിൽ പോയി മാവെടുത്തുകൊണ്ടുവന്ന് കുഴച്ചുവെക്കണം. മധുര മുള്ള പേസ്ട്രികളുണ്ടാക്കാൻ. മാമിക്കോൺ കൊണ്ടുവന്ന കത്ത്. എത്ര നാളായി കാത്തിരിക്കുന്ന സന്തോഷവാർത്തയായിരുന്നു. ടൈഗ്രാൻ കുടുംബസമേതം ഗ്രാമത്തിലേക്ക് വരുന്നു. ഭാര്യ, അവരുടെ മകളായ അവന്റെ ദത്തുപുത്രി, സ്വന്തം മകനായ കിരാക്കോസ്, അവർ അവനെ കിരിൽ എന്നാണ് വിളിക്കുന്നത്, വടക്കൻ രീതിയിൽ.

"കിരിൻ... കിരിൻ... കിരിൻ..." പല മട്ടിൽ വാലിൻക വിളിച്ചുനോക്കി. തന്റെ പേരമകന്റെ പേർ. അവർ ആ ശബ്ദം രസത്തോടെ നുണഞ്ഞു.

കത്തുകൊണ്ട് തപാൽ ശിപായി മാമിക്കോൺ വീട്ടിൽ വന്നപ്പോൾ വാലിൻക വീട്ടിലുണ്ടായിരുന്നില്ല. അതുകൊണ്ട് ആ ലക്കോട്ട് അയാൾ മുൻവശത്തെ വരാന്തയിൽവെച്ചു. കാറ്റിൽ പറന്നുപോകാതിരിക്കാൻ അതിന്റെ മീതെ ഒരു കല്ലും കയറ്റിവെച്ചു.

"കത്തുംകൊണ്ട് മരണവീട്ടിലേക്ക് വന്നാലോ എന്ന് ആദ്യം വിചാരിച്ചു. പിന്നെ വേണ്ടെന്നുവെച്ചു. അവിടെ വന്നിട്ട് നിങ്ങളെ കാണാൻ പറ്റിയില്ലെങ്കിലോ. അതുകൊണ്ടാണ് ഞാനത് വരാന്തയിൽവെച്ചു പോന്നത്."

മറിയത്തിന്റെ വീട്ടിൽ വാലിൻകയെ നേരിട്ടു കണ്ടപ്പോൾ മാമിക്കോൺ സംഗതി വിശദമാക്കി. അവർ തന്നെ തെറ്റിദ്ധരിക്കരുതല്ലോ.

"അതിലെന്താണ് എഴുതിയിരിക്കുന്നതെന്നറിയാമോ?" വാലിൻക അക്ഷമയോടെ ചോദിച്ചു.

"അത് ഞാനെങ്ങനെ അറിയാൻ?" മാമിക്കോണിന് ദേഷ്യം വന്നു. "മറ്റുള്ളവർക്ക് വരുന്ന കത്തുകൾ ഞാൻ തുറന്ന് വായിക്കാറില്ല."

ആ തിരക്കിനിടയിലും സ്വന്തം വീട്ടിലൊന്നും പോയി വരാൻ വാലിൻക സമയം കണ്ടെത്തി. പ്രായാധിക്യം കൊണ്ട് വേഗം നടക്കാനൊന്നും വയ്യ. എന്നാലും കത്ത് ആരുടേതാണ് എന്നാണ് എന്നൊക്കെ അറിയാനുള്ള ധൃതി. ആ ലക്കോട്ടിനുള്ളിൽ ഏതോ നോട്ടുപുസ്തകത്തിൽ നിന്നും കീറിയെടുത്ത പേജിൽ കുനുകുനെ എഴുതിയിട്ടുള്ള ഒരു ചെറിയ കുറിപ്പുണ്ടായിരുന്നു. അതിനുപുറമെ മൂന്നു ഫോട്ടോകളും തന്റെ പേരമകന്റെ കുഞ്ഞിന്റെ പടവും. അവർ ഏറെ നേരം നോക്കിയിരുന്നു. തടിച്ചുരുണ്ട കുഞ്ഞ്. തുടുത്ത കവിളുകൾ. ഒരു മെത്തയിൽ വശം ചെരിഞ്ഞ് കിടന്നുറങ്ങുകയാണ്. കമ്പിളിപ്പുതപ്പിനടിയിലൂടെ അവന്റെ കുഞ്ഞിക്കൈ പുറത്തേക്ക് നീണ്ടുകിടക്കുന്നു. അവനെ എന്താ പൊതിഞ്ഞുകെട്ടാത്തത്? ഒരെട്ടുമാസംവരെയെങ്കിലും കുഞ്ഞുങ്ങളെ നല്ലവണ്ണം പൊതിഞ്ഞു കെട്ടണം. എന്നാലേ അവർ നന്നായി ഉറങ്ങൂ. രണ്ടാമത്തെ പടത്തിൽ പല്ലില്ലാത്ത വായ കാട്ടി അവൻ പതുക്കെ ചിരിക്കുന്നു. അവന്റെ മുതുമുത്തച്ഛൻ കിരാക്കോസിന്റെ ചിരിതന്നെ. വെറുതെയല്ല കുഞ്ഞിന് അവർ ആ പേരിട്ടത്. മൂന്നാമത്തെ ഫോട്ടോയിൽ കുടുംബം മുഴുവനുമുണ്ടായിരുന്നു. ടൈഗ്രാന്റെ മുടി നല്ലവണ്ണം നരച്ചിട്ടുണ്ട്. നല്ലതുപോലെ തടിച്ചിട്ടുമുണ്ട്. ദത്തുപുത്രിയുടെ ചുമലിൽ കൈ ചേർത്തു വെച്ചിരിക്കുന്നു. അവൾക്ക് ഏഴു വയസ്സായിക്കാണും. അച്ഛനും മകൾക്കും തൊട്ടരികിലായി തെളിഞ്ഞുചിരിച്ചുകൊണ്ട് അമ്മ. കുഞ്ഞിനെ മാറത്ത് ചേർത്ത് പിടിച്ചിരിക്കുന്നു. അവൻ കരയാൻ ഭാവിക്കുകയാണെന്നു തോന്നി. "കണ്ടില്ലേ...?" വാലിൻക വലിയ അഭിമാനത്തോടെ പറഞ്ഞു. മെത്തയിലെ മുട്ടയോളമേ ആയിട്ടുള്ളൂ. അപ്പോഴേക്കും സ്വന്തം ഇഷ്ടാനിഷ്ടങ്ങൾ പ്രകടിപ്പിക്കാൻ തുടങ്ങി.

മരണം നടന്ന വീട്ടിലേക്ക് അനാട്ടോലിയ വന്നിരുന്നില്ല. സുഖക്കേട് ഇനിയും പൂർണ്ണമായും ഭേദമായിട്ടില്ല. ഇവിടംവരെ നടന്നുവരാനുള്ള ശക്തിയുമില്ല. വാലിൻക ടെലിഗ്രാഫ് ആപ്പീസിൽ പണിയെടുക്കുന്ന സാറ്റനിക്കിന്റെ അരികിലേക്ക് കത്തുംകൊണ്ടുചെന്നു. അവർ കൈ മലർത്തി. കണ്ണടയില്ലാതെ ഒരക്ഷരം വായിക്കാൻ വയ്യ. എന്തുചെയ്യാൻ? ചടങ്ങുകളെല്ലാം അവസാനിക്കാനായി വാലിൻക അക്ഷമയോടെ കാത്തു നിന്നു. സാധിക്കുമെങ്കിൽ എല്ലാം ഇട്ടെറിഞ്ഞ് അപ്പോഴേ അനാട്ടോലിയ യുടെ വീട്ടിലേക്ക് കത്തുകൊണ്ട് ഓടിയേനേ. അതിന് മനസ്സുവന്നില്ല. മറിയത്തിനെ തനിച്ചാക്കി പോകുന്നത് ശരിയല്ലല്ലോ. മാത്രമല്ല, വാനോ വിന്റെ പുതിയ ഷൂസ് പരലോകത്തേക്കെത്തിക്കാൻ സഹായിച്ചത് മറിയ മല്ലേ? ഭക്ഷണം കഴിഞ്ഞ് ആളൊഴിയാൻ അവർ കാത്തുനിന്നു. അതിനു ശേഷം മേശ വൃത്തിയാക്കി. പാത്രങ്ങളെല്ലാം കഴുകിവെച്ചു. അപ്പോ ഴേക്കും സന്ധ്യയായി. അവർ അനാട്ടോലിയയുടെ വീട്ടിലെത്തിയപ്പോ ഴേക്കും തെക്കുനിന്ന് ഇരുണ്ട മുഖവുമായി രാത്രി എത്തിക്കഴിഞ്ഞിരുന്നു.

അനാട്ടോലിയ കൈകൾ മാറത്ത് പിണച്ചുവെച്ച് പെട്രോവിനെ നോക്കി മുറ്റത്ത് നില്ക്കുകയായിരുന്നു. അവനാണെങ്കിൽ അതീവ സന്തോഷ ത്തോടെ വലിയൊരു എല്ലിൻകഷണം കടിച്ചുവലിക്കുകയായിരുന്നു.

വാലിൻക ചിരിച്ചുകൊണ്ട് അനാട്ടോലിയ സ്വാഗതം ചെയ്തു. “കണ്ടില്ലേ, ചിലർക്ക് ഒരു എല്ലിൻ കഷണം കിട്ടിയാൽ മതി. അങ്ങേയറ്റം സന്തോഷമായി.”

“വേറെ ചിലർക്ക് സന്തോഷംകൊണ്ട് മതിമറക്കാൻ പേരമകന്റെ ഒരു കത്തേ വേണ്ടൂ.” ലക്കോടുയർത്തി വീശിക്കൊണ്ട് വാലിൻക പറഞ്ഞു.

അനാട്ടോലിയ ലക്കോട്ടിൽനിന്നും ഫോട്ടോകൾ പുറത്തെടുത്ത് മാറ്റി വെച്ചു. പിന്നീട് സാവകാശത്തിൽ നോക്കാം. ആദ്യം കത്തിലെന്താണെ ന്നറിയട്ടെ. അവർ കത്ത് ഓടിച്ചൊന്നു വായിച്ചു. ഉറക്കെ വായിക്കുന്നതിനു മുമ്പ് നിർഭാഗ്യകരമായ ഒന്നും ഇല്ല എന്ന് ഉറപ്പുവരുത്തുക അവരുടെ പതിവായിരുന്നു. അഥവാ ഉണ്ടെങ്കിൽത്തന്നേയും അത് മയത്തിൽ പറഞ്ഞു മനസ്സിലാക്കണമല്ലോ. വാലിൻക അക്ഷമയോടെ മുമ്പിൽ കാത്തുനിന്നു.

“ടൈഗ്രാൻ വരുന്നു. അവന്റെ കുടുംബത്തോടൊപ്പം.” കൈകൾ മേലോട്ടുയർത്തി അനട്ടോലിയ ഉറക്കെ ചിരിച്ചു. വാലിൻകയ്ക്ക് വിശ്വസി ക്കാനായില്ല. വീർപ്പടക്കിക്കൊണ്ട് അവർ ചോദിച്ചു. “ടൈഗ്രാൻ വരുന്നു വെന്നോ? എപ്പോൾ? ”

“ജൂൺ മൂന്നാം തിയ്യതി.”

“ഇന്നത്തെ തിയ്യതി?”

അനാട്ടോലിയ മാനത്തേക്കു നോക്കി ഒരു നിമിഷം ഓർക്കാൻ ശ്രമിച്ചു. ഇന്നത്തെ തിയതി...? ദിവസം? ഒന്നും ഓർമ്മയിൽ വന്നില്ല. അവർ

പെട്ടെന്ന് അകത്തേക്കോടി. പിന്നാലെ വാലിൻകയും. ഒഴിഞ്ഞ ലക്കോട്ടു പിടിച്ചുകൊണ്ട്.

ഉമ്മറ വാതിൽ തുറന്ന് അനാട്ടോലിയ ഉറക്കെ വിളിച്ചു.

"വാസോ... വാസോ..."

"ദാ വരുന്നു നാട്ടോമോളേ... അകത്തെവിടെയോ നിന്ന് വാസിലി വിളി കേട്ടു.

ഭർത്താവിന്റെ അരുമയായ വിളി. അനട്ടോലിയക്ക് നാണമായി. അവർ ഇടങ്കണ്ണിട്ട് വാലിൻകയെ നോക്കി. വാസിലി ഭാര്യയെ പ്രേമപൂർവം വിളിച്ചത് അവർ കേട്ടില്ല. അതോ അങ്ങനെ നടിക്കുകയായിരുന്നുവോ. എന്തായാലും പേരമകൻ വരുന്നു എന്ന സന്തോഷവാർത്തയിൽ മുഴുകിയിരിക്കുകയായിരുന്നു അവരുടെ മനസ്സ്.

"വാസോ" അനാട്ടോലിയ ചോദിച്ചു "ഇന്ന് തിയ്യതി എന്താണ്?"

"ഒന്ന്..."

"ഒന്നോ!" ഇടിമിന്നലേറ്റപോലെ വാലിൻകാ തരിച്ചുനിന്നു. ഉടനെ തുടയിൽ അമർത്തി അടിച്ചുകൊണ്ട് അവൾ ചവിട്ടുപടികൾ തിടുക്കത്തി ലിറങ്ങി. "അതിന്റെ അർത്ഥം അവർ മറ്റന്നാൾ വന്നെത്തുമെന്നല്ലേ?"

"ടൈഗ്രാന്റെ കത്ത്..." അനാട്ടോലിയ പുറകിൽനിന്നും ഉറക്കെ വിളിച്ചു.

"ശരിയാണല്ലോ... അവന്റെ കത്ത്." ഓട്ടത്തിനിടയിൽ വാലിൻക പറഞ്ഞു. പക്ഷേ ഓട്ടം നിർത്തിയില്ല.

വാസിലി പടിക്കലെത്തിയപ്പോഴേക്കും വാലിൻക വളവുതിരിഞ്ഞു മറഞ്ഞുകഴിഞ്ഞിരുന്നു. "എന്താണ് സംഭവം?" വാസിലി ചോദിച്ചു.

"ടൈഗ്രാൻ മെലിക്കന്റ് നാട്ടിലേക്ക് വരുന്നു... മറ്റന്നാൾ... കുടുംബ ത്തോടൊപ്പം."

"ഹായ്!" വാസിലി സന്തോഷം പ്രകടിപ്പിച്ചു. ക്ഷണത്തിൽ ആ മുഖം വാടുകയും ചെയ്തു. സ്വന്തം മക്കളെക്കുറിച്ചുള്ള ഓർമ്മ. അയാളുടെ വെള്ളിത്തിളക്കമുള്ള ചാരനിറത്തിലുള്ള കണ്ണുകളിലെ പ്രകാശം പെട്ടെന്നു മങ്ങി. ചുണ്ടുകളുടെ കോണിൽ ചെറിയൊരു വിറയൽ.

അനാട്ടോലിയ അരികിൽചെന്ന് അയാളെ മാറോടു ചേർത്തു. വാസിലി ഒരു നെടുവീർപ്പിട്ടു. അവരുടെ മുടി മെല്ലെ തഴുകി. "സാരല്യാ നാട്ടോ മേളേ... സാരല്യാ. എനിക്ക് കുഴപ്പമൊന്നുമില്ല."

വേലിക്കരികിലിരുന്ന് അപ്പോഴും പെട്രോ ആ എല്ലിൻകഷണം നക്കി ത്തുടക്കുകയായിരുന്നു. അദൃശ്യരായ ശത്രുക്കളുടെ നേരെ അവൻ ഇടയ്ക്കിടെ തല ഉയർത്തി കുരച്ചുകൊണ്ടിരുന്നു. മാവെടുക്കാൻ വാലിൻകയ്ക്ക് നിലവറയിലേക്ക് ഇറങ്ങേണ്ടിവന്നു. വേനൽക്കാലത്തെ നട്ടുച്ചയ്ക്കും കൽച്ചുമരുകളോടുകൂടിയ നിലവറയിൽ നല്ല തണുപ്പാണ്.

അതിനകത്ത് ചുകന്ന ചോളക്കതിരുകളും. ഉണങ്ങിയ ചില സുഗന്ധ സസ്യങ്ങളും തൂക്കിയിട്ടിരുന്നു. മരപ്പലകകൾകൊണ്ട് തീർത്ത തട്ടുകളിൽ ഒഴിഞ്ഞ പാത്രങ്ങളും ഭരണികളും കമഴ്ത്തിവെച്ചിരുന്നു. അതിലുണ്ടായിരുന്നതെല്ലാം കഴിഞ്ഞ തണുപ്പുകാലത്തോടെ അവസാനിച്ചു. പുതിയത് നിറയ്ക്കാനുള്ള സമയമായിട്ടുമില്ല. ഏറ്റവും മുകളിലെ തട്ടിലുള്ള കാർഡ്ബോർഡ് പെട്ടി കാൽവിരലുകളിൽ എത്തിനിന്ന് അവർ വലിച്ചെടുത്തു. അതിൽ നിറയെ വെളുത്ത പൊതികൾ. ജനലരികിൽ ചെന്നു നിന്ന് അവർ സൂക്ഷിച്ചുനോക്കി, പൊതികളുടെ പഴക്കമറിയാൻ. ഇല്ല, ഉപയോഗിക്കുന്നതുകൊണ്ടു തെറ്റില്ല. അവർക്ക് സന്തോഷമായി. പെട്ടി കൈയിലെടുത്ത് അവർ മുറ്റത്തേക്കിറങ്ങി.

മൂന്നുവർഷം മുമ്പ് ആ വടക്കൻ പട്ടണത്തിൽ ടൈഗ്രാൻ ഒരു ബേക്കറി തുറന്നിരുന്നു. ഏതാനും മാസങ്ങൾ കഴിഞ്ഞ് ക്രിസ്തുമസ്സിനോടടുത്ത് വലിയൊരു പെട്ടി അയാൾ ഗ്രാമത്തിലേക്കയച്ചു. നന്നേ പ്രയാസപ്പെട്ടാണ് മാമിക്കോൺ അത് വാലിൻകയുടെ വീട്ടിലെത്തിച്ചത്. പാതി ദിവസത്തിന്റെ അദ്ധ്വാനം. മുകളിൽ വന്നു നിന്നപ്പോഴേക്കും തണുപ്പ് എല്ലുകളെപോലും ബാധിച്ചിരുന്നു. മഞ്ഞുകൊണ്ടു നീലിച്ച മുഖം. തണുപ്പു തട്ടി മരവിച്ചുപോയ കൈക്കാലുകൾ. വാലിൻക ചൂടുള്ള സൂപ്പുപാത്രം നിറച്ചുകൊടുത്ത് അയാളെ സത്കരിച്ചു. അതിനുപുറമെ, ഒരു കുപ്പി മൾബറി വീഞ്ഞും സമ്മാനിച്ചു. അയാൾ തന്നെ ശപിക്കരുതല്ലോ! അയാൾ സൂപ്പും റൊട്ടിയും വയറുനിറയെ കഴിച്ചു. വീണ്ടും വേണ്ടത്ര കുടിച്ചു. മടക്കയാത്ര കൂടുതൽ സുഖകരമാക്കാൻ വാലിൻക അയാൾക്ക് നല്ലൊരു കമ്പിളി ഷാൾ കൊടുത്തു. ഇഷ്ടംപോലെ പുതയ്ക്കാം. എന്തായാലും പോകും മുമ്പേ ആ പെട്ടി തുറക്കാൻ അയാൾ വാനോയെ സഹായിച്ചു. ആ പെട്ടിയിലുണ്ടായിരുന്ന ടിന്നിലടച്ച മത്സ്യവും മാംസവും സോസേജുകളും മേത്തരം തേയിലയും. അതിനുപുറമെ നല്ല യീസ്റ്റിന്റെ അമ്പത് ചെറിയ പൊതികളും.

അതിൽ ഒരു പൊതിയെടുത്ത് തിരിച്ചും മറിച്ചും നോക്കി വാലിൻക ചോദിച്ചു, "ഇതെന്താ?"

"എന്നുവെച്ചാൽ... എന്താ ഉദ്ദേശിക്കുന്നത്?"

"എന്നുവെച്ചാൽ യീസ്റ്റ്... എന്റെ ചേട്ടത്തിയമ്മ അപ്പത്തിന്റെ മാവ് പൊങ്ങിവരാൻ ഇതുപയോഗിക്കാറുണ്ട്. നന്നായി പൊങ്ങിവരും. എന്നാൽ സ്വാദ് ശരിയല്ല... പഞ്ഞി ചവയ്ക്കുകയാണെന്ന് തോന്നും."

വാലിൻക നല്കിയ ഷാളും പുതച്ച്, കൈവിശി യാത്രപറഞ്ഞ് അയാൾ മടക്കയാത്രക്കിറങ്ങി. ഇനി കാറ്റിനേയും തണുപ്പിനേയും ഭയം വേണ്ടല്ലോ!

വാലിൻക മേശപ്പുറത്തുനിന്ന് സാധനങ്ങളെല്ലാം മാറ്റിവെച്ചു. പാത്രങ്ങൾ കഴുകി ഒതുക്കി. കുറച്ചുനേരം പലതും ആലോചിച്ച് വെറുതെ

ഇരുന്നു. സമയം കളയാനില്ല. ലേശം യീസ്റ്റ് ചേർത്ത് പരീക്ഷണാർത്ഥം മാവു കുഴച്ചു. ഏതാനും റൊട്ടികളുണ്ടാക്കി. അപ്പക്കൂട്ടിൽ ചുട്ടെടുത്തു. ചെറിയൊരു കഷണം മുറിച്ചെടുത്ത് ചീസും ചേർത്ത് കഴിച്ചു. വേറൊരു കഷണം തേനിൽ മുക്കി. ഇനിയൊന്ന് വെണ്ണ പുരട്ടി.

"ഈ റൊട്ടി ഞാൻ തിന്നില്ല."

വാലിൻക കമ്പിളിക്കുപ്പായമെടുത്തിട്ടു. ഒരു തുണിയിൽ പകുതി റൊട്ടി പൊതിഞ്ഞെടുത്ത് അയൽപക്കത്തേക്ക് നടന്നു.

"ഇതെന്തു ചവറ്?" അയൽക്കാരി ഒട്ടും മയമില്ലാതെ വായിലിട്ട് റൊട്ടി ക്കഷണം തുപ്പിക്കളഞ്ഞു.

വാലിൻക ഒരു ദീർഘശ്വാസമെടുത്തു..." ശരിയാണ്... തീരെ കൊള്ള രുതാത്ത സാധനം."

അതേ സമയം ടൈഗ്രാൻ കൊടുത്തയച്ച യീസ്റ്റ് വലിച്ചെറിഞ്ഞുകള യാനും തോന്നിയില്ല. അതിന്റെ കാലാവധി കഴിയട്ടെ. അപ്പോൾ കുപ്പ യിലേക്കെറിയാം. അവർ തീരുമാനിച്ചു. തത്ക്കാലം അതിവിടെ ഇരിക്കട്ടെ. അവർ ആ പൊതികൾ നിലവറയിൽ കൊണ്ടുപോയിവെച്ചു.

ഇപ്പോൾ അതിനുള്ള സമയമായിരിക്കുന്നു. യാദൃച്ഛികമെന്നു പറയാം. അത് ടൈഗ്രാൻ വരുന്നതിന്റെ തലേ ദിവസം വൈകുന്നേരമായിരുന്നു. അവർ പൊതികൾ മുറ്റത്ത് ഒരു മൂലയിൽ കൊണ്ടുപോയി. കത്രിക യെടുത്ത് ഓരോന്നായി തുറന്നു. വെള്ളിനിറത്തിൽ മിനുസമുള്ള പൊടികൾ. എല്ലാം കൂടി അവർ കക്കൂസുകുഴിയിലേക്ക് ചെരിഞ്ഞു. ആ പ്ലാസ്റ്റിക് കൂടുകൾ അവർ വലിച്ചെറിഞ്ഞില്ല. ചരടുകൊണ്ടു കെട്ടി അടു ക്കളയിലെ അലമാരയിൽ മേലെത്തട്ടിൽവെച്ചു. എപ്പോഴെങ്കിലും ആവശ്യ മുണ്ടാകും.

ഇനി ബാലി ഉണ്ടാക്കണം. ചൂടോടെ തിന്നാലേ സ്വാദുണ്ടാവൂ. മകനും കുടുംബവും വന്നതിനുശേഷം അതുണ്ടാക്കാം. മാവു കുഴച്ചുവെച്ച പ്പോഴേക്കും വേവാൻ വെച്ചിരുന്ന കോഴിയും പാകമായി. അതിന്റെ ചാറു മുഴുവൻ ഊറ്റിയെടുത്ത് ഉപ്പിട്ടുവെച്ചു. അതിൽ ഒരു പിടി നല്ല ഗോത മ്പിട്ട് വീണ്ടും അടുപ്പിൽ പാകം ചെയ്യാനായി വെച്ചു. മേശയ്ക്കരികി ലിരുന്ന വെന്ത കോഴിക്കഷണങ്ങളിൽനിന്നും ഇറച്ചിമാത്രമായി പിച്ചി യെടുത്തു.

പിഞ്ഞാണിപ്പാത്രങ്ങൾ വെക്കുന്ന അലമാരയുടെ മേലേതട്ടിൽ വാനോ യുടെ ഒരു ഫോട്ടോ. വാലിൻക അതിനുവേണ്ടി താൻതന്നെ ഭംഗിയുള്ള ഒരു ചട്ടക്കൂടുണ്ടാക്കിയിരുന്നു. അന്ന് വാങ്ങിയ ഷൂസിന്റെ പെട്ടിയിൽ നിന്നാണ് ആവശ്യമുള്ള കാർഡ്ബോർഡ് മുറിച്ചെടുത്തത്. ആ ഫോട്ടോ എടുത്തപ്പോൾ വാനോവിന് നാല്പതു വയസ്സായിരുന്നു പ്രായം. ഇപ്പോൾ അദ്ദേഹത്തിന്റെ പൗത്രൻ ടൈഗ്രാനും അതേ പ്രായം.

ഭർത്താവിന്റെ ചിരിക്കുന്ന മുഖത്തേക്ക് നോക്കി വാലിൻക പ്രേമ പൂർവ്വം വിളിച്ചു. വാനോ... പ്രിയപ്പെട്ടവനേ... "ഞാൻ ഒരാളുടെ നേരേയും ചളി വാരി എറിയില്ല. നിങ്ങൾക്ക് പേരുദോഷവും വരുത്തില്ല. വേണ്ടതു പോലെത്തന്നെ ഞാൻ അവരെ സ്വാഗതം ചെയ്യും. നല്ല ഭക്ഷണം കൊടുക്കും. കിടക്കാൻ വേണ്ട സൗകര്യങ്ങൾ ചെയ്യും. സ്നേഹത്തോടെ... ക്ഷമയോടെ പെരുമാറും... നടാസ്യയ്ക്കു സന്തോഷമാകും."

അഞ്ച്

ആകാശത്ത് നക്ഷത്രങ്ങൾ മാഞ്ഞുകഴിഞ്ഞിരുന്നില്ല. അപ്പോഴേക്കും ഉറക്കമുണരുന്ന സസ്യലതാദികളെ പുണരാൻ തേനീച്ചകൾ തിടുക്കം കൂട്ടി. മൂളിപ്പറക്കാൻ തുടങ്ങി. പ്രണയം മൂത്ത പക്ഷികളും പാട്ടുപാടാൻ തുടങ്ങിയിരുന്നു. പുതിയ പുലർകാലത്തെ വരവേറ്റുകൊണ്ടുള്ള പാട്ട്. എത്ര അതിശയകരമാണീ ലോകം. കുളിപ്പിച്ച് വയറുനിറയെ ആഹാരം കൊടുത്തു കിടത്തിയ കുഞ്ഞിനെപ്പോലെ. നല്ല ഉത്സാഹം... സന്തോഷം... പ്രസരിപ്പ്. മഞ്ഞുരുകി ഒഴുകുന്നതുപോലെ കാറ്റ് തെളിഞ്ഞ് മന്ദമായി. പുതുമണ്ണിന്റെ മണം കാറ്റിൽ നിറഞ്ഞുനിന്നു. ഗ്രാമം മുഴുവനും വാലിൻകായുടെ വീട്ടുമുറ്റത്ത് എത്തിച്ചേർന്നിരുന്നു. കൊല്ലൻ മൂക്കുച്ചും ആനീസും മാത്രമേ വരാതിരുന്നുള്ളൂ. മൂക്കുച്ച് പതിവുപോലെ താഴ്വര യിലേക്ക് ചരക്കെടുക്കാൻ പോയി. ആനീസിന് വാർദ്ധക്യത്തിന്റെ ക്ഷീണവും തളർച്ചയും. അതിനും പുറമെ കലശലായ സന്ധിവാതവും അവരെ അലട്ടിയിരുന്നു. വാസിലിയുടെ കൈയും പിടിച്ച് അനാട്ടോലി യയും വന്നിരുന്നു. ഭർത്താവിനോടൊപ്പം ആദ്യമായാണ് അവർ വീടിനു പുറത്തിറങ്ങുന്നത്. നാട്ടുകാരുടെ മുമ്പിൽ നില്ക്കുന്നത്. ആരുടേയും ശ്രദ്ധ ആകർഷിക്കാതിരിക്കാൻ അവർ പ്രത്യേകിച്ചും ശ്രദ്ധിച്ചു. പതിവിൽ കവിഞ്ഞ് ഒന്നുമില്ല എന്ന മട്ട്. വാസ്തവത്തിൽ അതിന്റെ ആവശ്യമുണ്ടാ യിരുന്നില്ല. ആരും അവരെ ശ്രദ്ധിച്ചിരുന്നില്ല. എല്ലാ കണ്ണുകളും വാലിൻക യുടെ നേരെയായിരുന്നു. അവരാണെങ്കിൽ ആകെ പരിഭ്രമിച്ച് കണ്ണും തുറിച്ച്... എന്തു സംഭവിച്ചുവെന്നറിയില്ല. മുറ്റത്തെ കക്കൂസുകുഴി നിറഞ്ഞു പൊന്തി. എല്ലാം പുറത്തേക്ക് ഒഴുകി പരന്നിരിക്കുന്നു.

വാലിൻകയുടെ മുറ്റം എപ്പോഴും നല്ല വൃത്തിയുള്ളതാണ്. അടിച്ചു വാരി ചപ്പുചവറുകൾ നീക്കി. എന്നാൽ ഇന്നത്തെ സ്ഥിതി കണ്ടവരൊക്കെ കഷ്ടം വെച്ചുനിന്നു. ചിലർ പടിവാതില്ക്കലേക്ക് പിന്മാറി. വേറെ ചിലർ മാനത്തേക്ക് നോക്കിനിന്നു. കനിവു കാട്ടണേ എന്ന ഭാവത്തിൽ.

"ഇങ്ങനെയൊന്നു സംഭവിക്കാൻ കാരണമെന്തായിരിക്കും?" എല്ലാ വരും പരസ്പരം ചോദിച്ചു.

"അതുതന്നെയാണ് ഞങ്ങളും ആലോചിക്കുന്നത്" ആദ്യം വന്നു കണ്ടവർ കൈമലർത്തി.

"ആ യീസ്റ്റാണ് എല്ലാറ്റിനും കാരണം." വാലിൻക പറഞ്ഞു. ഊർന്നു വീണ മുടിയിഴകൾ തലമുടിക്കെട്ടിനിടയിൽ തിരുകിവെച്ച് കൈകൊണ്ട് മുഖം പൊത്തി അവർ തേങ്ങിക്കരയാൻ തുടങ്ങി.

"യീസ്റ്റോ...? അതെന്താണ്?" ജനം ആകെ പരിഭ്രമിച്ചു.

"മൂന്നുവർഷം മുമ്പ് ടൈഗ്രാൻ അയച്ച യീസ്റ്റ്. കാലാവധി കഴിഞ്ഞിരുന്നു. അതുകൊണ്ട് ഞാനത് വലിച്ചെറിഞ്ഞു. എന്നാലും അതിന്റെ വീര്യം കുറഞ്ഞിട്ടില്ല എന്നു തോന്നുന്നു. വേനലല്ലേ... ആ ചൂടിൽ അത് രാത്രി പതഞ്ഞുപൊന്തി." തേങ്ങലിനിടയിൽ വാലിൻക വിക്കി വിക്കി ആ സംഭവം വിവരിച്ചു.

എല്ലാവരും സ്തബ്ധരായിനിന്നു. അവിശ്വസനീയതയോടെ അവരെല്ലാം പരസ്പരം നോക്കി. വാലിൻകയേയും നോക്കി. സംഭവിച്ചതിനെക്കുറിച്ച് കൂടുതലൊരു വിശദീകരണം... ന്യായീകരണം? കൂടുതലൊന്നും വാലിൻകയ്ക്ക് പറയാനുണ്ടായിരുന്നില്ല. അവർ നിസ്സഹായയായി കണ്ണീരൊലിപ്പിച്ചുനിന്നു.

"എന്താ അവർ പയുന്നത്?" സുരെൻ പെറ്റിനാൻറ്സ് അന്വേഷിച്ചു. വയസ്സ് തൊണ്ണൂറ് കഴിഞ്ഞു. ചെവിയും തീരെ കേൾക്കാതെയായി. "രാത്രി ഈ വൃത്തികേടൊക്കെ ആരാ അവരുടെ മുറ്റത്ത് കൊണ്ടിട്ടത്?"

ഓവൻസ് പൊട്ടിത്തെറിച്ചു. കൂടെ മറ്റുള്ളവരും. കാര്യമെന്തെന്നറിയാതെ സുരെൻ എല്ലാവരേയും മാറി മാറി നോക്കി. പിന്നെ ഒന്നും കാര്യമാക്കാനില്ല എന്ന മട്ടിൽ കൈവീശി. ആ കൂട്ടച്ചിരിയിൽ പങ്കുചേർന്നു.

"ഇതെല്ലാം വൃത്തിയാക്കാൻ നിങ്ങളെന്നെ സഹായിക്കണം. എന്റെ പേരമകൻ ഇന്ന് വരും. അവൻ തനിയെ ആണെങ്കിൽ സാരമില്ലായിരുന്നു. അവന്റെ ഭാര്യയും കുട്ടികളും കൂടെ വരുന്നുണ്ട്."

"എന്താ പറഞ്ഞുകൊണ്ടുവരുന്നത്?" ഓവൻസ് അവരെ കളിയാക്കി. "ടൈഗ്രാൻ മാത്രമാണെങ്കിൽ സാരമില്ല ഇതൊക്കെ ഇവിടെ കിടന്നോട്ടെ എന്നാണോ?"

"മതി, അവരെ എന്തിനാ പരിഹസിക്കുന്നത്?" യാസാമാൻ ഭർത്താവിനെ ശകാരിച്ചു. അല്ലെങ്കിലും ആണുങ്ങളോടൊപ്പം ചിരിക്കാൻ സ്ത്രീകളാരും തയ്യാറായില്ല. അതൊരു തമാശയായി അവർക്ക് തോന്നിയതുമില്ല. "വാലിൻക ഉദ്ദേശിച്ചത് ടൈഗ്രാൻ തനിച്ചാണെങ്കിൽ അവൻ തന്നെ എല്ലാം വൃത്തിയാക്കിയേനേ എന്നാണ്. നാട്ടിൻപുറത്തെ ഈ വക സംഗതികളൊന്നും അവന് പുത്തരിയല്ല. എന്നാലിപ്പോൾ അവന്റെ ഭാര്യയും കൂടെയില്ലേ...? ആ വടക്കത്തി."

"അതെ... അതെ... വടക്കൻ ദിക്കിലുള്ളവർ തൂറുന്നത് തീട്ടമല്ല...

പൂക്കളാണല്ലോ! നമ്മളെപ്പോലെ ഇതൊന്നും അവർ കണ്ടിരിക്കാനിട യില്ല."

യാസാമാന് ദേഷ്യം വന്നു. ഒന്നും മിണ്ടാതെ മാറിനിന്നു. കുറേ നേരം കൂടി ആ വയസ്സന്മാർ പലതും പറഞ്ഞ് അവിടെ നിന്നു. വാലിൻകയെ പരിഹസിച്ചു. ഒന്നും ആലോചിക്കാതെ അവരല്ലേ തീട്ടക്കുഴിയിലേക്ക് യീസ്റ്റ് വലിച്ചെറിഞ്ഞത്. പതുക്കെ എല്ലാവരും ശാന്തരായി. എങ്ങനെ വാലിൻകയുടെ മുറ്റം വൃത്തിയാക്കാം എന്ന ചിന്തയായി.

കുറച്ചുനേരം തർക്കിച്ചുനിന്നതിനുശേഷം അവർ ഒരു തീരുമാനത്തി ലെത്തി. അഴുക്കൊക്കെ കോരിയെടുത്ത് മറ്റൊരു കുഴിയിലിട്ട് മണ്ണിട്ട് നിക ത്തുക. നല്ലവണ്ണം അമർത്തിയതിനുശേഷം പലകകൾകൊണ്ടു മൂടി മീതെ നിരക്കെ കോൺക്രീറ്റിട്ട് അമർത്തുക. അല്ലെങ്കിൽ അത് അവിടെ കിടന്ന് ഇനിയുമിനിയും പുളിച്ചുപൊന്തും. അടുത്ത തണുപ്പുകാലം വരെ ആ നാറ്റം മാറുകയുമില്ല. ഓവൻസാണ് അത് നിർദ്ദേശിച്ചത്.

"എല്ലാം അങ്ങനെ കെട്ടിയടച്ചാൽ ഞങ്ങൾ എവിടെയാണ് വെളിക്കി റങ്ങുക?" വാലിൻക സംശയം ചോദിച്ചു. ഓവൻസ് വീണ്ടും തമാശ പറ യാൻ തുടങ്ങി. ഭാര്യയുടെ രൂക്ഷമായ നോട്ടം കണ്ടതോടെ വേണ്ടെന്നു വെച്ചു. "തത്കാലം അയൽപക്കത്തെ മറപ്പുര ഉപയോഗിക്കാം. ടൈഗ്രാൻ വരട്ടെ. പുതിയൊരു മറപ്പുര കെട്ടാം. ആട്ടെ, ആരുടെയെങ്കിലും വീട്ടിൽ കുറച്ച് സിമന്റ് എടുക്കാനുണ്ടാവുമോ?"

സാറ്റനിക്കിന്റെ വീട്ടിൽ മാത്രമേ സിമന്റ് ഉണ്ടായിരുന്നുള്ളൂ. കട്ട പിടി ച്ചിരുന്നു. എന്നാലും ഉപയോഗിക്കാം.

അന്നു പകൽ മുഴുവൻ അവർ വാലിൻകയുടെ മുറ്റം വൃത്തിയാക്കുന്ന പണിയിലായിരുന്നു. വൈകുന്നേരമായതോടെ വയസ്സന്മാരെല്ലാം പാടെ തളർന്നു. പണി നിർത്തി വീട്ടിലേക്ക് മടങ്ങി. എല്ലാവർക്കും വിളമ്പാൻ വാലിൻക തയ്യാറായിരുന്നു. "വേണ്ട, ബുദ്ധിമുട്ടേണ്ട" അവർ മര്യാദയോടെ നിരസിച്ചു.

വാസ്തവത്തിൽ അവർക്ക് ഭക്ഷണം കഴിക്കാനുള്ള മനസ്സില്ലായി രുന്നു. അത്രയും വൃത്തികെട്ട പണിയല്ലേ ചെയ്തുകൊണ്ടിരുന്നത്? കുളിക്കാതേയും വസ്ത്രം മാറാതേയും ഭക്ഷണം കഴിക്കുന്നതെങ്ങനെ? അതുകൊണ്ടാണ് അവർ അയൽക്കാരിയുടെ ക്ഷണം നന്ദിപൂർവം നിരസി ച്ചത്.

മുറ്റത്തിന്റെ സ്ഥിതി കണ്ട് കണ്ണീർ തുടച്ച് വാലിൻക നെടുവീർപ്പിട്ടു. "പേരമകനെ നന്നായി സ്വാഗതം ചെയ്യണമെന്നു വിചാരിച്ചു. എന്നാൽ ഇപ്പോൾ കണ്ടില്ലേ മുറ്റം കിടക്കുന്നത്?"

"അങ്ങനെ വിചാരിക്കേണ്ട" വാസിലി സമാധാനിപ്പിച്ചു. അവസാനം പോയത് അയാളായിരുന്നു. "നല്ലത് വിചാരിക്കൂ... വരാനിരുന്ന ഏതോ ദുരന്തം ഇങ്ങനെ അവസാനിച്ചു എന്നു കരുതിയാൽ മതി."

വാലിൻക തല കുലുക്കി. പക്ഷേ മനസ്സ് കുളിർത്തില്ല. എല്ലാവരും പോയതിനുശേഷം വീണ്ടും അടുക്കളയിൽ ചെന്നു അടുപ്പു കത്തിച്ചു. വെള്ളം തിളയ്ക്കുന്നതിനിടയിൽ തന്റേതായ രീതിയിൽ മുറ്റം ഒന്നുകൂടി വെടിപ്പാക്കി. സാറ്റനിക്കിന്റെ സിമന്റ് ചാക്ക് ഒരരികിലേക്ക് മാറ്റിവെച്ചു. പിന്നീട് തിരിച്ചു കൊടുക്കാം. വീണ്ടും ആവശ്യം വന്നാലോ? അവർ തൊഴുത്തിലേക്ക് ചെന്നു. അവിടെ ഒരു തൊട്ടിയിൽ മൺകോരികൾ കുതിരാൻ വെച്ചിരുന്നു. രാവിലെ ഗ്രാമത്തെ മുഴുവൻ തന്റെ മുറ്റത്തേക്കെത്തിച്ച ആ ദുർഗന്ധം ഇപ്പോൾ കുറേ കുറഞ്ഞിരിക്കുന്നു. എല്ലായിടവും നന്നായി വെടിപ്പാക്കിയതിനുശേഷം വാലിൻക തേച്ചരച്ച് നല്ലവണ്ണമൊന്ന് കുളിച്ചു. പകൽ ധരിച്ചിരുന്ന വസ്ത്രങ്ങളെല്ലാം പൊതികെട്ടി മുറിയുടെ ഒരു മൂലയിൽ വെച്ചു. സാവകാശം കിട്ടുമ്പോൾ അലക്കിയിടാം.

നനഞ്ഞ മുടി രണ്ടായി മെടഞ്ഞ് പിൻകഴുത്തിൽ കെട്ടിവെച്ചു. മുടിപ്പിന്നുകൾ കുത്തി. വൃത്തിയുള്ള കുപ്പായമിട്ടു. അതിനുമീതെ ഒരു പട്ടുപിനാഫറും കെട്ടി.

അടുപ്പ് പതുക്കെ കത്തുന്നുണ്ട്. നിലവറയിൽ ചെന്ന് ഇറച്ചി ചേർത്തുണ്ടാക്കിയ ഗോതമ്പു നുറങ്ങരിയുടെ ചോറ് എടുത്തുകൊണ്ടുവന്നു. ഒന്നുകൂടി ചൂടാക്കിവെക്കണം. അവർ ഉമ്മറവരാന്തയിലെ ബെഞ്ചിൽ ചെന്നിരുന്നു. മയിലുണ്ടായിരുന്ന കാലത്ത് ആളുകളുടെ ഇടയിൽ കയറിവന്ന് ശല്യം ചെയ്യാതിരിക്കാനായി ഒരു തടസ്സമെന്ന നിലയിൽ കൊണ്ടുവന്നിട്ടതായിരുന്നു ആ ബെഞ്ച്. അവർ കാൽമുട്ടിൽ കൈകൾ ചേർത്തുവെച്ച് ടൈഗ്രാനും കുടുംബവും വന്നെത്താനായി ക്ഷമയോടെ കാത്തിരുന്നു. കൊല്ലൻ മൂക്കുച്ചിന്റെ വണ്ടി പടിക്കൽ വന്നു നിന്നപ്പോഴേക്കും അവർ സുഖമായി ഉറക്കത്തിലാണ്ടു കഴിഞ്ഞിരുന്നു. നീണ്ട കാത്തിരിപ്പ്... പകലത്തെ അസാധാരണമായ പണിത്തിരക്ക്. അവരാകെ ക്ഷീണിച്ചിരുന്നു.

ആറ്

ഭർത്താവ് പറഞ്ഞുകേട്ടിട്ടുള്ള കഥകൾ. നടാസ്യ സങ്കല്പിച്ചതുപോലെത്തന്നെയായിരുന്നു ഗ്രാമം. ഒരു മാറ്റവുമില്ല. കല്ലുകൊണ്ടുണ്ടാക്കിയ വീടുകൾ. പൊളിഞ്ഞു തുടങ്ങിയ, ഓടുമേഞ്ഞ മേൽക്കൂരകൾ. കാലപ്പഴക്കം ചെന്ന വേലിക്കെട്ടുകൾ. ആകാശത്തെ എത്തിപ്പിടിക്കാൻ വെമ്പുന്ന വിറകടുപ്പിന്റെ പുകക്കുഴലുകൾ. വന്നതിന്റെ പിറ്റേ ദിവസം ഒരു മണിക്കൂറോളം അവൾ ഗ്രാമം മുഴുവൻ ഒന്നു ചുറ്റിനടന്നു. കൊച്ചു കിര്യൂഷ സുഖമായി ഉറങ്ങുകയായിരുന്നു. അവനുവേണ്ടി വാലിൻക വലിയൊരു കള്ളിത്തുണികൊണ്ട് നല്ലൊരു തൊട്ടിൽസഞ്ചി കെട്ടിയിരുന്നു. അതും പുറകിൽ തൂക്കിയാണ് അവൾ നാടുകാണാനിറങ്ങിയത്.

അതിനുള്ളിൽ ചുരുണ്ടുകൂടി റൊട്ടിക്കു മാവു കുഴച്ചതുപോലെയാണ് കുഞ്ഞ് കിടന്നിരുന്നത്. അലിസയും വലിയ ഉത്സാഹത്തിലായിരുന്നു. പൂ മണത്തും പറിച്ചെടുത്തും അവൾ അവിടെയെങ്ങും പാറിനടന്നു. ഓടിയും ചിലപ്പോൾ ഒറ്റക്കാലിൽ ചാടിയും നടക്കവേ അവൾ വിരൽ ചൂണ്ടി, "അമ്മേ ഈ വീടു കണ്ടില്ലേ? ആകെ പൊട്ടിപ്പൊളിഞ്ഞിരിക്കുന്നു. ഉമ്മറ വാതിൽ തുറന്നു കിടക്കുകയാണ്. നമുക്ക് അടുത്തുചെന്ന് നോക്കി യാലോ?"

"നോക്കാം" നടാസ്യ പറഞ്ഞു. എന്നാൽ അകത്തേക്ക് കടന്നില്ല. അല്ലെങ്കിലേ വിണ്ടുനില്ക്കുന്ന ഭിത്തികൾ. പൊടുന്നനെ നിലം പതി ച്ചാലോ? അരികിൽ ചെന്നു നോക്കി. മരം കൊണ്ടു പണിത ഉമ്മറവരാന്ത മിക്കവാറും ചിതൽ തിന്നു കഴിഞ്ഞു. സൂക്ഷിച്ചുനോക്കിയാൽ പല യിടത്തും ഓരോ രൂപങ്ങൾ കൊത്തിവെച്ചിരിക്കുന്നതു കാണാം. കുരിശും സൂര്യനും പാറക്കഷണങ്ങളും മറ്റും. പലയിടങ്ങളും മുന്തിരിവള്ളികൾ പടർന്നുകയറി മൂടപ്പെട്ടിരുന്നു. ഇരുമ്പുവാതിലുകൾ തുരുമ്പെടുത്തു. വേലിക്കെട്ടുകൾ പൊളിഞ്ഞുകിടന്നു. നടക്കാൻ കൊള്ളരുതാത്ത പരുക്കൻ വഴികൾ. കല്ലും മുള്ളും കുണ്ടും കുഴിയും. ഫലവൃക്ഷങ്ങളെല്ലാം രോഗം ബാധിച്ച മട്ടിൽ മുരടിച്ചുനിന്നിരുന്നു. വളരെക്കാലമായി അവ യൊന്നും കായ്ച്ചിട്ടുണ്ടെന്നു തോന്നുന്നില്ല. ഒഴിഞ്ഞുകിടക്കുന്ന ഒരു വീട്ടുവരാന്തയിൽ ആരോ പുകയില ഉണക്കാനായി തൂക്കിയിട്ടിരിക്കുന്നതു കണ്ടു. അയൽപക്കക്കാർ വീട് അത്യാവശ്യങ്ങൾക്ക് ഉപയോഗിക്കുന്നു ണ്ടാവാം.

"അതെന്താ അമ്മേ, അവിടെ തൂങ്ങിക്കിടക്കുന്നത്?" അലീസ അമ്മ യോടു ചോദിച്ചു.

"അത്... പുകയില ഉണക്കാനിട്ടിരിക്കുകയാണ്. നടാസ്യ മകൾക്ക് പറഞ്ഞുകൊടുത്തു.

"ഇവിടെയുള്ളവർ ഈ പുല്ലിൽനിന്നും സിഗരറ്റുണ്ടാക്കുമെന്ന് ആര് വിചാരിക്കാൻ?" കുട്ടിക്ക് അതിശയം തോന്നി.

നടാസ്യയ്ക്ക് ചിരിപൊട്ടി. എന്നാലും കുഞ്ഞുങ്ങൾ മണക്കുമോ എന്ന ഭയത്താൽ വായ പൊത്തി. മകളുടെ അഭിപ്രായങ്ങൾ അമ്മയ്ക്ക് നന്നേ രസിച്ചു. പക്ഷേ. മക്കൾ കൂടെയുള്ളപ്പോൾ ഒന്നും ശ്രദ്ധിച്ചു നോക്കാനാ വുന്നില്ല. "നാളെ നിന്നെ കൂടാതെ ഞാൻ നടക്കാനിറങ്ങിയാലോ... മോള് പിണങ്ങുമോ?

"എന്താ ഞാൻ കൂടെയുള്ളത് അമ്മയ്ക്ക് ശല്യമാണോ?" അലീസ മുഖം കോട്ടി.

"അതുകൊണ്ടല്ല, തനിച്ചാകുമ്പോൾ ഓരോന്നും ശ്രദ്ധയോടെ നോക്കാൻ പറ്റും. മനസ്സിലായോ?"

"എന്നുവെച്ചാൽ, കൂടുതൽ ആലോചിക്കാനുണ്ടെന്നാണോ?"

"അതെ."

"എങ്കിൽ അങ്ങനെയാവട്ടെ. അമ്മ പൊയ്ക്കോളൂ. ഞാൻ അച്ഛന്റെ കൂടെ വീട്ടിലിരുന്നോളാം."

മകളുടെ കവിളിൽ തലോടി അമ്മ നന്ദിപറഞ്ഞു.

"ആയിക്കോട്ടെ." കുട്ടി ചിരിച്ചുകൊണ്ട് മുമ്പേ ഓടി. ഒരു കുഴിയിൽ നിന്നും മറ്റേ കുഴിയിലേക്ക് ചാടിക്കളിച്ചു.

വെയിൽ തട്ടാതിരിക്കാൻ കൈ അല്പം ഉയർത്തി കണ്ണുകൾ മറച്ച് വാലിൻക പടിക്കൽത്തന്നെ നിന്നിരുന്നു. അവരെ കണ്ടപ്പോൾ അമ്മൂമ്മ ഹൃദ്യമായി പുഞ്ചിരിച്ചു. "ഇത്ര വയസ്സായിട്ടും എന്തൊരു ഭംഗി" നടാസ്യയ്ക്ക് അദ്ഭുതം തോന്നി. നീണ്ടുനിവർന്ന മൂക്ക്, ചേർന്നുനില്ക്കുന്ന നേരിയ ചുണ്ടുകൾ, വെയിലേറ്റ് തവിട്ടുനിറമായ മുഖത്ത് തിളങ്ങുന്ന നീലക്കണ്ണുകൾ. മാരാൻ ഗ്രാമത്തിന്റെ തനതുഭാഷയിൽ സംസാരിക്കാൻ ടൈഗ്രാൻ അമ്മയ്ക്കും മകൾക്കും പരിശീലനം നല്കിയിരുന്നു. അതെത്ര നന്നായി. അല്ലെങ്കിൽ അമ്മാമ്മയുടെ അമ്മയെ കാര്യം പറഞ്ഞു മനസ്സിലാക്കാൻ ഏറെ വിഷമിച്ചേനേ.

"ക്ഷീണിച്ചു, അല്ലേ?" ഉറങ്ങുന്ന കുഞ്ഞിനെ സഞ്ചിത്തൊട്ടിയിൽ നിന്നും വാലിൻക വാരിയെടുത്തു.

"ഇല്ല" എന്ന് ഉറക്കെ പറഞ്ഞുംകൊണ്ട് അലീസ അവളുടെ അച്ഛന്റെ അരികിലേക്ക് ഓടിച്ചെന്നു. അയാൾ വിറകുപുരയ്ക്കരുകിലായിരുന്നു. വാലിൻക നിർദ്ദേശിച്ചതുപ്രകാരം പുതിയൊരു കക്കൂസ് പണിയുകയായിരുന്നു.

കല്ലുഭിത്തി കെട്ടി. നല്ലൊരു കക്കൂസ് പണിയാമെന്ന് ടൈഗ്രാൻ പറഞ്ഞു. "അങ്ങനെ കെട്ടുറപ്പുള്ള ഒരു മറപ്പുരയുടെ ആവശ്യമെന്ത്?" എന്നായിരുന്നു വാലിൻകയുടെ മറുചോദ്യം.

"ഞാൻ ഇവിടെ തനിയെയാണ്. വിറകുപുര കാലങ്ങളായി ഒഴിഞ്ഞു കിടക്കുന്നു. കണ്ടില്ലേ? വിറകെല്ലാം ഞാൻ അടുക്കി വെക്കുന്നത് ദാ, ആ മൂലയിലാണ്. ഈ വിറകുപുരയുടെ ഒരു മൂലയിൽ ഒരു കുഴി കുഴിച്ചാൽ മതി. ഏതാനും പലകകൾ വെച്ച് ഒന്നു മൂടണം. ഒരു മറയും കെട്ടിയുണ്ടാക്കണം... അത്രയൊക്കെ മതി."

"ശരി, അങ്ങനെ ചെയ്യാം. അതുകഴിഞ്ഞ് കിടപ്പുമുറിയിലെ ഭിത്തി നേരെയാക്കണം" ടൈഗ്രാൻ സമ്മതിച്ചു. "ആ ഭിത്തി തൊട്ടുപോകരുത്. അതിന്റെ വിടവിൽകൂടിയാണ് നിന്റെ അപ്പൂപ്പന്റെ ആത്മാവ് പറന്നു പോയത്. താമസിയാതെ എന്റേതും അതേവഴി പോകും."

"അതുകൊണ്ടായിരിക്കും ജീവിച്ചിരുന്നിടത്തോളം കാലം അപ്പൂപ്പൻ

ആ ഭിത്തിയുമായി പോരടിച്ചു നിന്നത്. തന്റെ ജീവൻ അവസാനിക്കുക അതുവഴിയാകുമെന്ന് അദ്ദേഹത്തിന് തോന്നിയിരിക്കും.”

അപ്പൂപ്പന്റെ മരണസമയത്ത് താൻ അടുത്തുണ്ടായിരുന്നില്ലല്ലോ എന്ന കുറ്റബോധം ടൈഗ്രാനെ വല്ലാതെ അലട്ടിയിരുന്നു. അതുകൊണ്ടുതന്നെ വാനോവിനെപ്പറ്റി എന്തെങ്കിലും പറയുമ്പോഴേക്കും അയാളുടെ തൊണ്ട ഇടറിയിരുന്നു. ഓരോരോ കാരണങ്ങൾ. ആഗ്രഹമുണ്ടായിട്ടും നാട്ടിലേക്കുള്ള വരവ് നീണ്ടുപോയി. അപ്പൂപ്പനെ ജീവനോടെ കാണാനുള്ള ഭാഗ്യമുണ്ടായില്ല. ശവമടക്കലിനും എത്തിച്ചേരാൻ സാധിച്ചില്ല. അതയാളുടെ കുറ്റമായിരുന്നില്ല. ഭാഗ്യക്കേട് എന്നേ പറയാനാവൂ. നാട്ടിൽ നിന്നയച്ച ടെലിഗ്രാം എന്തോ കാരണവശാൽ വളരെ വൈകിയാണ് കൈപ്പറ്റിയത്. അപ്പോഴേക്കും വാനോവിന്റെ മരണവും ശവമടക്കലുമൊക്കെ കഴിഞ്ഞിരുന്നു. പിന്നേയും ഒരു മാസം കഴിഞ്ഞിട്ടേ അയാൾക്ക് മാരാനിലെത്താൻ സാധിച്ചുള്ളൂ. മനസ്സിലുറപ്പിച്ചത് തനിയെ പോകാം, അമ്മൂമ്മയേയും കൂട്ടി തിരികെ വരാം എന്നായിരുന്നു. ഇനി അവരെ അവിടെ തനിയെ നിർത്തേണ്ടതില്ല. പക്ഷേ, നടാസ്യ നിർബന്ധം പിടിച്ചു. എല്ലാവരും കൂടി ഒരുമിച്ചുപോയാൽ മതി.

“ഇപ്പോഴല്ലെങ്കിൽ ഇനി എപ്പോഴാണ് ഞാൻ കാണുക നിങ്ങൾ ജനിച്ചു വളർന്ന ആ ഗ്രാമം?”

“ആയിക്കോട്ടെ” ടൈഗ്രാൻ സമ്മതിച്ചു. “പക്ഷേ നമ്മൾ നാട്ടിൽ വരുന്നത് യഥാർത്ഥത്തിൽ എന്തിനാണ് എന്ന കാര്യം ഉടനെയൊന്നും വെളിപ്പെടുത്തരുത്.”

“വേണ്ട എന്നേ അവർ പറയൂ. വേണ്ടപ്പെട്ടവരുടെ കുഴിമാടങ്ങൾ ശ്രദ്ധിക്കാൻ ആരെങ്കിലും നാട്ടിൽ വേണ്ടേ? ആദ്യം നമ്മളുമായി നന്നായി ഇണങ്ങണം. പരിചയക്കേടൊക്കെ മാറി അടുപ്പം വരണം. അപ്പോൾ പിന്നെ നമ്മളെ പിരിയുക അവർക്ക് സങ്കടമാകും. അങ്ങനെ പതുക്കെ നമുക്ക് വിഷയം അവതരിപ്പിക്കാം.”

“എന്നിട്ടും അവർ സമ്മതിച്ചില്ലെങ്കിൽ?”

“നമുക്ക് പറഞ്ഞ് ബോദ്ധ്യപ്പെടുത്താം” ആ കാര്യത്തിൽ അയാൾക്ക് ഉറപ്പുണ്ടായിരുന്നു.

ടൈഗ്രാനും നടാസ്യയും ആദ്യമായി ചെയ്തത് കുട്ടികളെ രണ്ടു പേരേയും വാലിൻകയുടെ ചുമതലയിൽ ഏല്പിച്ച് വാനോയുടെ കുഴിമാടം സന്ദർശിക്കാൻ പോവുകയായിരുന്നു. ടൈഗ്രാൻ നാടുവിട്ടുപോയിട്ട് വർഷങ്ങളെത്ര കഴിഞ്ഞു. എന്നിട്ടും സെമിത്തേരിക്ക് ഒരു മാറ്റവുമില്ല. കുറെ കൂടി മരക്കുരിശുകൾ പലയിടത്തായി ഉയർന്നുവന്നിട്ടുണ്ടെന്നു മാത്രം. മുമ്പുണ്ടായിരുന്നത് കല്ലാശാരി സിമന്റിൽ വാർത്തതായിരുന്നു. ആ സ്ഥാനത്താണിപ്പോൾ മരക്കുരിശുകൾ. കല്ലാശാരി മരിച്ചിട്ട് ഏതാനും

വർഷങ്ങളായിരുന്നു. ഭർത്താവിനെ അദ്ദേഹത്തിന്റെ അപ്പൂപ്പന്റെ കുഴിമാടത്തിനു മുന്നിൽ തനിയെ വിട്ട്, നടാസ്യ അവിടെയൊക്കെ കറങ്ങി. അപ്പൂപ്പനോട് പറയാനുള്ളതൊക്കെ സാവകാശം പറഞ്ഞുകൊള്ളട്ടെ. കരയാനും പറയാനും എളുപ്പം ഒറ്റയ്ക്കാവുമ്പോഴാണ്. സെമിത്തേരിയാകെ പലതരം കാട്ടുവള്ളികൾ പടർന്നു മൂടികിടക്കുകയാണ്. ഇടയിൽ ധാരാളം നിറമുള്ളൊരു തരം പുല്ലും വളർന്നു നില്ക്കുന്നു. കാലിത്തീറ്റയ്ക്കു കൊള്ളാം. അതിന്റെ ഇടയിലൂടെ നടന്നുപോകുക പ്രയാസമായിരുന്നു. എന്നാലും അവൾ വേണ്ടെന്നുവെച്ചില്ല. കുഴിമാടങ്ങളിൽ കൊത്തിവെച്ചിട്ടുള്ള കുറിപ്പുകൾ സൂക്ഷ്മതയോടെ പരിശോധിച്ചു. പലതും പൂപ്പൽ വന്നു മൂടിയിരുന്നു. കാലപ്പഴക്കം കൊണ്ട് മങ്ങിയിരിക്കുന്നു. എങ്കിലും ഇപ്പോഴും അവർക്ക് ലാളിത്യമാണ്; ഒരു ഭംഗിയുണ്ട്. ആ സ്മാരകശിലകളിലിപ്പോഴും ഏതോ പഴയ കാലത്തിന്റെ ശ്വാസം ബാക്കിനില്ക്കുന്നതുപോലെ. മെല്ലെ കൈനീട്ടി അവ തഴുകവേ എന്തെന്നില്ലാത്തൊരു വിഷാദം നടാസ്യയുടെ മനസ്സിനെ മൂകമാക്കി. തന്റെ തലോടൽ അവർക്ക് സാന്ത്വനം നല്കുന്നതായും അവൾക്ക് തോന്നി.

തുടക്കത്തിൽ നടാസ്യയ്ക്ക് മനസ്സിലായില്ല. ആ ശിലകൾ സ്ഥാപിച്ചിരിക്കുന്നത് മരിച്ചുപോയവരുടെ കാലുകളായിട്ടാണ് എന്ന്. അവ തലഭാഗത്തല്ല എന്ന്. പടിഞ്ഞാട്ട് അഭിമുഖമായിട്ടാണെന്നും പിന്നീടാണവർ തിരിച്ചറിഞ്ഞത്. ഒന്നുംകൂടി ഉറപ്പുവരുത്താനായി അവൾ ചില പുതിയ കുഴിമാടങ്ങളിൽ വീണ്ടും ചെന്നു നോക്കി. അവളുടെ ഊഹം ശരിയായിരുന്നു. പുതിയ മരക്കുരിശുകൾ തലഭാഗത്താണ് വെച്ചിരുന്നത്. പഴയ സിമന്റ് കുരിശുകൾപോലെ കാൽക്കലായിരുന്നെങ്കിലും ചോദ്യം ചോദിച്ച് ഭർത്താവിനെ ശല്യം ചെയ്യേണ്ട എന്ന് വിചാരിച്ചു. സെമിത്തേരിയിൽ നിന്നും തിരിച്ചുവന്നതിനുശേഷം ടൈഗ്രാൻ വല്ലാത്തൊരു മൗനത്തിലായിരുന്നു. അയാൾ തനിയെ തോട്ടത്തിന്റെ അതിർത്തിയിൽ ചെന്നിരുന്നു. കിഴക്കാംതൂക്കായി നില്ക്കുന്ന പാറക്കെട്ടുകളിൽ കണ്ണും നട്ട് നിർത്താതെ പുകവലിച്ചുകൊണ്ടിരുന്നു.

അത് വാതിലുകളാണ്. വാലിൻക ഒച്ച തീരെ താഴ്ത്തി നടാസ്യക്ക് പറഞ്ഞുകൊടുത്തു. കുട്ടികൾ രണ്ടുപേരും അരികിൽ നല്ല ഉച്ചയുറക്കത്തിലായിരുന്നു. അവർക്ക് ചുറ്റും തലയിണകൾ ചൂടു പകർന്നു. കുളിർത്ത മലങ്കാറ്റ് മയക്കത്തിന് ആക്കം കൂട്ടി. തന്റെ വർത്തമാനം കേട്ട് കുട്ടികളുണരാതിരിക്കാൻ വാലിൻക പ്രത്യേകം ശ്രദ്ധിച്ചു.

“വിധിതീർപ്പിന്റെ ദിവസം വരുമ്പോൾ പരേതരായവർ ഉയർന്നെഴുന്നേൽക്കും. വാതിലുകൾ തുറന്ന് സ്വർഗ്ഗത്തിൽ പ്രവേശിക്കും. അതിനുവേണ്ടിയാണ് ഓരോ കല്ലറയുടെയും കാൽക്കലായി കുരിശിനോടൊപ്പം ആ അടയാളം കൊത്തിവെച്ചിരിക്കുന്നത്.”

"അങ്ങനെയാണെങ്കിൽ സാധാരണ മരക്കുരിശുകൾക്കെന്തു പറ്റും?"

"മറ്റു പരേതാത്മാക്കൾ അവരെ വന്ന് കൂട്ടിക്കൊണ്ടുപോകും."

"അതുശരി!" കൂടുതലൊന്നും നടാസ്യയ്ക്ക് പറയാനുണ്ടായിരുന്നില്ല.

കൊച്ചു കിര്യൂഷ അനങ്ങാൻ തുടങ്ങി. ചുണ്ടുകൾ നക്കി. ഉറക്കെ ദീർഘശ്വാസമെടുത്തു. നടാസ്യ കുട്ടിയുടെ നേരെ കൈ നീട്ടി. അതിനു മുമ്പേ വാലിൻക കൈ എത്തിച്ച് കുഞ്ഞിനെ തിരിഞ്ഞുകിടക്കാൻ സഹായിച്ചു. അവന്റെ പുറം തടവിക്കൊടുത്തു. ഷർട്ടിന്റെ കോളർ ശരിയാക്കി. അതിന്റെ തുമ്പുതട്ടി അവന്റെ മൃദുവായ ചർമ്മം ഉരയരുതല്ലോ.

വാലിൻക എഴുന്നേറ്റു. ഇനി അവന്റെ അമ്മ തന്നെ അരികിലിരിക്കട്ടെ. "കുഞ്ഞുങ്ങളുറങ്ങുന്ന നേരം നോക്കി കുറച്ചുനേരം നീയും കിടന്നോളൂ. ഇത്തിരിനേരം വിശ്രമിക്കാം. ഉച്ചഭക്ഷണത്തിന്റെ പണി ഞാൻ നോക്കിക്കോളാം."

"ഞാനും സഹായിക്കാം."

"വേണ്ട. നാളെയാവട്ടെ. ഇന്നുംകൂടി നീ വിരുന്നുകാരിയായി ഇരുന്നോളൂ. മൂന്നാംദിവസം മുതൽ അതിഥിയല്ല. വീട്ടുകാര്യങ്ങളിൽ എന്നെ സഹായിക്കാം."

"നാളെ മുതൽ ഞാൻ ആരാകും?" അവൾ ചിരിച്ചുകൊണ്ടു ചോദിച്ചു.

വാലിൻകാ തലയിലെ തൂവാല ഒന്നുംകൂടി മുറുക്കിക്കെട്ടി. പിനാഫർ ഒന്നു തടവി നേരെയിട്ടു. "നാളെ മുതൽ നീ ഈ വീട്ടിലെ വീട്ടമ്മയാണ്, നടാസ്യ മോളേ...!"

"എന്നെ സാസ്യ എന്നു വിളിച്ചാൽ മതി."

"എന്ത്?"

"സാസ്യ..."

"ശരി. എന്നാൽ ഇനി മുതൽ നീ സാസ്യയാണ്. തൽക്കാലം കുറച്ചു നേരം ഒന്നു കിടന്നോളൂ... നാളെ മുതൽ ചെയ്യാൻ വേണ്ടത്ര പണിയുണ്ടാവും. രാവിലെ നേരത്തെ എഴുന്നേറ്റ് മുതിര പറിച്ചുകൊണ്ടുവരണം. അവിടെ നാട്ടിലെ വയസ്സികളെയൊക്കെ കാണാം. ടൈഗ്രാൻ വയസ്സൻമാരുമായി വർത്തമാനം പറയാം. അവർക്ക് പലതും തമ്മിൽ പറയാനുണ്ടാകും. ഞായറാഴ്ച നമുക്ക് എല്ലാവരേയും വീട്ടിലേക്കു ക്ഷണിക്കാം. ചെറിയ തോതിലൊരു വിരുന്ന്. അങ്ങനെ നാട്ടുകാർക്കൊക്കെ നിന്നെ പരിചയപ്പെടാനൊരവസരം കിട്ടും."

"അതിന്റെയൊക്കെ ആവശ്യമുണ്ടോ?" നടാസ്യ ചോദിക്കാൻ തുടങ്ങിയതാണ്. ഉടനെ വേണ്ടെന്നുവെച്ചു.

"നല്ല കാര്യംതന്നെ." അവൾ മെല്ലെ പറഞ്ഞു.

വാലിൻക മുറിയിൽനിന്നു പുറത്തേക്കു പോയി. നടാസ്യ ഷൂസ് ഊരി വെച്ച് കുട്ടികളുടെ മെത്തയുടെ കാൽക്കലായി കിടന്നു. ഒച്ചയുണ്ടാക്കാതെ ഒരു തലയിണയെടുത്ത് തലയ്ക്കു ചുവടെ വെച്ചു. അവളുടെ മാർവിടം ഒന്നു വലിഞ്ഞു, മുലയിൽ പാൽ നിറയുമ്പോലെ. അവൾക്കു ലേശം പരിഭ്രമം തോന്നി. ഇതെന്താണിങ്ങനെ? മുലയിൽ പാലില്ലാതായിട്ട് ഒരു മാസത്തിലധികമായല്ലോ! ഫ്ളൂ ബാധിച്ച് കിടക്കിലായപ്പോഴാണ് ഒരു രാത്രികൊണ്ട് പാലാകെ വറ്റിയത്. ഇത്രയും ദിവസം കഴിഞ്ഞ് ഇപ്പോൾ എന്തുകൊണ്ടാണ് മുലകൾ വിങ്ങുന്നത്? അതിൽ വീണ്ടും പാലു വന്നു നിറയുന്നതുപോലെ. വീട്ടിൽ മടങ്ങിയെത്തിയാലുടനെ ഒരു സ്പെഷ്യലിസ്റ്റിനെ കാണണം. അതോടെ മനസ്സ് അല്പം ശാന്തമായി അവൾ കണ്ണുകളടച്ചു. അവൾ വെറുതെ ഓർത്തു. നാട്ടിലേക്കു വരാനായി തിരക്കിട്ട് തയ്യാറാകുന്നതിനിടയിൽ അലീസയ്ക്ക് പെട്ടെന്ന് കടുത്ത ജല ദോഷവും ചുമയും. കിര്യൂഷിനാണെങ്കിൽ പല്ലു വരുന്നതിന്റെ അലോഗ്യ ങ്ങൾ. യാത്രയിലുടനീളം അവൻ വാശിപിടിച്ചുകൊണ്ടിരുന്നു. അതിനിട യിൽ ടൈഗ്രാന്റെ രക്തസമ്മർദ്ദം കൂടി. അതിനുള്ള ഗുളിക കൈയിലു ണ്ടായിരുന്നില്ല. എന്നിട്ടും കാര്യങ്ങളൊക്കെ എങ്ങനെയോ ശരിപ്പെടുത്തി. ഗ്രാമത്തിലേക്ക് മക്കളേയുംകൊണ്ട് താനും വരുന്നു എന്ന് ശാഠ്യം പിടിച്ച നിമിഷം. അവൾ സ്വയം ഒരു നൂറുവട്ടം ശപിച്ചു. യാത്രയുടെ അവസാനം നല്ലതെന്തെങ്കിലും തങ്ങളെ കാത്തിരിക്കുമെന്ന് പ്രതീക്ഷിക്കാൻപോലും അവൾക്കു മനസ്സു വന്നില്ല. എന്നിട്ടും താഴ്വരയിലെത്തിയപ്പോൾ എതി രേൽക്കാൻ തയ്യാറായി മൂക്കുച്ചും അയാളുടെ വണ്ടിയും.

മാരാനിൽനിന്ന് കിട്ടുമെന്ന് തീരെ പ്രതീക്ഷിക്കാതിരുന്ന ആ സ്വാഗതം, സന്തോഷം... നടാസ്യ അറിയാതെ അവളുടെ കണ്ണുകൾ നിറഞ്ഞു തുളുമ്പി. മൂക്കുച്ച് തങ്ങളെ മലമുകളിൽ എത്തിക്കാൻ തയ്യാറായി കാത്തു നില്ക്കുന്നു! പാടെ നരച്ച മുടി. തവിട്ടുനിറമാണ് കണ്ണുകൾ. അസാമാന്യ മായ ഉയരം. മൂക്കുച്ച് ടൈഗ്രാനെ കണ്ടതും കെട്ടിപ്പിടിച്ചു. നടാസ്യയുടെ നേരെ ഹലോ പറഞ്ഞു കൈനീട്ടി. അയാളുടെ പ്രായാധിക്യത്താൽ ചുളിഞ്ഞ കൈ അമർത്തിപ്പിടിച്ചുകൊണ്ട് അവൾ ചോദിച്ചു, “എന്തു കൊണ്ടാണ് എല്ലാവരും നിങ്ങളെ മൂക്കുച്ച് നെമിസ്റ്റാൻട് എന്നു വിളിക്കു ന്നത്?”

“ഓ... അതിനു കാരണം എന്റെ മുത്തശ്ശൻ ലോകമഹായുദ്ധം കഴിഞ്ഞ് നാട്ടിൽ തിരിച്ചെത്തിയത് ഒരു ജർമ്മൻകാരി ഭാര്യയേയും കൊണ്ടായിരുന്നു... ഒരു നേംക, അതായത് അന്യനാട്ടുകാരി. അന്നുമുതൽ ഗ്രാമത്തിലുള്ളവരെല്ലാം ഞങ്ങളെ നെമിസ്റ്റാൻട് എന്നു വിളിക്കാൻ തുടങ്ങി... എന്റെ മുത്തശ്ശിയുടെ ഓർമ്മയ്ക്ക് അതാക്കി ഞങ്ങളുടെ കുടുംബപേര്. അതിനിടയിൽ കൊമ്പുകുലുക്കി കുത്താൻ വരുന്ന ആടായി കിര്യൂഷിനെ കളിപ്പിക്കാനും തുടങ്ങി. കുഞ്ഞ് ചിരിച്ചുകൊണ്ട് അയാളുടെ

താടി പിടിച്ചുവലിക്കാൻ കൈനീട്ടി. "വലിയ മുത്തശ്ശൻ കിരാക്കോസിന്റെ അതേ ഛായ!" കുഞ്ഞിനെ ശ്രദ്ധിച്ചുനോക്കി മൂക്കുച്ച് പറഞ്ഞു, അയാൾ അനുവാദം ചോദിക്കുംമട്ടിൽ നടാസ്യയുടെ നേരെ നോക്കി, "കുഞ്ഞിനെ ഞാനെടുക്കട്ടെ?"

നടാസ്യ മകനെ മൂക്കുച്ചിന്റെ കൈകളിലേക്ക് നീട്ടി. "എന്റെ വലിയ മുത്തശ്ശനും ലോകമഹായുദ്ധത്തിൽ പങ്കെടുത്തിട്ടുണ്ട്... അദ്ദേഹം മടങ്ങി വന്നത് ഒരു ജർമ്മൻ ഭാര്യയേയും കൊണ്ടാണ്."

"അതു നല്ല രസം..." മൂക്കുച്ച് ചിരിച്ചു. "ഈ ലോകം എത്ര ചെറുതാണ്. പക്ഷേ നമ്മൾ വലുതാണ്. കാര്യം മനസ്സിലാക്കാതെ നമ്മൾ കരുതുന്നു നമ്മൾ നിസ്സാരന്മാരാണെന്ന ശുദ്ധവിവരക്കേട്. അല്ലാതെന്തു പറയാൻ?" കുഞ്ഞിനെ കൊഞ്ചിക്കുന്നതിനിടയിൽ മൂക്കുച്ച് പറഞ്ഞു.

"സാസ്യമോളേ, വേരുകൾ പിഴുതെടുക്കാതിരിക്കാൻ പ്രത്യേകം ശ്രദ്ധിക്കണം." യാസാമാൻ പറഞ്ഞു. അല്ലെങ്കിൽ ചെടികൾ പിണങ്ങും. അടുത്ത വർഷം വീണ്ടും വളരുകയില്ല. കത്തികൊണ്ട് മുതിരത്തണ്ട് എങ്ങനെ മുറിച്ചെടുക്കണമെന്ന് അവർ കാണിച്ചുകൊടുത്തു. ചെടിയുടെ കടയുടെ ചെറിയൊരു ഭാഗം മണ്ണിൽ ബാക്കിനില്ക്കണം.

നടാസ്യ ശ്രദ്ധയോടെ അവർ പറയുന്നത് മനസ്സിലാക്കാൻ ശ്രമിച്ചു. മാരാനിലെ തനി നാടൻ ഭാഷ. ചിലപ്പോൾ ശകാരിക്കുന്നതുപോലെ. ചിലപ്പോൾ കൊഞ്ചുന്നതുപോലെ.

"പതുക്കെ പറയൂ. എന്നാൽ എനിക്ക് കുറെയൊക്കെ മനസ്സിലാവും" അവൾ പറഞ്ഞു.

"എന്താ... ഞാൻ അത്ര ഉച്ചത്തിലാണോ സംസാരിക്കുന്നത്?" യാസാമാൻ കൈ രണ്ടും മേൽപോട്ടാക്കിനിന്നു.

വാലിൻക ചിരിക്കാൻ തുടങ്ങി. "അവൾ ഉദ്ദേശിച്ചത് നിങ്ങൾ സാവധാനം സംസാരിക്കണം എന്നു മാത്രമാണ്. പലപ്പോഴും ഒരു യന്ത്രത്തോക്കു ചീറ്റുന്നതുപോലെയാണ് നിങ്ങളുടെ സംസാരം. അത് അവൾക്ക് മനസ്സിലാക്കാൻ സാധിക്കുന്നില്ല."

"ശരി... ശരി... ഇനി ഞാൻ പതുക്കെയാക്കാം... നടാസ്യ തിരിഞ്ഞു നോക്കി. വലിയൊരു ഓക്കുമരത്തിന്റെ തണലിൽ രണ്ടാക്കി മടത്തിയിട്ട ഒരു കമ്പിളിപുതപ്പിൽ കിടന്ന കര്യൂഷ സുഖമായി ഉറങ്ങുന്നു. അവന്റെ അരികത്തായി അനാട്ടോലിയ ഇരിക്കുന്നു. അവർ നടാസ്യയെ നോക്കി കൈകൊണ്ടു കാണിച്ചു, "പേടിക്കണ്ട, കുഞ്ഞ് നല്ല ഉറക്കത്തിലാണ്."

ഇനിയും പുണ്ണ് സുഖമായിട്ടില്ല. അനാട്ടോലിയയ്ക്ക് പഴയതുപോലെ പണിയെടുക്കാൻ ശക്തിപോരാ... അര മണിക്കൂർ പണിയെടുക്കുമ്പോഴേക്കും തല ചുറ്റാൻ തുടങ്ങും... മനം പുരട്ടും. അതുകൊണ്ട് അവർ

ഉതിർന്നുവീണ മൂന്ന് ആകാശപ്പഴങ്ങൾ

കുട്ടിയെ നോക്കാനിരുത്തി. കുമ്പിട്ടുനിന്നു മുതിരവള്ളി പറിച്ചു പറിച്ച് മറ്റു പെണ്ണുങ്ങൾ സാവധാനം മലഞ്ചെരുവിലൂടെ മേലോട്ട് കയറിക്കൊണ്ടിരുന്നു. വള്ളികൾ കത്തിക്കൊണ്ട് മുറിച്ചെടുത്ത് തണ്ടോടുകൂടി അവർ ചാക്കുകളിൽ നിറച്ചു. "ഈ തണ്ടു തിന്നാൻ പറ്റുമോ?" നടാസ്യം കൗതുകത്തോടെ ചോദിച്ചു.

"ഇല്ല... അത് പിന്നെ വലിച്ചുകളയും...." വാലിൻകാ പറഞ്ഞു.

അവർ തന്നെ പരിഹസിക്കുകയാണോ? നടാസ്യയ്ക്കു സംശയം... പക്ഷേ വലിയ അമ്മായി അമ്മയുടെ മുഖത്ത് ചിരിയുടെ ലക്ഷണമൊന്നുമുണ്ടായിരുന്നില്ല.

"മുതിര മുഴുവൻ പറിച്ചുകൂട്ടിക്കഴിയുമ്പോൾ നിനക്കു മനസ്സിലാകും. ഈ പണി ഞങ്ങൾ എപ്പോഴും ചെയ്തുവരുന്നതാണ്. ഞങ്ങൾക്ക് ശീലമായിരിക്കുന്നു."

"എന്താ പറയണത്? നിങ്ങളെല്ലാവരും ജോലി എടുക്കുമ്പോൾ ഞാൻ തണലത്തിരുന്ന് വിശ്രമിക്കണമെന്നോ? എനിക്ക് ശീലമായിട്ടില്ല. എന്നാലും ബുദ്ധിമുട്ടില്ല."

നടാസ്യ പറഞ്ഞു.

"അങ്ങനെയാണെങ്കിൽ ശരി..." വാലിൻക കൂടുതലൊന്നും പറഞ്ഞില്ല.

നടാസ്യ വൃത്തിയായി, ഓരോ കട്ടയായി വെട്ടിയെടുത്തു. പെട്ടെന്ന് അനങ്ങാൻ വയ്യാതെ നിന്നുപോയി. നെഞ്ചിൽ ആ പഴയ വിങ്ങൽ. ഇത്തവണ കൂടുതൽ ശക്തിയായി. ആകെ വിയർപ്പിൽ കുളിച്ച് അവൾ അനങ്ങാതെ നിന്നു. അവൾ നിവർന്നു നിന്ന് കുപ്പായക്കുടുക്കുകളഴിച്ച് മാറത്ത് കൈ വെച്ചു. രണ്ടു മുലകളും നന്നായി വീർത്തിരിക്കുന്നു. അടിക്കുപ്പായം നനഞ്ഞു കുതിർന്നിരുന്നു.

"ഞാനിപ്പോ വരാം..." വാലിൻകയുടെ കാതിൽ പറഞ്ഞുകൊണ്ട് അവൾ ആ മുതുക്കൻ ഓക്കിന്റെ ചുവട്ടിലേക്കോടി. കൊച്ചു കിര്യുഷ കമഴ്ന്നു കിടന്നു കളിക്കുന്നു. കമ്പിളിയുടെ അറ്റം വരെ നീന്തിച്ചെന്ന് ചുറ്റുമുള്ള പുൽനാമ്പുകൾ പിടിക്കാൻ ശ്രമിക്കുന്നു. അരികിലിരുന്ന് അനാട്ടോലിയ അവന്റെ കുഞ്ഞുകൈ തട്ടിമാറ്റുന്നു.

നടാസ്യ അവളുടെ കൈ സഞ്ചിയിൽ നിന്ന് ഒരു തൂവാല വലിച്ചെടുത്ത് ഓക്കിന്റെ മറവിൽ ചെന്നുനിന്നു.

"ഇപ്പോ വരാം..." അവളുടെ നേരെ നോക്കിയ അനാട്ടോലിയയോടു പറഞ്ഞു.

മരത്തിന്റെ മറവിൽ നിന്ന് അവൾ തന്നെത്താൻ നന്നായി പരിശോധിച്ചു. അദ്ഭുതം! രണ്ടുമുലകളും സമൃദ്ധമായി പാൽ ചുരത്തുന്നു.

അവൾ ഓടിച്ചെന്ന് കുഞ്ഞിനെ മുലയൂട്ടാനായി വാരിയെടുത്തു. മനസ്സിൽ ഭയവും തോന്നി. നീണ്ട ഇടവേളയ്ക്കുശേഷം വീണ്ടും നിറഞ്ഞുവന്ന പാൽ... കുഞ്ഞിന് ദോഷം ചെയ്താലോ? വേണ്ട... അവൾ കുഞ്ഞിനെ താഴെ കിടത്തി. മരത്തിന്റെ മറവിൽ നിന്ന് നടാസ്യ മുലകൾ ഞെക്കി പാലെല്ലാം പുറത്തേക്കൊഴുക്കി. മരച്ചുവട്ടിൽ വളർന്നു നില്ക്കുന്ന തൊട്ടാവാടി പടർപ്പിൽ പാൽ തുള്ളികൾ വീണു പരന്നു. അവിടെ നിന്ന് പുൽ നാമ്പുകളിലേക്ക്... പിന്നെ മണ്ണിൽ വീണ് കാണാതായി.

“കുഴപ്പമൊന്നുമില്ലല്ലോ?” ഇരുന്നിരുന്ന ഇടത്തിൽ നിന്നും അനാട്ടോലിയ വിളിച്ചു ചോദിച്ചു.

“ഇല്ല... ഇല്ല...” നടാസ്യ തിടുക്കത്തിൽ പറഞ്ഞു.

പാലു മുഴുവൻ ഒഴിഞ്ഞുപോയി എന്നുറപ്പായപ്പോൾ തൂവാലകൊണ്ട് അവൾ മാർവ്വിടം വൃത്തിയായി തുടച്ചു. അതിനുശേഷം തൂവാല രണ്ടായി കീറി ഓരോ തുണ്ടും ബ്രായുടെ രണ്ടു കപ്പുകൾക്കുള്ളിലായി തിരുകി.

അമ്മയെ കണ്ടതോടെ കിര്യുഷ കരയാൻ തുടങ്ങി. രണ്ടുകൈകളും നീട്ടി എടുക്കാൻ ശാഠ്യം പിടിച്ചു. അമ്മ കുഞ്ഞിനെ വാരിയെടുത്ത് മാറോടു ചേർത്തു. മുഖം നിറയെ ഉമ്മ വെച്ച് അവനെ വീർപ്പുമുട്ടിച്ചു. അവന്റെ കഴുത്തിന്റെ മടക്കുകളിൽ മൂക്കമർത്തി. കുഞ്ഞുങ്ങൾക്കു മാത്രമുള്ളതായ ആ പ്രത്യേക മണം പിന്നേയും പിന്നേയും നുകർന്നു.

“എന്റെ പൊന്നുമോൻ... എന്റെ തങ്കക്കുട്ടി...”

അനാട്ടോലിയ നടാസ്യയെ നോക്കി പുഞ്ചിരി തൂകി. ഒരു ദീർഘ നിശ്വാസത്തോടെ മുഖം കുനിച്ചു.

“ഒരു കുഞ്ഞിനെ പ്രസവിക്കാൻ എനിക്ക് സാധിച്ചില്ല.”

നടാസ്യ കുഞ്ഞിനെ കമ്പിളിവിരിപ്പിൽ കിടത്തി. അതവന് ഒട്ടും ഇഷ്ടമായില്ല. പ്രതിഷേധം പ്രകടിപ്പിച്ചു ചിണുങ്ങാൻ തുടങ്ങി. നടാസ്യ സഞ്ചിയിൽനിന്നും പാൽക്കുപ്പിയെടുത്ത് അനാട്ടോലിയയുടെ നേരെ നീട്ടി, “കുഞ്ഞിന് പാൽ... കൊടുക്കാമോ?”

“അതിനെന്താ? സന്തോഷം...” അവൾ കുഞ്ഞിനെ ചെരിച്ചു കിടത്തി. കുപ്പിയിൽ നിന്നും കുടിക്കാൻ അതാണ് സൗകര്യം. കവിളിന്റെ താഴെയായി ഒരു തുണിയും മടക്കിവെച്ചു.

“ഒരു പേടിയും വേണ്ട. അവനെ ഞാൻ നോക്കിക്കൊള്ളാം നടാസ്യ മോളെ. കുഞ്ഞുങ്ങളെ നോക്കാനൊക്കെ എനിക്കറിയാം. യാസാമാനോടു ചോദിച്ചു നോക്കൂ... അവരുടെ പേരക്കുട്ടികളെ ഞാൻ എത്ര നോക്കിയിരിക്കുന്നു!!”

“യാസാമന്റെ പേരക്കുട്ടികൾ ഇപ്പോഴെവിടെയാണ്?”

“യുദ്ധത്തിൽ കൊല്ലപ്പെട്ടു.”

"അവരുടെ സ്വന്തം മക്കളോ?"

"ചിലർ ക്ഷാമകാലത്ത് മരിച്ചു. ചിലർ യുദ്ധത്തിലും."

"ഒരുപക്ഷേ... എനിക്കു വെറുതെ തോന്നുന്നതാകാം" നടാസ്യ ശങ്ക യോടെ പറഞ്ഞു. "നിങ്ങൾക്കു കുഞ്ഞുങ്ങളുണ്ടാവാതിരുന്നത്.... വലി യൊരു ദുഃഖത്തിൽ നിന്നും ദൈവം നിങ്ങളെ രക്ഷിച്ചതാകാം."

അനാട്ടോലിയ നടാസ്യയുടെ നേരെ കണ്ണുകളുയർത്തി. അസാധാ രണമാംവിധം ഇരുണ്ട കണ്ണുകൾ. കൃഷ്ണമണി വേർതിരിച്ചു കാണുക പ്രയാസം.

"ആയിരിക്കാം എന്റെ കുട്ടീ..."

അന്നു വൈകുന്നേരം മാരാനിലെ ഊടുവഴികളിലൂടെ നടാസ്യ വെറുതെയൊന്നു നടക്കാൻ പോയി. അലീസ തുള്ളിച്ചാടിയും അതുമിതും പറഞ്ഞു. വളരെ ഉത്സാഹത്തോടെ മുമ്പിൽ. അവളുടെ തുള്ളിച്ചാട്ടത്തിൽ പാതയിലെ മണ്ണുപൊങ്ങി ഉയർന്നു. സഞ്ചിത്തൊട്ടിലിൽ കിര്യുഷ സുഖ മായി കിടന്നുറങ്ങി. ചുരുണ്ടുകൂടി ഒരു പന്തുപോലെ. വാലിൻകയുടെ ഉപദേശപ്രകാരം നടാസ്യ വീണ്ടും കുഞ്ഞിന് മുല കൊടുക്കാൻ തുടങ്ങി യിരുന്നു. പുറത്തെ പാലിന്റെ രുചി അറിഞ്ഞ കുഞ്ഞിന് അമ്മയുടെ പാലു കുടിക്കാൻ അത്ര താത്പര്യമുണ്ടായിരുന്നില്ല. എന്നാലും വയറുനിറച്ചു പാൽ കുടിച്ചതിനുശേഷം അവൻ നല്ല ഉറക്കത്തിലായിരുന്നു. അവനെ പുണർന്നുപിടിച്ച് നടാസ്യ മാരാനിലൂടെ ചുറ്റി നടന്നു. എത്ര വീടുകളാണ് ആളൊഴിഞ്ഞു കിടക്കുന്നത്? അവൾ ഓരോ പടിക്കലും ചെന്നുനിന്നു. ഇരുണ്ട ജനലുകൾ. തകർന്നു വീണ ചുമരുകൾ. അതിന്റെ വിടവുകളിൽ പക്ഷികൾ കൂടുകൂട്ടിയിരുന്നു. പുകക്കുഴലുകളും പൈപ്പുകളുമെല്ലാം തുരുമ്പുപിടിച്ചു കിടന്നു. കാറ്റിൽ പറന്നുവീണ മണ്ണും കട്ടകളും കൊണ്ട് അവ നിറഞ്ഞിരുന്നു. അവിടവിടെ പൊളിഞ്ഞു കിടക്കുന്ന മരം കൊണ്ടുള്ള വേലിക്കെട്ടുകൾ ഏതോ രാക്ഷസന്റെ ദംഷ്ട്രകൾ പോലെ. കുറെ വീടുകൾ കണ്ടുകഴിഞ്ഞതിനുശേഷം നടാസ്യ ഒന്നുനിന്നു. ആ വീടുകളുടെ കാത ടപ്പിക്കുന്ന നിശ്ശബ്ദത.... ശൂന്യത. ഇതെങ്ങനെ സംഭവിച്ചു? അവൾക്കു അതിശയം തോന്നി. അതിന് അവൾക്കൊരു ഉത്തരം കിട്ടിയില്ല. അന്ത മില്ലാത്ത അതിന്റെ ദുഃഖവും പേറി, ആ ഗ്രാമം നിശ്ശബ്ദമായി നിന്നു. ആ ദുഃഖം ഗ്രാമം ഇപ്പോഴും കൈവിട്ടുപോകാതെ സൂക്ഷിക്കുകയാണെന്നു തോന്നി.

നടാസ്യ വിരൽ ചുണ്ടിൽ ചേർത്തു. ചെറിയൊരു ചവർപ്പ്. മുതിര വള്ളികളുടെ ഇലകളും തണ്ടും കൂട്ടിപ്പിരിച്ച് ഒന്നോ രണ്ടോ മീറ്റർ നീള ത്തിൽ അവർ ഒരു കയർ പോലെയാക്കിയെടുത്തിരുന്നു. കത്രികകൊണ്ട് തളിർക്കൊടികൾ മുറിച്ചുമാറ്റി. വശമില്ലാത്ത പണി. എന്നാലും നടാസ്യ ഒരുവിധം ഒപ്പിച്ചു. ആ ഇലകളുടേയും തണ്ടിന്റേയും മണവും ചവർപ്പും ഇപ്പോഴും വിരലിൽ പറ്റി നില്ക്കുന്നു.

വാലിൻക പറഞ്ഞു, "ഇപ്പൊ മനസ്സിലായില്ലേ, തണ്ടുകളുടെ പ്രയോജനം? ഇലകൾ മെടഞ്ഞ് ഒരു കെട്ടാക്കിയെടുക്കാൻ തണ്ടുകളും കൂടി വേണം."

"ഇനി എന്താണ് ചെയ്യാനുള്ളത്?"

"ഇതിന്റെ വാലും തുമ്പുമൊക്കെ ആടുകൾക്ക് തിന്നാൻ കൊടുക്കും. ഈ കെട്ടുകൾ നമ്മൾ മുറ്റത്തെ അയയിൽ തൂക്കി നന്നായി ഉണക്കിയെടുക്കും. അതിനുശേഷം ചാക്കിൽ കെട്ടിവെക്കും. തണുപ്പുകാലത്ത് ഉപയോഗിക്കാനായി."

"ഇത് പാകം ചെയ്യുന്നത് എങ്ങനെയാണ്?"

"അതെളുപ്പമാണ്. വെള്ളത്തിലിട്ട് നന്നായി തിളപ്പിക്കും. വെള്ളം ഊറ്റിക്കളഞ്ഞ് ഉള്ളി മൂപ്പിച്ചതിലിട്ട് വഴറ്റും. മീതെ കുറച്ച് വെളുത്തുള്ളിനീര് ഒഴിക്കും. റൊട്ടിയുടെ കൂടെ കഴിക്കാൻ നല്ല സ്വാദാണ്. വിശേഷ ദിവസമാണെങ്കിൽ ഒന്നുകൂടി രുചികരമാക്കും. അണ്ടിപ്പരിപ്പുകളും മാതളക്കുരുവുമൊക്കെ മീതെ വിതറും."

"നല്ല രുചിയാണോ?"

"നിനക്കിഷ്ടമാവില്ല."

"അതെന്താ?"

"അവനവൻ കഴിച്ചു ശീലിച്ച ഭക്ഷണത്തിനേ രുചി കാണു. അല്ലെങ്കിൽ എത്ര നല്ല സാധനമായാലും ഇഷ്ടം തോന്നില്ല."

"ഞാനത് പതുക്കെ കഴിച്ചു ശീലിക്കും." എന്തിനാണാവോ നടാസ്യ വാലിൻകയ്ക്ക് ഒരുറപ്പു നല്കി.

വാലിൻക ഒരു കെട്ട് മുതിരവള്ളി എടുത്ത് ഒരു ചരടുകൊണ്ട് തലയ്ക്കൽ കെട്ടിവെച്ചു. പിന്നെ വേറൊരു കെട്ടെടുത്തു.

"കഴിഞ്ഞയാണ്ടിൽ കരുതിവെച്ചതൊക്കെ തീർന്നു. ഇതിൽ നിന്നും കുറച്ചെടുത്ത് ഞാൻ പാകം ചെയ്യാം. നിനക്കിഷ്ടമായാൽ നന്നായി."

മുറ്റത്തു കെട്ടിയ അയയിൽ വാലിൻക പതിനെട്ട് ഇലക്കെട്ടുകൾ ഉണക്കാനിട്ടു. കാറ്റിൽ അവ മെല്ലെ ആടി.

നടാസ്യ അന്നും നടക്കാനിറങ്ങി. കുറച്ചു ദൂരം ടൈഗ്രാനും കൂടെച്ചെന്നു. പിന്നെ തിരിച്ചുവന്നു. കക്കൂസ് പണി ബാക്കിയാണ്. താൻ തനിയെ പോയ്ക്കോളാമെന്ന് നടാസ്യ പറയുകയും ചെയ്തു.

മാരാൻ എന്ന ആ ഗ്രാമവുമായി നടാസ്യ മുഖാമുഖം നിന്നു. രണ്ടു മണിക്കൂർ കഴിഞ്ഞിട്ടാണ് അവൾ മടങ്ങിയത്. എന്തിനെന്നില്ലാതെ ഒരു വിഷാദം അവളെ ബാധിച്ചിരുന്നു. ഏതോ ചിന്തയിൽ അവൾ മുങ്ങിക്കിടക്കുന്നതുപോലെ.

കുട്ടികളെ കുളിപ്പിച്ച് ഉറക്കാൻ കിടത്തിയതിനുശേഷം അവൾ ഭർത്താവിനോടു പറഞ്ഞു. “എനിക്കേറ്റവുമധികം സങ്കടം തോന്നുന്ന കാര്യം എന്താണെന്നോ?”

അയാൾ വരാന്തയിലിരുന്ന് തൈം ഇട്ടു തിളപ്പിച്ച ചായ കുടിക്കുകയായിരുന്നു. പേരമകനുവേണ്ടി അമ്മൂമ്മ പ്രത്യേകം തയ്യാറാക്കിയതാണ്.

“എന്റെ കൈയിൽ ഒരു പെൻസിലും കടലാസുമില്ല എന്നത്.”

“നമുക്ക് മൂക്കുച്ച് നെമിസ്റ്റാന്റിനോടു പറയാം. അദ്ദേഹം താഴ്‌വരയിൽ നിന്നും വാങ്ങിക്കൊണ്ടു വരും.”

“എന്നാൽ അങ്ങനെയാവട്ടെ. വർഷങ്ങളായി ഞാൻ ഒന്നും വരച്ചിട്ടില്ല. എന്നാലിപ്പോൾ വീണ്ടും വരച്ചു തുടങ്ങുമെന്ന തോന്നൽ... എങ്ങനെ വരുമെന്ന് അറിയില്ല.”

“നന്നാവും... സംശയമില്ല” ടൈഗ്രാൻ ഭാര്യയുടെ തോളിൽ പിടിച്ച് ചേർത്തുനിർത്തി. അവളുടെ കവിളിൽ ചുംബിച്ചു.

ഏഴ്

രണ്ടാമത്തെ ആഴ്ചയുടെ അവസാനമായപ്പോഴേക്കും നല്ലൊരു കൂട്ടം ചിത്രങ്ങൾ ജനലപ്പടിയിൽ സ്ഥാനം പിടിച്ചു. നടാസ്യ പെൻസിൽകൊണ്ടു വരച്ച രേഖാചിത്രങ്ങൾ. വാലിൻക ഓരോന്നായി എടുത്ത് സൂക്ഷിച്ചു നോക്കി. നെടുവീർപ്പിട്ടു. നാക്കുകൊണ്ട് ശബ്ദമുണ്ടാക്കി അതിശയം പ്രകടിപ്പിച്ചു. നടാസ്യയുമായി കാര്യമായി സംസാരിക്കാൻ അവർക്ക് അവസരം കിട്ടിയിരുന്നില്ല. കുട്ടികളുടെ കാര്യം നോക്കാൻ തന്നെ അവൾക്കു ധാരാളം സമയം വേണം. അതിനുപുറമെ മാരാൻ ഭാഷയും അവൾക്കത്ര വശമായിരുന്നില്ല. തനിക്കു പറയാനുള്ളത് വേണ്ടതുപോലെ അമ്മായി മുത്തശ്ശിയെ ധരിപ്പിക്കാനാവുന്നില്ലല്ലോ എന്ന സങ്കടം നടാസ്യയ്ക്കുമുണ്ടായിരുന്നു. ടൈഗ്രാൻ ചിലപ്പോൾ ദിവസങ്ങളോളം വീട്ടിൽ നിന്നും മാറി നില്ക്കും. ഗ്രാമത്തിലെ വൃദ്ധജനങ്ങളുടെ വീടുകൾ ഓരോന്നായി സന്ദർശിക്കും. അവർക്കുവേണ്ട സഹായങ്ങൾ ചെയ്യും. വീടുകളിലെ കേടുപാടുകൾ തീർത്തുകൊടുക്കും. പൊളിഞ്ഞ വേലികൾ വീണ്ടും കെട്ടും. ഉണങ്ങി നില്ക്കുന്ന മരങ്ങൾ വെട്ടിയിടും. വിറകു വെട്ടും, പുര മേയും, പൈപ്പുകൾ വൃത്തിയാക്കും. ആവശ്യമില്ലാത്ത ചപ്പുചവറുകളെടുത്തു കൊണ്ടുപോയി ദൂരെയിട്ട് കത്തിക്കും. പരവതാനികൾ വെയിലത്തിട്ടുണക്കി പൊടി തട്ടും. ചെയ്യാവുന്നതൊക്കെ അയാൾ മടികൂടാതെ ചെയ്തു. പലപ്പോഴും അലീസയുമുണ്ടാകും അച്ഛന്റെ കൂടെ. വെറുതെ ചുറ്റിപ്പറ്റി നില്ക്കും. അപ്പൂപ്പന്മാരോടും അമ്മൂമ്മമാരോടും ഓരോന്നു പറഞ്ഞിരിക്കും. പലപ്പോഴും താൻ സ്വയം സങ്കല്പിച്ചുണ്ടാക്കിയ

കഥകളായിരിക്കും. അവളുടെ വാതോരാത്ത വർത്തമാനവും ചിരിയും അവർ കുറച്ചൊന്നുമല്ല രസിച്ചത്. അവളോടൊപ്പം അവരും ചിരിച്ചു, ധാരാളം വർത്തമാനങ്ങൾ പറയാൻ തുടങ്ങി.

അലീസയ്ക്കു കളിക്കാനായി അവർ ഓരോരോ കളിപ്പാട്ടങ്ങളുണ്ടാക്കി. പൂക്കൾകൊണ്ട് പാവകളെ ഉണ്ടാക്കാൻ പഠിപ്പിച്ചു. ഒരു പോപ്പി പൂവിന്റെ മൊട്ടെടുത്ത്, ഇതളുകൾ മെല്ലെ വിടർത്തി അവർ കറുത്ത മുടിയുള്ള ചുകന്ന പാവാടയിട്ട ഒരു നാടോടി സ്ത്രീയെ ഉണ്ടാക്കി. അലീസ ശ്വാസമടക്കി അവരുടെ കരവിരുത് നോക്കിയിരുന്നു. പുള്ളിക്കുത്തുകളുള്ള വെളുത്ത മുഖം. പച്ചനിറമുള്ള പൂച്ചക്കണ്ണുകൾ, വൈക്കോൽ നിറമുള്ള ഇടതൂർന്ന മുടി. ഓരോ പൂ പാവയേയുമെടുത്ത് അവൾ ടൈഗ്രാന്റെ അരികിലേക്കോടി ചെന്നു.

"അച്ഛാ കണ്ടില്ലേ... എന്തു ഭംഗിയാണെന്റെ പാവയ്ക്ക്... സുന്ദരി തന്നെ."

വാലിൻക എടുത്തു ചോദിച്ചപ്പോൾ മാത്രം ടൈഗ്രാൻ പറഞ്ഞു, "അലീസായുടെ അച്ഛൻ അവളുടെ ഒരു കാര്യത്തിലും ശ്രദ്ധിക്കാൻ തയ്യാറല്ല. നടാസ്യ വളരെ പ്രയാസപ്പെട്ടാണ് അയാളിൽ നിന്നും വിവാഹ മോചനം നേടിയത്."

വാലിൻക ഒന്നും മിണ്ടാതെ നെടുവീർപ്പിട്ടു നിന്നു. അടുത്ത ദിവസം തന്നെ അവർ അയൽപക്കത്തു ചെന്ന് ഏതാനും സാധനങ്ങൾ സമ്പാദിച്ചു വന്നു. കേമമായൊരു കേക്കുണ്ടാക്കണം. അതിനുവേണ്ട എല്ലാ ചേരുവകളും അവരുടെ പക്കലുണ്ടായിരുന്നില്ല. അഞ്ചുനിലയിലുള്ള ഒരു ക്രീം കേക്ക്. അതിൽ ധാരാളം തേനും വറുത്തെടുത്ത അണ്ടിപ്പരിപ്പുകളും കറുവാപ്പട്ടയുടെ മണവും രുചിയും മുമ്പിൽ നില്ക്കണം. സാധാരണയായി കുഞ്ഞുങ്ങൾക്ക് പേരിടുന്ന ചടങ്ങിലാണ് ഇത്തരം കേക്കുകൾ ഉണ്ടാവുക. എന്നാൽ വാലിൻക നിശ്ചയിച്ചു. ആ കൊച്ചു പെൺകുട്ടിക്കുവേണ്ടി താൻ അങ്ങനെയൊരു കേക്ക് ഉണ്ടാക്കുമെന്ന്, എത്ര ബുദ്ധിമുട്ടിയിട്ടാണെങ്കിലും. ജീവിതത്തിന്റെ നിയമപ്രകാരം ആ പെൺകുട്ടി തന്റെ ആരുമല്ല. എന്നാൽ ഹൃദയത്തിന്റെ നിയമപ്രകാരം അവൾ ആ വൃദ്ധയ്ക്ക് ഏറ്റവും പ്രിയപ്പെട്ടവളായിരുന്നു. ഒരുപക്ഷേ സ്വന്തം പേരമകനേക്കാൾ.

കേക്ക് കണ്ട് അലീസയുടെ മുഖം വിടർന്നു. ഏറെ ആസ്വദിച്ചു തിന്നു. വീണ്ടും വീണ്ടും വേണമെന്നു പറഞ്ഞു. "എന്തു സ്വാദ്" അവൾ മനസ്സു നിറഞ്ഞു പ്രശംസിച്ചു.

"ഇതുപോലെയൊരു കേക്ക് കുറെ ദിവസം കഴിഞ്ഞ് എനിക്കുണ്ടാക്കി തരുമോ?" കുട്ടി അമ്മയുടെ അടുക്കൽ കെഞ്ചി.

നടാസ്യ വാലിൻകയുടെ കൈയിൽ നിന്നും ആ കേക്കുണ്ടാക്കുന്ന വിധം അതേപടി എഴുതി വാങ്ങി. "ക്രിസ്മസ് വരട്ടെ. ഇതുപോലെയൊരു കറുവാപട്ട കേക്ക് ഞാൻ നിനക്കുണ്ടാക്കി തരാം."

“ഇതേപോലെത്തന്നെ ഉണ്ടാക്കാൻ അമ്മയ്ക്കു പറ്റുമോ?” സ്ത്രീകൾ രണ്ടുപേരും പരസ്പരം നോക്കി അമർത്തിമൂളി.

അലീസ വയസ്സായ സ്ത്രീകൾ നില്ക്കുന്നതുപോലെ ഒരുവശത്തേക്ക് ചാഞ്ഞ് ഇടുപ്പിൽ കൈവെച്ചു നിന്നു. കഴുത്തുനീട്ടി പുരികം ചുളിച്ച് അമ്മ യേയും അമ്മൂമ്മയേയും നോക്കി.

“ഇവളുടെയൊരു കാര്യം” നടാസ്യ അരുമയായി അവളുടെ തലയിൽ തട്ടി. മേശപ്പുറത്തെ തട്ടത്തിൽ നിന്നും ഒരുപിടി ചെറിപ്പഴങ്ങൾ വാരി യെടുത്ത് അവൾ അച്ഛന്റെ അടുത്തേക്കോടി.

അമ്മയേയും മകളേയും നോക്കി വാത്സല്യം നിറഞ്ഞ ഒരു ചിരി യോടെ വാലിൻക നിന്നു.

രണ്ടുപേർക്കും ഒരേ ഛായ. മെലിഞ്ഞ ശരീരം... നീണ്ട കാലുകൾ.

“ഞങ്ങളുടെ ദേഹപ്രകൃതി ഒന്നു വേറെയാണ്” വാലിൻക പറഞ്ഞു. “സ്ഥൂലിച്ച ഒതുക്കമില്ലാത്ത ശരീരം, വളഞ്ഞ മൂക്ക്.... നിങ്ങൾ പൂമ്പാറ്റ കളെപ്പോലെ പാറി നടക്കുന്നു. ഞങ്ങൾക്കിത്ര മെയ്‌വഴക്കമില്ല.”

“അല്ല... അല്ല... നിങ്ങളും നല്ല ചന്തമുള്ളവരാണ്.” നടാസ്യ ചിരിച്ചു. “പക്ഷേ, കല്ലുകൊണ്ടാണ് ഉണ്ടാക്കിയതെന്നു തോന്നും. അത്രയ്ക്കും ഉറച്ചതാണ് ശരീരം. എനിക്കു തോന്നാറുണ്ട് മാരാനിലുള്ളതെല്ലാം കല്ലു കൊണ്ട് ഉണ്ടാക്കിയിട്ടുള്ളതാണ് എന്ന്. വീടുകളും മരങ്ങളും ആളുകളു മൊക്കെ.” ശരിയായ വാക്കു പിടികിട്ടി എന്ന മട്ടിൽ അവൾ വിരൽ ഞൊടിച്ചു. “കല്ലിൽ കൊത്തിയെടുത്തതുപോലെ”

കിരാഷ്യൂവിന് ഭക്ഷണം കൊടുത്ത് ഉറക്കി കിടത്തിയശേഷം നടാസ്യ നടക്കാനിറങ്ങും. ഗ്രാമക്കാഴ്ചകൾ രേഖാചിത്രങ്ങളായി കടലാസിലേക്കു പകർത്തും. ആ നേരത്താണ് അവൾ വരച്ച് വെച്ചിട്ടുള്ള ചിത്രങ്ങൾ വാലിൻക എടുത്തു നോക്കാറുള്ളത്. സെമിത്തേരി, പള്ളിയുടെ ഇടുങ്ങിയ ജനലയിലേക്ക് ചാഞ്ഞിറങ്ങുന്ന വെയിൽനാളങ്ങൾ, വീട്ടുമുറ്റത്ത് മഴ വെള്ളം ശേഖരിച്ചുവെച്ചിട്ടുള്ള വലിയ വീപ്പകൾ, വണ്ടിച്ചക്രങ്ങൾ, ഒറ്റമര ത്തിൽ കെട്ടിയിട്ടിരിക്കുന്ന കഴുത, കളിമൺ ഭരണികൾ, ഇളംചുകപ്പും വയലറ്റും നിറത്തിൽ പൂത്തുനില്ക്കുന്ന മാലോ ചെടികൾ... കൂട്ടത്തിൽ അനാട്ടോലിയയുടെ ഏതാനും ചിത്രങ്ങൾ മാറ്റിവെച്ചിരിക്കുന്നു. ഒന്നും മുഴുവനാക്കിയിട്ടില്ല. യാസാമാനും അനാട്ടോലിയയും ഇടയ്ക്കിടയ്ക്ക് അവിടെ സന്ദർശനത്തിനായെത്തും. നടാസ്യ അനാട്ടോലിയയെ ജനൽ പ്പടിയിലിരുത്തി ചിത്രം വരക്കാൻ തുടങ്ങും. യാസാമാൻ കുഞ്ഞിനെ കളിപ്പിച്ചുകൊണ്ടിരിക്കും. ആ നേരം നോക്കി വാലിൻക ഒന്നു മയങ്ങാൻ കിടക്കും.

മെടഞ്ഞിട്ട മുടി അനാട്ടോലിയ അഴിച്ചിടും. പ്രായമായെങ്കിലും ആ മുടിക്കിപ്പോഴും പഴയ ഭംഗിയുണ്ട്. തേനിന്റെ നിറമുള്ള ഇടതൂർന്ന മുടി. നടാസ്യയുടെ മുടിക്ക് ഇത്തിരി ചുവപ്പുരാശിയുള്ള ഗോതമ്പു നിറമാണ്.

"എന്തൊരു ഭംഗി... എന്തൊരു ഭംഗി..." അനാട്ടോലിയയുടെ മുടി തഴുകിക്കൊണ്ട് നടാസ്യ പറയും.

"ഓ... അത്രയ്ക്കു പറയാനൊന്നുമില്ല നടാസ്യ മോളേ..."

അനാട്ടോലിയ മെല്ലെ ഒന്നു ചുണ്ടുകൾ വിടർത്തും.

"ചിലത് അച്ഛന്റെ കയ്യിൽ നിന്നും കിട്ടി. ചിലത് അമ്മയുടെ കയ്യിൽ നിന്നും. അങ്ങനെ ഞാൻ ഈ ഞാനായി..."

യാസാമാൻ അനാട്ടോലിയയെക്കുറിച്ചുള്ള പരാതി ബോധിപ്പിച്ചു. "എന്തെല്ലാം മരുന്നുകൾ കൊടുത്തു. എന്നിട്ടും ആരോഗ്യം മെച്ചപ്പെടുന്നില്ല. നോക്കൂ, എന്തൊരു ക്ഷീണവും വിളർച്ചയുമാണ് മുഖത്ത്. താഴ്‌വരയിൽ പോയി ഡോക്ടറെ കാണാൻ പറഞ്ഞാലും കേൾക്കുന്നില്ല. വാസിലിയും ഞാനും ഓവൻസുമൊക്കെ പറഞ്ഞു. കേൾക്കണ്ടേ? ചിലപ്പോൾ തലചുറ്റൽ. ചിലപ്പോൾ കാലുകൾക്കു ബലക്ഷയം. കുറച്ചുദിവസം മുമ്പ് ബോധംകെട്ടുവീണു. ഒരുവിധത്തിൽ ഞങ്ങൾ ശരിയാക്കിയെടുത്തു."

"അവരോട് ഞാനൊന്നു സംസാരിച്ചുനോക്കിയാലോ?"

"അതുകൊണ്ടെന്തു മെച്ചം? എന്തായാലും അവൾ അവൾക്കിഷ്ടമുള്ളതേ ചെയ്യൂ. ഞാൻ പരാതി പറഞ്ഞു എന്നു കേട്ടാൽ ദേഷ്യപ്പെട്ടുവെന്നും വരാം."

"ശരിയാണ്. ചെറിയ കുട്ടിയൊന്നുമല്ലല്ലോ പറഞ്ഞതു കേൾപ്പിക്കാൻ."

"അതും ശരിയാണ്. നിങ്ങൾക്കൊന്നും ചെയ്യാനാവില്ല. "

ദേഹത്തിനു സുഖമില്ലെങ്കിലെന്താ, നടാസ്യ വരച്ച ഓരോ ചിത്രത്തിലും അനാട്ടോലിയ അതിസുന്ദരിയായിരുന്നു. യുവത്വം തുളുമ്പുന്ന, പ്രകാശമുള്ള മുഖം. ചിലപ്പോൾ വാലിൻകയ്ക്കു തോന്നി നടാസ്യ ബോധപൂർവ്വം അവളെ ഇത്രത്തോളം സുന്ദരിയാക്കുന്നതാണോ? അതോ യഥാർത്ഥത്തിൽ ഇതുപോലെയാണോ അവൾ അനാട്ടോലിയയെ കാണുന്നത്? എന്തായാലും നടാസ്യ വരച്ച ഒരു ചിത്രത്തിലും മാരാൻ കാലപ്പഴക്കംകൊണ്ട് ജീർണ്ണിച്ച ഒരു ഗ്രാമമായി കാണപ്പെട്ടില്ല. ആളൊഴിഞ്ഞ്, അവഗണിക്കപ്പെട്ട്, നാശത്തിന്റെ വക്കിലെത്തിനില്ക്കുന്ന ഗ്രാമത്തെയല്ല അവൾ കടലാസ്സിൽ പകർത്തിവെച്ചത്. മറിച്ച് ശാന്തസുന്ദരമായ, സന്തോഷഭരിതമായൊരു ഗ്രാമമാണ് ആ ചിത്രങ്ങളിലൂടെ തെളിഞ്ഞുവന്നത്. തനിക്ക് തീർത്തും അപരിചിതമായൊരു സ്ഥലം. എങ്കിലും എത്ര ധാരണയോടും അനുഭാവത്തോടും കൂടിയാണ് അവൾ അതിനെ സമീപിച്ചിരിക്കുന്നത്. മാരാന് നേരിടേണ്ടി വന്ന ദുർവിധി ഏതോ വിധത്തിൽ താനും ഉത്തരവാദിയണെന്നൊരു ഭാവം. ആ നാട്ടിലെ സ്ഥിരതാമസക്കാരായ വൃദ്ധജനങ്ങൾ വളരെ നാളായി ശ്രദ്ധിക്കാതിരുന്ന കാര്യങ്ങൾ പ്രത്യേകമായൊരു ഉൾക്കാഴ്ചയോടെയാണ് നടാസ്യ ചിത്രീകരിച്ചിരിക്കുന്നത്.

മുളമ്പിന്റെ മുറ്റത്തുകിടക്കുന്ന വലിയൊരു തൊട്ടി. പക്ഷികൾക്ക് തീറ്റി യിട്ടുവെക്കുന്നതാണ്. ഒരു ഭാഗം വീതികൂടി പൊങ്ങിയും മറ്റേയറ്റം വീതി കുറഞ്ഞ് മണ്ണിൽ തട്ടിയും. ഇപ്പോൾ അതിൽ നിറയെ കോഴിക്കാട്ടമാണ്. ആ ചിത്രം കൈയിലെടുത്ത് വാലിൻക തിരിച്ചും മറിച്ചുംനോക്കി. വൈകു ന്നേരമായാൽ എവിടെനിന്നോ കുറെ നാട്ടുപക്ഷിക്കൂട്ടങ്ങൾ കലപില കൂട്ടി പറന്നെത്തും. മൂക്കുച്ചിന്റെ വീട്ടിലെ പക്ഷികൾ ദൂരെ നിന്ന് നോക്കി നിൽക്കും. മുറ്റത്തെ തൊട്ടിലിൽ നിന്ന് മറ്റു പക്ഷികൾ കൊത്തിത്തിന്നു ന്നതിൽ അവിടത്തെ വയസ്സൻ ടർക്കിമാത്രം പ്രതിഷേധം പ്രകടിപ്പിക്കും. വന്നുകൂടുന്ന നാട്ടുപക്ഷികൾ അത് വിലവെക്കാറില്ല. തൊട്ടിയിലുള്ളതു മുഴുവൻ കൊത്തിത്തിന്ന് വന്നതുപോലെ അവർ പറന്നുപോകും.

മൂക്കുച്ചിന്റെ വീട്ടുമുറ്റത്തേക്കു മാത്രം ഇത്രയധികം നാട്ടുപക്ഷികൾ പറന്നിറങ്ങാനെന്താണ് കാരണം? വാലിൻകയുടെ ചോദ്യത്തിന് മുക്കൂച്ചിന്റെ മറുപടി ഒരു ഒഴുക്കൻ മട്ടിലായിരുന്നു. “എനിക്കറിഞ്ഞുകൂടാ. ഇത് എല്ലാകാലത്തും ഇങ്ങനെയായിരുന്നു”. അയാൾ അതിൽ അസാ ധാരണമായി ഒന്നും കണ്ടില്ല. എന്നാൽ നടാസ്യയ്ക്ക് അത് വേറിട്ടൊരു കാഴ്ചയായിരുന്നു. ഒരു പറ്റം കിളികൾ വന്നിരുന്ന് ആ തൊട്ടിലിൽ നിന്ന് കൊത്തിത്തിന്നുന്നത് അവൾ അതേപടി വരച്ചുവെച്ചു. എന്തുകൊണ്ടാണ് ആ ചിത്രം വരച്ചതെന്ന് വാലിൻക ചോദിച്ചപ്പോൾ അവൾ സ്വയം അദ്ഭുത പ്പെട്ടുകൊണ്ടു പറഞ്ഞു “അറിഞ്ഞുകൂടാ... വരയ്ക്കണമെന്നു തോന്നി. വരച്ചു.”

മലയിടുക്കിന്റെ അരികിലുള്ള വേലിയുടെ കഥ. അവിടെയാണ് ആ മയിലിനെ മറവു ചെയ്തിരിക്കുന്നത്. വെയിൽ ചായുന്ന നേരത്ത് വാനോ എന്നും ആ വേലിയിലേക്കു നോക്കിയിരിക്കുമായിരുന്നു. മയിലിന്റെ കുഴി മാടത്തിനു ചുറ്റുമായി ടൈഗ്രാൻ നട്ടുപിടിപ്പിട്ട കാട്ടുലില്ലികൾ കരിഞ്ഞു പോകാതെ വാലിൻക ശ്രദ്ധിക്കുമായിരുന്നു. എന്നാൽ അവരാരും കണ്ടി രുന്നില്ല, ആ വേലിയുടെ അറ്റങ്ങൾ വിളക്കിച്ചേർത്തിരിക്കുന്ന ഇടത്തിൽ ഇരുമ്പിൽ ‘കെ’ എന്നും ‘വി’ എന്നുമുള്ള അക്ഷരങ്ങൾ കൊത്തിവെച്ചിരി ക്കുന്നത്. നടാസ്യ അത് കണ്ടുപിടിച്ചു. ചിത്രത്തിൽ വരച്ചു ചേർക്കുകയും ചെയ്തു. അത് ടൈഗ്രാനു കാണിച്ചുകൊടുത്തപ്പോൾ അയാൾക്ക് വിശ്വസിക്കാൻ സാധിച്ചില്ല. അയാൾ വേലിക്കരികിൽ ചെന്നു നോക്കി സ്വയം ബോധ്യം വരുത്തി.

“എന്നാലും നീ എങ്ങനെ അതു കണ്ടുപിടിച്ചു. ഞങ്ങളുടെ ലിപി നിനക്കറിയില്ലല്ലോ.”

“സെമിത്തേരിയിൽ കുരിശുകളിൽ ഞാനത് കണ്ടിരുന്നു... ആ ഓർമ്മ...”

നടാസ്യയുടെ ചിത്രത്തിലെ വേലി കണ്ടപ്പോൾ വാലിൻകയും അദ്ഭുതം കൂറി. വാനോവിനും വാലിൻകയും അക്ഷരാഭ്യാസം കാര്യമായി

ഉണ്ടായിരുന്നില്ല. അതുകൊണ്ടുതന്നെ ആ അക്ഷരങ്ങൾ അവരുടെ കണ്ണിൽപെട്ടിരുന്നില്ല.

പല കടലാസ്സുകളിലായി നടാസ്യ വിശദമായി ചിത്രീകരിച്ചിരുന്നു, മാഗ്ടാകീന്റെ അച്ഛന്റെ വീടിന്റെ പൊളിഞ്ഞു കിടക്കുന്ന വരാന്ത. മാഗ്ടാകീന്റെ അമ്മയ്ക്ക് ഭ്രാന്തുപിടിച്ച് സമനില തെറ്റുന്നതിനുമുമ്പുള്ള കാലം. അവരും വാലിൻകയും നല്ല കൂട്ടുകാരായിരുന്നു. ജീർണ്ണത ബാധിച്ച് വളഞ്ഞൊടിഞ്ഞു കിടക്കുന്ന ഉത്തരങ്ങളും അതിനെ കാല ങ്ങളായി പൊതിഞ്ഞു നില്ക്കുന്ന പായലും ചിത്രങ്ങളിൽ വ്യക്തമായി കാണാമായിരുന്നു. നിലംപതിച്ചു കിടക്കുന്ന ആ വരാന്തയ്ക്ക് പടുവൃദ്ധ നായ ഒരാളുടെ മുഖഛായ! സൂക്ഷിച്ചുനോക്കിയാൽ മാഗ്ടാകീന്റെ അച്ഛന്റെ തന്നെ മുഖമാണെന്നു മനസ്സിലാവും. അറ്റം വളഞ്ഞ മൂക്കും നേർത്ത ചുണ്ടുകളും കട്ടിയുള്ള കൂട്ടുപുരികങ്ങളും അയാളുടെ പ്രത്യേകതയായിരുന്നു. വാലിൻക ആ വീട് ഒന്നുകൂടി നേരിൽ പോയി കണ്ടു. ചിത്രത്തിൽ കണ്ടതുപോലെത്തന്നെ. ഒരു മാറ്റവുമില്ല. പെട്രോഡ് യാക്കൂലിവാന്റസ് അവിടെ കിടക്കുന്നുണ്ടായിരുന്നു. ശവമടക്കൽ ദിവസം കിടന്നിരുന്നതുപോലെ. മരിച്ചിട്ട് കാലമെത്രയായി. എന്നിട്ടും തന്റെ പൊളിഞ്ഞു വീണുകിടക്കുന്ന വീടിന്റെ അവശിഷ്ടങ്ങൾക്കിടയിൽ ഇന്നും അയാൾ ജീവിക്കുന്നു.

നടാസ്യ വരച്ച ചിത്രങ്ങൾ വലിയ ആദരവോടെ വളരെ നേരം വാലിൻക നോക്കിക്കൊണ്ടു നിന്നു. പിന്നെ എല്ലാം കൂടി ഒതുക്കി കെട്ടി ജനലപ്പടിയിൽ വെച്ചു. തൊട്ടിൽ മൂടിയിട്ടിരുന്ന വിരി മെല്ലെ പൊന്തിച്ചു നോക്കി. കിര്യുഷ്യ നല്ല ഉറക്കത്തിലാണ്. അവന്റെ മൃദുവായ ശ്വാസോ ച്ഛ്വാസം. മാരാൻ ഗ്രാമത്തിലെ അവസാനത്തെ കുഞ്ഞാണവൻ. വേറെ കുഞ്ഞുങ്ങൾ അവിടെ ഉണ്ടായിരുന്നില്ല. ഇനി ഉണ്ടാവുകയുമില്ല. ചെറുപ്പ ക്കാരെല്ലാം നാടുവിട്ടു പോയിക്കഴിഞ്ഞു. പ്രായമായവർ ഈ ലോകം വിട്ടു പോകാൻ ഏറെ താമസമില്ല. അവർ പോകുന്നതോടെ ഓർമ്മകൾ പോലും ബാക്കിയുണ്ടാവില്ല.

“അങ്ങനെയെങ്കിൽ അങ്ങനെ. അതായിരിക്കും വിധിച്ചിട്ടുള്ളത്.” യാഥാർത്ഥ്യത്തെ വിഷമത്തോടുകൂടിയാണെങ്കിലും വാലിൻക അംഗീ കരിക്കുകയായിരുന്നു. “വേറെ വഴിയില്ലല്ലോ.”

തീരെ ഓർക്കാപ്പുറത്താണ് തട്ടിൻപുറത്തിരിക്കുന്ന ആ പടത്തിന്റെ കാര്യം വാലിൻക ഓർത്തത്. തീരെ മറന്നിരിക്കുകയായിരുന്നു. അലക്കിയ തുണികൾ എങ്ങനെയാണ് അയയിൽ ഉണക്കാനിടേണ്ടതെന്ന് അവർ നടാസ്യയ്ക്ക് പറഞ്ഞുകൊടുക്കുകയായിരുന്നു. “അതിനൊരു ക്രമമുണ്ട്. തരവും നിറവും നോക്കി ചെയ്യണം.”

“അത്രയധികം നിയമങ്ങളോ?” നടാസ്യ ചിരിച്ചു. വലിയൊരു കിടക്ക വിരി അറ്റത്തെ ചുളിവു നിവർത്തിയിടുകയായിരുന്നു അവൾ.

“എന്താ കരുതിയത്? ഒരു വീട്ടമ്മ അലക്കിയ തുണികൾ ഉണക്കാനിടുന്ന രീതി കണ്ടാണ് നാട്ടുകാർ അവരുടെ മിടുക്ക് വിലയിരുത്തിയിരുന്നത്. വിശ്വസിക്കാനാവില്ലായിരിക്കാം. എന്നാലും പുരുഷന്മാരും ആ സൂത്രങ്ങൾ വശമാക്കിയിരുന്നു. എന്റെ അമ്മായിയമ്മ - അവരുടെ ആത്മാവിന് നിത്യശാന്തി - അലക്കിയ തുണികൾ ഉണക്കാനിടേണ്ടതെങ്ങനെ എന്ന് അവർക്ക് നന്നായി അറിയാമായിരുന്നു. ചായ തിളപ്പിക്കാൻ അറിഞ്ഞിരുന്നില്ലെങ്കിലെന്താ? അവരുടെ സിരകളിൽ രാജകീയ രക്തമുണ്ടെന്ന് വെറുതെയല്ല നാട്ടുകാർ പറഞ്ഞിരുന്നത്.”

“നിങ്ങളുടെ അമ്മായിയമ്മ ഒരു രാജകുമാരിയായിരുന്നോ?” നടാസ്യയുടെ കണ്ണുകളിലും വാക്കുകളിലും ഒരുപോലെ അതിശയം. “അതായത് ടൈഗ്രാന്റെ വലിയ മുത്തശ്ശി”

“അവരെപ്പറ്റി അവൻ നിന്നോട് പറഞ്ഞിട്ടില്ലേ? അത് വലിയൊരു കാര്യമായി അവൻ കണക്കാക്കിയിട്ടുണ്ടാവില്ല. അവരുടെ ബന്ധുക്കൾ അറിയപ്പെട്ടിരുന്നത് മെലിക്കന്റ്സ് എന്ന പേരിലാണ്. കാരണം...” വാലിൻക പെട്ടെന്ന് നിർത്തി നെറ്റിയിൽ കൈ കൊണ്ടടിച്ചു. കണ്ണുകൾ തുറന്നടച്ചു. “എങ്ങനെയാണ് ഞാനത് മറന്നുപോയത്. വരൂ നടാസ്യക്കുട്ടി, ഞാനൊരു സാധനം കാണിച്ചു തരാം. നീ ചിത്രകാരിയല്ലേ? നിനക്കത് ഇഷ്ടമാവും.”

തുണികളെല്ലാം ഒരു ഭാഗത്തുവെച്ച്, നനഞ്ഞ കൈപ്പടം ഏപ്രൺന്റെ പിൻവശത്തു തുടച്ച് അവർ ധൃതിയിൽ അകത്തേക്കു നടന്നു. “എന്തൊരു മറവി!” അവർ തന്നത്താൻ കുറ്റപ്പെടുത്തി.

രണ്ടാംനിലയിലെ തളത്തിന്റെ ഒരു മൂലയിൽ നിന്നായിരുന്നു തട്ടിൻപുറത്തേക്കുള്ള കോണി. അധികമുള്ള മെത്തകളും തലയിണകളും കമ്പിളിപ്പുതപ്പുകളുമൊക്കെയാണ് അവിടെ സൂക്ഷിച്ചിരുന്നത്. ടൈഗ്രാനും കുടുംബവും എത്തിയ ഉടൻ വാലിൻക തട്ടിൻപുറത്തിന്റെ വാതിൽ താഴിട്ടു പൂട്ടി. ആ വികടൻ കോണി കയറി ആരുമറിയാതെ അലീസ തട്ടിൻപുറത്തേക്കു കയറിപ്പോയാലോ? എന്തെങ്കിലും അപകടം പറ്റിയാലോ? തീരെ പഴയ കോണി. ആകെ പൊടിപിടിച്ച്. ഓരോ ചുവടു വെക്കുമ്പോഴും ഞെരുങ്ങും പലയിടത്തും മരപ്പടികൾ ജീർണ്ണിച്ചിരുന്നു.

“ട്രൈഗ്രാനോടു പറഞ്ഞ് ഒക്കെ നേരെയാക്കണം” ഓരോ ചുവടും ശ്രദ്ധിച്ചുകൊണ്ട് നടാസ്യ പറഞ്ഞു. പൊളിഞ്ഞു കിടക്കുന്ന കോണിയിൽ നിന്നും കാൽതെറ്റി വീണാലോ എന്ന ഭയത്തോടെ അവൾ വാലിൻകയെ പിൻതുടർന്നു.

വാലിൻകയും മുക്കിയും മൂളിയുമാണ് ഓരോ ചുവടും വെച്ചിരുന്നത്. “വയസ്സു കുറെയായില്ലേ... മുട്ടുകൾക്ക് കഠിനമായ വേദന. കിടക്കുന്നതിനുമുമ്പ് രണ്ടുമുട്ടിലും ഉരുളക്കിഴങ്ങു വെച്ചുകെട്ടും.”

“അപ്പോൾ സുഖം തോന്നുമോ?”

“കുറച്ചൊക്കെ. പച്ച ഉരുളക്കിഴങ്ങ് ചീകിയെടുത്ത് കുറച്ച് കല്ലുപ്പു കൊണ്ട് മുട്ടിൻമേൽ വെച്ചുകെട്ടും. പാദങ്ങൾക്കടിയിലായി ഒരു തലയിണയും വെക്കും.” വാലിൻക തട്ടിൻപുറത്തിന്റെ ചെറിയ വാതിൽ തള്ളിത്തുറന്നു. ഒരു ഞരക്കത്തോടെ അതു തുറന്നു. ഉള്ളിൽ നിന്നും പഴകിയ വായുവിന്റ മണം മൂക്കിലേക്കടിച്ചു. “കുറെ നാളായി ഇവിടെയൊന്നു വെടിപ്പാക്കിയിട്ട്. അതിനുള്ള ശക്തിയൊന്നും ഇപ്പോഴെനിക്കില്ല... സൂക്ഷിക്കണേ, മേലാകെ അഴുക്കു പറ്റും.”

ആ മുറിക്കുള്ളിലേക്ക് നടാസ്യ എത്തിച്ചുനോക്കി. ഒരു നിമിഷം വീർപ്പുമുട്ടി നിന്നു. വിശാലമായ തട്ടിൻപുറം. അതിനകത്ത് പലവിധ സാമാനങ്ങൾ കുത്തിനിറച്ചിരിക്കുന്നു. ഒരു കാലത്ത് നല്ലവണ്ണം ഉപയോഗിച്ചിരുന്നവ... കാലം ചെന്നപ്പോൾ പ്രയോജനമില്ലാത്തവ. ഇവിടെ കാലം നിശ്ചലമായി നില്ക്കുന്നു എന്നല്ലേ പറയേണ്ടത്? എങ്ങനെ മുന്നോട്ടു പോകണമെന്നറിയാതെ പകച്ച്, പാതി മയക്കത്തിൽ വീണിരിക്കുകയാണ്. പഴയ ഇരുമ്പുപെട്ടികൾ, ഭക്ഷണം പാകം ചെയ്യാനുള്ള വലിയ പാത്രങ്ങൾ, തൊട്ടികൾ, ഭരണികൾ, പലതരത്തിലുള്ള ഗൃഹോപകരണങ്ങൾ, മരംകൊണ്ടുള്ള കസേരകളും മേശകളും കട്ടിലുകളും അലമാരകളും... എങ്ങും പൊടിയും മാറാലയും. നടാസ്യയുടെ തൊട്ടുമുമ്പിലായി ശുദ്ധീകരിച്ച ഇരുമ്പിൽ തീർത്ത ഒരു കുടം. അതിൽ മനോഹരമായ ചിത്രപ്പണികൾ. വാലിൻക കാണാതെ അവൾ ആ ജലപാത്രം തൊട്ടുനോക്കി. അതിന്റെ മൂടി തുറക്കാനുള്ള ശ്രമം വെറുതെയായി. അത്രയ്ക്കും അത് ഇറുകിപ്പോയിരുന്നു.

“ദാ... ഇങ്ങനെയാണ് അതു തുറക്കേണ്ടത്” നടാസ്യയുടെ നേരെ തിരിഞ്ഞ് വാലിൻക പറഞ്ഞു. കുടത്തിന്റെ ഒരു വശത്തായുള്ള ഒരു ബട്ടണിൽ അവൾ വിരലമർത്തി. കുടത്തിന്റെ മൂടി ചെറിയൊരു ഒച്ചയോടെ പെട്ടെന്നു പൊങ്ങി.

“ഈ കുടം ഉണ്ടാക്കിയതാരാണെന്നോ?” വാസിലിയുടെ അമ്മാവൻ. അര്യുസ്യക് കുഡാമന്റ്സ്. അയാളും മക്കളും നല്ല പണിക്കാരായിരുന്നു. വാസിലിയുടെ അച്ഛൻ ഒന്നാന്തരം ഇരുമ്പു പണിക്കാരനായിരുന്നു. അമ്മാമൻ ചെമ്പുപണിക്കാരനും. ഒരു കാലത്ത് മാരാനിലെ സ്ത്രീകളെല്ലാം ഇതുപോലെയുള്ള കുടങ്ങളും ഒക്കത്തുവെച്ചാണ് ആറ്റിലേക്കു പോയിരുന്നത് വെള്ളം മുക്കിക്കൊണ്ടുവരാൻ. ഈ കുടങ്ങൾക്ക് ഒരു വിശേഷഗുണമുണ്ട്. ഏതു കടുത്ത വേനലിലും ഇതിൽ വെച്ചിരിക്കുന്ന വെള്ളത്തിന് നല്ല തണുപ്പായിരിക്കും.”

വാലിൻക കുടമെടുത്ത് അതിന്റെ താഴെയുള്ള സുഷിരങ്ങൾ നടാസ്യയ്ക്കു കാണിച്ചുകൊടുത്തു. “ഒക്കെ പഴകി കേടുവന്നു. ഇപ്പോൾ നേരെയാക്കാൻ ആളില്ല. വലിച്ചെറിയാൻ മനസ്സും വരുന്നില്ല....” വാലിൻക കനമുള്ളൊരു നെടുവീർപ്പിട്ടു.

"അല്ലെങ്കിലും ഇത്രയും സുന്ദരമായൊരു വസ്തു ആർക്കെങ്കിലും വലിച്ചെറിയാനാകുമോ?"

"സത്യം പറയാലോ. ഇതിന്റെയൊന്നും ഭംഗി കണ്ടല്ല ഞാൻ സൂക്ഷിച്ചുവെക്കുന്നത്. വേണ്ടപ്പെട്ട എത്രയോ പേരുടെ ഓർമ്മകളാണ് അതുമായി ബന്ധപ്പെട്ടു കിടക്കുന്നത്. ആ കളിമൺ ഭരണികൾ കണ്ടോ? മറിയം ബെക്‌ലാവന്റ്ഡിന്റെ മുത്തശ്ശനാണ് അതുണ്ടാക്കിയത്. മറിയത്തിന്റെ അമ്മായിയമ്മ മരിച്ചപ്പോൾ അവരെ ഞാൻ വാനോയുടെ പുതിയ ഷൂസുകൾ ഇടുവിച്ച് അടക്കം ചെയ്യിച്ചു. അങ്ങനെ വാനോവിന്റെ പുതിയ ഷൂസും പരലോകത്തെത്തി."

വാലിൻക കുടത്തിന്റെ മൂടി അടച്ചുവെച്ചു. "ആ അലമാരി പണിതത് മിനാസ് ആയിരുന്നു. ഒന്നാന്തരം മരപ്പണിക്കാരൻ. നേരും നെറിയുമുള്ളൊരു വയസ്സൻ. യുദ്ധകാലത്താണ് മരിച്ചത്. അയാൾ മരിച്ച് രണ്ടു ദിവസം കഴിഞ്ഞപ്പോഴാണ് മക്കളുടെ മരണവാർത്ത അറിയിച്ചുകൊണ്ടുള്ള കമ്പി വന്നത്. രണ്ടുപേരും യുദ്ധത്തിൽ കൊല്ലപ്പെട്ടു. ദൈവം മിനാസിനോടു കരുണ കാണിച്ചു. മകളുടെ മരണദുഃഖം അനുഭവിപ്പിച്ചില്ലല്ലോ."

വാലിൻക മരംകൊണ്ടുള്ള വലിയൊരലമാരയുടെ പുറകിലേക്ക് കൈ എത്തിച്ചു. അവിടെ അവരുടെ കൈകൾ എന്തോ തിരഞ്ഞു. "സാസ്യ മോളേ, ഇതൊന്നെടുത്തു തരൂ, എന്നെക്കൊണ്ട് തനിയെ ആവില്ല."

നടാസ്യ കൈ എത്തിച്ച് അലമാരയുടെ പുറകിലുള്ള സാധനം വലിച്ചെടുത്തു. നല്ല കനമുള്ള ഒരു ഛായാചിത്രം, ആകെ പൊടിപിടിച്ച്. എവിടെ നിന്നോ ഒരു തുണ്ടു തുണിയെടുത്ത് വാലിൻക നടാസ്യയുടെ കൈയിൽ വെച്ചുകൊടുത്തു. "നീ തന്നെ തുടച്ച് വൃത്തിയാക്ക്.. ഞാൻ തുടച്ചാൽ അതെങ്ങാനും കേടുവന്നാലോ?"

നടാസ്യ വളരെ സൂക്ഷിച്ച് പൊടി തുടച്ചു. പിന്നേയും അതിൽ പൊടിയും ചളിയും പറ്റിയിരുന്നു. ആരുടേതാണാ ചിത്രം എന്ന് തിരിച്ചറിയാനാവുന്നില്ല.

"എന്റെ അമ്മായിഅമ്മയാണ് അതിവിടെ കൊണ്ടുവന്ന് ഒളിപ്പിച്ചുവെച്ചത്." വാലിൻക ചുമയ്ക്കാൻ തുടങ്ങി. പൊടി കാരണമാകാം. വല്ലാതെ ചുമയ്ക്കാൻ തുടങ്ങി. അവർക്ക് ശ്വാസംമുട്ടി. കണ്ണിൽ വെള്ളം നിറഞ്ഞത് പതുക്കെ തുടച്ചുമാറ്റി. "പൊടിതട്ടിയാൽ എപ്പോഴും ഇങ്ങനെയാണ്. നിർത്താതെ ചുമച്ചുകൊണ്ടിരിക്കും."

നടാസ്യയ്ക്ക് ലേശം പരിഭ്രമം തോന്നി. "മുത്തശ്ശി താഴെ പൊയ്ക്കൊളൂ. ഞാൻ ഈ ചിത്രമെടുത്ത് താഴെ കൊണ്ടുവരാം. ഒരു പക്ഷേ, എനിക്കത് നേരെയാക്കിയെടുക്കാനായാലോ" മാരാൻഭാഷയിൽ 'പൂർവ്വസ്ഥിതിയിലാക്കുക' എന്നതിന് എന്താണ് പറയുക. കുറച്ചുനേരം ആലോചിച്ചിട്ടു കിട്ടിയില്ല. അതുകൊണ്ടാണവൾ 'നേരെയാക്കുക' എന്നു

പറഞ്ഞത്. “എന്നാൽ അങ്ങനെയാകട്ടെ. ഞാൻ പോയി അലക്കിയ തുണികൾ അയയിലിടാം.”

“ഈ ചിത്രം ഇവിടെ ഇങ്ങനെ കിടക്കാൻ തുടങ്ങിയിട്ടു എത്ര വർഷമായി?”

“ഒരു അമ്പതു വർഷമെങ്കിലുമായിക്കാണും. സത്യം പറഞ്ഞാൽ ഞാനും വാനോയും ഒരിക്കൽപോലും അത് കണ്ടിട്ടില്ല.” അവർ കോണിപ്പടിയിൽ നിന്നുകൊണ്ട് ഓർക്കാൻ ശ്രമിച്ചു. “എന്റെ അമ്മായിയമ്മ ജീവിച്ചിരുന്ന കാലത്ത് ആരേയും അതിന്റെ അടുക്കൽ പോകാൻ പോലും അനുവദിച്ചിരുന്നില്ല. അവർ മരിച്ചതിനുശേഷം... അപ്പോഴേക്കും ആ കാര്യം ഞങ്ങൾ തീരെ മറന്നിരുന്നു. അതുകൊണ്ടാണെനിക്കദ്ഭുതം... ഇന്നെന്തേ പെട്ടെന്ന് ഞാനതോർക്കാൻ?”

പടത്തിന്റെ ചട്ടക്കൂടാകെ കാലപ്പഴക്കം കൊണ്ട് പൊടിഞ്ഞുപോയിരുന്നു. തുരുമ്പുപിടിച്ച ആണികൾ ഇളക്കിമാറ്റി നടാസ്യ വളരെ സൂക്ഷിച്ച് ആ കാൻവാസ് പുറത്തെടുത്തു. അവൾ അത് താഴേ നിലയിലേക്ക് എടുത്തുകൊണ്ടുവന്ന് സൂര്യപ്രകാശമേല്ക്കുന്ന വിധത്തിൽ ജനലിനരികിലായി വെച്ചു. ആരുടേയോ ഒരു ഛായാരൂപം. ആ ക്യാൻവാസ്സിൽ അവൾ വ്യക്തമായി കണ്ടു. ചിത്രത്തിന്റെ താഴെ ഭാഗത്ത് മങ്ങിയ വെള്ള നിറത്തിൽ ഒരു അടയാളം.

താഴെ കിര്യുഷ ഉണർന്ന് കിണുങ്ങാൻ തുടങ്ങി. അവൾ വേഗം കോണിയിറങ്ങി ഏറ്റവും താഴേ നിലയിലെത്തി. കൈയും മുഖവും കഴുകി. പൊടിപിടിച്ച വസ്ത്രങ്ങൾ മാറ്റി. കുഞ്ഞിന്റെ അടുക്കലെത്തിയപ്പോഴേക്കും വാലിൻക വന്ന് അവന്റെ നനഞ്ഞ തുണിമാറ്റിക്കഴിഞ്ഞിരുന്നു. അമ്മയെ കണ്ടപ്പോഴേക്കും കുഞ്ഞ് സന്തോഷംകൊണ്ട് ഒച്ചയുണ്ടാക്കാൻ തുടങ്ങി. അമ്മയുടെ നേരെ കൈകൾ നീട്ടി ചിരിച്ചു. നടാസ്യ കുഞ്ഞിനെ മുലയൂട്ടി. എത്ര കുടിച്ചിട്ടും തീരാത്ത പാല്. കുഞ്ഞിന് ശ്വാസംമുട്ടുമോ എന്ന ഭയത്താൽ അവൾ മുലക്കണ്ണു മാറ്റിപ്പിടിച്ചു. തന്റെ വറ്റിയ മുലയിലാണ് വീണ്ടും പാലു നിറഞ്ഞത്! മറ്റു സാഹചര്യങ്ങളിലായിരുന്നെങ്കിൽ അവൾ അതൊരു അദ്ഭുതമായി കണക്കാക്കിയേനേ. എന്നാൽ മാരാനിൽ... അതൊരു സ്വാഭാവികമായ കാര്യമാണെന്നാണ് അവൾക്കു തോന്നിയത്. “ഇങ്ങനെയാണ് വേണ്ടത്. ഇങ്ങനെയാണ് ഇവിടെ നടന്നുവന്നിരുന്നത്.” പഴമക്കാർ എപ്പോഴും പറയാറുള്ളത് അവളും തന്നോടു തന്നെ പറഞ്ഞു. അവൾ അറിയാതെ ചിരിച്ചുപോയി. വാക്കുകൾ എത്രയും ലളിതമാണോ അത്രയും കനപ്പെട്ടതാണ് അവയുടെ അർത്ഥം.

ഉച്ചതിരിയും മുമ്പേ ടൈഗ്രാനും അലീസയും തിരിച്ചുവന്നു. എത്ര ഉത്സാഹത്തോടെയാണ് അവൾ പറഞ്ഞത്, “ഊണു കഴിഞ്ഞാലുടനെ വീണ്ടും ഞങ്ങൾ പുറത്തുപോകും” കുഞ്ഞനുജന്റെ കവിളിൽ ഒരു

കുഞ്ഞുനുള്ള്. അമ്മയുടെ കവിളിൽ ചെറിയൊരു ഉമ്മ. "അമ്മേ... അമ്മേ... പേരു ഞാൻ മറന്നു. എന്നെ കമ്പിളിത്തുന്നൽ പഠിപ്പിക്കുന്നുണ്ട്. രണ്ടുവരി മുഴുവൻ ഞാൻ തുന്നിക്കഴിഞ്ഞു. വിശ്വസിക്കാനാവുന്നില്ല. അല്ലേ?"

നടാസ്യയും അലീസയും എന്തൊക്കെയോ പറഞ്ഞുകൊണ്ടിരുന്നു. അമ്മൂമ്മ ടൈഗ്രാനെ വിളിച്ചു പറഞ്ഞു "നീ പോയി ആ ഛായച്ചിത്രം എടുത്തുകൊണ്ടു വാ."

വാലിൻക മേശപ്പുറത്ത് ഉച്ചഭക്ഷണം എടുത്തുവെക്കാൻ തുടങ്ങി. സൂപ്പും മധുരമുള്ള തൈരും പാത്രങ്ങളിൽ പകർത്തിവെച്ചു. ഉരുളക്കിഴങ്ങു വേവിച്ചതും പാകം ചെയ്ത കോഴിയിറച്ചിയും എണ്ണയിൽ വാട്ടിയ പച്ചില കളും കിണ്ണങ്ങളിൽ വിളമ്പി. തോട്ടത്തിൽ നിന്നും അപ്പോൾ പറിച്ചു കൊണ്ടുവന്ന തക്കാളിയും വെള്ളരിക്കയും മുള്ളങ്കിയും നുറുക്കിവെച്ചു. ടൈഗ്രാൻ കോണിയിറങ്ങി വന്നത് വലിയ അദ്ഭുതത്തോടുകൂടിയായി രുന്നു. ഇങ്ങനെയൊരു ചിത്രം ആ വീട്ടിലുള്ള കാര്യം അപ്പോഴാണയാൾ അറിയുന്നത്.

"അതിശയം തന്നെ. അമ്മൂമ്മയും അപ്പൂപ്പനും ഈ കാലത്തിനിടയ്ക്ക് ഒരിക്കലും അതിനെക്കുറിച്ച് ഓർത്തില്ലെന്നോ?"

"അതെങ്ങനെ സംഭവിച്ചു...? എനിക്കും അറിഞ്ഞുകൂടാ."

വാലിൻകയുടെ മുഖത്ത് എന്തോ അബദ്ധം പിണഞ്ഞഭാവം.

"അതിനെ എങ്ങനെ വൃത്തിയാക്കിയെടുക്കും? ഏതാണ്ടൊരു രൂപം എന്റെ മനസ്സിലുണ്ട്." നടാസ്യ പറഞ്ഞു. "കുറച്ചധികം സമയം വേണം. എന്നാലും നമ്മൾ തിരിച്ചുപോകുന്നതിനുമുമ്പ് ഞാനതു മുഴുവനാക്കും. കുറച്ച് നല്ല എണ്ണ വേണം, സസ്യഎണ്ണ... ഏതായാലും മതി."

"അത് നമുക്ക് ശരിപ്പെടുത്താം."

ഉച്ചയൂണിനുശേഷം ടൈഗ്രാനും അലീസയും കിഴവൻ ഏനിന്റെ വീട്ടി ലേക്കു മടങ്ങിപ്പോയി. ടൈഗ്രാൻ വിറകുവെട്ടി കൊടുത്തു. അലീസയെ ഏനിന്റെ ഭാര്യ കമ്പിളിത്തുന്നൽ പഠിപ്പിച്ചു. അവർക്ക് കാഴ്ച കുറവായി രുന്നു. എന്നാലും കമ്പിളികൊണ്ട് സോക്സ് തുന്നാൽ അവർ കുട്ടിയെ പഠിപ്പിച്ചു.

മുട്ടയും ഉള്ളിയും ചേർത്ത് ഒരു 'പൈ' ഉണ്ടാക്കാനുള്ള തയ്യാറെടുപ്പി ലായിരുന്നു വാലിൻക. നടാസ്യ എണ്ണയും തുണിയുമായി ചിത്രം വൃത്തി യാക്കാൻ പുറപ്പെട്ടു. വളരെ സൂക്ഷിച്ചു ചെയ്യേണ്ട പ്രവൃത്തി. കാല പ്പഴക്കം. പോരാത്തതിനു വേണ്ടവിധത്തിൽ സൂക്ഷിച്ചുവെക്കാത്തതു കൊണ്ടു സംഭവിച്ച ദോഷം. ചിത്രത്തിൽ കട്ടിയിൽ പറ്റിപ്പിടിച്ചിരിക്കുന്ന എണ്ണമയമുള്ള അഴുക്ക്. ക്യാൻവസ് പലയിടത്തും പൊടിയാൻ തുടങ്ങി യിരുന്നു. എന്നാലും ചായപ്പണിക്ക് മങ്ങലേറ്റിട്ടുണ്ട് എന്നല്ലാതെ കാര്യ മായ കോട്ടം പറ്റിയിരുന്നില്ല. മൂന്നു മണിക്കൂറോളം പ്രയത്നിച്ചിട്ടാണ്

ക്യാൻവാസിന്റെ ചെറിയൊരു ഭാഗം അവൾ വൃത്തിയാക്കിയെടുത്തത്. ഒരാഴ്ച കൂടി കഴിഞ്ഞപ്പോൾ യുവാവായ ഒരു കുരിശു യുദ്ധസൈനികന്റെ ചിത്രം പതുക്കെ തെളിഞ്ഞുവന്നു. ഉയർന്ന നെറ്റിത്തടം, ആഴമുള്ള കണ്ണുകൾ, നീണ്ടു നിവർന്ന മൂക്ക്, നീളം കുറഞ്ഞ കട്ടിയുള്ള താടിമീശ. കസവുപിടിപ്പിച്ച കടുംചുകപ്പ് വെൽവെറ്റ് കുപ്പായം. അധികം ഭാരമില്ലാത്തൊരു പോർച്ചട്ടയണിഞ്ഞിരുന്നു. കുപ്പായക്കഴുത്തിനെ ചുറ്റി ഒരു സ്വർണ്ണ ചങ്ങല. ഓരോ ചങ്ങലക്കൊളുത്തിലും ഏതോ രൂപം കൊത്തിവെച്ചിരുന്നു. അതെന്തെന്ന് വ്യക്തമായിരുന്നില്ല.

ക്യാൻവസിന്റെ താഴേ മൂലയിൽ കണ്ട വെള്ള നിറത്തിലുള്ള അടയാളം നടാസ്യ അവസാനത്തേക്കായി മാറ്റിവെച്ചു. അത് വൃത്തിയാക്കാൻ തുടങ്ങിയപ്പോൾ വെറും പൂപ്പലാകാമെന്നാണ് ആദ്യം തോന്നിയത്. എണ്ണയിൽ കുതിർന്ന തുണി കൊണ്ട് അവൾ പതുക്കെ പതുക്കെ ഒരു നൂറ്റാണ്ടിന്റെ പഴക്കമുള്ള അഴുക്കും പൊടിയും തുടച്ചു നീക്കി. ക്യാൻവാസിൽ ക്രമേണ തെളിഞ്ഞു വന്ന ആ രൂപം കണ്ടപ്പോൾ വാലിൻക വീർപ്പടക്കി മിഴിച്ചു നിന്നു. അവർക്ക് മിണ്ടാനും അനങ്ങാനും ആയില്ല. ഒക്കത്തിരിക്കുന്ന കുഞ്ഞിനെ വാലിൻക ഓർമ്മയില്ലാതെ താഴെയിട്ടാലോ എന്ന് നടാസ്യ ഭയന്നു.

“പേടിക്കേണ്ട... പേടിക്കേണ്ട. കുഴപ്പമൊന്നുമില്ല” കുഞ്ഞിനെ അവർ അവന്റെ അമ്മയുടെ കൈയിലേക്കു നീട്ടി.

വാലിൻക ഓരോ അടിവെച്ച് ആ ചിത്രത്തിന്റെ മുമ്പിൽ ചെന്നു നിന്നു. ഏതോ സങ്കടത്താൽ തലയാട്ടി... പൊട്ടിക്കരഞ്ഞു. പക്ഷേ അത് ആശ്വാസത്തിന്റെ കണ്ണീരായിരുന്നു. വളരെ കാലമായി മനസ്സിനെ അലട്ടിക്കൊണ്ടിരുന്ന ഒരു ചോദ്യത്തിന് ഓർക്കാപ്പുറത്ത് ഉത്തരം കിട്ടിയതുപോലെ. ആ യോദ്ധാവിന്റെ കാൽക്കലായി വലിയൊരു വെള്ളമയിൽ. രാജകീയമായ പ്രൗഢിയോടെ... തല ഉയർത്തി... വാലിൻകയെത്തന്നെ നോക്കി. അതിന്റെ സുതാര്യമായ കണ്ണുകൾക്ക് മാതളക്കുരുവിന്റെ നിറം.

ആ നില്പിൽ നിന്നും വാലിൻക പിന്നീട് അനങ്ങുകയുണ്ടായില്ല.

ഭാഗം മൂന്ന്
കേട്ടു നിന്നയാൾ

ഒന്ന്

സ്നേഹമയിയായ സെപ്റ്റംബർ രാത്രി നക്ഷത്രങ്ങൾ വാരി വിതറിയ ആകാശപ്പുതപ്പുകൊണ്ട് ഗ്രാമത്തെയാകെ പുതപ്പിക്കാൻ തുടങ്ങിയ സമയം. വീടുകളിലെ ജനലുകളിൽ വിളക്കുകൾ ഓരോന്നായി തെളിയാൻ തുടങ്ങിയ നേരം. അങ്ങനെയൊരു സന്ധ്യയിലാണ് മാഗ്ടാകീൻ വന്നെത്തിയത്. നെഞ്ചിൽ കൈകൾ പിണച്ചുവെച്ച് മുറ്റത്തേക്കും നോക്കി അവർ വരാന്തയിൽ നിന്നു. മരിച്ചുപോയ തന്റെ ഭാര്യയുടെ ഇടയ്ക്കിടയ്ക്കുള്ള ആ തിരിച്ചുവരവ്... വാസിലി അതുമായി പൊരുത്തപ്പെട്ടിരുന്നു.

ആദ്യമായി ആകാശം ഇരുളാൻ തുടങ്ങിയ നേരത്ത് അവരുടെ നിഴൽരൂപം വരാന്തയിൽ കണ്ടപ്പോൾ ഭയമല്ല തോന്നിയത്. എന്തോ ഒരു നിസ്സഹായതയും പരിഭ്രമവുമായിരുന്നു. അവളുടെ ആരോഗ്യം പൂർവ്വസ്ഥിതി പ്രാപിച്ചിരുന്നില്ല. അധികസമയവും കിടക്കുകയാണ് പതിവ്. പകൽ പൂമുഖത്തളത്തിലെ മഞ്ചത്തിൽ. രാത്രിയായാൽ കിടപ്പുമുറിയിലെ കട്ടിലിലും. കാര്യമായി വീട്ടുപണികളൊന്നും എടുത്തിരുന്നില്ല. എളുപ്പത്തിൽ ചെയ്യാവുന്ന എന്തെങ്കിലും തുന്നൽപ്പണികൾ മാത്രമേ ചെയ്തിരുന്നുള്ളൂ. വാസിലി വളരെ നിഷ്കർഷയോടെ അനാട്ടോലിയയെ പരിചരിച്ചു. ചൂടു ചായ ഉണ്ടാക്കിക്കൊടുത്തു. എപ്പോഴും തണുത്തിരിക്കുന്ന പാദങ്ങൾ കമ്പിളികൊണ്ടു പുതപ്പിച്ചു. നാട്ടുമരുന്നുകളിട്ട് കഷായം തയ്യാറാക്കി കുടിപ്പിച്ചു. ദിവസവും മൂന്നു പ്രാവശ്യം ഭക്ഷണത്തിനു മുമ്പായാണ് കഷായം കുടിക്കേണ്ടിയിരുന്നത്. ആലയിൽ കൂടുതൽ സമയം ചെലവഴിക്കേണ്ട ദിവസമാണെങ്കിൽ നേരത്തെത്തന്നെ യാസാമാനേയും ഓവൻസിനേയും വിളിച്ചു പറയും. “ഇടയ്ക്കു വന്നു നോക്കണം... അനട്ടോലിയ വീട്ടിൽ തനിച്ചാണ്.”

തന്റെ നേരെ വാസിലി കാട്ടുന്ന ശ്രദ്ധയും, കരുതലും അനാട്ടോലിയയുടെ മനസ്സിൽത്തട്ടി. ഇതുപോലെയുള്ള സ്നേഹശുശ്രൂഷകൾ അവൾക്കു അപരിചിതമായിരുന്നു. ആവുന്ന വിധത്തിൽ ആ സ്നേഹം തിരിച്ചുകൊടുക്കാൻ അവളും ശ്രമിച്ചു. അയാൾക്ക് ഇഷ്ടമുള്ള വിഭവങ്ങളൊരുക്കി. ആകെയുള്ള ഒരു പിടി വസ്ത്രങ്ങൾ കഴുകി ഉണക്കി

അടുക്കിവെച്ചു. അയാളുടെ പഴയ കോട്ടിനു വേണ്ട മാറ്റങ്ങൾ വരുത്തി പുതിയതാക്കി. അടിവസ്ത്രങ്ങൾ കീറിയത് തുന്നിവെച്ചു. സ്വന്തം ആവശ്യ ത്തിനുവേണ്ടി വാങ്ങിവെച്ചിരുന്ന തുണി വെട്ടി വാസിലിക്കുവേണ്ടി രണ്ടു നല്ല ഷർട്ടുകൾ സ്വയം തുന്നിയുണ്ടാക്കി. വൈകുന്നേരങ്ങളിൽ എഴുതാനും വായിക്കാനും പഠിപ്പിച്ചു. നാക്കു പുറത്തേക്ക് ആവശ്യത്തിലധികം നീട്ടി ഓരോ അക്ഷരങ്ങളായി അയാൾ എടുത്തു പറഞ്ഞു. ആലയിലെ പണി കൊണ്ടു തഴമ്പു പിടിച്ച വിരലുകളിൽ പെൻസിൽ പിടിക്കുക പ്രയാസ മായിരുന്നു. എന്നാലും മടികൂടാതെ അയാൾ എഴുതാൻ ശീലിച്ചു. തപ്പിയും തടഞ്ഞും വാക്കുകൾ കൂട്ടിച്ചേർത്ത് വായിക്കാനും ക്രമേണ പഠിച്ചു. എഴുത്തും വായനയും കഴിഞ്ഞുള്ള ഇടവേളയിൽ അയാളെ അരികിൽ ഇരുത്തി അവൾ ഉറക്കെ ഓരോന്നും വായിച്ചു കൊടുക്കും. ലൈബ്രറിയിൽ നിന്നും കൊണ്ടുവന്നു വെച്ച പുസ്തകങ്ങൾ വീട്ടിൽ ധാരാളമുണ്ടായിരുന്നു. പലതവണ വായിച്ചു കാണാപാഠമായ പുസ്തക ങ്ങൾ വീണ്ടും വായിക്കാൻ അവൾക്കു വലിയ താത്പര്യമുണ്ടായിരുന്നില്ല. എന്നാലും വായിച്ചുകേൾക്കാനുള്ള വാസിലിയുടെ കൊതിയും ജിജ്ഞാസയും അവൾക്കും ഉത്സാഹം പകർന്നു.

പരസ്പരം കൈകൾ കോർത്തു പിടിച്ചും ചിലപ്പോൾ പുണർന്നും അവർ ഉറക്കത്തിലേക്കു വഴുതി വീഴും. മനുഷ്യന്റെ സന്തോഷം... അതിന്റെ വിവിധ ഭാവങ്ങൾ. അവൾ ഇടയ്ക്കിടയ്ക്ക് ഓർത്ത് സ്വയം അതിശയിക്കും.

ആദ്യമായി അവർ പരസ്പരം കെട്ടിപ്പുണർന്നു കിടന്ന രാത്രി. ഓർക്കു മ്പോൾ ഇപ്പോഴും ലജ്ജ തോന്നുന്നു. അറിയാതെ കവിൾ തുടുക്കുന്നു. വാസിലി അവളുടെ വീട്ടിലേക്കു താമസം മാറ്റി ഒരാഴ്ച കഴിഞ്ഞതിൽ പിന്നെയാണ്. അയാൾ സങ്കോചത്തോടെ അവളുടെ കൈ എത്തിപ്പിടിച്ചു. കെട്ടിപ്പിടിക്കാൻ അനുവാദം ചോദിച്ചു. അനാട്ടോലിയക്ക് അദ്ഭുതം തോന്നി. ഇങ്ങനെയൊരു അനുവാദം ചോദിക്കൽ അവളുടെ ആദ്യഭർത്താ വിന്റെ ഭാഗത്തു നിന്നും ഒരു കാലത്തും ഉണ്ടായിട്ടില്ലായിരുന്നു. അയാൾ അവളുമായി ശാരീരികമായി ബന്ധപ്പെട്ടത് എപ്പോഴും അവളുടെ ഇഷ്ട ത്തിന് വിരുദ്ധമായിട്ടായിരുന്നു. അവളുടെ വിസമ്മതവും നിശ്ശബ്ദതയും കണ്ണീരും അയാളുടെ കാമത്തെ കൂടുതൽ ജ്വലിപ്പിച്ചിരുന്നു. ലജ്ജിച്ചു കൊണ്ട് വാസിലി സ്നേഹിക്കാനായി അനുവാദം ചോദിച്ചത് അവളെ സംബന്ധിച്ചിടത്തോളം തീർത്തും പുതിയൊരു അനുഭവമായിരുന്നു. അനാട്ടോലിയ മറുപടി പറഞ്ഞില്ല. അതിനുപകരം സ്വയം കൈനീട്ടി അയാളെ തന്റെ മാറോടു ചേർത്തു. അപ്രതീക്ഷിതമായ ആ പെരുമാറ്റം അയാളെ ശരിക്കും അമ്പരപ്പിച്ചു. സ്വതവേ പരുക്കനായൊരു മനുഷ്യൻ. ഒട്ടും മയമില്ലാത്ത വാക്കും പെരുമാറ്റവും. എന്നാൽ അയാളുടെ സ്നേഹ പ്രകടനങ്ങൾക്ക് തനതായ ഒരു ലാളിത്യവും മൃദുലതയുമുണ്ടായിരുന്നു. അവളുടെ ഇഷ്ടവും താത്പര്യവുമറിഞ്ഞ് കരുതലോടെ പെരുമാറാൻ

ഓരോ കാര്യത്തിലും അയാൾ ശ്രദ്ധിച്ചു. അനാട്ടോലിയ ജീവിതത്തിൽ ആദ്യമായി അനുഭവിക്കുകയായിരുന്നു. സ്ത്രീപുരുഷബന്ധത്തിന്റെ അതീവഹൃദ്യമായ ഇഴയടുപ്പം. ഇതിനുമുമ്പ് ഭർത്താവുമായി ബന്ധപ്പെടുന്നത് അവളെ സംബന്ധിച്ചിടത്തോളം ഭയാനകമായൊരു അനുഭവമായിരുന്നു. എന്നാൽ ഇപ്പോൾ അവൾ സ്വയം സമ്മതിച്ചു. ഇത് തന്റെ ഭാഗ്യമാണ്. രണ്ടുപേരുടേയും പ്രായം, വികാരങ്ങളുടെ തീവ്രതയ്ക്ക് പരിമിതികളുണ്ടാക്കിയിരുന്നു. ചെറുപ്പക്കാരെപ്പോലെ യഥേഷ്ടം ബന്ധപ്പെടാനുള്ള ഊർജ്ജവും അവരുടെ ശരീരങ്ങൾക്കുണ്ടായിരുന്നില്ല. കാമാസക്തിയിൽ അവർ സ്വയം മതിമറക്കുന്ന അവസരങ്ങളുമുണ്ടായിരുന്നില്ല. എന്നിട്ടും ആ പോരായ്മകളെല്ലാം മനസ്സിലാക്കിക്കൊണ്ടുതന്നെ അവർ പരസ്പരം സ്നേഹിച്ചു. ഇത്രയെങ്കിലുമൊക്കെ സാധിക്കുന്നുണ്ടല്ലോ! ആ അവസരങ്ങൾ ജീവിതത്തിനു നല്കിയ ദൈവത്തിന് അവർ വീണ്ടും വീണ്ടും നന്ദി പറഞ്ഞു. ജീവിതത്തിന്റെ അവസാന നാളുകൾ പങ്കിടാൻ ആത്മാർത്ഥമായി സ്നേഹിക്കുന്ന ഒരാൾ കൂടെയുണ്ടായല്ലോ... രണ്ടുപേരുടേയും ഏറ്റവും വലിയ സന്തോഷമായിരുന്നു അത്.

ഒരു ദിവസം അനട്ടോലിയ അതു തുറന്നു പറയുകയും ചെയ്തു. “നിങ്ങളുടെ സ്നേഹം കിട്ടാൻ ഒരു ജന്മംകൂടി ഞാൻ എന്റെ പഴയ ഭർത്താവിനോടൊപ്പം ജീവിക്കണമെന്ന് ദൈവം ആവശ്യപ്പെട്ടാൽ ഞാനതിന് സന്തോഷപൂർവ്വം വഴങ്ങുമായിരുന്നു. എനിക്കത്രയും വിലപ്പെട്ടതാണ് ഈ സ്നേഹം.”

അനാട്ടോലിയയുടെ ഹൃദയത്തിൽ നിന്നും ഊർന്നുവീണ വാക്കുകൾ. വാസിലിയുടെ ഹൃദയത്തെ ആഴത്തിൽ സ്പർശിച്ചു. അയാൾ ആകെ പരവശനായി. ഒന്നും പറയാനാവാതെ നിന്നുപോയി. ആ പകൽ മുഴുവൻ അയാൾ ആലയിൽ തന്നെ ചെലവഴിച്ചു. വൈകുന്നേരം വന്നപ്പോൾ കൈയിലൊരു ഉരുക്കു റോസാപ്പൂ. കുറ്റമറ്റത് എന്നു പറയാൻ വയ്യ. എന്നാലും ചന്തമുള്ളൊരു പൂവ്. എത്ര കാലമായി ആലയിൽ പണിയാൻ തുടങ്ങിയിട്ട്. ആദ്യമായാണ് ഒരു പൂവ് വാർത്തെടുക്കുന്നത്. “നിന്നെപോലെ മനസ്സിലുള്ളത് വാക്കാൽ പ്രകടിപ്പിക്കാൻ എനിക്കറിഞ്ഞുകൂടാ” തുടർന്നെന്തു പറയണമെന്നു രൂപമില്ലാതെ അയാൾ ഒരു നിമിഷം നിന്നു. ‘അതുകൊണ്ട് തന്റെ മനസ്സിലുള്ളതിന് ഇങ്ങനെയൊരു രൂപം കൊടുക്കാം എന്നു വിചാരിച്ചു അല്ലേ?” അവൾ ഒരു നനുത്ത ചിരിയോടെ അയാളെ സഹായിച്ചു.

“അതേ...” അയാളുടെ ചുണ്ടുകളും പതുക്കെ വിടർന്നു.

വാസിലിയുടെ ആദ്യ ഭാര്യ ആദ്യമായി അയാളുടെ മുമ്പിൽ പ്രത്യക്ഷപ്പെട്ട ദിവസം. വലിയ കാറ്റും മഴയും ഇടിമിന്നലുമുള്ള ഒരു രാത്രിയായിരുന്നു. അനാട്ടോലിയ അന്ന് പതിവിലും നേരത്തെ ഉറങ്ങാൻ കിടന്നു. പകൽ മുഴുവൻ നല്ല ചൂടും പുഴുക്കവുമായിരുന്നു. വീർപ്പുമുട്ടിക്കുന്ന

അന്തരീക്ഷം. വേനൽ അവസാനിക്കാറായിരുന്നു. ആഗസ്റ്റ് അതിന്റെ വീര്യം കാണിച്ചുകൊണ്ടിരുന്നു. യാത്ര പറയും മുമ്പേയുള്ള ശക്തി പ്രകടനം. ഉച്ച നേരത്ത് പൊള്ളുന്ന ചൂടായിരുന്നു. വൈകുന്നേരമായതോടെ ശക്തമായ മഴയും ഇടിവെട്ടും. ആകാശവാസികളായ കിരാതന്മാർ വാനിന്റെ മാറ് കുന്തമുനകൾകൊണ്ട് കീറിമുറിക്കുന്നതുപോലെ. മഴ കോരിച്ചൊരിഞ്ഞു. എന്നിട്ടും പകലത്തെ ഉഷ്ണത്തിന് ശമനമുണ്ടായില്ല.

വാസിലി കിടപ്പുമുറിയിൽ ചെന്നുനോക്കി. അനാട്ടോലിയ സുഖമായി ഉറങ്ങുന്നില്ലേ? ഇടയ്ക്കിടയ്ക്ക് അവളെ കഠിനമായ തളർച്ച ബാധിക്കുന്നു. അതിനു പുറമെ ഈയിടെയായി കാലിൽ നല്ല നീരും വേദനയും. കമ്പിളി നാലാക്കി മടക്കി മുട്ടിനടിയിൽ വെച്ചിട്ടാണ് കിടക്കുന്നത്.

അനാട്ടോലിയ ഇടയ്ക്കു പറയുമായിരുന്നു. ഇക്കാലമത്രയും ഒരീറത്തണ്ടുപോലെ മെലിഞ്ഞിട്ടായിരുന്നു. ജീവിതത്തിൽ ആദ്യമായി ഇപ്പോഴാണ് കുറച്ചു വണ്ണം വെക്കുന്നത്. അരക്കെട്ട് തടിച്ചുരുണ്ടു. ഈ നിലയ്ക്കു ഭക്ഷണം കഴിച്ചാൽ താമസമില്ല, ഉരുണ്ടുരുണ്ട് ഒരു വെണ്ണ ഉരുളയാവും.

“അത്രയ്ക്കൊന്നും പറയണ്ട. നീ തടിച്ചുരുണ്ടിരിക്കുന്നതാണ് എനിക്കിഷ്ടം.” വാസിലി അവൾ പറയുന്നത് കാര്യമാക്കിയിരുന്നില്ല. അയാൾ ചുണ്ടിൽ കൃത്രിമമമായി ചിരി വരുത്തി. അവളുടെ ആരോഗ്യം ക്രമേണ മോശമാവുകയാണ് എന്ന ആധിയായിരുന്നു അയാളുടെ മനസ്സിൽ.

“താഴ്‌വരയിൽ പോയി ഡോക്ടറെ കാണുക തന്നെ വേണം. ഇനിയും താമസിക്കരുത്.”അതിനെക്കുറിച്ച് ആരെങ്കിലും നിർദ്ദേശിക്കുമ്പോഴേക്കും അവൾ കരയാൻ തുടങ്ങും.

“വേണ്ട... എനിക്കത്രയ്ക്ക് സുഖക്കേടൊന്നുമില്ല.”

വാസിലി അടുക്കളയിൽ ചെന്ന് പുതിനയില ഇട്ട് ചായ തിളപ്പിക്കാൻ തുടങ്ങി. കിടപ്പുമുറിയുടെ വാതിൽ തുറന്നിട്ടിരുന്നു. അനാട്ടോലിയ വിളിച്ചാൽ കേൾക്കാലോ. ഉമ്മറവാതിൽ അടച്ചിട്ടില്ലെന്ന് പിന്നീടാണയാൾ ഓർത്തത്. അതടയ്ക്കാൻ ചെന്നപ്പോൾ... വരാന്തയുടെ അരഭിത്തിയിൽ വയറു തൊടുവിച്ചുകൊണ്ടു നില്ക്കുന്നു. മാഗ്ടാകീൻ. തല മൂടിയിട്ടുണ്ടായിരുന്നില്ല. മുടി ചെറുതായി മുറിച്ചിരുന്നു. നെഞ്ചിൽ കൈകൾ പിണച്ചു വെച്ച് മുറ്റത്തിന്റെ ഒരു മൂലയിലേക്കു സൂക്ഷിച്ചുനോക്കുന്നു. അവിടെയാണ് പെഡ്രോ കിടക്കുന്ന പട്ടിക്കൂട്. ശരീരത്തിന്റെ വണ്ണം വളരെയധികം കുറഞ്ഞിട്ടുണ്ട്. ഉയരവും പഴയതുപോലെയില്ല. എന്നാലും എത്രയോ പരിചിതമായ ആ രൂപം വാസിലി പെട്ടെന്ന് തിരിച്ചറിഞ്ഞു.

വർഷങ്ങൾക്കു മുമ്പ് ചെറുപ്പകാലത്ത് പരവതാനിയുടെ തുമ്പിൽ കാൽ തടഞ്ഞു വീണ് തോളെല്ലിന് പരിക്കു പറ്റിയിരുന്നു. അതിൽ പിന്നെ തോൾ വേദന അവളെ എപ്പോഴും ശല്യപ്പെടുത്തിയിരുന്നു. പ്രത്യേകിച്ചും തണുപ്പുകാലങ്ങളിൽ. താനറിയാതെ തന്നെ തോള് അല്പം ഉയർത്തിപ്പിടിക്കുക അവൾക്ക് ശീലമായിരുന്നു. കൈകൾ നെഞ്ചിൽ പിണച്ചു

വെക്കുകയും ചെയ്യും. കൈമുട്ടുകൾ അബദ്ധത്തിൽ എവിടെയെങ്കിലും തട്ടി തോള് വേദനിച്ചാലോ എന്ന ഭയം.

അവളുടെ അടുത്തേക്കു ചെല്ലാൻ വാസിലി അടിവെച്ചതാണ്. അപ്പോഴേക്കും അവൾ അയാളുടെ നേരെ തിരിഞ്ഞു. മുഖത്തിന് ഒട്ടും പ്രതീക്ഷിക്കാത്ത ചെറുപ്പം. ഒറ്റ ചുളിവു പോലുമില്ല. അയാളുടെ നേരെ നോക്കി അവൾ ദേഷ്യത്തോടെ തലയാട്ടി. പെട്ടെന്നടിച്ച കാറ്റിൽ ഉമ്മറ വാതിൽ ഒച്ചയോടെ അടഞ്ഞു. അയാൾ വീണ്ടും വാതിൽ തുറന്ന് വരാന്ത യുടെ അറ്റത്തേക്കു നോക്കി. ഇല്ല... അവൾ അവിടെ ഉണ്ടായിരുന്നില്ല.

അതിൽ പിന്നെ അതൊരു പതിവായി. നേരം ഇരുട്ടിയതിനുശേഷം മാഗ്ടാകീൻ വരാന്തയുടെ മൂലയിൽ വന്ന് കൈയും കെട്ടി മുറ്റത്തേക്കു നോക്കി നിന്നു. അനാട്ടോലിയ ഉറക്കമാവാൻ അവൾ കാത്തു നില്ക്കു ന്നതുപോലെ. അവൾ വന്നെത്തുന്ന സമയം ഏതാണ്ട് അയാൾക്ക് ഊഹി ക്കാമെന്നായി. അയാളൊരിക്കലും അവളുടെ അടുത്തു ചെല്ലാൻ ശ്രമം നടത്തിയില്ല. ആദ്യത്തെ തവണയോടെ അയാളതു നിർത്തി. തന്നോട് എന്തോ പറയാൻ വേണ്ടിയാണ് അവൾ അവിടെ വരുന്നതെന്ന തോന്നൽ. എന്നാൽ എന്താണവൾക്കു പറയാനുള്ളതെന്ന് വാസിലിക്കു രൂപമുണ്ടാ യിരുന്നില്ല. എന്തുകൊണ്ടാണത് വെച്ചു നീട്ടുന്നതെന്നും.

മരിച്ചുപോയ ഭാര്യ വീണ്ടും വീണ്ടും തന്നെ കാണാൻ വരുന്നു. ആ കാര്യത്തിൽ അയാൾക്കൊട്ടും ഭയം തോന്നിയില്ല. വയസ്സായതോടെ അവളുടെ സ്വഭാവത്തിൽ മാറ്റം വന്നിരുന്നു. എന്നാലും സ്വതവേ അവൾ നല്ല കൂട്ടത്തിലായിരുന്നു. എല്ലാവരോടും സ്നേഹവും അലിവും. സ്വന്തം അച്ഛനമ്മമാരെ എത്ര നിസ്വാർത്ഥമായാണ് അവൾ ശുശ്രൂഷിച്ചിരുന്നത്. അവർ തനിക്കു വേണ്ടത്ര സ്നേഹം തന്നിട്ടില്ലെന്ന് അവൾ എപ്പോഴും കുറ്റപ്പെടുത്തിയിരുന്നു. പരാതി പറയുന്നതിനേക്കാൾ ഉപരി അതവളുടെ ഒരു ശീലമായിരുന്നു എന്നാണ് വാസിലിക്കു തോന്നാറുള്ളത്.

ക്ഷാമം ഗ്രാമത്തിൽ നിന്നും പിൻവാങ്ങിയതിനുശേഷം ഒരു വർഷം കഴിഞ്ഞിട്ടാണ് വാസിലിയുടേയും മാഗ്ടാകീന്റേയും വിവാഹം നടന്നത്. തന്റെ അനുജൻ അകോപ്പിനെ സ്വന്തം അനുജനായാണവൾ കണ്ടത്. അന്നവന് ഒമ്പതുവയസ്സേ പ്രായമായിരുന്നുള്ളൂ. വാസിലിക്കും മാഗ്ടാകീനും അവരുടേതായ മൂന്നു ആൺമക്കളുണ്ടായി. അപ്പോഴും കുട്ടി കൾ തമ്മിൽ അവൾ ഒരു വ്യത്യാസവും കാണിച്ചിരുന്നില്ല. അകോപ്പി നോട് അവൾ കൂടുതൽ വാത്സല്യം കാട്ടി. ഒരു കാരണവും കൂടാതെ അവന് ഇടയ്ക്കിടയ്ക്ക് പനി വരുമായിരുന്നു. അപ്പോഴൊക്കെയും അവൾ അവന്റെ അരികിൽ നിന്നും മാറാതെ ശുശ്രൂഷിച്ചിരുന്നു.

അകോപ്പിന്റെ കാര്യമാലോചിക്കുമ്പോൾ, ഇപ്പോഴും വാസിലിയുടെ മനസ്സു വിങ്ങും. എന്തുമാത്രം പ്രയാസങ്ങളും വേദനകളും അവൻ അനു ഭവിച്ചു. ചിലപ്പോൾ ഉണ്ണാൻ വിളിച്ചാൽ അവൻ വരില്ല. അന്വേഷിച്ചു

ചെന്നാൽ എവിടെയെങ്കിലും ചുരുണ്ടുകൂടി കിടക്കുന്നതു കാണാം. നെറ്റിയിൽ കൈവെച്ചാൽ പൊള്ളുന്ന പനിയുണ്ടാകും. ഉടനെ ഉടുപ്പുകളൊക്കെ അഴിച്ചുമാറ്റും. മേലാകെ മൾബറിച്ചാറു തേക്കും. യാസാമാനെ വിളിക്കാനോടും. യാസാമാൻ അവരുടേതായ കഷായങ്ങൾ കൊടുക്കും. കുട്ടി മിക്കവാറും അബോധാവസ്ഥയിലായിരിക്കും. മെത്തയിൽ കിടത്തി കമ്പിളി പുതപ്പിച്ച് വിയർപ്പിക്കാൻ ശ്രമിക്കും. അവൻ വിതുമ്പിക്കരയും. "എന്നെ രക്ഷിക്കൂ... ഒരു ദുഷ്ടരാക്ഷസൻ എന്റെ തലയിണയുടെ ചുവട്ടിൽ ഒരു വാള് വെച്ചിട്ടുണ്ട്. അവൻ ഇവിടെ വന്ന് എന്നെ കൊല്ലാനായി കാത്തു നില്ക്കുന്നു." അവൻ ജനാലയുടെ നേരെ പേടിച്ചു വിറച്ചു വിരൽ ചൂണ്ടും.

വാസിലി കുട്ടിയെ എടുത്ത് ദൂരെ എവിടെയെങ്കിലും മാറിയിരിക്കും. അതുകൊണ്ടൊന്നും ഫലമുണ്ടാകാറില്ല. അവൻ ഭയന്ന് നിലവിളിച്ചു കൊണ്ടേയിരിക്കും. എന്തു പറഞ്ഞാലും അവനു സമാധാനമാവില്ല. "വേഗം ആ വാളെടുത്തു മാറ്റൂ. അല്ലെങ്കിൽ അവൻ എല്ലാവരേയും കൊല്ലും."

രാത്രി മുഴുവൻ കുട്ടി പനിച്ചുതുള്ളും. പുലരുമ്പോഴാണ് കുറച്ചു ശമനമുണ്ടാവുക. ഉച്ചയോടെ അവൻ ഉണർന്നെഴുന്നേല്ക്കും. അല്പം ക്ഷീണം കാണും. എന്നാലും ആരോഗ്യത്തോടെ എല്ലാവരും അതിശയത്തോടെ നോക്കിനില്ക്കും.

എന്തോ ഭയം ബാധിച്ച് താൻ ബോധം കെട്ടു വീണതു മാത്രമേ അവനോർമ്മയുണ്ടാവൂ. ഭീകരമായ എന്തോ ഒന്ന് തന്നെ പുറകിൽ നിന്നും വന്നു പിടിച്ചു. കൂടുതലൊന്നും അവനോർമ്മയില്ല.

ഇടയ്ക്കിടയ്ക്ക് അവന് ആ ബാധ ഉണ്ടായിക്കൊണ്ടിരുന്നു. ചിലപ്പോൾ ദിവസങ്ങൾക്കുശേഷമാണ് സാമാന്യസ്ഥിതിയിലാവുക. ഇരുട്ടിനെ അവനു ഭയമായിരുന്നു. ഒറ്റയ്ക്കിരിക്കാനും പേടിയായിരുന്നു. തന്നാലാവുന്നതെല്ലാം വാസിലി അനുജനുവേണ്ടി ചെയ്തു. പലതവണ താഴ്വരയിലെ ഡോക്ടറെ കാണിച്ചു. ചികിത്സ നടത്തി. ജോത്സ്യന്മാരേയും സ്വപ്നം വിശകലനം ചെയ്യുന്നവരേയും കണ്ട് ഉപദേശം തേടി. ഒരു പുരോഹിതനെ വീട്ടിൽ വരുത്തി കർമ്മങ്ങൾ ചെയ്യിച്ചു. ഒന്നുകൊണ്ടും പ്രയോജനമുണ്ടായില്ല. കുട്ടിക്ക് ആരോഗ്യപരമായ പ്രശ്നങ്ങളൊന്നുമില്ലെന്ന് ഡോക്ടർമാർ ഉറപ്പു പറഞ്ഞു. ജോത്സ്യന്മാരും സ്വപ്നവ്യാഖ്യാതാക്കളും അസാധാരണമായി ഒന്നും കണ്ടില്ല. അകോപ്പിന് ബാധ കയറിയ സമയത്താണ് അസേറിയ അച്ചൻ വന്നു കണ്ടത്. അവന്റെ അരികിലിരുന്ന് ദീർഘനേരം പ്രാർത്ഥിച്ചു. ഒടുവിൽ കുട്ടിയുടെ ദയനീയാവസ്ഥ കണ്ട് അദ്ദേഹം നിസ്സഹായനായി. അവന്റെ പൊള്ളുന്ന നെറ്റിയിൽ ചുണ്ടുകൾ ചേർത്ത് അച്ചൻ പൊട്ടിക്കരഞ്ഞു.

അകോപ്പിന്റെ ബാധയുടെ കാരണം ഏതാണ്ടൊന്ന് ഊഹിച്ചെടുത്തത് മാഗ്ടാകീൻ മാത്രമായിരുന്നു. വാസിലി അവന്റെ അസുഖത്തിന്റെ കാര്യം ഒരിക്കലും അനുജനുമായി സംസാരിച്ചിരുന്നില്ല. വെറുതെ കുട്ടിയെ ഭയപ്പെടുത്തുന്നതെന്തിന്? എന്നാൽ മാഗ്ടാകീൻ വളരെ വാത്സല്യത്തോടെ അവനിൽ നിന്നും കാര്യങ്ങൾ ചോദിച്ചറിഞ്ഞു. അവൻ പറഞ്ഞ സംഗതികൾ പരസ്പരബന്ധമില്ലാത്തതായി ആദ്യം തോന്നി. എന്നാൽ പോകെപ്പോകെ അവന് സുഖമില്ലാതാവാൻ പോകുന്നു എന്ന് അവൾക്കു മുൻകൂട്ടി പറയാനായി. അതിനുള്ള കാരണം അവൾക്കു വ്യക്തമാക്കാനായില്ല. അതിന്റെ പുറകിലുണ്ടായിരുന്നത് അവൾക്കുതന്നെ അജ്ഞാതമായ ഒരുൾപ്രേരണയായിരുന്നു.

ആ ദിവസങ്ങളിൽ അവൾ അകോപ്പിനെ പുറത്തയയ്ക്കാതെ വീട്ടിലിരുത്തി. അവന്റെ സഹായമില്ലാത്തതുകൊണ്ട് പണി മുഴുവൻ ഒറ്റയ്ക്കെടുക്കാൻ വാസിലി നിർബന്ധിതനായി. മാഗ്ടാകീൻ തന്റെ കൺമുമ്പിൽ നിന്നു മാറ്റാതെ അകോപ്പിനെ ഒപ്പം നിർത്തി. എന്നിട്ടും ആ ബാധയുടെ തുടക്കം അവൾക്കു മനസ്സിലാക്കാൻ സാധിച്ചില്ല. അതിൽ അവൾക്കു നിരാശയും ദേഷ്യവും തോന്നി. കാരണം, തുടക്കത്തിൽ തന്നെ പിടികൂടാനായാൽ അവനെ അതിന്റെ ആക്രമണത്തിൽനിന്നും രക്ഷിക്കാനാവുമെന്ന് അവൾ വിശ്വസിച്ചു. അത് വെറുമൊരു തോന്നൽ മാത്രമാണെന്നു പറഞ്ഞ് വാസിലി ഭാര്യയെ പരിഹസിച്ചു. അപ്പോഴും അയാളുടെ മനസ്സിൽ എന്തോ ഒരുറപ്പുണ്ടായിരുന്നു. വിചിത്രമായ ആ രോഗബാധയുടെ ശരിയായ കാരണം മാഗ്ടാകീൻ കണ്ടുപിടിക്കുമെന്ന്.

രണ്ടു നീണ്ട വർഷങ്ങൾക്കുശേഷം... അകോപ്പിന്റെ രോഗകാരണം മനസ്സിലാക്കാനാവാതെ എല്ലാവർക്കും മനം മടുത്തു കഴിഞ്ഞിരുന്നു. ഇനി എന്ത് എന്ന നിസ്സഹായവസ്ഥ തുടരവേ പൊടുന്നനെ മാഗ്ടാകീന്റെ ദൗത്യം വിജയിച്ചു. ആ ദിവസം മാഗ്ടാകീൻ നിർബന്ധിച്ചതുകാരണം അകോപ് ആലയിൽ പോയില്ല. വീട്ടിലെ വിറകുപുരയിൽ വിറക് അടുക്കിവെക്കുന്ന പണി ചെയ്യാൻ തുടങ്ങി. വാസിലിയുടെ മൂത്തമകൻ ഒരു വയസ്സുപ്രായമുള്ള കരാപ്പെറ്റ് വരാന്തയിൽ, തൊട്ടിയിൽ കിടന്ന് ഉറങ്ങുന്നുണ്ടായിരുന്നു. അവനെ കമ്പിളി പുതപ്പിച്ചു സുഖമായി ഉറങ്ങുന്നുണ്ടെന്ന് ഉറപ്പു വരുത്തി മാഗ്ടാകീൻ അകോപ്പിന്റെ അടുത്തേക്കു ചെല്ലുകയായിരുന്നു. എന്നാൽ ഒതുക്കുകളിറങ്ങി മുറ്റത്തേക്കെത്തും മുമ്പേ അകോപ് ഉറക്കെ വിളിച്ചു പറഞ്ഞു, "ദാ കുട്ടി തൊട്ടിലിൽ നിന്നു വീഴുന്നു" അവൻ വരാന്തയിലേക്കു മുഖം തിരിച്ചാണ് നിന്നിരുന്നത്. മാഗ്ടാകീൻ ഒരു ഞെട്ടലോടെ തിരിഞ്ഞു നോക്കി. ശരിയായിരുന്നു. എങ്ങനെയെന്നറിയില്ല കുട്ടി അപകടകരമാംവിധം തലകീഴോട്ടായി തൊട്ടിയിൽ തൂങ്ങിക്കിടക്കുന്നു. ഏതു നിമിഷവും അവൻ തലയിടിച്ച് താഴേ വീണേക്കാം. അമ്മ കുതിച്ചു ചെന്ന് കുഞ്ഞിനെ തൊട്ടിയിൽ നിന്ന് വാരിയെടുത്തു. അവളുടെ ഹൃദയം ഇപ്പോൾ പുറത്തുചാടും എന്നപോലെ ശക്തിയായി

മിടിച്ചു. ഒരുവിധം പരിഭ്രമമൊതുക്കി കുഞ്ഞിനെ മാറോടു ചേർത്ത് ക്ഷണത്തിൽ അവൾ വരാന്തയുടെ മറ്റേ അറ്റത്തെത്തി. പ്രതീക്ഷിച്ച കാഴ്ച തന്നെ. വിറകുകൊള്ളികൾക്കു മീതെ അകോപ് ബോധമറ്റ് വീണു കിടക്കുന്നു. മുഖത്ത് മരണത്തിന്റെ വിളർപ്പ്. എന്തോ ചില ഞെരക്കങ്ങൾ, ഉള്ളിലെ പൊള്ളുന്ന ചൂടുകൊണ്ടായിരിക്കാം.

"നീ ചിലപ്പോൾ ഭാവിയിലെ കാര്യങ്ങൾ മുൻകൂട്ടി കാണുന്നു. അതുകൊണ്ടാകാം നിനക്കു സുഖമില്ലാതാകുന്നത്." പിറ്റേദിവസം അകോപ്പിന്റെ സ്ഥിതി സാധാരണ നിലയിലായപ്പോൾ അവൾ അവനോട് വെറുതെ ഒന്നു പറഞ്ഞു.

അകോപ് കണ്ണടച്ച് നിശ്ശബ്ദനായി ഇരുന്നതേയുള്ളൂ. അവന് ഒന്നും ഓർമ്മയുണ്ടായിരുന്നില്ല. അസുഖം ബാധിക്കുന്നതിനു തൊട്ടുമുമ്പ് തന്നെ പിടികൂടുന്ന അതികഠിനമായ ഭയം ആത്മാവിനെത്തന്നെ മരവിപ്പിക്കുന്ന ഭയം. അതുമാത്രമേ അവന്റെ ഓർമ്മയിലുണ്ടായിരുന്നുള്ളൂ.

"ആ നിമിഷം തന്നെ ഞാൻ എല്ലാം മറക്കുന്നു. പിന്നെ എന്താണ് പ്രയോജനം?"അവന്റെ കണ്ണിൽ വല്ലാത്തൊരു ദൈന്യത.

"അറിഞ്ഞുകൂടാ." എന്തോ ആലോചിച്ചുകൊണ്ട് മാഗ്ടാകീൻ പറഞ്ഞു.

ഏതാനും ദിവസം കഴിഞ്ഞ് മറിയം ബെക്ലാന്റ ആ കാഴ്ച കണ്ടു. അവർ കുറച്ചു ചോളമാവുണ്ടോ എന്നു ചോദിച്ചു വന്നതായിരുന്നു. മാഗ്ടാക്കീൻ കുഞ്ഞിനെ കുളിപ്പിക്കുകയായിരുന്നു. തൊട്ടടുത്തായി തോർത്തും കൈയിൽ പിടിച്ചുകൊണ്ട് അകോപ്. അവൻ പെട്ടെന്ന് രണ്ടടി പിന്നാക്കം വെച്ചു, കൈ ചുവരിൽ ചേർത്ത് ചാരി നിന്നു. കണ്ണുകൾ ഉരുണ്ടു വലുതായി. പതുക്കെ തറയിലേക്ക് ഊർന്നുവീണു. ഞെരിഞ്ഞമരുന്ന പല്ലുകൾക്കിടയിലൂടെ അവൻ 'മാസ്റ്റർ സാമോ' എന്നു പറയുന്നത് അവർ കേട്ടു. അതോടെ കുട്ടിയുടെ ബോധം പോയി. നനഞ്ഞൊലിച്ചു നില്ക്കുന്ന സ്വന്തം കുഞ്ഞിനെ മറിയത്തിന്റെ കൈയ്യിലേല്പിച്ച് മാഗ്ടാക്കീൻ അകോപ്പിന്റെ നേരെ തിരിഞ്ഞു.

"എന്നോടൊന്നും ചോദിക്കരുത്." തിരിഞ്ഞു നോക്കാതെ അവർ മറിയത്തിനോടു പറഞ്ഞു. "വേഗം കുഞ്ഞിനെ തോർത്തി ഉടുപ്പിടുവിക്കൂ... ഉടനെ ചെന്ന് സെർബുയിയെ അറിയിക്കണം. അവളുടെ അച്ഛന് എന്തോ അത്യാപത്ത് സംഭവിച്ചിരിക്കുന്നു എന്ന്."

അവർ മാസ്റ്റർ സാമോവിനെ കണ്ടുപിടിച്ചു. അയാൾ ആട്ടിൻപറ്റത്തേയുംകൊണ്ട് മേയാനായി ഓക്നോപ്പിന്റെ അങ്ങേ അറ്റത്തേക്കു പോയിരിക്കുകയായിരുന്നു. അന്വേഷിച്ചു ചെന്നപ്പോൾ പാവം കിഴവൻ താഴെ വീണു കിടക്കുന്നു. ചുറ്റും ആട്ടിൻപറ്റം ദയനീയമായി നോക്കി നില്ക്കുന്നു. മാസ്റ്റർ സാമോ കുഞ്ഞുങ്ങളെ പോലെ നിസ്സഹായനായി നിലവിളിക്കുന്നു. എഴുന്നേൽക്കാൻ വയ്യ. എവിടെയോ തട്ടി വീണ് ഞെരിയാണിയെല്ല് ഒടിഞ്ഞിരുന്നു.

ആ വാർത്ത നാട്ടിൽ പെട്ടെന്ന് പരന്നു. കൊല്ലൻ വാസിലിയുടെ അനുജൻ അകോപ്പിന് കാര്യങ്ങൾ മുൻകൂട്ടി കാണാൻ കഴിവുണ്ട്. വിശേഷിച്ചും ആപത്തുകൾ. ആളുകൾ തങ്ങളുടെ ഭാവി അറിയാനായി അവനെ സമീപിക്കുവാൻ തുടങ്ങി. അവൻ നിസ്സഹായനായി കൈമലർത്തി. എന്തോ ചിലതു കാണുന്നുണ്ട് എന്നതു ശരി. പക്ഷേ, ഒന്നും ഓർത്തു പറയാനാവുന്നില്ല.

അകോപ് പറഞ്ഞത് നാട്ടുകാർക്ക് അത്ര വിശ്വാസമായില്ല. പലരും ദേഷ്യപ്പെടുകയും ചെയ്തു. അവൻ മനഃപൂർവ്വം തങ്ങളെ ഒഴിവാക്കുകയാണെന്ന് കുറ്റപ്പെടുത്തി. വേണ്ടപ്പെട്ടവരെ സഹായിക്കാൻ അവൻ തയ്യാറാവുന്നില്ലെന്ന് ആവലാതി പറഞ്ഞു.

അതിനിടയിൽ പരാൻങ്ങ്സൻ മുത്തശ്ശിയുടെ വീട്ടുപക്ഷികളെല്ലാം ഒരു കാരണവുമില്ലാതെ ഒന്നൊന്നായി ചത്തുവീണു. തന്റെ കാലക്കേടിനു കാരണം അകോപ് ആണെന്ന് അവർ പറഞ്ഞു പരത്തി. അവനുള്ളത് ഭാവി പ്രവചിക്കാനുള്ള കഴിവല്ല, നാട്ടിൽ നാശം വിതയ്ക്കാനുള്ള കഴിവാണ്. എല്ലാ നാശനഷ്ടങ്ങളും തനിക്കു വരുത്തിവെച്ചത് അവനാണ്.

നാട്ടിലാർക്കും പൊതുവേ പരാൻങ്ങ്സൻ മുത്തശ്ശിയോട് അടുപ്പമുണ്ടായിരുന്നില്ല. ഒരു ദുഷിച്ച പ്രകൃതം. ഏഷണിയും പരദൂഷണവും തമ്മിൽ തല്ലിക്കലും. എന്നിട്ടും മാരാൻ ഗ്രാമത്തിലെ ചിലർ അവർ പറഞ്ഞതു വിശ്വസിച്ചു. അകോപ്പിനെ ഒരു പകർച്ചവ്യാധിക്കാരനെ എന്നപോലെ അകറ്റി നിർത്തി. സ്വന്തം മക്കളെ അവനുമായി കൂട്ടുകൂടാൻ അനുവദിച്ചില്ല. അവൻ ആലയിലുള്ള നേരം കുറേപേർ അവിടെ വരാതായി. അവനെ വഴിയിൽ നേരിട്ടുകണ്ടാൽ, ആരും കാണാതെ അവർ കുരിശു വരച്ചു. അവനു നേരെ നോക്കാതെ ഓരം മാറി നടന്നു.

തന്റെ നേരെ നാട്ടുകാർ പെരുമാറിക്കൊണ്ടിരുന്ന വിധം അകോപ് കാര്യമാക്കിയില്ല. അവന്റെ ചെറുപ്രായത്തിന് നിരക്കാത്ത ഒരു സന്തോഷമായിരുന്നു അവന്റെ മനസ്സിൽ. ആളുകൾ എന്തെങ്കിലും കരുതിക്കോട്ടെ. തന്നെ തന്റെ വഴിക്കു വിട്ടാൽ മതി. അനാവശ്യ ചോദ്യങ്ങൾ ചോദിച്ചു സ്വൈരം കെടുത്താതെ. എന്നാൽ വാസിലി അതിനെ നിസ്സാരമായി കണ്ടില്ല. നാട്ടുകാർ അനിയനോടു കാണിക്കുന്ന അവഗണനയും അവജ്ഞയും അയാളുടെ മനസ്സിനെ നോവിച്ചു. നാട്ടിലുള്ളവരുമായി പലതവണ അയാൾ ഈ കാര്യം സംസാരിച്ചു. പറഞ്ഞു മനസ്സിലാക്കാൻ പലവിധത്തിൽ ശ്രമിച്ചു. അതിനുവേണ്ടി ചിലപ്പോൾ കലഹിച്ചു. തർക്കിച്ചു. അടിപിടിയുമുണ്ടായി. എന്നാൽ ഫലം വിപരീതമായിരുന്നു. മാരാൻ ഗ്രാമക്കാർ ഏതാണ്ടു മുഴുവനും അകോപ്പിനെ അകറ്റി നിർത്തി. എന്നാലും അത് ആലയിലെ പണിയെ ബാധിച്ചില്ല. ഭയം... അതവിടെ നില്ക്കട്ടെ. എന്നാൽ ദീർഘകാലം നിലനില്ക്കുന്ന ഉറപ്പുള്ള സാധനങ്ങൾ

വേണമെങ്കിൽ അത് വാസിലി തന്നെ ഉണ്ടാക്കണം. വേറെ ഏതു കൊല്ല നായാലും വാസിലിയോളം വരില്ലെന്ന് ആ കാര്യത്തിൽ ആർക്കും എതിരഭിപ്രായമുണ്ടായിരുന്നില്ല. അതുകൊണ്ട് അവർ വീണ്ടും വീണ്ടും വാസിലിയുടെ ആലയിലെത്തി. ഉള്ളിലെ ദേഷ്യം മറച്ചുവെച്ച് നിശ്ശബ്ദനായി അയാൾ അവരുടെ ആവശ്യങ്ങൾ നിറവേറ്റി. ആത്മാർത്ഥമായി അദ്ധ്വാനിച്ചു. കൂലി കൊടുക്കാൻ കഴിവില്ലാത്തവരിൽ നിന്നും തവണകളായി കൂലി പറ്റാൻ തയ്യാറായി.

മാരാൻ നിവാസികളും വാസിലി കുടുംബക്കാരും തമ്മിലുള്ള അകൽച്ച നീണ്ടു നീണ്ടുപോകുമായിരുന്നു. ഒരുപക്ഷേ ഗ്രാമം മുഴുവൻ ആ കൊല്ലകുടുംബത്തെ തൊട്ടുകൂടാത്തവരായി പ്രഖ്യാപിച്ച് അകറ്റി നിർത്തുമായിരുന്നു. എന്നാൽ ഓർക്കാപ്പുറത്തുണ്ടായ ഒരു സംഭവം മാരാൻ ഗ്രാമവും അകോപ്പിന്റെ കുടുംബവും തമ്മിൽ ഉണ്ടായിരുന്ന ബന്ധത്തെ കീഴ്മേൽ മറിച്ചു. അത് വസന്തകാലമായിരുന്നു. അപ്പോഴേക്കും കുട്ടിയുടെ ദണ്ണയിളക്കം കൂടെകൂടെ എന്ന നിലയിലായിരുന്നു. ഓരോ തവണ ബാധ കയറുമ്പോഴും അതോടെ അവന്റെ ആയുസ്സ് അവസാനിക്കുമെന്ന് തോന്നുമായിരുന്നു.

യാസാമാൻ മാത്രം എപ്പോഴും അവരോടൊപ്പം നിന്നു. അകോപ്പിന്റെ ആരോഗ്യത്തിനുവേണ്ടി തന്നാലാവുന്നതൊക്കെയും അവർ ചെയ്തു. ബാധകയറുന്ന സമയത്ത് അത് എത്രയും വേഗം ഇറങ്ങാൻ വേണ്ടി പ്രത്യേകം പച്ചമരുന്നുകൾ കൊണ്ട് അവർ കഷായം വാറ്റിയെടുത്തു. അവരുടെ നിർദ്ദേശങ്ങളെല്ലാം അകോപ് അതേപടി അനുസരിച്ചു. ചവർപ്പുള്ള കഷായം മടികൂടാതെ സേവിച്ചു. എത്ര തണുപ്പുണ്ടെങ്കിലും ജനാല മുഴുവനായി തുറന്നിട്ടുറങ്ങി. തണുത്ത വെള്ളത്തിൽ കുളിച്ചു. അവരുടെ നിർദ്ദേശപ്രകാരം ശ്വാസോച്ഛ്വാസം ചെയ്തു. രാവിലെ എഴുന്നേറ്റ ഉടൻ പതിനഞ്ചു പ്രാവശ്യം ദീർഘമായി ശ്വാസം അകത്തേക്കെടുക്കുകയും പുറത്തേക്കു വിടുകയും വേണം. അതേപോലെ രാത്രി കിടക്കുന്നതിനു മുമ്പിലും. അത് അവനെ വളരെയധികം സഹായിച്ചു. ആ കാലത്തൊന്നും അവന് യാതൊരു അസുഖവുമുണ്ടായില്ല. ഒരു ജലദോഷം പോലും. എന്തിനേറെ നാട്ടിലാകെ പടർന്നുപിടിച്ച നീർപോളൻ പോലും അവനെ തൊടാനെത്തിയില്ല. പ്രായമായവർപോലും അതിന്നിരയാവുകയുണ്ടായി. എന്നാൽ അടിക്കടി അവനിൽ കയറിക്കൂടുന്ന അപസ്മാരത്തെ ഒഴിവാക്കാൻ യാസാമാന്റെ മരുന്നുകൾക്ക് സാധിച്ചില്ല. അത് കൂടുതൽ കൂടുതൽ തീവ്രമാവുകയായിരുന്നു. ഓർക്കാപ്പുറത്ത് ഒരു മുന്നറിയിപ്പുമില്ലാതെ അതവനെ പിടികൂടി. ബോധം കെടുത്തി. ആകെ തളർത്തി. സംഭവിക്കുന്നതെന്താണ് എന്നറിയാതെ എല്ലാവരും നോക്കി നിന്നു.

അനിയനെ ഒരു തരത്തിലും സഹായിക്കാനാവുന്നില്ലല്ലോ എന്നായിരുന്നു വാസിലിയുടെ സങ്കടം. ഒരിക്കൽ കൂടി അവനേയും കൊണ്ട്

അയാൾ താഴ്‌വരയിലെത്തി. വീണ്ടും ഡോക്‌ടറെ കണ്ടു. അവനിൽ അസാധാരണമായി ഒന്നും കാണാനില്ലെന്നുതന്നെയാണ് അപ്പോഴും അദ്ദേഹം പറഞ്ഞത്. മാനസിക അസ്വാസ്ഥ്യമുള്ളവർക്കായുള്ള ക്ലിനിക്കിൽ പ്രവേശിപ്പിക്കാം എന്നാണ് ഡോക്ടർ നിർദ്ദേശിച്ചത്. വാസിലിക്കത് സഹിക്കാനായില്ല. ഇനിയൊരിക്കലും ഒരു ഡോക്ടറേയും കാണിക്കില്ല എന്ന് അയാൾ മനസ്സിലുറപ്പിച്ചു.

"ഇങ്ങനെയൊരു അവസ്ഥയിൽ മരിക്കാനാണ് അവന്റെ വിധിയെങ്കിൽ അത് സ്വന്തം വീട്ടിൽ വെച്ചാകട്ടെ. എന്റെ കൈയിൽ കിടന്ന്. ആ ഭ്രാന്തന്മാരുടെ ഇടയിൽവെച്ച് വേണ്ട"

അകോപ്പിന് അവനവനെപ്പറ്റി ഒട്ടും ചിന്തയുണ്ടായിരുന്നില്ല. അവന്റെ ആധി മുഴുവൻ ജ്യേഷ്ഠനെക്കുറിച്ചായിരുന്നു. സ്വന്തം അസുഖങ്ങളെക്കുറിച്ച് അവൻ ഒരിക്കലും വേവലാതി പ്രകടിപ്പിച്ചില്ല. നിരാശ ഭാവിച്ചില്ല. ഓരോ തവണയും അസുഖം മാറി ശക്തി വീണ്ടുകിട്ടുമ്പോൾ അവൻ ആലയിൽ ചെന്ന് ജ്യേഷ്ഠനെ സഹായിക്കുമായിരുന്നു. പണിയിൽ മിടുക്കും ഉത്സാഹവും അവൻ കാണിച്ചിരുന്നു. "വയ്യാത്ത കുട്ടി " എന്ന പരിഗണന ഒരിക്കലും അവനിഷ്ടപ്പെട്ടില്ല. ഭാരിച്ച പണികളെല്ലാം വാസിലി താൻ തന്നെ ചെയ്യുന്നതിലും അവന് എതിർപ്പുണ്ടായിരുന്നു. "ഇനി കുറച്ചു വിശ്രമിക്കൂ" എന്ന് ഇടയ്ക്ക് ജ്യേഷ്ഠൻ പറയുന്നതും അവന് രസിച്ചിരുന്നില്ല.

മാഗ്ടാകീനോട് അകോപ്പിന് വളരെയേറെ കടപ്പാടു തോന്നിയിരുന്നു. അവന്റെ ഓരോ കാര്യത്തിലും അവർ അത്രയധികം ശ്രദ്ധ കാണിച്ചിരുന്നു. സ്വന്തം സഹോദരനോടെന്ന പോലെ സ്നേഹവും കരുതലും. മാഗ്ടാകീന്റെ അച്ഛനമ്മമാരും അപ്പോഴേക്കും പ്രായാധിക്യം മൂലം അവശരായിക്കഴിഞ്ഞിരുന്നു. അച്ഛന്റെ ഇടത്തെ കാൽ അനക്കാൻ വയ്യാതായിരുന്നു. ഉറക്കമില്ലായ്മയും മറവിയും അമ്മയേയും തളർത്തിയിരുന്നു. മാഗ്ടാകീന് എപ്പോഴും വീട്ടിൽ പിടിപ്പതു ജോലി. കഴിയുന്നതുപോലെ എല്ലാ പണികളിലും അകോപ് ജ്യേഷ്ഠത്തിയെ സഹായിച്ചു. അലക്കലും വീട് വൃത്തിയാക്കലും അടുക്കളപ്പണികളും ഒന്നിനും അവന് മടിയുണ്ടായിരുന്നില്ല. അപ്പോഴേക്കും വാസിലിക്കും മാഗ്ടാകീനും അധികം പ്രായവ്യത്യാസമില്ലാതെ മൂന്നു കുഞ്ഞുങ്ങൾ പിറന്നിരുന്നു. ഏഴും അഞ്ചും മൂന്നും വയസ്സായിരുന്നു അവരുടെ പ്രായം.

കുട്ടികളിൽ ഏറ്റവും ഇളയവനുപോലും അവരുടെ ഇളയച്ഛന്റെ കാര്യത്തിൽ വലിയ ശ്രദ്ധയായിരുന്നു. അകോപ് തളർന്നു കിടക്കുമ്പോൾ അവൻ ഒട്ടും ഒച്ചയില്ലാതെയാണ് കളിച്ചിരുന്നത്. തന്റെ ശബ്ദം കേട്ട്, ഇളയച്ഛന് ബുദ്ധിമുട്ടാവരുത് എന്ന കരുതൽ. മാഗ്ടാകീന്റെ കാര്യമോർക്കുമ്പോഴൊക്കെ വാസിലിയുടെ ഉള്ള് വിങ്ങാറുണ്ടായിരുന്നു. അവശരായ അച്ഛനമ്മമാർ, സുഖക്കേടുകാരനായ ഭർതൃസഹോദരൻ,

ബുദ്ധിയുറച്ചിട്ടില്ലാത്ത മൂന്ന് മക്കൾ... അവർക്കിടയിൽ കിടന്നു നട്ടം തിരിയുകയായിരുന്നു അവളുടെ ജീവിതം. ഓരോ വർഷവും ജനുവരി മാസമായാൽ ഒരു നെടുവീർപ്പോടെ വാസിലി പ്രതീക്ഷിക്കും. വരുംകൊല്ലം സ്വസ്ഥതയും സമാധാനവും നിറഞ്ഞതാവണേ! എന്നാൽ ഓരോ ഡിസംബറിലും അയാൾ നിശ്ശബ്ദം വിലപിക്കും. ഒരു നിലയ്ക്കും ജീവിതം മെച്ചപ്പെടുന്നില്ല. മറിച്ച് വർഷം ചെല്ലുന്തോറും ക്ലേശങ്ങൾ ഏറി വരികയാണ്. എണ്ണത്തിലും ഭാരത്തിലും. പുതിയ പുതിയ പ്രതിസന്ധികൾ മാത്രമാണല്ലോ ഓരോ പുതുവർഷവും കൊണ്ടുവരുന്നത്.

മാരിയൻ ഗ്രാമക്കാർക്ക് അകോപ്പിനോടുള്ള മനോഭാവത്തിൽ മാറ്റം വരുത്തിയ സംഭവം. പിൽക്കാലത്ത് എല്ലാവരും അതിനെ വിശേഷിപ്പിച്ചത് "അര്യൂസക് കുഡാമന്റ് സിന്റെ ഏറ്റവും ഇളയ പേരമകൻ തങ്ങളെ സർവ്വനാശത്തിൽ നിന്നും രക്ഷിച്ച ദിവസം" എന്നായിരുന്നു.

മാരാൻ ഗ്രാമത്തിന്റെ അതിർത്തിയിലൊരിടത്ത് എല്ലാ ആണ്ടിലും മഞ്ഞുരുകി തുടങ്ങുന്ന സമയത്ത് ഭയങ്കരമായ മണ്ണൊലിക്കൽ സംഭവിക്കാറുണ്ട്. അവിടെ നിബിഡമായി വളർന്നിരുന്ന കുറ്റിക്കാടുകളും പൊന്തകളുമൊക്കെ ആ ചളിപ്രവാഹത്തിൽ പാടെ നശിക്കും. അതിവേഗതയാർന്ന ആ പ്രവാഹത്തിന്റെ ഘോരമായ ശബ്ദം ദൂരങ്ങളിൽ മുഴങ്ങിയിരുന്നു. എന്തായാലും നാട്ടുകാരെ അതു ഭയപ്പെടുത്തിയിരുന്നില്ല. എല്ലാ ആണ്ടിലും പതിവുള്ളതാണല്ലോ. എല്ലാ വർഷവും ഒരേ വഴിയിലൂടെയാണ് ആ മണ്ണൊലിക്കൽ. ആ പാതയ്ക്കും ഗ്രാമത്തിലെ വീടുകൾക്കും ഇടയിലായി വലിയൊരു അഗ്നിപർവ്വതം മുന്നോട്ടാഞ്ഞു നിന്നിരുന്നു. ഒരു രാക്ഷസന്റെ ദംഷ്ട്ര പോലെ. എപ്പോഴും ഈയൊരു മല ആ കുത്തിയൊലിപ്പിൽ നിന്നും മാരാൻ ഗ്രാമത്തെ സംരക്ഷിച്ചു നിർത്തിയിരുന്നു. വർഷങ്ങൾക്കു മുമ്പുണ്ടായ ഭയാനകമായ ഭൂകമ്പത്തിൽ പോലും ആ മലയ്ക്ക് കോട്ടം പറ്റിയിരുന്നില്ല. അതുകൊണ്ടുതന്നെ ആണ്ടു തോറുമുള്ള മണ്ണൊലിപ്പിനെ ഗ്രാമത്തിലുള്ളവർ ഭയപ്പെട്ടിരുന്നില്ല. രക്ഷകനായി ഇടയിൽ ആ മലയുണ്ടല്ലോ!

ഒരു ദിവസം അകോപ് മുൻകൂട്ടി കണ്ടു. ആ മല തകർന്നുവീഴാൻ പോകുന്നു. എന്തുകൊണ്ടോ ആ ചിത്രത്തിന്റെ വിശദാംശങ്ങൾ അവന് വ്യക്തമായി ഓർമ്മിക്കാൻ സാധിച്ചു. കൺമുമ്പിൽ അപ്പോഴും കാണുന്നതുപോലെ. അപസ്മാരത്തിനുശേഷം ബോധം തെളിഞ്ഞിട്ടും ആ ഓർമ്മ അവനെ വിട്ടുമാറിയില്ല. മഞ്ഞുകട്ടകളും ചേറും മാരകമായ വേഗത്തിൽ കുത്തിയൊലിക്കുന്നു. പ്രതിബന്ധങ്ങളെയൊക്കെ തട്ടിത്തകർത്ത് ഗ്രാമത്തെ ആകമാനം വിഴുങ്ങുന്നു. അത്യുഗ്രമായ അലർച്ചയോടെ ഏതോ അഗാധതയിലേക്ക് ഒഴുകി മറയുന്നു. ഗ്രാമത്തിൽ ജീവനുള്ള ഒന്നുംതന്നെ ബാക്കിയില്ല.

ഇതുപോലെയുള്ള ഭാവി ദൃശ്യങ്ങൾ ഒന്നും ഓർമ്മയിൽ പതിഞ്ഞു നില്ക്കാറില്ല. അതുകൊണ്ട് ആദ്യം അവനത് അവഗണിച്ചു. തന്റെ ഓർമ്മ

തന്നെ വിഡ്ഢിയാക്കുന്നാതാവാം. എന്നാൽ പിറ്റേദിവസമായപ്പോഴേക്കും അത് അവനൊരു ആധിയായി. വെറുതെ കിഴക്കേ ചെരുവിൽ പോയി നോക്കി. എല്ലാം യഥാസ്ഥാനത്തില്ലേ? ഒരു മണിക്കൂർ എടുത്തു അവനാ പാറക്കെട്ടു മുഴുവൻ ചുറ്റി നടക്കാൻ. ഗ്രാമാതിർത്തിയിൽ തല ഉയർത്തി നില്ക്കുന്ന ഊക്കൻമല. എവിടേയും ഒരു വിള്ളലും കാണാനായില്ല. അവന് സമാധാനമായി. മേൽക്കുപ്പായമഴിച്ച് തറയിൽ വിരിച്ച് ആശ്വാസത്തോടെ നടുനിവർത്തി കിടന്നു. മലയുടെ അടിവാരത്ത് സുഖകരമായ വെയിൽ. അവൻ ആകാശത്തിലേക്കു കണ്ണുയർത്തി. ഭൂമിക്ക് തണുപ്പും നനവും. മഞ്ഞുകാലം കഴിഞ്ഞ് വീണ്ടും പുൽനാമ്പുകൾ പൊടിക്കാൻ തുടങ്ങിയിരിക്കുന്നു. മൊട്ടിടാനും വിടരാനും അവ സമയം പാർത്തു നില്ക്കുന്നു. തെളിവാർന്ന, ശാന്തമായ ചുറ്റുപാട്. കാറ്റും ശല്യപ്പെടുത്തുന്നില്ല. മേഘങ്ങൾ അധികം ഉയരത്തിലല്ലാതെ ഒഴുകി നീങ്ങുന്നു. അവ മനീഷ്കർ മലയുടെ മഞ്ഞുമൂടിയ കൊടുംമുടിക്കു ചുറ്റും ഒരു വലയം ചാർത്തുന്നു. പിന്നെ ചുറ്റിലും പാലുപോലെ വെണ്മയാർന്ന വെളിച്ചം തൂവുന്നു.

തലയ്ക്കു താഴെ കൈ പിണച്ചുവെച്ച് മേലോട്ടു നോക്കി അകോപ് പുഞ്ചിരിച്ചു. മഞ്ഞുരുകുന്നതിന്റെ മണമുള്ള ലോലമായ വായു. അവൻ ആവോളം ഉള്ളിലേക്കെടുത്തു. മെല്ലെ മിഴികളടച്ചു. പൊടുന്നനെ കണ്ണിനകത്തായി വീതിയേറിയ വലിയ രണ്ടു വിള്ളലുകൾ. അവ അതിവേഗം വട്ടംതിരിയുന്നു. അതിന്റെ മൂർച്ചയേറിയ മഞ്ഞുപല്ലുകൾ മാരാനിലെ പഴയ പള്ളിയെ തരിപ്പണമാക്കുന്നു. കണ്ണുകളിറുക്കി നോക്കിയാൽ കപ്പേളയുടെ മീതെയുള്ള കുരിശു വ്യക്തമായി കാണാം. ആ വിള്ളലിനിടയിൽ കെണിയിൽപ്പെട്ട ഒരു പക്ഷിയെപോലെ. അത് ചിറകുവിരിച്ച് മേലോട്ടു പറക്കാൻ ശ്രമിക്കുന്നു. ആവുന്നില്ല.

അകോപ് ക്ഷണത്തിൽ ഉണർന്നു. അഗ്നിമല ഇടിയാൻ പോകുന്നു. ഗ്രാമമാകെ ഒരു മഹാദുരന്തത്തിന്റെ വക്കിലാണ്. രക്ഷിക്കാൻ ഒരു മാർഗ്ഗമേയുള്ളൂ. ആ മലയ്ക്കും വീടുകൾക്കും ഇടയിലായി ഗ്രാമത്തിന്റെ കിഴക്കേ ചെരിവിൽ ഒരു കൽഭിത്തി ഉയർത്തുക. അനുജന്റെ വാക്കുകൾ വാസിലി പൂർണ്ണമായും വിശ്വസിച്ചു. അയാളെ പ്രത്യേകമായി പറഞ്ഞു ബോദ്ധ്യപ്പെടുത്തേണ്ടി വന്നില്ല. എന്നാൽ മറ്റുള്ളവരുടെ കാര്യം. പ്രത്യേകിച്ചും അകോപ്പിനെ അകറ്റി നിർത്തിയിരുന്നവർ. അതെങ്ങനെ സാധിക്കും? സമയം ഒട്ടും കളയാനില്ല. എല്ലാ കൈകളും ഒത്തു പ്രയത്നിച്ചാലേ ആ മതിൽ പൂർത്തിയാക്കാനാവു. ഓരോ നിമിഷവും അത്രയും വിലപ്പെട്ടതാണ്.

ഒന്നാലോചിച്ചതിനുശേഷം അകോപ് ആദ്യം സമീപിച്ചത് വാനോ മെലിക്കന്റസിനെ ആയിരുന്നു. മാരിയാൻകാർക്ക് എല്ലാവർക്കും പൊതുവെ സമ്മതനായിരുന്നു വാനോ. വർഷങ്ങൾക്കു മുമ്പ് ‘നോഹായുടെ

ഉതിർന്നുവീണ മൂന്ന് ആകാശപ്പഴങ്ങൾ

പേടക'ത്തെ വേണ്ടവിധം സംരക്ഷിച്ച് ഗ്രാമത്തെ രക്ഷിച്ചത് അദ്ദേഹമായിരുന്നല്ലോ. ഗ്രാമത്തിന്റെ പക്ഷിമൃഗ സമ്പത്ത് എത്ര ശ്രദ്ധയോടെയാണ് അദ്ദേഹം വർദ്ധിപ്പിച്ചെടുത്തത്. ഇല്ലായിരുന്നെങ്കിൽ മാരാൻഗ്രാമമാകെ പട്ടിണി കിടന്നു ഇല്ലാതായേനേ.

അകോപ് പറഞ്ഞത് വാനോ ക്ഷമയോടെ കേട്ടിരുന്നു. ഇടയിൽ ചോദ്യങ്ങളൊന്നുമുണ്ടായില്ല. എന്തെങ്കിലും ഉറപ്പും നല്കിയില്ല. അകോപ്പിനെ പറഞ്ഞയച്ചതിനുശേഷം വാനോ ആലയിൽ ചെന്ന് വാസിലിയുമായി സംസാരിച്ചു. അന്നു വൈകുന്നേരം തന്നെ മാരാനിലെ പുരുഷന്മാരെയെല്ലാം വാനോ തന്റെ വീട്ടുമുറ്റത്ത് വിളിച്ചുകൂട്ടി. വാനോ അവരെ എന്തു പറഞ്ഞു ബോദ്ധ്യപ്പെടുത്തി എന്നറിഞ്ഞുകൂടാ. കുഡാമന്റ്സ് സഹോദരന്മാർ രണ്ടുപേരും ആ യോഗത്തിൽ പങ്കെടുത്തില്ല. വാസിലി പങ്കെടുക്കാത്തതിനു കാരണം മാരക്കാർ തന്റെ സഹോദരനോട് മോശമായി പെരുമാറുന്നതിലുള്ള പ്രതിഷേധമായിരുന്നു. അകോപ് പോകാതിരിക്കാൻ കാരണം, അവന് അതിന്റെ ആവശ്യം തോന്നിയില്ല എന്നതുകൊണ്ടായിരുന്നു.

മാരാന്റെ കിഴക്കേ അതിർത്തിയിൽ നാട്ടുകാർ ഒത്തുചേർന്ന് ഒരു സംരക്ഷണ മതിൽ പണി തുടങ്ങി. തികച്ചും ഒരു മാസത്തെ കഠിനപ്രയത്നം. ഓശാന പെരുന്നാളിനു മുമ്പായി പണി പൂർത്തിയായി. അകോപ്പിന്റെ നിർദ്ദേശപ്രകാരം മണൽ ചാക്കുകളും ഉറപ്പുള്ള മരത്തടികളുമുപയോഗിച്ച് അവർ മതിലിനെ കൂടുതൽ ദൃഢമാക്കി. കുരുത്തോല ഞായറാഴ്ച വൈകീട്ടാണ് ഉരുൾപൊട്ടലും മണ്ണിടിയലും തുടങ്ങിയത്. കൂരിരുട്ടുള്ള രാത്രി. ആർക്കും ഒന്നും മനസ്സിലാക്കാനായില്ല. രാത്രിയുടെ നിശ്ശബ്ദത. എല്ലാവരും നല്ല ഉറക്കത്തിലായിരുന്നു. അതിനു പുറമെ ശക്തമായ ഹിമക്കാറ്റ്. നേരം പുലർന്നപ്പോൾ നാട്ടുകാർ കണ്ടത് സംരക്ഷണഭിത്തിയുടെ താഴെ ഭാഗം മാത്രമായിരുന്നു. ഹിമക്കാറ്റിന്റെ ഉഗ്രശക്തിയിൽ മതിലിന്റെ മുകൾഭാഗം തകർന്നു വീണിരുന്നു. തടി കൊണ്ടുള്ള താങ്ങുകളും മണൽ ചാക്കുകളുമൊക്കെ ഭിത്തിയോടൊപ്പം താഴെയുള്ള മലയിടുക്കിലേക്കു പതിച്ചിരുന്നു. നൂറ്റാണ്ടുകളായി ആ ഗ്രാമത്തെ കാത്തു രക്ഷിച്ചു പോന്ന പാറക്കെട്ടിന്റെ സ്ഥാനത്ത് ഇളകി മറിഞ്ഞ ഒരു കുണ്ടു മാത്രം. ആരോ മനീഷ്കറിന്റെ ഇടത്തെ തോൾ ഭാഗത്തുകൂടി വലിയൊരു കലപ്പ വലിച്ചിഴച്ചു കൊണ്ടുപോയതുപോലെ. ആ വഴിയിൽ ഒന്നും ബാക്കിയുണ്ടായിരുന്നില്ല. എല്ലാം ആ ഉരുൾപൊട്ടലിനോടൊപ്പം ഒലിച്ചു പോയിരുന്നു.

അകോപ് മതിലിനരികിലേക്ക് നടന്നു. പാതി തകർന്ന മതിലിൽ കൈ ചേർത്തു നിന്നു. എന്തിനോ വേണ്ടി കാതോർത്തു. അവൻ തന്റെ നാട്ടുകാർക്കു നേരെ തിരിഞ്ഞു.

“ഈ മതിൽ വീണ്ടും കെട്ടിപ്പടുക്കാൻ നമുക്ക് ഒരു കൊല്ലം മുഴുവനുണ്ട്. വരാൻ പോകുന്ന മലയിടിച്ചിലുകളുടെ ശബ്ദം എനിക്ക് കേൾക്കാനാവുന്നുണ്ട്. അത് ഇതുപോലെ ഭയാനകമാവില്ല. ഗ്രാമത്തിന് ദോഷവും

വരുത്തില്ല. എന്നാലും നമുക്കിവിടെ ഒരു സുരക്ഷാമതിൽ വേണം... മറിച്ചെന്തെങ്കിലും സംഭവിക്കുകയാണെങ്കിലോ..."

മാരാൻ ഗ്രാമക്കാർ നിശ്ശബ്ദം മടങ്ങിപ്പോയി. ചുരുക്കം ചിലർ മാത്രം അകോപ്പിന്റെ നേരെ നന്ദിയോടെ കൈ നീട്ടി. ചിലർ ക്ഷമാപണം നടത്തി. അവനെതിരായി തങ്ങൾ എന്തെല്ലാം പറഞ്ഞു പരത്തി.

"ഇതിന്റെയൊന്നും ആവശ്യമില്ല." അവൻ വിനീതനായി തലയാട്ടി. ആൾക്കൂട്ടത്തിനിടയിലൂടെ അവൻ നടന്നു. മെലിഞ്ഞു പരവശമായ ശരീരം. മുഖത്തിന്റെ വിളർപ്പ് പിന്നെ പിന്നെ കൂടി വരികയാണ്. എന്തിനെന്നില്ലാതെ ഉഴറുന്ന കണ്ണുകൾ. തണുത്ത ചാരത്തിന്റെ നിറമാണ് ആ കണ്ണുകൾക്ക്.

വാസിലി അനിയന്റെ നടത്തം നോക്കി നിന്നു. എന്തോ പന്തികേട്. കൂടി നിന്ന ജനങ്ങളെ പകത്തുമാറ്റി അകോപ്പിന്റെ പുറകെ ഓടി. ഭാഗ്യം! ബോധം കെട്ടു തറയിൽ വീഴുന്നതിനു തൊട്ടു മുമ്പ് അവനെ താങ്ങാനായി. പൊള്ളുന്ന പനി. കൈകാലുകൾ വലിഞ്ഞു മുറുകി. തല പിന്നാക്കം ചാഞ്ഞു. തൊണ്ടയിൽ നിന്നും അസാധാരണമായ ശബ്ദങ്ങൾ. നാട്ടുകാർ ഭയത്തോടെ നോക്കി നിന്നു. യഥാർത്ഥത്തിൽ അവന് ബാധ ഇളകുന്നത് അവർ ആദ്യമായി കാണുകയായിരുന്നു. എല്ലാവരും കൂടി അവനെ താങ്ങിയെടുത്തു. വീട്ടിൽകൊണ്ടുപോയി കിടത്തി.

മാഗ്ടാകീൻ സ്വന്തം മക്കളെ അവളുടെ അച്ഛനമ്മമാരുടെ വീട്ടിലാക്കി. ഇളയച്ഛന്റെ അപസ്മാരബാധ കണ്ട് കുഞ്ഞുങ്ങൾ പരിഭ്രമിക്കണ്ട. അവൾ തിരിച്ചു വന്നപ്പോൾ വാസിലി അനിയന്റെ അരികിലിരുന്ന് കരയുകയായിരുന്നു.

"ഞാനെന്താണ് ചെയ്യേണ്ടത്? എങ്ങനെയാണ് നിന്നെ സഹായിക്കേണ്ടത്?" അബോധാവസ്ഥയിൽ കൈയും കാലുമിട്ടടിക്കുന്ന അകോപ്പിന്റെ കൈകൾ അയാൾ ബലമായി അമർത്തിപിടിച്ചു.

മാഗ്ടാകീൻ ഭർത്താവിനെ മാറോടു ചേർത്ത് ആശ്വസിപ്പിക്കാൻ ശ്രമിച്ചു. "എനിക്കിതു കണ്ടുനിൽക്കാൻ വയ്യ" സങ്കടം ഒതുക്കാനാവാതെ അയാൾ പൊട്ടിക്കരഞ്ഞു.

മുൻപതിവുപോലെ ഇത്തവണ ഒരു ദിവസം കൊണ്ട് അവന്റെ ദീനം ഭേദമായില്ല. ഇടയ്ക്കിടയ്ക്ക് ബോധം മറഞ്ഞു. താഴെ വീണുരുണ്ടു. കഠിനമായ തലവേദന. തീക്കൊള്ളിക്കൊണ്ടു കുത്തുമ്പോഴെന്ന പോലെ കണ്ണുകൾ പൊള്ളി നീറുന്നു.

രാവിലെ പത്തു മണിക്ക് വാസിലി അകോപ്പിനെ എടുത്ത് വീടിനു പുറത്തേക്കു പോയി. ഗ്രാമം മുഴുവൻ വെയിലിൽ മുങ്ങിനിന്നു. പള്ളിയിൽ കുരുത്തോല പെരുന്നാൾ പ്രമാണിച്ച് വിശേഷാൽ പ്രാർത്ഥന. വഴി കാണിച്ചുകൊണ്ട് മാഗ്ടാകീൻ ഒപ്പം നടന്നു.

വർഷങ്ങൾക്കുശേഷം ജീവിതത്തിനേറ്റ ആഘാതങ്ങൾ മാഗ്ടാകീനെ ആകെ തളർത്തി. ബുദ്ധികെട്ടു. വിവരമില്ലാതായി. ഒരിക്കലും അവസാനിക്കാത്ത വറുതികളും ശകാരങ്ങളും ശാപങ്ങളുമായി വാസിലിയുടെ സ്വൈരം കെടുത്തി. അപ്പോഴൊക്കെ എത്ര സഹികെട്ടാലും അയാൾ അവളുടെ നേരെ കയർക്കാറില്ല. വല്ലാതെ ബുദ്ധിമുട്ടു തോന്നിയാൽ അങ്ങേ അറ്റത്തെ അറയിലേക്ക് പിടിച്ചു വലിച്ചു കൊണ്ടുപോകും. അകത്താക്കി വാതിൽ ഓടാമ്പലിലിടും. ആലയിലേക്കു പോകുംമുമ്പേ ഒന്നു കൂടി ഉറപ്പുവരുത്തും. ജനലിൽ കൂടി അവൾക്കു പുറത്തേക്കിറങ്ങാൻ പാകത്തിന് കോണി ഭിത്തിയിൽ ചാരിവെച്ചിട്ടില്ലേ?

പ്രത്യേകിച്ച് പണിയൊന്നുമുണ്ടായിട്ടല്ല മനഃസമാധാനത്തിനുവേണ്ടി മാത്രം അയാൾ ആലയിൽ പോയി ഇരിക്കും. മാഗ്ടാകീൻ സദാ എണ്ണിപ്പെറുക്കും. സ്വന്തം ദുർവിധി. തന്നോട് നന്ദി കാണിക്കാത്ത അച്ഛനമ്മമാർ. നൊന്തുപെറ്റ മക്കൾ മരിച്ചതിനുശേഷം താനനുഭവിക്കുന്ന ഉള്ളുനീറ്റം... അപ്പോഴൊന്നും ഒരിക്കൽപോലും അവൾ അകോപ്പിന്റെ പേരു പറഞ്ഞില്ല. എത്രയെത്ര രാത്രികളാണ് അവൾ അവന്റെ അരികിലിരുന്ന് ഉറക്കമൊഴിച്ചത്! അങ്ങനെയൊരു രോഗിക്കു വേണ്ടി ഒന്നുംതന്നെ ചെയ്യാനില്ലായിരുന്നു. എന്നിട്ടും അവനൊരു തുണയായി അവൾ അരികിൽ നിന്നും മാറാതെ ഇരുന്നു. നീണ്ട പന്ത്രണ്ട് വർഷങ്ങളാണ് അവനെ ശുശ്രൂഷിച്ചും പരിചരിച്ചും അവൾ ചെലവഴിച്ചത്!

അന്നു രാവിലെ ആ പെരുന്നാൾ ദിവസം. അകോപ്പിന്റെ കിടക്ക വിരിപ്പ് ആകെ വിയർപ്പിൽ നനഞ്ഞ് മുഷിഞ്ഞിരുന്നു. അതൊന്നു മാറ്റിയിടണമെന്ന് മാഗ്ടാകീനോടു പറയാനായി വാസിലി വരാന്തയിലേക്കു ചെന്നു. മരം കൊണ്ടുള്ള കൈവരിയിൽ ചാരി നെഞ്ചിൽ കൈ അമർത്തി അവൾ നില്ക്കുന്നു. മുറ്റത്തെ ഒരു മൂലയിലേക്കാണ് നോട്ടം. മുപ്പതുവർഷം കഴിഞ്ഞ് ആ മൂലയിൽ വാസിലി ഒരു പട്ടിക്കൂടു പണിതു.

വാസിലിയുടെ കാൽ പെരുമാറ്റം കേട്ട് മാഗ്ടാകീൻ തിരിഞ്ഞു നോക്കി. “അകോപ് ഇത്രമാത്രം കഷ്ടപ്പെടുന്നതെന്താണെന്ന് എനിക്കു മനസ്സിലായി. ഓരോ തവണയും അവൻ മരണവുമായി പോരടിക്കുകയാണ്, ആരെയോ മരണത്തിന്റെ കൈയിൽ നിന്നും മോചിപ്പിക്കാൻ. ആ ഒരു കനിവു കാട്ടാൻ മരണം തയ്യാറാവുന്നില്ല. അതുകൊണ്ട് അത് അകോപ്പിനെ അങ്ങേയറ്റം പീഡിപ്പിക്കുന്നു.”

എന്തു മറുപടി പറയണമെന്നറിയാതെ വാസിലി പകച്ചു നിന്നു. ഇടിമിന്നലേറ്റതുപോലെ അയാൾ നിശ്ചലനായി.

വാസിലിയുടെ അമ്പരപ്പ് കാര്യമാക്കാതെ മാഗ്ടാകീൻ തുടർന്നു. “പേടിക്കേണ്ട. എന്തുചെയ്യണമെന്ന് എനിക്കറിയാം” അകോപ്പിനെ കമ്പിളി പുതപ്പിൽ പൊതിഞ്ഞ് വീട്ടിൽ നിന്ന് പുറത്തേക്കു കൊണ്ടുപോകണം... നമ്മൾ മൈതാനത്തിലേക്കു പോകുന്നു.”

അവൾ പറഞ്ഞതുപോലെ വാസിലി ചെയ്തു. കമ്പിളിയിൽ പൊതിഞ്ഞ് അനിയനെ പുറത്തേക്കു കൊണ്ടുവന്നു. മാഗ്ടാകീൻ മൗനം പാലിച്ചുകൊണ്ട് കൂടെ നടന്നു. കൈ രണ്ടും അവൾ മാറിൽ അമർത്തിപ്പിടിച്ചിരുന്നു. മാരാനിലെ വീടുകൾ ആളൊഴിഞ്ഞു കിടന്നു. എല്ലാവരും പള്ളിയിലായിരുന്നു. പെരുന്നാൾ ദിവസത്തെ പ്രത്യേക പ്രാർത്ഥന. കന്നുകാലികളും വീട്ടുപക്ഷികളും മാത്രമേ ആ ചെറുസംഘത്തിന്റെ യാത്രയ്ക്കു സാക്ഷ്യം വഹിച്ചുള്ളൂ. പെരുന്നാൾ പ്രമാണിച്ച് മൈതാനം വെടിപ്പാക്കി ഇട്ടിരുന്നു. വെയിൽ തെളിഞ്ഞു കിടക്കുന്ന മൈതാനത്തിന്റെ നടുവിലേക്കാണ് മാഗ്ടാക്കീൻ വാസിലിയെ നയിച്ചത്. അയാളുടെ കൈകളിൽ ജീവൻ ഏതാണ്ടു പോയ മട്ടിലുള്ള അകോപ്.

കുട്ടിയുടെ ശരീരത്തിൽ നിന്നും പുതപ്പുമാറ്റി അവനെ താഴെ കിടത്താൻ മാഗ്ടാകീൻ നിർദ്ദേശിച്ചു. അവൾ കുട്ടിയുടെ അരികിൽ മുട്ടുകുത്തിയിരുന്നു. അവന്റെ കവിളിൽ തലോടിക്കൊണ്ട് മെല്ലെ പറഞ്ഞു. “അകോപ് മോനേ... പറയൂ... ഇനി ഇങ്ങനെ ഉണ്ടാവരുതെന്ന്. ഇത് നിനക്കിഷ്ടമല്ല എന്ന്” അവന്റെ വിളർത്ത ചുണ്ടുകൾ ആ വാക്കുകൾ അതേപടി ഏറ്റു പറഞ്ഞു.

“എന്നോടല്ല അതു പറയേണ്ടത്” അവൾ ദേഷ്യപ്പെട്ടു. “നിന്നെ പീഡിപ്പിക്കുന്ന ആ സത്വത്തിന്റെ മുഖത്തു നോക്കി ഉച്ചത്തിൽ അലറൂ, ഇനി ഇതു വേണ്ടെന്ന്. ഉറക്കെ പറയണം. അതിന്റെ കാതിൽ നിന്റെ ശബ്ദമെത്തണം.”

അകോപ് പതുക്കെ തലയാട്ടി. കണ്ണുകളടച്ചു. ദീർഘശ്വാസമെടുത്തു. ഭീകരമായ ഒരു ശബ്ദം പുറപ്പെടുവിച്ചു. അതിന്റെ ശക്തിയിൽ അവന്റെ തൊണ്ടപൊട്ടി.

ആ നിലവിളി. അറ്റംകൂർത്ത ഒരായിരം മഞ്ഞുതുണ്ടുകളായി മാറി അകോപ്പിന്റെ ഹൃദയത്തിൽ കുത്തിത്തറച്ചു. അതിനെ തകിടം മറിച്ചു. അതിന്റെ ഇച്ഛാശക്തി കവർന്നെടുത്ത് സ്തംഭിപ്പിച്ചു രക്ഷപ്പെടാനുള്ള എല്ലാ പഴുതുകളുമടച്ചു. ജീവിതത്തിനും മരണത്തിനുമിടയ്ക്കുള്ള അഗാധമായ ആ പിളർപ്പിനു മുകളിൽ അതിലോലമായ ഒരു തുണ്ടായി അവന്റെ ആത്മാവ് തങ്ങി നിന്നു. അതിന്റെ അനന്തമായ അന്ധകാരത്തിലേക്ക് പതുക്കെ പതുക്കെ ആണ്ടിറങ്ങി. എന്നാൽ ആകെ മുങ്ങും മുമ്പുള്ള ആ അവസാന നിമിഷം. എല്ലാ വാതിലുകളും അടയും മുമ്പേ, എല്ലാ താങ്ങുകളും തകർന്നുവീഴും മുമ്പേ അകോപ്പിന്റെ ആത്മാവ് തെന്നിമാറി, പിൻതിരിഞ്ഞു, പിടിവിടുവിച്ചു... ഒരു നിമിഷം വീണ്ടും ശ്വാസമെടുത്തു. ഏതാണ്ട് കത്തിതീർന്ന അവസ്ഥയിൽ നിന്നും അത് ഉയർത്തെഴുന്നേറ്റു... അവന്റെ ആത്മാവ് ഉറക്കെ വിളിച്ചു പറഞ്ഞു, “വേണ്ട... ഇനി എനിക്കിതു വേണ്ട...”

അതോടെ അവൻ വീണ്ടും ആ ചുഴിയിലേക്ക് വലിച്ചെടുക്കപ്പെട്ടു. ദുസ്സഹമായ, ഭീകരമായ കൂരിരുട്ടിലേക്ക്. ശരീരമാകെ കുത്തിത്തുളക്കുന്ന

വേദന പടർന്നു. അഗ്നിദ്രാവകം പോലെ വേദന അവന്റെ ദുർബലമായ ശരീരമാകെ പരന്നൊഴുകി.

ആ അവസാന നിമിഷം, അഗാധമായ ഇരുട്ടല്ലാതെ മറ്റൊന്നും മുമ്പിലില്ലാതിരുന്ന ആ നിമിഷം. അസഹനീയമായ വേദനയിൽ ജീവിതത്തിനും മരണത്തിനും ഇടയ്ക്കുള്ള അതിർരേഖകൾ മാഞ്ഞുപോയ നിമിഷം... എല്ലാ വെളിച്ചവും അസ്തമിച്ച്... കനത്ത നിശ്ശബ്ദത മാത്രം ബാക്കിയായ നേരം...

“എഴുന്നേല്ക്കൂ...” ആരുടേയോ ഒരു സ്വരം. അനുസരിക്കാതിരിക്കാനാവാത്തവിധം ആജ്ഞാശക്തി മുറ്റിനിന്ന ശബ്ദം അകോപ് മെല്ലെ കണ്ണു തുറന്നു.

അനാട്ടോലിയയുടെ ആരോഗ്യം നാൾക്കുനാൾ മോശമായിക്കൊണ്ടിരുന്നു. മാഗ്ടാകീൻ പതിവായി വരാൻ തുടങ്ങിയ ദിവസം മുതലാണ് അവളെ ഇത്രത്തോളം തളർച്ച ബാധിക്കാൻ ആരംഭിച്ചത്. അതിനു പുറമേ കലശലായ മനംപുരട്ടലും ഛർദ്ദിയും. എന്ത് കഴിച്ചാലും അതപ്പോൾത്തന്നെ പുറത്തേക്കു വരുന്ന സ്ഥിതി. ആഗസ്റ്റിൽ താൻവണ്ണം വെക്കുന്നു എന്നു പറയാൻ തുടങ്ങിയ അനട്ടോലിയ ഒക്ടോബറായപ്പോഴേക്കും തീരെ മെലിഞ്ഞ് എല്ലു പുറത്തു കാണുന്ന നിലയിലായി.

ഒരു ദിവസം രാത്രി എന്തോ ശബ്ദം കേട്ട് വാസിലി ഉണർന്നപ്പോൾ അനാട്ടോലിയ മെത്തയിൽ എഴുന്നേറ്റിരിക്കുകയായിരുന്നു. ശുചിമുറിയിൽ പോകണം. തനിയെ എഴുന്നേറ്റു നടക്കാൻ വയ്യ. കാലു കുഴഞ്ഞ് തളർന്നിരുന്നു തേങ്ങുകയായിരുന്നു. അന്ന് അവൾക്ക് കരച്ചിലടക്കാനായില്ല. സ്വന്തം ദുർവിധിയെ പഴിച്ചുകൊണ്ടേയിരുന്നു.

അയാൾ അവൾക്കു വേണ്ട സഹായങ്ങൾ ചെയ്തു കൊടുത്തു. തലയിണ തട്ടി ശരിയാക്കി വീണ്ടും കിടത്തി. തലയിണ അല്പം ഉയർത്തി വെച്ചു. മനംപുരട്ടിന് കുറച്ചെങ്കിലും ആശ്വാസമുണ്ടായാലോ. കെറ്റിലിൽ വെള്ളം തിളപ്പിക്കാൻ വെച്ചു. അവളുടെ കൈകളിൽ തലോടി മാറാതെ അരികത്തിരുന്നു.

ക്ഷീണം, നിസ്സഹായത, ഭർത്താവിനെ ബുദ്ധിമുട്ടിക്കേണ്ടിവരുന്നല്ലോ എന്ന സങ്കടം.... അയാളോട് ക്ഷമ ചോദിക്കാൻ തുടങ്ങിയപ്പോഴൊക്കെ സ്നേഹപൂർവ്വം വാസിലി തട്ടിമാറ്റി. “എന്നോടു മാപ്പു ചോദിച്ച് എന്നെ സങ്കടപ്പെടുത്തരുത്. ഒക്കെ എനിക്കറിയാം.”

നല്ല മധുരമുള്ള ചായ ചൂടാറ്റി ഒരു സോസറിലാക്കി അയാൾ കുറേശ്ശെയായി അവളെ കുടിപ്പിച്ചു. കൊണ്ടുവന്ന ചായ മുക്കാലും കുടിച്ച് അവൾ വീണ്ടും തലയിണയിൽ ചാരിക്കിടന്ന് കണ്ണുകളടച്ചു. വാസിലി അവളുടെ അരികുപറ്റി കിടന്നു. പതുക്കെ തോളിൽ തലോടി. നെറ്റിയിൽ ഉമ്മ വെച്ചു.

‘എനിക്കു കുറ്റബോധം തോന്നുന്നു.” അനാട്ടോലിയ പറഞ്ഞു. ക്ഷീണം കൊണ്ട് നേർത്തുപോയ സ്വരം.

“വേണ്ട, വീണ്ടും അതു തുടങ്ങണ്ട” അയാൾ അവളെ തടഞ്ഞു.

“അതുപറ്റില്ല. എന്നെ മുഴുവനാക്കാനനുവദിക്കണം”

അവൾക്കു പറയാനുള്ളത് അയാൾ നിശ്ശബ്ദനായി കേട്ടു, പെട്ടെന്ന് അനാട്ടോലിയയ്ക്ക് രക്തസ്രാവമുണ്ടായ കാര്യം. അവൾ അത് യാസാമാനോട് പറയാതെ മറച്ചുവെച്ചത്. വാസിലി തന്നോടൊപ്പം താമസിക്കട്ടെ എന്ന നിർദ്ദേശം പാതി മനസ്സോടെ സമ്മതിച്ചത്. അപ്പോഴും മനസ്സിലുണ്ടായിരുന്ന എന്തെങ്കിലും പറഞ്ഞ് വേഗം ഒഴിവാക്കാമെന്ന്. എന്നാൽ അതിനൊന്നും അവസരമുണ്ടായില്ല... അതിനുള്ള വാക്കുകളും മനസ്സു കണ്ടെത്തിയില്ല.

“എനിക്കറിയാമായിരുന്നു, അത് വലിയൊരു ബുദ്ധിമോശമാണ്... വിജയിക്കാൻ പോകുന്നില്ല എന്ന്”

“ഇപ്പോൾ നമ്മൾ ഒരുമിച്ചാണ്. അതിൽ ഖേദം തോന്നുന്നുണ്ടോ?” വാസിലി ആത്മാർത്ഥമായി ചോദിച്ചു.

“എന്താ ചോദിച്ചത്...? ഖേദം തോന്നുന്നുണ്ടോ എന്നോ? ഉവ്വ്... ഞാൻ മൂലം നിങ്ങളുടെ ജീവിതം ഇങ്ങനെയായതിൽ ഖേദം തോന്നുന്നുണ്ട്.” അവൾ കുറ്റക്കാരിയെന്ന മട്ടിൽ മുഖം പൊത്തി.

“നിങ്ങൾ തകരാറിലാക്കിയത് നിങ്ങളുടെ തന്നെ ജീവിതമാണ്, എന്റേതല്ല. സത്യമെന്താണെന്ന് കൃത്യസമയത്ത് യാസാമാനെ അറിയിച്ചിരുന്നെങ്കിൽ അപ്പോഴേ അവർ വേണ്ടതു ചെയ്തേനേ.”

“അവർ എന്നെ ചികിത്സിക്കുമായിരുന്നില്ല. സാറ്റനിക്കിനെ വിളിച്ച് ആംബുലൻസ് വരുത്തി നേരെ ആശുപത്രിയിലെത്തിച്ചേനേ. എനിക്കു താഴ്വരയിലേക്കു പോകണമെന്നുണ്ടായിരുന്നില്ല. മരിക്കാനായിരുന്നു ആഗ്രഹം.”

“കാരണം?”

“ജീവിച്ചു മടുത്തു എന്നതുതന്നെ”

“ഇപ്പോഴോ? അങ്ങനെതന്നെയാണോ തോന്നുന്നത്?”

അവൾ മറുപടി പറയാതെ പൊട്ടിക്കരഞ്ഞു. “ഇപ്പോൾ എനിക്കു ജീവിക്കണമെന്നുണ്ട്. കഴിയുന്നിടത്തോളം കാലം.”

അനാട്ടോലിയ വീണ്ടും നല്ല ഉറക്കമാവുന്നതുവരെ വാസിലി കാത്തിരുന്നു. പിന്നെ ശബ്ദമുണ്ടാക്കാതെ എഴുന്നേറ്റ് ഒരു മേൽക്കുപ്പായമെടുത്തിട്ട് വരാന്തയിൽ ചെന്നുനിന്നു. കൈവരിക്കരികിലായി മാഗ്ടാകീൻ അയാളെ കാത്തുനിന്നിരുന്നു. ഇത്തവണ പുറംതിരിഞ്ഞല്ല അയാൾക്ക് അഭിമുഖമായാണ് അവൾ നിന്നിരുന്നത്. വിവാഹദിവസം വാസിലി കണ്ട മാഗ്ടാകീൻ. സുന്ദരിയായൊരു പെൺകിടാവ്. മുത്തുകൾ തുന്നിച്ചേർത്ത വെള്ളി നിറത്തിലുള്ള വിവാഹവസ്ത്രം. തലയിലണിഞ്ഞിട്ടുള്ള ലേസുതട്ടം അവളുടെ അല്പം നീണ്ട മുഖത്തെ കൂടുതൽ ഭംഗിയുള്ളതാക്കി.

അയാളെ നോക്കി അവൾ പുഞ്ചിരി തൂകി. ഒപ്പം കൈ ഉയർത്തി കാണിച്ചു. അടുത്തേക്കു വരേണ്ട.

"എന്തിനാണിവിടേക്കു വരുന്നത്?" വാസിലിയുടെ ചോദ്യം.

അവൾ മറുപടി പറഞ്ഞില്ല.

"നീ ഇവിടെ വരാൻ തുടങ്ങിയതു മുതൽ അവളുടെ സ്ഥിതി കൂടുതൽ മോശമാവുകയാണ്. അവളെ കൊണ്ടു പോകാനാണോ നീ വരുന്നത്?"

കുട്ടികളെ പോലെ ദേഷ്യം ഭാവിച്ചുകൊണ്ട് മാഗ്ടാകീൻ തലയാട്ടി.

"അവളെ സഹായിക്കണമെന്ന് ഞാൻ നിന്നോടപേക്ഷിക്കുകയാണ്. അന്ന് അകോപ്പിനെ സഹായിച്ചതുപോലെ"

അകോപ്പിന്റെ പേരു കേട്ടതും മാഗ്ടാകീന്റെ ഭാവം മാറി. അവൾ ആകെ മിന്നിത്തിളങ്ങാൻ തുടങ്ങി. ക്ഷണത്തിൽ മറഞ്ഞുപോവുകയും ചെയ്തു. ഒരടയാളവും ബാക്കിവെക്കാതെ വായുവിൽ അലിഞ്ഞുചേർന്നു. അവൾ നിന്നിരുന്ന ഇടത്തിലേക്ക് അയാൾ ചെന്നു. ആ കൈവരിയിൽ തൊട്ടു. അതിന് ചെറിയൊരു ചൂട്. ജീവനുള്ള ഒരാൾ അതിൽ കുറച്ചു നേരം ചാരി നിന്നാലെന്നപോലെ. അയാൾ കുറച്ചുനേരം അവിടെ തന്നെ നിന്നു. ശരത്കാലത്തെ ശുദ്ധവായു നെഞ്ചു നിറയെ ഉള്ളിലേക്കെടുത്തു. കിഴക്ക് നേരം പുലരാൻ തുടങ്ങുന്നു. രാത്രിയിലെ ഇരുട്ട് പടി കടന്നു പോയിക്കഴിഞ്ഞു. പ്രഭാതത്തിലെ ആദ്യത്തെ മഞ്ഞുതുള്ളികൾ പൊഴിഞ്ഞു വീഴാൻ തുടങ്ങി. നേർമയേറിയ മഞ്ഞു കണങ്ങൾക്ക് പതുക്കെ കനം വെക്കും. ഭൂമിയാകെ അതേറ്റു വാങ്ങി കുതിർന്നു നില്ക്കും. മണ്ണും പുല്ലും മരങ്ങളുമെല്ലാം.

ദൂരെ ഗ്രാമാതിർത്തിയിൽ ആ സുരക്ഷാഭിത്തി തല ഉയർത്തി നില്ക്കുന്നു. അകോപ്പിന്റെ അപസ്മാരബാധയും അവന്റെ അദ്ഭുത സിദ്ധിയും അവനെ വിട്ടൊഴിഞ്ഞുപോയ ദിവസം മുതൽ അതവിടെയുണ്ട്. അതിനുശേഷം ഇരുപത്തിരണ്ടു തവണ മനീഷ്കറിന്റെ ഉച്ചിയിൽ ഉരുൾപൊട്ടി. മണ്ണും കല്ലും പാറത്തുണ്ടുകളായി ഭയാനകമായ പ്രവാഹങ്ങൾ കുത്തിയൊലിച്ചു കടന്നുപോയി. എന്നാൽ അവ ഒന്നുംതന്നെ ഗ്രാമത്തിന് ദോഷം വരുത്തിയിട്ടില്ല.

അടുത്ത ദിവസം അതിരാവിലെതന്നെ സാറ്റനിക് താഴ്വരയിലേക്ക് കമ്പിയടിച്ചു. ഡോക്ടർ വീട്ടിൽ വന്ന് അനട്ടോലിയയെ വിശദമായി പരിശോധിച്ചു. രണ്ടുമണിക്കൂറിനകം അവർ അവളെ ആംബുലൻസിൽ കയറ്റി ആശുപത്രിയിലെത്തിച്ചു. ആംബുലൻസിന്റെ കാതു തുളയ്ക്കുന്ന ശബ്ദം. ഗ്രാമവാസികൾ ഓടി വന്നു. അനാട്ടോലിയയ്ക്ക് സുഖമില്ല. അവളെ ആശുപത്രിയിലേക്കു കൊണ്ടു വന്നു. ആ വാർത്ത അവരെയൊക്കെ അമ്പരപ്പിച്ചു. അമ്പത്തിയെട്ടാം വയസ്സിൽ അനാട്ടോലിയ ഗർഭം ധരിച്ചിരിക്കുന്നു... അഞ്ചുമാസമായി...

എന്തെല്ലാം ദുരന്തങ്ങൾ അവൾ അതിജീവിച്ചു. വേണ്ടപ്പെട്ടവരെല്ലാം എന്നോ മരിച്ചു കഴിഞ്ഞു. സ്വന്തം കൂടപ്പിറപ്പുകൾ മണ്ണടിഞ്ഞിട്ടു തന്നെ അരനൂറ്റാണ്ടായി. അതിനിടയിൽ വർഷങ്ങൾ നീണ്ട ക്ഷാമം, യുദ്ധം, ഭർത്താവിന്റെ പീഡനം, വഞ്ചന. കഠിനമായ തണുപ്പും, വിശപ്പും. ഇത്രയൊക്കെ നേരിട്ടിട്ടും അവളുടെ നല്ല മനസ്സിനും നല്ല പെരുമാറ്റത്തിനും ഒട്ടും മങ്ങലേറ്റിട്ടുണ്ടായിരുന്നില്ല. കാപ്പിടോൺ സേവോയാന്റസിന്റേയും വോസ്കി അഗുലിസ്റ്റാൻന്റേയും ഏറ്റവും ഇളയ മകൾ ഗർഭിണിയാണ്... അവളുടെ അമ്പത്തിയെട്ടാം വയസ്സിൽ... അദ്ഭുതം തന്നെ!

രണ്ട്

അനാട്ടോലിയയേയും കൊണ്ട് ആംബുലൻസ് താഴ്വരയിലേക്ക് പോയി. മാരാൻ നിവാസികൾ അതിനുശേഷമുള്ള വാർത്ത അറിയാനായി അക്ഷമയോടെ കാത്തുനിന്നു. ഒന്നുകിൽ ചരക്കെടുക്കാൻ വണ്ടിയുമായി താഴ്വരയിലേക്കു പോയ മുക്കുവർ തിരിച്ചുവരണം. അല്ലെങ്കിൽ തപാൽ ശിപായി മാമികോൺ ആ മലമ്പാതയത്രയും താണ്ടി കാറ്റും തണുപ്പും വകവെക്കാതെ മുകളിലേക്കെത്തണം. എങ്കിലേ, എന്തെങ്കിലും അറിയാനാവൂ. രണ്ടാഴ്ച കൂടുമ്പോൾ ഒരിക്കലാണ് മാമിക്കോൺന്റെ പതിവ് വരവ്. ഒരു പ്രയോജനവുമില്ലാത്ത ചില പരസ്യങ്ങളും വാരികകളുമൊക്കെയാകും അയാളുടെ സഞ്ചിയിൽ.

നാട്ടുകാരുടെ കാത്തിരിപ്പ് വെറുതെയായി. അനാട്ടോലിയയുടെ വിവരമൊന്നും അവർക്ക് അറിയാനായില്ല. അവൾ കിടന്നിരുന്ന വാർഡിലേക്ക് ആരേയും പ്രവേശിപ്പിച്ചിരുന്നില്ല. വാസിലിയെ പോലും. ഡോക്ടർമാരുടെ കർശനമായ നിരീക്ഷണത്തിലായിരുന്നു അവൾ. വല്ലപ്പോഴും അയാൾ നഴ്സുമാരുടെ കൈയിൽ ഓരോ കുറിപ്പ് അകത്തേക്കു കൊടുത്തയയ്ക്കും. ഒട്ടും വടിവില്ലാത്ത വലിയ അക്ഷരങ്ങളിൽ അയാൾ എങ്ങനെയോ എഴുതി ഒപ്പിച്ചു. അവളും ഏതാനും വാക്കുകളിൽ മറുപടി എഴുതി. "ഒട്ടും പരിഭ്രമിക്കേണ്ട. ഡോക്ടർമാർ കാര്യമായി ചികിത്സ നടത്തുന്നുണ്ട്. നല്ല ഭക്ഷണമാണ്. എഴുന്നേല്ക്കാൻ അനുവാദമില്ല. കുഞ്ഞ് പോയ്പ്പോയാലോ! അവളുടെ പ്രായം ഓർക്കണമല്ലോ. എല്ലാ കാര്യങ്ങളും മുറ പോലെ നടക്കുന്നുണ്ട്."

പട്ടണത്തിൽ നിന്നും അകലെ ഒരു ഹോട്ടലിലാണ് വാസിലി താമസിച്ചിരുന്നത്, അവിടെ നിന്ന് ആശുപത്രിയിലെത്താൻ മൂന്നു മണിക്കൂർ വേണം. ഒട്ടും സൗകര്യമില്ലാത്തൊരു മുറി. അതിന് വാടക കൊടുക്കുന്നതിനുപകരം അയാൾ അവിടെ ചില്ലറ ജോലികൾ ഏറ്റെടുത്തു. വയസ്സൻ. ജോലിക്കു നിർത്താൻ ഹോട്ടലുടമയ്ക്ക് അത്ര സമ്മതമുണ്ടായിരുന്നില്ല.

എന്നാലും വേണ്ടെന്നു പറഞ്ഞില്ല. രാവിലത്തെ നേരേ മുറ്റവും പരിസരവും അടിച്ചു വൃത്തിയാക്കി. ശരത്കാലമായതുകൊണ്ട് ഇല പൊഴിഞ്ഞുണ്ടാകുന്ന ചപ്പുചവറുകളായിരുന്നു എല്ലായിടത്തും. ഉച്ചതിരിഞ്ഞാൽ ആശുപത്രിയിൽ ചെന്ന് അനട്ടോലിയ കിടക്കുന്ന മുറിയുടെ ജനലയുടെ ചോട്ടിലിരിക്കും. ആശുപത്രി വിളക്കുകൾ അണയുവോളം ആ ഇരിപ്പു തുടരും. അതുകൊണ്ടുതന്നെ ഉറക്കവും വേണ്ടത്ര ലഭിച്ചിരുന്നില്ല. മാരാനിൽത്തന്നെ താമസിച്ച് ഇടയ്ക്ക് മൂക്കുച്ചിന്റെ ഒപ്പം വണ്ടിയിൽ പോയി വരാമായിരുന്നു. എന്തോ നഗരം വിട്ടുപോകാൻ അയാൾക്കു ഭയം തോന്നി. താൻ അടുത്തില്ലെങ്കിൽ അനാട്ടോലിയയ്ക്ക് വല്ല ആപത്തും പിണഞ്ഞാലോ എന്ന പേടി.... ഒരുതരം അന്ധവിശ്വാസം തന്നെ. അതിനെ മറികടക്കാൻ അയാൾക്കായില്ല.

എന്തുകൊണ്ടോ അനാട്ടോലിയയുടെ വയറ്റിൽ വളരുന്ന തന്റെ കുഞ്ഞിനെക്കുറിച്ച് വാസിലി ചിന്തിച്ചതേയില്ല. അങ്ങനെയൊരു സംഗതി ഉണ്ടെന്നുപോലും അയാൾ മനസ്സിലാക്കിയിട്ടില്ല എന്ന ഭാവം. ഡോക്ടർമാർ വന്ന് അനാട്ടോലിയയെ ഉടനടി ആശുപത്രിയിലേക്കു മാറ്റിയതും അവളെ കാണാൻ ആരേയും അനുവദിക്കാതിരിക്കുന്നതും അയാളെ വല്ലാതെ പരിഭ്രമിപ്പിച്ചിരുന്നു. ഡോക്ടർമാർക്ക് ഇനിയും കണ്ടുപിടിക്കാനാവാത്ത ഏതോ ഗുരുതരമായ രോഗമാണ് അനാട്ടോലിയയെ ബാധിച്ചിരിക്കുന്നതെന്ന് അയാൾ ഭയപ്പെട്ടു. അകോപ്പിന്റെ കാര്യത്തിലും അങ്ങനെയായിരുന്നുവല്ലോ. അവന്റെ രോഗം എന്താണെന്ന് കണ്ടുപിടിക്കാൻ അവർക്ക് സാധിച്ചില്ല. അവർക്ക് കുട്ടിയെ വിട്ടുകൊടുക്കാതെ അവനേയും കൊണ്ട് വാസിലി മാരാനിലേക്കു മടങ്ങുകയായിരുന്നു. ഇത്തവണ ഡോക്ടർമാർ അയാളെ പറ്റിച്ചു. അയാൾ പ്രാണനേക്കാൾ വിലമതിക്കുന്ന അനാട്ടോലിയയെ അവർ അവരുടെ അധീനത്തിലാക്കി. തന്റെ ആശങ്കകൾ വാസിലി ആരുമായും പങ്കുവെച്ചില്ല. അനാട്ടോലിയയ്ക്കുള്ള കുറിപ്പുകളിലും അതിനെക്കുറിച്ചെഴുതിയില്ല. നഴ്സുമാർ ആ കുറിപ്പു വായിച്ചാലോ? മേലധികാരികളെ വിവരമറിയിച്ചാലോ? ആശുപത്രിയിൽ വന്നിരിക്കുന്നതിൽ നിന്നും അവർ തന്നെ വിലക്കിയാലോ? അതൊക്കെയായിരുന്നു അയാളുടെ പേടി. എന്നിട്ടും ഡോക്ടർമാരുടെ പിടിയിൽ നിന്നും അനാട്ടോലിയയെ വിട്ടുകിട്ടാൻ അയാൾ തന്റേതായ ഒരു ശ്രമം നടത്തി. ഏറ്റവും മുതിർന്ന ഡോക്ടറെ കണ്ട് തന്റെ ആവശ്യം അറിയിച്ചു.

അതുകേട്ട് ഡോക്ടർ നടുങ്ങി. അദ്ദേഹം ചില കടലാസുകളും ഫോട്ടോകളും കാണിച്ച് സംഗതി വിശദീകരിക്കാൻ ശ്രമിച്ചു. വാസിലിക്കൊന്നും മനസ്സിലായില്ല. അയാളുടെ വിവരക്കേടിനെ ഡോക്ടർ കണക്കിനു കളിയാക്കി. അത് വാസിലി കാര്യമാക്കിയില്ല. വാർഡിനകത്തു കയറി രോഗിയെ കാണണമെന്ന് വാശിയായി. സമ്മതം നിഷേധിച്ചപ്പോൾ ഡോക്ടറെ ചീത്ത വിളിച്ചു. ഡോക്ടർ കാവൽക്കാരെ വിളിച്ചു വരുത്തി അയാളെ പുറത്താക്കി.

"ഇനി ആശുപത്രിയുടെ അടുത്തു കണ്ടുപോകരുത്" അങ്ങനെ വാസിലി വാർഡിന്റെ ജനലയ്ക്കു ചോട്ടിലായി ഇരിപ്പു തുടങ്ങി. പറയാനുള്ളതും കേൾക്കാനുള്ളതും കുറിപ്പുകൾ വഴിയായി.

ആഴ്ചതോറും മൂക്കുച്ച് വാസിലിയെ കാണാനെത്തും. നാട്ടുകാർ അയാൾക്കായി കൊടുത്തയച്ച സാധനങ്ങൾ കൈമാറും. റൊട്ടിയും ചീസും ഉരുക്കിയ വെണ്ണയും പഴവർഗ്ഗങ്ങളും അണ്ടിപ്പരിപ്പുകളുമൊക്കെ അവർ വാസിലിക്കായി കൊടുത്തയച്ചിരുന്നു, ചിലപ്പോൾ വീട്ടിലുണ്ടാക്കിയ പ്രത്യേക പലഹാരങ്ങളും. നാട്ടുകാർ തന്നോടു കാണിക്കുന്ന സ്നേഹം വാസിലിക്കു വലിയ നന്ദിയും ആദരവും തോന്നി. താനും അവർക്കുവേണ്ടി എന്തെങ്കിലും കൊടുത്തയയ്ക്കേണ്ടേ? അയാൾ നഗരത്തിലെ ഒരു കടയിൽ കയറി. കൈയിലുണ്ടായിരുന്ന ചെറിയ തുക ചിലവാക്കി എട്ടു തുന്നൽപെട്ടികൾ വാങ്ങി. ഓരോന്നിലും പല നിറത്തിലുള്ള നൂലുകളും ഏതാനും തുണികളുമടക്കം ചിത്രത്തുന്നലിനുവേണ്ട സാമഗ്രികളും... പുരുഷന്മാർക്ക് പ്രത്യേകിച്ചൊന്നും വേണ്ട. സ്ത്രീകളോടാണ് എനിക്ക് നന്ദി പറയാനുള്ളത്. സമ്മാനങ്ങൾ കൊടുത്തേല്പിക്കുമ്പോൾ വാസിലി മൂക്കുച്ചിനോടു പറഞ്ഞു. അതിന്റെയൊന്നും ആവശ്യമില്ല എന്നു പറഞ്ഞെങ്കിലും അയാൾ സമ്മാനങ്ങളെല്ലാം എത്തിക്കേണ്ടവർക്കെത്തിച്ചു. മാത്രമല്ല, രണ്ടാഴ്ച കഴിഞ്ഞു തിരിച്ചു വരുമ്പോൾ അയാൾ ഒരേ മട്ടിലുള്ള എട്ടു കുഞ്ഞിത്തലയിണകൾ വാസിലിയെ ഏല്പിക്കുകയും ചെയ്തു. ഗ്രാമത്തിലെ സ്ത്രീകൾ അനാട്ടോലിയയ്ക്കു വേണ്ടി തുന്നിയത്. ആശുപത്രി കിടക്കയിൽ അവൾക്ക് സുഖമായി വിശ്രമിക്കാൻ ഉപകരിക്കും.

ആ തലയിണകൾ വാർഡിനകത്തു കടത്താൻ ഡോക്ടർമാർ അനുവദിച്ചില്ല. "പുറത്തുനിന്നുള്ള ഒരു സാധനവും അകത്ത് അനുവദിക്കുന്നതല്ല. അങ്ങേയറ്റം അണുവിമുക്തമാക്കപ്പെട്ട മുറിയാണത്." ആ കാര്യത്തിൽ ഡോക്ടർമാർക്ക് വലിയ നിർബന്ധമായിരുന്നു. "രോഗിക്ക് അണുബാധ ഏല്ക്കാതിരിക്കാൻ പരമാവധി ശ്രദ്ധിക്കണം."

വാസിലിക്ക് സങ്കടം തോന്നി. അതിലേറെ അപമാനവും. എന്തായാലും വേറെ വഴിയില്ല. തലയിണകൾ അയാൾ തന്റെ ഹോട്ടൽ മുറിയിൽ കൊണ്ടുവെച്ചു. അടുത്തയാഴ്ച മൂക്കുച്ച് വരുമ്പോൾ തിരിച്ചയയ്ക്കാം.

നവംബർ അവസാനത്തോടെ ബാങ്കിൽ നിന്നുള്ള ഒരു ചെക്കും വലിയൊരു പൊതിക്കെട്ടും വാസിലിയെ തേടി തപാൽ വഴി എത്തി. മാമിക്കോൺ ആണ് അത് കൊണ്ടുവന്നു കൊടുത്തത്. സാധനം വന്നിരിക്കുന്നത് വടക്കൻ അതിർത്തിക്ക് അപ്പുറത്തുനിന്ന്. അതുകൊണ്ട് വാസിലി ആദ്യം വിചാരിച്ചു അത് വാലിൻക ഐബൊഗാന്റ്സിനുള്ളതാണെന്ന്. മൂക്കുച്ച് വണ്ടിയുമായി വരുമ്പോൾ മാരാനിലെത്തിക്കാൻ പറയാം.

തപാൽ ശിപായി മാമികോണിന് ദേഷ്യം വന്നു. "കുറെ വർഷങ്ങളായി ഞാൻ ഈ പണി തുടങ്ങിയിട്ട്. മേൽവിലാസം നോക്കി ഉരുപ്പിടിയെത്തിക്കാൻ എനിക്കറിയാം. കഴിഞ്ഞയാഴ്ച ഇതുപോലെയൊരു കെട്ട് ഞാൻ വാലിൻകയ്ക്ക് കൊണ്ടുപോയി കൊടുത്തു. അതു ചുമന്ന് എന്റെ നടുവൊടിഞ്ഞു. ഇത് നിങ്ങൾക്കുള്ളതാണ്, ടൈഗ്രാനും അയാളുടെ ഭാര്യ, എന്താണവരുടെ പേര്... ഓ... നടാസ്യയും ചേർന്നാണ് അയച്ചിരിക്കുന്നത്.

ആ കെട്ടിനുള്ളിൽ സംസ്കരിച്ച മത്സ്യവും മാംസവും കണ്ടെൻസ്ഡ് മിൽക്കും പലവിധം കേക്കുകളും ബിസ്ക്കറ്റുകളുമുണ്ടായിരുന്നു. അതിനുപുറമെ പ്രത്യേകമായി പൊതിഞ്ഞുവെച്ചിരുന്ന അതിമനോഹരമായ ഒരു തൂവെള്ള കമ്പിളി പുതപ്പ് അതീവ മൃദുലം ഒട്ടും കനമില്ല.

"ഇതാർക്കുവേണ്ടിയാണ്?" വാസിലി അദ്ഭുതപ്പെട്ടു.

"ജനിക്കാൻ പോകുന്ന കുഞ്ഞിനുവേണ്ടി" വലിയ ഉത്സാഹത്തോടെ മാമിക്കോൺ പറഞ്ഞു.

വാസിലി പ്രത്യേകിച്ചൊരു ഭാവഭേദവുമില്ലാതെ തോളു കുലുക്കി. മാരാനിലെ സ്ത്രീകൾ തുന്നി അയച്ച തലയിണകൾക്കൊപ്പം ആ പുതപ്പും അയാൾ സൂക്ഷിച്ചു വെച്ചു. ഭക്ഷണസാധനങ്ങളെല്ലാം ജനൽപ്പടിയിൽ ഒതുക്കിവെച്ചു. അതിൽ നിന്ന് ചിലതെടുത്ത് മാമിക്കോണിന്റെ നേരെ നീട്ടി. അയാൾ വാങ്ങിച്ചില്ല. "അവനവൻ പട്ടിണി കിടക്കുന്നു. അപ്പോഴാണോ കൈയിൽ കിട്ടിയത് വിതരണം ചെയ്യുന്നത്...? നിങ്ങൾക്കെന്താ വട്ടു പിടിച്ചോ?"

ടൈഗ്രാൻ അയച്ച പണം ഹോട്ടലിൽ രണ്ടു മാസത്തെ വാടക മുൻകൂറായി കൊടുക്കാൻ മതിയായിരുന്നു. അയാളുടെ മനസ്സ് നന്ദി കൊണ്ടു തുളുമ്പി. തപാൽ ആപ്പീസിൽ പോയി ടൈഗ്രാന് ഒരു കമ്പി അടിച്ചു. തന്റെ സന്തോഷവും നന്ദിയും അറിയിച്ചുകൊണ്ട് "കഴിയുന്നതും വേഗം ആ തുക തിരിച്ചുതരാൻ ശ്രമിക്കുന്നതാണ്" എന്ന ഉറപ്പും നല്കി. അതിനുള്ള മറുപടി പെട്ടെന്ന് തന്നെ കൈപറ്റി.

രണ്ടുദിവസം കഴിഞ്ഞപ്പോൾ ഹോട്ടലിലെ പരിചാരിക ഒരു ലക്കോട്ട് വാസിലിയുടെ കൈയിൽ കൊടുത്തു. ധൃതിയിൽ തുറന്നു നോക്കി. നാലാക്കി മടക്കിയ ഒരു കടലാസ്. തീരെ ചെറിയ അക്ഷരം. അയാൾക്കു വായിക്കാനായില്ല. അയാൾ ഹോട്ടൽ കാവൽക്കാരനെ സമീപിച്ചു. കീശയിൽനിന്ന് കണ്ണട എടുത്തുവെച്ച്, തൊണ്ട തെളിയിച്ച്, വലിയ ഗൗരവത്തിൽ അയാൾ വായിച്ചു.

"വാസിലി അമ്മാവാ, ദയവുചെയ്ത് ഒന്നും തിരിച്ചു തരരുത്. ഒരപേക്ഷ. ഞാൻ വരുന്നതുവരെ കാത്തിരിക്കണം. കുഞ്ഞിന്റെ തലതൊട്ടപ്പൻ ഞാനാണ്."

"ഏതു കുഞ്ഞ്?" കാര്യം മനസ്സിലാക്കാതെ കാവൽക്കാരൻ ചോദിച്ചു.

വാസിലി ഒന്നും മിണ്ടാതെ തലചൊറിഞ്ഞും കൊണ്ട് പരുങ്ങി നിന്നു. എന്തുപറയാൻ? അനാട്ടോലിയയുടെ അവസ്ഥ. എല്ലാവർക്കും വലിയ സന്തോഷം. അനാട്ടോലിയയ്ക്ക് ഗർഭമാണെന്ന സത്യം. അയാൾക്കു മാത്രം വിശ്വസിക്കാനാവുന്നില്ല. അല്ലെങ്കിലും ഡോക്ടർമാർ പറയുന്നത് എത്രത്തോളം വിശ്വസിക്കാൻ? കുഞ്ഞിനെ തന്റെ കൈയിൽ വെച്ചു തന്നാൽ അപ്പോൾ പറയാം.

"ആരുടെ കുഞ്ഞിന്റെ കാര്യമാണ്?" കാവൽക്കാരൻ രണ്ടാമതും ചോദിച്ചു.

"എന്റെ" അതൊരു മുരൾച്ചയായിരുന്നു. കാവൽക്കാരന്റെ കൈയിൽ നിന്നും ടെലിഗ്രാം വാങ്ങി വാസിലി ഉടനെ തപാലാപ്പീസിൽ ചെന്ന് മറു കമ്പി അടിപ്പിച്ചു. "ദൈവഹിതം അതാണെങ്കിൽ നിശ്ചയമായും"

അന്നുരാത്രി ആശുപത്രിയിൽ നിന്നും തിരിച്ച് ഹോട്ടൽ മുറിയിലെത്തിയപ്പോൾ ഒരു ചെറുപ്പക്കാരൻ ആകെ പരിഭ്രമിച്ച് വാതില്ക്കൽ നില്ക്കുന്നു. വല്ലാതെ വിളർത്ത വിവശമായ ഭാവം. ഒരു മുഖവുരയും കൂടാതെ അയാൾ ചോദിച്ചു. "ആ പ്രായമായ സ്ത്രീ ഗർഭം ധരിച്ചതിനെക്കുറിച്ച്"

"ഏതു പ്രായമായ സ്ത്രീ" വാസിലിയും ഒന്നു പകച്ചു.

"നിങ്ങളുടെ ഭാര്യ തന്നെ" ചെറുപ്പക്കാരൻ പറഞ്ഞു.

"ഈ പ്രായത്തിൽ അവരെങ്ങനെ ഗർഭം ധരിച്ചു? നിങ്ങൾ എങ്ങനെ അതു സാധിച്ചു? ഭാര്യയെ എന്തിനാ ആരും കാണാതെ ആശുപത്രി മുറിയിൽ പൂട്ടിവെച്ചിരിക്കുന്നത്? എന്തെങ്കിലും പകരുന്ന രോഗം? അതോ കുഞ്ഞിനെ പറ്റിയാണോ ആശങ്ക?"

വാസിലി കൂടുതലൊന്നും ആലോചിച്ചില്ല. കരണത്തുതന്നെ ഒന്നു കൊടുത്തു. "ഇനി ഇവിടെ കണ്ടുപോകരുത്"

വാസിലിയുടെ ദേഷ്യം അടങ്ങിയില്ല. ഹോട്ടൽ കാവൽക്കാരനെ ഷർട്ടിൽ പിടിച്ചുപൊക്കി പലവട്ടം കുടഞ്ഞു. അനാട്ടോലിയയെക്കുറിച്ച് അനാവശ്യം പറഞ്ഞാൽ നട്ടെല്ല് ഊരിയെടുക്കുമെന്ന് ഭീഷണിപ്പെടുത്തി.

കാവൽക്കാരൻ പേടിയോടെ തന്റെ കസേരയിലേക്കു വീണു. കുറച്ചു ധൈര്യം കിട്ടാൻ എന്തോ എടുത്തു മോന്തി. അപ്പോഴും അയാളുടെ പല്ലുകൾ പേടിയോടെ കൂട്ടിമുട്ടിക്കൊണ്ടിരുന്നു.

വാസിലി സമയം പാഴാക്കിയില്ല. അപ്പോൾതന്നെ ഹോട്ടലുടമയെ ചെന്നു കണ്ടു. മുൻകൂറായി കൊടുത്ത തുക തിരിച്ചുവാങ്ങി. മറ്റൊരു ഹോട്ടലിലേക്കു താമസം മാറ്റി. പക്ഷേ, അപ്പോഴേക്കും ആ വാർത്ത നഗരത്തിൽ പരന്നു കഴിഞ്ഞിരുന്നു. പത്രങ്ങളും അതേറ്റെടുത്തു. മലമുകളിലെ ഗ്രാമത്തിൽ താമസിക്കുന്ന നൂറു വയസ്സായ മുത്തശ്ശി ഗർഭം ധരിച്ചിരിക്കുന്നു. അത്യദ്ഭുതം! ദിവസം ചെല്ലുംതോറും അവർ പൊടിപ്പും

തൊങ്ങലും വെച്ച് വാർത്തയ്ക്കു മോടി കൂട്ടി. ആ വയോവൃദ്ധയെ ഗർഭിണിയാക്കിയത് ഏതോ ദുർഭൂതമാണ്. അതിന്റെ ആത്മാവാണ് ആ വൃദ്ധയുടെ ഉദരത്തിൽ വളരുന്നത്. അത് മനുഷ്യശിശുവായി ജനിക്കും. ആ നാടിന്റെ മുഴുവൻ നാശത്തിനു കാരണമാകും.

ആദ്യം വാർത്ത വന്ന പത്രത്തിനോട് മത്സരിച്ച് പിന്നീടുള്ള പത്രങ്ങൾ വാർത്ത ഇറക്കി. അതിൽ എഴുതിയിരുന്നത്, ഏതോ മഹാത്മാവിനെയാണ് നൂറുവയസ്സുകാരി ഗർഭത്തിൽ വഹിക്കുന്നത് എന്നായിരുന്നു. മനുഷ്യകുലത്തിനു മുഴുവൻ രക്ഷകനായി ആ ശിശു വളരും. കാലങ്ങളായി ലോകം പ്രതീക്ഷിച്ചുകൊണ്ടിരുന്ന ശാന്തിയും സമാധാനവും ആ ദിവ്യശിശു പ്രദാനം ചെയ്യും.

പുരോഹിതന്മാരും ജ്യോത്സ്യന്മാരും പത്രപ്രവർത്തകരും സാധാരണ ജനങ്ങളുമടങ്ങുന്ന വലിയൊരാൾക്കൂട്ടം ആശുപത്രിവളപ്പിലെത്തി. ആശുപത്രി അധികൃതർ കൂടുതൽ കാവൽക്കാരനെ നിയമിച്ച് സുരക്ഷ ഉറപ്പുവരുത്തി. ഡോക്ടർമാർക്കും മറ്റു ജോലിക്കാർക്കും പിൻവാതിലിൽ കൂടി വന്നുപോകേണ്ട ഗതിയായി. മുൻവശത്ത് എപ്പോഴും ആൾത്തിരക്കായിരുന്നു. അവരാണെങ്കിൽ ഡോക്ടർമാരെ സദാ ചോദ്യം ചെയ്ത് സ്വൈരം കെടുത്തുന്നതിൽ മടി കാണിച്ചിരുന്നില്ല.

നവംബർ മാസത്തിലെ ഒരു വൈകുന്നേരം. തിരക്കിൽ നിന്നും മാറി ഒരു മൂലയിൽ നിന്നിരുന്ന വാസിലി പ്രധാന ഡോക്ടറെ പെട്ടെന്ന് കാണാനിടയായി. ആളറിയാതിരിക്കാൻ അദ്ദേഹം തൊപ്പി നെറ്റിയിലേക്ക് ഇറക്കി വെച്ചിരുന്നു. ഷർട്ടിന്റെ കോളറും കയറ്റിവെച്ചിരുന്നു. വാസിലിയെ മുന്നിൽ കണ്ടപ്പോൾ അദ്ദേഹം തിടുക്കത്തിൽ അയാളുടെ കൈമുട്ടിൽ പിടിച്ചു വലിച്ചു. ആളൊഴിഞ്ഞ ഒരു ഇടനാഴിയിലേക്ക് ആനയിച്ചു. ആരും കേൾക്കുന്നില്ല എന്ന് ഉറപ്പുവരുത്തി. ഒച്ച ഒതുക്കി പറഞ്ഞു.

"പത്രക്കാർക്ക് എങ്ങനെ ഈ വാർത്ത കിട്ടി എന്നറിഞ്ഞുകൂടാ. അവർ നിങ്ങളെ തിരിച്ചറിഞ്ഞാൽ അപകടമാണ്. ഇനി മുതൽ ഇവിടെ വരണ്ട. എന്റെ വീട്ടിൽ ആഴ്ചയിലൊരിക്കൽ വന്നോളൂ... ഞാൻ വിവരമെല്ലാം പറയാം. അവർ നിങ്ങളെ കണ്ടുപിടിക്കാതിരിക്കാൻ സൂക്ഷിക്കണം."

തന്റെ വിവരക്കേടിന്റെ ഫലമായാണ് ആ വാർത്ത പുറത്തു വന്നതെന്നും ആശുപത്രിക്കുണ്ടായ പ്രയാസങ്ങൾക്ക് താനാണ് കാരണക്കാരനെന്നും തുറന്നുപറയാൻ അയാൾക്കു ധൈര്യമുണ്ടായില്ല.

"എന്റെ ഭാര്യയുടെ സ്ഥിതി?"

"അത്ര ഗുണമില്ല" ഡോക്ടർ തൊപ്പി കുറച്ചൊന്നു പൊന്തിച്ചു. ഏറി വന്നാൽ മുപ്പത്തിയഞ്ചു വയസ്സ്. എന്നാൽ കാഴ്ചയിൽ കൂടുതൽ പ്രായം തോന്നും. കണ്ണിനു താഴെ ഇരുണ്ട സഞ്ചികൾ. മുഖത്ത് വല്ലാത്തൊരു ക്ഷീണവും വിളർപ്പും. "അവരുടെ രക്തസമ്മർദ്ദം താഴ്ന്നു പോകുന്നു. പരിശോധനകളുടെ ഫലവും... നല്ലതല്ല. ഞങ്ങൾ ആവുന്നതും

ശ്രമിക്കുന്നുണ്ട്. ഏഴു മാസം വരെ പിടിച്ചു നില്ക്കാനായാൽ ഓപ്പറേഷൻ ചെയ്ത് കുഞ്ഞിനെ പുറത്തെടുക്കാം.”

“ഏഴു മാസമോ? ഓപ്പറേഷനോ? എന്താ നിങ്ങൾ പറഞ്ഞുകൊണ്ടു വരുന്നത്?”

പ്രധാന ഡോക്ടർ നിസ്സഹായനായി വാസിലിയെ നോക്കി. കോളർ പൊന്തിച്ചു മൂക്കു തുടച്ചു. തൊപ്പി ലേശം കൂടി പൊക്കി. “നിങ്ങളുടെ ഭാര്യ ഗർഭിണിയാണെന്ന് ഇപ്പോഴും നിങ്ങൾക്കു ബോദ്ധ്യം വന്നിട്ടില്ല എന്നാണെനിക്കു തോന്നുന്നത്. ഞാൻ വാദിക്കുന്നില്ല. കുഞ്ഞിനെ കൈയിൽ കിട്ടുമ്പോൾ താനേ ബോദ്ധ്യമാവും.”

അദ്ദേഹം തന്റെ മേൽവിലാസം ഒരു തുണ്ടു കടലാസിൽ കുറിച്ച് വാസിലിയുടെ കൈയിൽ കൊടുത്തു. കൂടുതലൊന്നും പറയാതെ ഡോക്ടർ ഇടനാഴിയിലെ ഇരുട്ടിൽ മറഞ്ഞു.

കുറെ ദിവസങ്ങൾക്കുശേഷമാണ് മൂക്കുച്ച് പിന്നേയും വന്നത്. അയാൾക്കു പറയാൻ പുതിയൊരു വാർത്ത. താഴ്‌വരയിൽ നിന്നും ഒരു കൂട്ടമാളുകൾ മല കയറി ഗ്രാമത്തിലേക്കു വന്നിരിക്കുന്നു. അര നൂറ്റാണ്ടിലേറെയായി അങ്ങനെ ആരെങ്കിലും മാരാനിൽ വന്നിട്ട്. അവർക്ക് അറിയേണ്ടതു മുഴുവൻ അനാട്ടോലിയയെക്കുറിച്ചാണ്.

ഭാഗ്യം. അവർ ആദ്യം ചെന്നത് യാസാമാന്റെ വീട്ടിലാണ്. പത്രക്കാരാണെന്ന് സ്വയം പരിചയപ്പെടുത്തി. ഓവൻസ് പതിവായി പത്രം വായിക്കാറുണ്ടല്ലോ. കാര്യങ്ങളൊക്കെ മനസ്സിലാക്കിയിരുന്നു. കൂടുതൽ വർത്തമാനത്തിനൊന്നും നിന്നില്ല. ഉറപ്പിച്ചു പറഞ്ഞു, അനാട്ടോലിയ എന്നു പേരുള്ള ആരും മാരാൻ ഗ്രാമത്തിൽ ഒരു കാലത്തും ഉണ്ടായിട്ടില്ല എന്ന്. അന്ന് ഉച്ചയോളം പത്രക്കാർ മാരാനിൽ ചുറ്റി നടന്നു. അവിടത്തെ വയസ്സന്മാരെയൊക്കെ കണ്ടു സംസാരിച്ചു. പ്രതീക്ഷിച്ചപോലെയുള്ള വിവരങ്ങൾ ആരിൽ നിന്നും കിട്ടിയില്ല. പത്രപ്രതിനിധികൾ നിരാശരായി താഴ്‌വരയിലേക്കു തിരിച്ചുപോയി. പിന്നീടാരും ആ വഴി വരികയുണ്ടായില്ല.

ഒരാഴ്ച കഴിഞ്ഞു. ടൈഗ്രാൻ അയച്ച സാധനങ്ങളിൽനിന്നും ചിലത് ഒരു പത്രക്കടലാസ്സിൽ പൊതിഞ്ഞെടുത്ത് വാസിലി പ്രധാന ഡോക്ടറുടെ വീട്ടിലെത്തി. മേൽവിലാസം കാണാപാഠമായിരുന്നുവെങ്കിലും ഒരു തുണ്ട് കടലാസിൽ കുറിച്ച് കോട്ടിന്റെ ഉള്ളിലായി കുത്തിവെച്ചിരുന്നു. അബദ്ധവശാൽ മറന്നുപോയാലോ? വൈറ്റ് ജാസ്മിൻ സ്ട്രീറ്റിൽ എട്ടാമത്തെ വീട്. ഇടുങ്ങിയ കല്ലു പാകിയ ഒരു വഴിയുടെ അറ്റത്തായിരുന്നു ആ വീട്. പേരിൽ മാത്രമേ ജാസ്മിൻ പൂക്കളുണ്ടായിരുന്നുള്ളൂ. ചെറിയ വീട്ടുമുറ്റങ്ങളിൽ കോൺക്രീറ്റ് പാളികൾ വിരിച്ചിരുന്നു. വരാന്തയിലെ ചട്ടികളിൽ കൃത്രിമ പൂച്ചെടികൾ. ഒട്ടും മയമില്ലാത്ത വീർപ്പുമുട്ടിക്കുന്ന അന്തരീക്ഷം. ചാരനിറത്തിലുള്ള വീടുകളുടെ നിര. കട്ടിയുള്ള കർട്ടനുകൾ തൂങ്ങിക്കിടക്കുന്ന ജനലുകൾ. വാസിലിക്ക് ആകപ്പാടെ മുഷിവു തോന്നി.

നവംബർ മാസത്തിലെ തണുത്ത കാറ്റ് ഉള്ളിലേക്കെടുത്തുകൊണ്ട് അയാൾ നടന്നു. ഇടയ്ക്കിടയ്ക്ക് തൊണ്ട തെളിയിച്ചു. നഗരത്തിന്റെ ചൂരും ചുവയും വായിൽ ഒട്ടിപ്പിടിച്ചിരിക്കുന്നതുപോലെ.

ചിരിക്കുന്ന മുഖമുള്ളൊരു ചെറുപ്പക്കാരിയാണ് വാതിൽ തുറന്നത്. അവൾ അയാളെ പൂമുഖത്തളത്തിലേക്കാനയിച്ചു. വാസിലിക്ക് അദ്ഭുതം തോന്നി. യാതൊരു മോടിയുമില്ലാത്ത വളരെ ലളിതമായ സൗകര്യങ്ങൾ. കസേരകളും മറ്റും പഴയതായിരുന്നു. അയാൾ ഇരുന്ന കസേരയിലെ കുഷ്യൻ കീറിത്തുടങ്ങിയിരുന്നു.

"ഞാൻ മറിയ" ആ യുവതി സ്വയം പരിചയപ്പെടുത്തി. ഭർത്താവ് വീട്ടിലില്ലാത്തതിന് അവൾ ക്ഷമാപണം നടത്തി. "ഇന്ന് ഡ്യൂട്ടിയുള്ള ദിവസമാണ്. വരാൻ വൈകും." അനാട്ടോലിയ എഴുതിയ കത്ത് അവൾ വാസിലിയുടെ നേരെ നീട്ടി. വായിക്കാൻ പാകത്തിന് മേശവിളിക്ക് തിരിച്ചു വെച്ച് സ്വിച്ച് ഇട്ടു. അയാളെ തനിച്ചാക്കി അവൾ അകത്തേക്ക് പോയി. "തനിച്ചിരുന്ന് പതുക്കെ എഴുത്തു വായിക്കട്ടെ."

വാസിലി എഴുത്തു തുറന്നു. അയാൾക്ക് എളുപ്പം വായിക്കാൻ വേണ്ടി വലിയ കൈയക്ഷരത്തിലാണ് അനാട്ടോലിയ എഴുതിയിരുന്നത്. "പ്രിയപ്പെട്ടവനേ" എന്ന വാക്കു കണ്ടതും താനറിയാതെ അയാൾ നെടുവീർപ്പിട്ടു. ശബ്ദമുണ്ടാക്കാതെ ഓരോ വാക്കുകൾ എടുത്തുപറഞ്ഞ് അയാൾ മെല്ലെ ആ കത്ത് വായിച്ചു. പ്രത്യേകിച്ചൊന്നും അവൾക്കറിയിക്കാനുണ്ടായിരുന്നില്ല. "എല്ലാം വേണ്ടതുപോലെ നടക്കുന്നു. ഏഴുമാസം വരെ എങ്ങനെയെങ്കിലും പിടിച്ചുനില്ക്കണം. അതു കഴിഞ്ഞാൽ അവർ ഓപ്പറേഷൻ നടത്തും."

വാസിലി ഇടനാഴിയിലേക്ക് കണ്ണുനീട്ടി. ആരേയും കണ്ടില്ല. അകത്തേക്കുള്ള വാതിലുകൾ ചേർത്തടച്ചിരുന്നു. വീട്ടിലുള്ളവരെ ശല്യം ചെയ്യേണ്ട എന്നു കരുതി അയാൾ യാത്ര പറയാതെ പോകാൻ തീരുമാനിച്ചു. അധികം താമസിയാതെ ഒരു കപ്പ് ചായയുമായി മറിയ ഉമ്മറത്തളത്തിലേക്ക് വന്നു. അവിടെ ആരുമുണ്ടായിരുന്നില്ല. ചായയും സാൻവിച്ചും കൈയിൽ പിടിച്ച് അവൾ ചുറ്റും നോക്കി. കസേരയ്ക്കരുകിലുള്ള മേശമേൽ കണ്ടു, ഒരു ടിൻ സംസ്കരിച്ച ചെറുമത്സ്യവും ഒരു പൊതി ബിസ്കറ്റും. അതിനോടൊപ്പമുണ്ടായിരുന്ന കടലാസുതുണ്ടിൽ തീരെ വടിവില്ലാത്ത അക്ഷരങ്ങളിൽ എഴുതിയിരുന്നു.

"ഈ ഭക്ഷണസാധനങ്ങൾ നിങ്ങൾക്കുള്ളതാണ്, കത്ത് അനാട്ടോലിയയ്ക്കുള്ളതും."

വെളിച്ചം മങ്ങിത്തുടങ്ങിയ ആ നവംബർ സന്ധ്യയിൽ ഹോട്ടലിലേക്ക് തിരിച്ചു നടക്കവേ വാസിലിയുടെ കണ്ണുകൾ സന്തോഷംകൊണ്ട് നിറഞ്ഞു തുളുമ്പി. വാസ്തവത്തിൽ അപ്പോഴാണയാൾക്ക് വിശ്വാസമായത്, അനാട്ടോലിയ ഗർഭിണിയാണ്. അവളുടെ സുരക്ഷയ്ക്കുവേണ്ടിയാണ്

ഡോക്ടർമാർ അവളെ ആശുപത്രിയിൽ താമസിപ്പിച്ചിരിക്കുന്നത്. അവളുടെ ഹൃദയത്തിനു താഴെ ഒരു കുഞ്ഞ് വളർന്നുവരുന്നു. അതല്ലാതെ അവളെ ഒരു രോഗവും ബാധിച്ചിട്ടില്ല.

അത്രയും ദിവസങ്ങൾക്കുശേഷം, പൊടുന്നനെ ആ യാഥാർത്ഥ്യം വാസിലിക്കു ബോദ്ധ്യമാവാൻ വിശേഷിച്ചൊരു കാരണമുണ്ടായിരുന്നു. അത് അവളുടെ സ്വന്തം കൈപ്പടയിലുള്ള കത്തായിരുന്നില്ല, ആദ്യം ആംബുലൻസിൽ വീട്ടിൽ വന്ന ഡോക്ടർ അനാട്ടോലിയയെ വിശദമായി പരിശോധിച്ചതിനുശേഷം അതിശയത്തോടെ "ഇല്ല, അതിനു സാദ്ധ്യതയില്ല" എന്ന് ഉറക്കെ പറഞ്ഞതുമായിരുന്നില്ല. വാസിലി ആശുപത്രിയിൽ വന്ന് ബഹളമുണ്ടാക്കിയപ്പോൾ ചെറുപ്പക്കാരനായ ഡോക്ടർ അയാളുടെ മുമ്പിൽ എടുത്തുകാണിച്ച മെഡിക്കൽ റിപ്പോർട്ടുകളുമായിരുന്നില്ല, താൻ നേരിൽ കണ്ട ആ ഡോക്ടറുടെ വീടും അവിടത്തെ മിതമായ സൗകര്യങ്ങളും മോടി ഇല്ലായ്മയുമായിരുന്നു. "ഇത്രത്തോളം ഒതുങ്ങി ജീവിക്കുന്ന ഒരാൾക്ക് ആരേയും വഞ്ചിക്കാനാവില്ല". വാസിലിയുടെ മനസ്സ് അയാൾക്ക് പറഞ്ഞുകൊടുത്തു. അത് തികച്ചും ശരിയുമായിരുന്നു. അഴിമതി നടത്താൻ ആയിരം അവസരങ്ങളുണ്ടാവുക, എന്നിട്ടും പ്രലോഭനങ്ങൾക്ക് പിടികൊടുക്കാതിരിക്കുക, അങ്ങനെയുള്ള ഒരാൾക്ക് ഒരിക്കലും നുണ പറയാനാവില്ല.

കൃത്യം ഏഴു ദിവസം കഴിഞ്ഞു. വാസിലി വീണ്ടും ഡോക്ടറെ കാണാൻ പുറപ്പെട്ടു. അന്നും അയാൾ ടൈഗ്രാൻ അയച്ച സമ്മാനങ്ങളിൽ നിന്നും ഒന്നുരണ്ടെണ്ണം ഒരു പത്രക്കടലാസിൽ പൊതിഞ്ഞ് കൈയിൽ വെച്ചു. കഴിഞ്ഞ ആഴ്ച മുഴുവൻ അയാളുടെ മനസ്സ് ആധികൊണ്ട് ചുട്ടുനീറുകയായിരുന്നു. കുഞ്ഞുണ്ടാകാൻ പോകുന്നു എന്ന സന്തോഷം ക്ഷണത്തിൽ മങ്ങി. ഭാവിയെക്കുറിച്ചുള്ള ഭയവും ആശങ്കയും അതിനു പകരം മനസ്സിൽ തുളച്ചുകയറി. തങ്ങൾക്ക് രണ്ടുപേർക്കും പ്രായമായിരിക്കുന്നു. ഈ ലോകം വിട്ടുപോകാനുള്ള കാലമായിക്കഴിഞ്ഞു. ഈ കുഞ്ഞിനെ ആരെ ഏല്പിച്ചാണ് ഇവിടം വിട്ടുപോവുക? അല്ലെങ്കിലും ഒരു കുഞ്ഞിനു വളർന്നു വലുതാവാൻ വേണ്ട സാഹചര്യമല്ല മാരാനിലുള്ളത്. കുഞ്ഞിന് കളിക്കാൻ കൂട്ടുകാർ വേണം. പഠിക്കാൻ സ്കൂൾ വേണം. വളരാൻ സമപ്രായക്കാരുടെ സൗഹൃദം വേണം. മാരാനിൽ ആരുണ്ട് അവന് കൂട്ടായി? വയസ്സന്മാരുടെയിടയിൽ അവൻ വളരുന്നത് നോക്കിനില്ക്കേണ്ടി വരും. അതല്ലാതെ മറ്റൊന്നാണ് അവനെ അവിടെ കാത്തുനില്ക്കുന്നത്?

ഇടയിലൊരു ദിവസം മാമിക്കോണും അസേറിയ അച്ചനും വാസിലിയെ കാണാൻ വന്നു. തന്റെ മനസ്സിനെ നീറ്റുന്ന ഭയവും ഉത്കണ്ഠയും അയാൾ അവരുമായി പങ്കുവെച്ചു. സാധാരണഗതിയിൽ വാസിലിയുടെ അഭിപ്രായങ്ങളും അവരുടെ അഭിപ്രായങ്ങളും ഒരിക്കലും ചേർന്നു പോകാറില്ല. ആദ്യകാലം മുതലേ അതങ്ങനെയായിരുന്നു. എന്നാൽ ഈ

കാര്യത്തിൽ വാസിലിയുടെ അഭിപ്രായത്തിനോട് അവർ രണ്ടുപേരും പൂർണ്ണമായും യോജിച്ചു. രണ്ടുപേർക്കും പറയാനുള്ളത് അവർ അവരുടേതായ രീതിയിൽ പ്രകടിപ്പിച്ചു. എന്നാലും അതിന്റെ അർത്ഥം ഒന്നുതന്നെയായിരുന്നു.

"മനസ്സ് നിരാശയിലാണ്ടു കഴിഞ്ഞാൽ, അവിടെ ദൈവമില്ല" അസേറിയ അച്ചൻ എന്തോ മനസ്സിൽ കരുതിക്കൊണ്ടു പറഞ്ഞു. പറയാൻ തുടങ്ങിയത് മുഴുവനാക്കാൻ മാമിക്കോൺ അച്ചന് ഇടകൊടുത്തില്ല.

"അവസാനം പിടക്കോഴി തങ്ങളുടെ കൂട്ടിൽവന്ന് മുട്ടയിട്ടു. അതിൽ സന്തോഷിക്കുകയാണ് വേണ്ടത്."

ഫാദർ അസേറിയ മാമിക്കോണിന്റെ നേരെ കടുപ്പിച്ചൊന്നു നോക്കി. അയാൾ വാസിലിയെനോക്കി കണ്ണിറുക്കി. അവിടവിടെ പല്ലുകൊഴിഞ്ഞ വായ മലർക്കെ തുറന്ന് ഒരു വിഡ്ഢിച്ചിരി ചിരിച്ചു.

"പരിശുദ്ധ പിതാവിനെ ഞാൻ ലജ്ജിപ്പിച്ചു എന്നു തോന്നുന്നു."

"ഓ... പറയുന്നതുകേട്ടാൽ തോന്നും നമ്മൾ ആദ്യമായാണ് കാണുന്നതെന്ന്" അസേറിയ അച്ചൻ മാമിക്കോണിനെ ഒന്നു കൊട്ടി.

"എന്തായാലും എന്നെ പരിചയപ്പെട്ടതുമുതൽ അച്ചന്റെ ജീവിതത്തിന് ഒരു ലക്ഷ്യമുണ്ടായി. അതു തീർച്ച."

ഫാദർ അസേറിയ ഒന്നു മൂളിയതല്ലാതെ മറുപടി പറഞ്ഞില്ല. കൈയിലിരുന്ന ജപമാല മെല്ലെ ചുരുട്ടി പോക്കറ്റിലിട്ടു.

"വാസോ... ഒരു കാര്യം ഞാൻ പറയാം" പുരോഹിതൻ വാസിലിയുടെ നേരെ തിരിഞ്ഞു. "ദൈവത്തിന്റെ അറിവും അനുവാദവും കൂടാതെ ഈ ഭൂമിയിൽ യാതൊന്നും സംഭവിക്കുന്നില്ല. മനുഷ്യന്റെ സങ്കടമായാലും സന്തോഷമായാലും... ആ കാര്യത്തിൽ മാറ്റമില്ല. ദിവസങ്ങൾ ആഴ്ചകളായി മാറുന്നില്ല. ഒരു നിമിഷം ഒരു നിമിഷം തന്നെയായിരിക്കും. ക്ഷണനേരമാകാം, പെട്ടെന്നു മാറിമറയുന്നതാകാം. ഇപ്പോൾ ദൈവം നിങ്ങൾക്കു തന്നിരിക്കുന്നത് സന്തോഷമാണ്. നന്ദിപൂർവം അത് സ്വീകരിക്കുക. ദൈവത്തിന്റെ സദുദ്ദേശ്യത്തെ അവിശ്വാസത്തോടെ കാണരുത്. നിങ്ങൾക്ക് ദൈവം നല്കുന്ന ഈ ഉപഹാരത്തിന് സ്വയം അർഹനായിത്തീരൂ...

"അങ്ങനെയൊരു ഉപഹാരം ഞാൻ നേടിക്കഴിഞ്ഞതാണല്ലോ ഫാദർ. ഒന്നല്ല... മൂന്ന്. എനിക്ക് ദൈവം മൂന്ന് ആൺമക്കളെ തന്നു. "അയാളുടെ സ്വരത്തിൽ പ്രതിഷേധത്തിന്റെ പരുപരപ്പ്." ദൈവം തന്നു, അതേപോലെ തിരിച്ചെടുക്കുകയും ചെയ്തു."

"അതിന്റെ അർത്ഥം, അങ്ങനെയാണ് ദൈവം നിശ്ചയിച്ചത് എന്നാണ്."

"അച്ചോ... ഇങ്ങനെയുള്ള വാക്കുകൾ ഒരാളെ ആശ്വസിപ്പിക്കുന്നു

എന്ന് വാസ്തവത്തിൽ അങ്ങ് കരുതുന്നുണ്ടോ?" വാസിലിയുടെ വാക്കുകളിൽ പ്രകടമായ നീരസം.

"അച്ചന് വേദപുസ്തകത്തിനപ്പുറം കാണാൻ കണ്ണില്ല." മാമിക്കോൺ പിറുപിറുത്തു. "അതുകൊണ്ടാണ് ഇങ്ങനെ ഓരോന്നു അദ്ദേഹം മനുഷ്യരെ സമാധാനിപ്പിക്കാൻ ശ്രമിക്കുന്നത്. അതു കേൾക്കുമ്പോൾ കലി കയറും. അച്ചനെ പിടിച്ച് ഏതെങ്കിലും നിലവറയിലിട്ടു പൂട്ടാൻ തോന്നും. അതിൽനിന്നും ഒരു കാലത്തും പുറത്തുവരാതിരിക്കാൻ താക്കോൽ എവിടെയെങ്കിലും കുഴിച്ചിടുകയും വേണം." തന്റെ ഉള്ളിലെ അമർഷം മുഴുവൻ വാക്കുകളിലൂടെ മാമിക്കോൺ പുറത്തേക്കിട്ടു. "ദാ... പ്രത്യക്ഷപ്പെട്ടല്ലോ നമ്മുടെ മരമണ്ടൻ വിദ്വാൻ" അച്ചൻ ചിരിച്ചുകൊണ്ട് മാമിക്കോണിനെ കളിയാക്കി. "വാസോ, ഞാൻ നിനക്ക് സംഗതി ഏറ്റവും ലളിതമായി മനസ്സിലാക്കിത്തരാം." പുരോഹിതനെ പുറകോട്ടു തള്ളി മാമിക്കോൺ വാസിലിയുടെ അടുത്തേക്ക് നീങ്ങി. "സത്യം പറയാലോ, ഇങ്ങനെയൊരവസ്ഥയിൽ ഞാനും അന്തംവിട്ടു നില്ക്കും. എന്തുചെയ്യണമെന്നറിയാതെ, പക്ഷേ പുരുഷൻ പുരുഷൻ തന്നെ. അയാൾക്കു ശങ്ക തോന്നിയെന്നുവരാം. എന്നാലും ഒരു കാലത്തും പിന്നാക്കമെടുക്കില്ല... ഉറച്ചുതന്നെ നില്ക്കും. എന്താ, ഞാൻ പറയുന്നത് ശരിയല്ലേ?"

"തികച്ചും ശരി." വാസിലി തലകുലുക്കി.

"അതുകൊണ്ട് ഞാൻ പറയുന്നത് ശരിയാണെന്നു തോന്നുന്നുണ്ടെങ്കിൽ നീയും അതിനോട് യോജിക്കണം. ശങ്കിച്ചു നിന്നതു മതി. എല്ലാം നഷ്ടപ്പെട്ടു എന്ന ഭാവം ആദ്യം മുഖത്തുനിന്ന് തുടച്ചുമാറ്റണം. ആളുകൾ കണ്ടാൽ വിചാരിക്കും നിനക്ക് സഹിക്കവയ്യാത്ത പല്ലുവേദനയുണ്ടെന്ന്." മാമിക്കോൺ വാസിലിയെ നോക്കി മെല്ലെ ചിരിച്ചു.

അല്പം പ്രയാസത്തോടെയാണെങ്കിലും വാസിലിയും ചിരിച്ചു. മാമിക്കോണിന്റെ വാക്കുകൾ, വാസിലിയുടെ മനസ്സിന്റെ ഭാരം ഒഴിവാക്കി എന്നു പറയാൻ വയ്യ. എന്നാലും അയാൾക്ക് കുറച്ച് ആശ്വാസം തോന്നി എന്നു തീർച്ച. ഓർക്കാപ്പുറത്ത് ജീവിതത്തിൽ വന്നുപെട്ട മാറ്റങ്ങൾ. അവയെ അതിന്റെ പാട്ടിൽ കാണാൻ അയാൾ തയ്യാറായി. അല്പം കൂടി ഉത്സാഹത്തോടെ പ്രതിസന്ധികളെ അഭിമുഖീകരിക്കാൻ അയാൾക്ക് ധൈര്യം കൈവന്നു.

രണ്ടാമത്തെ പ്രാവശ്യം വാസിലി കാണാൻ ചെന്നപ്പോൾ ഡോക്ടർ വീട്ടിൽത്തന്നെ ഉണ്ടായിരുന്നു. അദ്ദേഹമാണ് വാതിൽ തുറന്നത്. ഒരരികിലേക്ക് മാറിനിന്നുകൊണ്ട് വാസിലിയെ ആ ചെറിയ ഇടനാഴിയിലേക്ക് ക്ഷണിച്ചു. വാതിൽ കടന്ന ഉടനെ ഇടതുഭാഗത്തായി ഒരു മരക്കസേര. അതിലിരുന്ന് ഷൂസ് ഇടാൻ വേണ്ടിയാകും. കഴിഞ്ഞ തവണ കൊണ്ടുവന്ന ടിന്നിലടച്ച മത്സ്യവും ബിസ്കറ്റും അന്ന് വാസിലി വെച്ചിടത്തുതന്നെ ഉണ്ടായിരുന്നു.

“ഇന്നും വെറുംകൈയോടെയല്ല വന്നിരിക്കുന്നത് അല്ലേ?” വാസിലിയുടെ കൈയിലിരുന്ന പത്രക്കടലാസിന്റെ പൊതിക്കെട്ട് ഡോക്ടർ പിടിച്ചു വാങ്ങി. “അല്ല” ഇന്നും കൊണ്ടുവന്നിരിക്കുന്നത് മത്സ്യവും ബിസ്ക്കറ്റുമാണല്ലോ. ആട്ടെ, അവിടെ വെച്ചേക്കൂ. പോകുമ്പോൾ ഒരുമിച്ചു കൊണ്ടു പോകാം.”

“ഞാൻ ബുദ്ധിമുട്ടികൊണ്ടുവരുന്നു എന്ന് വിചാരിക്കരുത്.” വാസിലി നിർത്തിനിർത്തി സ്വയം ന്യായീകരിക്കാൻ ശ്രമിച്ചു. “സന്തോഷത്തോടെ മനസ്സറിഞ്ഞു തരുന്നതാണ്.”

“ഞാനും മനസ്സറിഞ്ഞു പറയുകയാണ്. വളരെ നന്ദി. പക്ഷേ, ഇങ്ങനെയൊന്നും കൊണ്ടുവരേണ്ട ആവശ്യമില്ല. അകത്തേക്ക് വരൂ. നമുക്കവിടെയിരിക്കാം. എനിക്ക് കുറച്ച് സംസാരിക്കാനുണ്ട്.” ഡോക്ടർ മുമ്പേ നടന്നു.

അവർ ഇരുന്നതും മറിയ ഒരു തട്ടത്തിൽ പലഹാരവുമായി വന്നു. വാസിലി പരിഭ്രമിച്ച് എഴുന്നേറ്റു. എന്തു ചെയ്യണമെന്നറിയാതെ മിഴിച്ചു നിന്നു.

“ഇരിക്കൂ....” മറിയ ചിരിച്ചു. തട്ടങ്ങൾ മേശപ്പുറത്ത് നിരത്തി. “രണ്ടു പേരും ആവശ്യത്തിനെടുത്ത് കഴിച്ചോളൂ. ഞാൻ നിന്ന് ശല്യം ചെയ്യുന്നില്ല.”

ഡോക്ടർ രണ്ടു കപ്പുകളിലേക്ക് ചായ പകർന്നു. പഞ്ചസാരപ്പാത്രം വാസിലിയുടെ അടുത്തേക്ക് നീക്കി. മറിയ കൊണ്ടുവെച്ച പലഹാര പ്പാത്രവും അയാളുടെ മുമ്പിലേക്ക് മാറ്റി. “കഴിക്കൂ... നല്ല സ്വാദുള്ള “പൈ” ആണ്. മറിയ തന്നെ ഉണ്ടാക്കിയത്.”

“എന്തെങ്കിലും കഴിക്കാൻ പറ്റുമെന്നു തോന്നുന്നില്ല. തൊണ്ടയിൽ നിന്നും ഇറങ്ങില്ല.”

“ആയിക്കോട്ടെ. എങ്കിൽ നമുക്ക് ആദ്യം സംസാരിക്കാം. ആഹാരം പിന്നീടാകാം.”

സംഭാഷണം ഏറെ നേരം നീണ്ടുനിന്നില്ല. പക്ഷേ, അത് ആശങ്ക ഉളവാക്കുന്നതായിരുന്നു. ആദ്യം ഡോക്ടർ അനാട്ടോലിയയുടെ ആരോഗ്യത്തെക്കുറിച്ച് പറഞ്ഞു. വാസിലിക്ക് കാര്യമായൊന്നും മനസ്സിലായില്ല. എങ്കിലും അദ്ദേഹത്തിന്റെ ഭാവവും സ്വരവും അയാൾ തിരിച്ചറിഞ്ഞു. സംഗതി അപകടകരമാണ്. തീരെ താഴ്ന്ന രക്തസമ്മർദ്ദം. അതിനെക്കുറിച്ചാണ് ഡോക്ടർക്ക് ഏറ്റവും ഭയം. അതിനുപുറമെ മൂത്രത്തിലും എന്തോ ദോഷം ചെയ്യുന്ന വസ്തുവുണ്ട്. ആകപ്പാടെയുള്ള ക്ഷീണവും തളർച്ചയും ഇനിയും വിട്ടുമാറുന്നില്ല.

“ഇനിയും ഒരു മാസം കഴിച്ചുകൂട്ടണം. പക്ഷേ, ആരോഗ്യം മെച്ചപ്പെടാൻ ഭാവമില്ലെങ്കിൽ അതിനുമുമ്പുതന്നെ ഓപ്പറേഷൻ നടത്തേണ്ടി

വരും." ഡോക്ടർ പെട്ടെന്ന് കാൽമുട്ടിൽ കൈകൾ പിണച്ചുവെച്ചു. അപ്പോൾത്തന്നെ വിടർത്തുകയും ചെയ്തു. അദ്ദേഹത്തിന്റെ മനസ്സും സ്വസ്ഥമായിരുന്നില്ല. "എന്തൊക്കെയായാലും അനാട്ടോലിയയുടെ ജീവനാണ് മുൻഗണന. അതിനെ രക്ഷിക്കാൻ ഞങ്ങൾ ആവുന്നതെല്ലാം ചെയ്യും."

"മുൻഗണനയോ? എന്നുവെച്ചാൽ?"

"കൂടുതൽ പ്രധാനം. ആരെയാണ് രക്ഷിക്കേണ്ടത് എന്നൊരു തീരുമാനമെടുക്കേണ്ടി വന്നാൽ ഞങ്ങൾ രക്ഷിക്കുക അമ്മയെയായിരിക്കും. എന്ത്? അപ്പോഴും അമ്മയേയും കുഞ്ഞിനേയും രക്ഷിക്കാൻ എല്ലാ ശ്രമങ്ങളും നടത്തും." അദ്ദേഹം വാസിലിയുടെ മുഖത്തുനിന്ന് കണ്ണെടുത്തില്ല.

വാസിലി മിണ്ടാതിരുന്ന് അയാളുടെ സാമാന്യത്തിലധികം വലിപ്പമുള്ള മുഷ്ടി പലതവണ ചുരുട്ടുകയും വിടർത്തുകയും ചെയ്തു. ഇരുമ്പുകൊണ്ട് പണിയെടുത്ത് തഴമ്പുപിടിച്ച പരുപരുത്ത കൈകൾ. അയാൾ ഡോക്ടറുടെ മുഖത്തേക്ക് നോക്കിയില്ല. തന്റെ മനസ്സിലെ ഭീതിയും ഉത്കണ്ഠയും അദ്ദേഹം കണ്ടുപിടിച്ചാലോ?

ഡോക്ടർ ഒന്നു മുന്നോട്ടാഞ്ഞു. കൈ എത്തിച്ച് പതുക്കെ വാസിലിയുടെ കൈയിൽ തൊട്ടു.

"പരിഭ്രമിക്കണ്ട. എല്ലാം ശരിയാവും... ഞാനല്ലേ പറയുന്നത്?"

"താങ്കളുടെ ഈ കാരുണ്യത്തിന് ഞാനെന്തുപകാരം ചെയ്യാൻ?" മനസ്സ് തെല്ല് ശാന്തമായപ്പോൾ വാസിലി പറഞ്ഞു.

"അതിന്റെയൊന്നും ആവശ്യമില്ല. നിങ്ങളോടു ഞാൻ തുറന്നു പറയുകയാണ്. വളരെ വളരെ അപൂർവ്വമായിട്ടുള്ളതാണ് നിങ്ങളുടെ കാര്യം. ഇടയിൽ കുഴപ്പമൊന്നും സംഭവിച്ചില്ലെങ്കിൽ അനാട്ടോലിയയുടെ പ്രസവം ഞങ്ങളുടെ ആശുപത്രിക്ക് വലിയ പ്രശസ്തി നേടിത്തരും. അത് ബന്ധപ്പെട്ട എല്ലാവർക്കും വളരെ ഗുണകരമാകും. മനസ്സിലാകുന്നുണ്ടോ? നിങ്ങളുടെ ഭാര്യക്ക് ഏറ്റവും നല്ല ചികിത്സയും മറ്റു സൗകര്യങ്ങളും ഞങ്ങൾ നല്കുന്നുണ്ട്. ഒക്കെയും സൗജന്യമാണ്. അതിനുപകരമായി എല്ലാം ഭംഗിയായി അവസാനിച്ചാൽ സർക്കാരിൽനിന്നും വിശേഷാൽ സഹായധനവും ലഭിക്കും. ഒരു ഗവേഷണകേന്ദ്രം തുടങ്ങാനും സർക്കാർ വേണ്ട സഹായം ചെയ്യും. ഇവിടത്തെ വിദഗ്ദ്ധമായ ചികിത്സാസൗകര്യങ്ങൾ തേടി കൂടുതൽ രോഗികൾ വന്നു തുടങ്ങും."

വാസിലി എല്ലാം ശ്രദ്ധയോടെ കേട്ട്, ഡോക്ടറുടെ ചിന്തകളോടൊപ്പം സഞ്ചരിക്കാൻ ശ്രമിക്കുകയായിരുന്നു. കേൾക്കുന്ന ആൾ മനസ്സിലാക്കുന്നുണ്ടോ എന്നു ഗൗനിക്കാതെ ഡോക്ടർ തന്റെ മനസ്സിലുള്ള വലിയ വലിയ കാര്യങ്ങൾ പറഞ്ഞുകൊണ്ടിരുന്നു. അതിലേറെയും വാസിലിക്കു മനസ്സിലാക്കാനായില്ല.

"കുഞ്ഞിനെക്കൂടി രക്ഷിക്കേണ്ടത് വളരെ പ്രധാനപ്പെട്ടതാണ് എന്നാണോ പറയുന്നത്?"

"അതെ."

"അതിനുവേണ്ടി ആവുന്നതെല്ലാം ചെയ്യും അല്ലേ?"

"ഉവ്വ്."

"അതിനുവേണ്ടി ഞങ്ങൾ ഒന്നും തരേണ്ടതില്ല എന്നാണോ?"

ഡോക്ടർ ഒന്നു പരുങ്ങി.

"ഒരു സംഗതി മാത്രമേ ഞാൻ ആവശ്യപ്പെടൂ. ഒരു അഭിമുഖത്തിന് സമ്മതിക്കണം." ഡോക്ടർ ഒന്നുനിർത്തി വാസിലിയുടെ ഭാവം നിരീക്ഷിച്ചു. "വിഷയം ഗൗരവമായെടുക്കുന്ന മാന്യമായ ഒരു പത്രം. എല്ലാം നന്നായി അവസാനിച്ചാൽ ഞങ്ങൾ ഒരു യോഗം വിളിച്ചുകൂട്ടും. അതിൽ നിങ്ങളുടെ വിഷയം വിശദമായി അവതരിപ്പിക്കും. ഞങ്ങൾ പറയുന്ന തെല്ലാം വാസ്തവമാണെന്ന് നിങ്ങൾ അവരുടെ മുമ്പിൽ സമ്മതിക്കണം. അതേസമയം ഞങ്ങൾ ഏതാനും ഗവേഷകരെ ഒരുമിച്ചുകൂട്ടി ഞങ്ങൾ കൈകൊണ്ട നടപടികൾ എന്തെല്ലാമാണെന്ന് പരിചയപ്പെടുത്തും. പല പുതിയ രീതികളും ഞങ്ങൾ പ്രയോഗിച്ചുനോക്കുന്നുണ്ട്. അനാട്ടോലിയയെ ചികിത്സിക്കുന്നതിനിടയിൽ ഞങ്ങൾത്തന്നെ കണ്ടുപിടിച്ച ചില നൂതന മാർഗങ്ങൾ. എല്ലാം വേണ്ടതുപോലെ നടത്താൻ ഇതേ രീതികളുപയോഗിച്ച് ഞങ്ങൾക്ക് മറ്റു സ്ത്രീകളേയും ചികിത്സിക്കാനാവും. ഇതെല്ലാം കാണിക്കുന്നത്, നിങ്ങൾ ഞങ്ങളെ വേണ്ടതിലധികം സഹായിച്ചു കഴിഞ്ഞുവെന്നതാണ്. നിങ്ങൾക്കാകാവുന്നതിലധികം നിങ്ങൾ ഞങ്ങൾക്ക് തന്നിരിക്കുന്നു. കൂടുതലായൊന്നും ഞങ്ങൾക്കു വേണ്ട. എല്ലാ സഹായത്തിനും ഞങ്ങൾ നിങ്ങളോട് നന്ദി പറയുന്നു."

വാസിലി ഇടയിലൊന്നും പറയാതെ മൗനം പാലിച്ചു. അയാളുടെ നിശ്ശബ്ദത ഡോക്ടർ പ്രോത്സാഹനമായെടുത്തു. "അമ്മയും കുഞ്ഞും ഇവിടെത്തന്നെ ഞങ്ങളുടെ നിരീക്ഷണത്തിൽ കഴിയും" അദ്ദേഹം തുടർന്നു. "ഒരു മൂന്നാഴ്ച അല്ലെങ്കിൽ ഒരു മാസം. അവരുടെ ആരോഗ്യ സ്ഥിതി ഞങ്ങൾക്ക് ഉറപ്പുവരുത്തണമല്ലോ. പേടിക്കണ്ട... കുട്ടി ജനിച്ചു കഴിഞ്ഞാൽ നിങ്ങൾക്ക് അവരെ പതിവായി വന്നുകാണാം. ഞാൻ കൂടുതലായി ഒന്നും പറയുന്നില്ല. എന്നാലും പറയാം, എല്ലാം വിചാരിച്ചതു പോലെ സംഭവിച്ചാൽ ഫെബ്രുവരി പകുതിയാകുമ്പോഴേക്കും അമ്മ യേയും കുഞ്ഞിനേയും ഞങ്ങൾ നിങ്ങൾക്ക് വിട്ടുതരാം."

വാസിലി മെല്ലെ തല കുലുക്കി.

"എന്നാൽ അങ്ങനെയാവട്ടെ" ഡോക്ടർ ആശ്വാസത്തോടെ നെടു വീർപ്പിട്ടു. "ഒരു കാര്യം നിങ്ങൾ മനസ്സിലാക്കണം. ഇതെല്ലാം ഞാൻ ചെയ്യുന്നത് എന്റെ സാമ്പത്തിക സ്ഥിതി മെച്ചപ്പെടുത്താനല്ല." എന്തോ

ഡോക്ടറുടെ വാക്കുകളിലൊരു തിടുക്കം. സ്വയം ന്യായീകരിക്കാൻ ശ്രമിക്കുന്നതുപോലെ. "ഞാൻ..." "എനിക്കറിയാം മകനേ...." വാസിലി ഇടയിൽ കയറി പറഞ്ഞു. "വിശ്വാസം... അതിനേക്കാൾ വലുതായി ഒന്നുമില്ല."

കലണ്ടറിലെ മാസം വന്നെത്താൻ മഞ്ഞ് കാത്തുനിന്നില്ല. നവംബർ അവസാനത്തോടെത്തന്നെ നന്നായി മഞ്ഞു പെയ്യാൻ തുടങ്ങി. താഴ്‌വരയുടെ ഒരറ്റം മുതൽ മറ്റേ അറ്റം വരെ മഞ്ഞുപെയ്തുമൂടി. എങ്ങും ഇരുട്ട്... നിശ്ശബ്ദത... എല്ലാ നിറങ്ങളും മാഞ്ഞുപോയി. അവശേഷിച്ചത് കറുപ്പു മാത്രം.

ഡിസംബർ 23-ാം തിയ്യതി അനാട്ടോലിയ ഉറങ്ങാൻ കിടന്നു. അടുത്ത ദിവസം രാവിലെ അവൾ ഉറക്കമുണർന്നില്ല. കൂടിളകിയ തേനീച്ചക്കൂട്ടങ്ങളെപോലെ ഡോക്ടർമാരും ആശുപത്രി ജീവനക്കാരും പരിഭ്രാന്തരായി ചുറ്റും കൂടി. അവളെ ഉണർത്താൻ ശ്രമിച്ചു. എല്ലാ ശ്രമങ്ങളും വിഫലമായി. രോഗിയുടെ സാമാന്യസ്ഥിതിക്ക് ഒരു കുറവും സംഭവിച്ചിരുന്നില്ല. വാസ്തവത്തിൽ ആയിടെ അല്പം മെച്ചപ്പെടുകയാണുണ്ടായത്. എന്നിട്ടും... അതാണവരെ അദ്ഭുതപ്പെടുത്തിയത്. പ്രത്യേകിച്ചൊന്നും ചെയ്യേണ്ടതില്ല. അവർ തീരുമാനിച്ചു. ശരീരത്തിന്റെ വ്യാപാരങ്ങൾ മാത്രം നിരന്തരം നിരീക്ഷിക്കാം. നഴ്സുമാർ അവളെ വശം തിരിച്ചു കിടത്തി. ഞെരമ്പുവഴിയുള്ള തുള്ളിമരുന്നുകൾ യഥാസമയം മാറ്റി. കൃത്യസമയത്ത് ശരീരം തുടച്ച് വൃത്തിയാക്കി. ദേഹത്ത് വ്രണങ്ങൾ വരാതെ ശ്രദ്ധിച്ചു. രക്തപ്രവാഹം ഉറപ്പു വരുത്താൻവേണ്ടി പതുക്കെ തിരുമ്മി ഉഴിഞ്ഞു. അത്രയും ദിവസങ്ങൾക്കിടയിൽ അനാട്ടോലിയയുടെ ശരീരം പറയാനാവാത്ത വിധം ശോഷിച്ചിരുന്നു.

ഏഴുദിവസം മുഴുവൻ അവൾ ഗാഢനിദ്രയിലായിരുന്നു. എട്ടാമത്തെ ദിവസം പെട്രോ കുരയ്ക്കുന്ന ശബ്ദം കേട്ടാണ് അവൾ കണ്ണു തുറന്നത്. ആ പഴയ ആപ്പിൾ മരത്തിന്റെ ചുവട്ടിൽ വാശിയോടെ മാന്തിക്കൊണ്ട് അവൻ ഉച്ചത്തിൽ കുരയ്ക്കുകയായിരുന്നു. നിർത്താതെ കുരച്ചുകൊണ്ട് അവൻ അനാട്ടോലിയയുടെ അരികിലേക്കോടിവന്നു. അവളുടെ കുപ്പായത്തിന്റെ അടിയറ്റത്തിൽ ശ്രദ്ധയോടെ കടിച്ചുപിടിച്ച് തന്നോടൊപ്പം വരാനായി പ്രേരിപ്പിച്ചു. മറുത്തൊന്നും പറയാതെ അവൾ ആ നായയെ അനുഗമിച്ചു. എന്നാൽ ലക്ഷ്യസ്ഥാനത്തെത്തുന്നതിനു മുമ്പായി അവൾ വഴിയിൽ നിന്നു. അവളെ ശാസിക്കുന്ന വിധത്തിൽ പെട്രോ മുരളാൻ തുടങ്ങി. ദേഷ്യപ്പെട്ടുകൊണ്ടുള്ള ആ മുരളൽ. അതാണ് അനാട്ടോലിയയെ ഉറക്കത്തിൽനിന്നും ഉണർത്തിയത്.

അനാട്ടോലിയ കണ്ണു തുറന്നു. എഴുന്നേറ്റിരിക്കാൻ ശ്രമിച്ചു. അപ്പോൾത്തന്നെ തലയിണയിലേക്ക് മറിഞ്ഞുവീണു. തലചുറ്റൽ. അന്നുതന്നെ ഡോക്ടർമാർ ഓപ്പറേഷൻ നടത്തി.

പിറ്റേ ദിവസം ഉച്ചയോടെ മാമിക്കോൺ മലകയറി മാരാനിലെത്തി. കൊടും തണുപ്പേറ്റ് അയാളുടെ അസ്ഥികൾ പോലും മരവിച്ചുപോയിരുന്നു. മഞ്ഞുമൂടികിടക്കുന്ന ഗ്രാമത്തിലേക്ക് ആ സന്തോഷവാർത്തയുമായി അയാൾ ഓടിച്ചെന്നു. ഗ്രാമം മുഴുവൻ, പ്രായമേറെയായ പതിമൂന്ന് സ്ത്രീകളും എട്ടു പുരുഷന്മാരും എത്രയോ ദിവസങ്ങളായി ആ വാർത്ത കേൾക്കാൻ കാത്തിരിക്കുകയായിരുന്നു. അറുപത്തിയെട്ടാം വയസ്സിൽ വാസിലിക്ക് ഒരു കുഞ്ഞ് പിറന്നിരിക്കുന്നു... ഒരു പെൺകുഞ്ഞ്!

കൂട്ടക്കൊലയിൽ നിന്നും അദ്ഭുതകരമാംവണ്ണം രക്ഷ പ്രാപിച്ച അര്യു സാക്കിന്റെ പേരമകൻ വാസിലി. അർഷെക്ബെക്കിന്റെ വീട്ടിലാണ് അര്യു സാക് അഭയം തേടി ചെന്നത്. പ്രശസ്തമായ ഒരു രാജവംശത്തിന്റെ ഏറ്റവും ഒടുവിലത്തെ പിൻതുടർച്ചകാരനായിരുന്നു അർഷെക്ബെക്. ലൂസിയാൻ രാജവംശത്തിലെ ലിവോൺ 6-ാമന്റെ അനന്തരാവകാശി. ആ രാജവംശം എന്നോ നാമാവശേഷമായി.

ഒരു പാറപോലെ പരുക്കനായിരുന്നു വാസിലി കൂഡ്യൂമന്റ്സ്. എന്നാൽ മനസ്സോ? ഒരാട്ടിൻകുഞ്ഞിനെപ്പോലെ മൃദുലം. തനിക്ക് പ്രിയപ്പെട്ടവരെയൊക്കെ അയാൾ വർഷങ്ങൾക്കുമുമ്പേ ശവപ്പെട്ടികളിൽ അടക്കം ചെയ്തു കഴിഞ്ഞിരുന്നു. അച്ഛൻ, അമ്മ, സഹോദരൻ, മൂന്ന് ആൺമക്കൾ, ഭാഗ്യഹീനയായ ഭാര്യ. ആ ദുഃഖങ്ങൾക്കും സഹനങ്ങൾക്കുമൊക്കെ പ്രതിഫലമായി ദൈവം ഇപ്പോൾ അയാൾക്ക് കനിഞ്ഞു നല്കിയിരുന്നു. ജീവിതത്തിന്റെ സൂര്യൻ അസ്തമിച്ചു തുടങ്ങിയ ഈ വേളയിൽ.... സുന്ദരിയും ആരോഗ്യവതിയുമായ ഒരു പെൺകുഞ്ഞിനെ!

മൂന്ന്

ഫെബ്രുവരി സാധാരണഗതിയിൽ ഏറെ കർക്കശമായ ഒരു മാസമാണ്. കഠിനമായ മഞ്ഞുകാറ്റ് ജീവിതം ദുസ്സഹമാക്കും. എന്നാൽ ആ വർഷം എന്തോ കാറ്റും മഞ്ഞും ഉണ്ടായിരുന്നെങ്കിലും അതാരേയും വലച്ചില്ല. വൈകി വിസമ്മതം പ്രകടിപ്പിച്ചെത്തുന്ന പ്രഭാതങ്ങൾ. ഒച്ചയില്ലാതെ, ഉറക്കം തൂങ്ങി മഞ്ഞുകണങ്ങൾ പറ്റിപ്പിടിച്ചു കിടക്കുന്ന തൂവാല കൊണ്ട് തല കണ്ണോളം മൂടി പതുക്കെ പതുക്കെയാണ് നേരം പുലർന്നിരുന്നത്. പ്രഭാതത്തിന്റെ മന്ദമായ നിശ്വാസങ്ങൾ രാത്രിയുടെ ഇരുട്ടിനെ മെല്ലെ തട്ടി അകറ്റി. കോഴികൾക്ക് കൂവാൻ എന്തെന്നില്ലാത്ത വൈമനസ്യം. ആരോ നിർബന്ധിച്ചിട്ടെന്നപോലെ ഒരു പൂവൻ ഉച്ചത്തിലൊന്നു കൂവും. അതോടെ നിശ്ശബ്ദനാകും. തന്റെ കൂവലിനുള്ള മറുപടി ഭൂമിയുടെ മറ്റേ അറ്റത്തുനിന്ന് വന്നെത്താനായി കാത്തിരിക്കയാണെന്ന ഭാവം. വീട്ടുമുറ്റത്തെ നായ്ക്കളും കുരയ്ക്കാതെ മൗനം പാലിച്ചു. വായുവിൽ വട്ടം കറങ്ങി നില്ക്കുന്ന മഞ്ഞുപാളികളെ തുറിച്ചു നോക്കി ഇടയ്ക്കൊന്ന്

അതൃപ്തിയോടെ മുരളുക മാത്രം ചെയ്തു. മഞ്ഞുപാളികൾ വലുതാണെങ്കിൽ, അതിന്റെ അർത്ഥം അധികം നീണ്ടുനില്ക്കാതെ മഞ്ഞുകാറ്റ് വേഗം പിൻവാങ്ങും എന്നാണ്. അത്തവണ ഫെബ്രുവരി തുടങ്ങിയത് കുപ്പായക്കൈയിൽനിന്നും ചെറിയ മഞ്ഞുതുണ്ടുകൾ കുടഞ്ഞു കളഞ്ഞു കൊണ്ടാണ്. ആ മഞ്ഞുതുണ്ടുകൾ മുറ്റത്തെങ്ങും വീണ് കൂമ്പാരം കൂടി കിടന്നു.

വീടുകൾ ഉണരുക ചിമ്മിനിയിലൂടെ പുക പുറത്തേക്കു വിട്ടു കൊണ്ടാണ്. അത് ചുറ്റിച്ചുറ്റി ആകാശത്തേക്കുയരും. മഞ്ഞുകാറ്റുകളിൽ അലിഞ്ഞു ചേരും. ബാക്കിയാവുക വിറകു കത്തിയമർന്നതിന്റെ ഗന്ധം മാത്രം. അതിനൊപ്പം വീട്ടിലുണ്ടാക്കിയ റൊട്ടിക്കഷ്ണങ്ങളായി വെണ്ണയിൽ പൊരിയുന്ന മണവും അന്തരീക്ഷത്തിൽ പരക്കും. ആടുമാടുകളെ കറന്ന് തീറ്റികൊടുത്തു കഴിഞ്ഞിരിക്കും. വയറു നിറഞ്ഞ ആലസ്യത്തിൽ അവ തൊഴുത്തിൽ നിന്ന് ഉറക്കം തൂങ്ങും. രാവിലത്തെ, മുട്ടയിടുക എന്ന പണി കഴിഞ്ഞ് കോഴികൾ മുറ്റത്തേക്കിറങ്ങി ചിക്കിപെറുക്കാൻ തുടങ്ങും. പക്ഷികൾക്കു തിന്നാനുള്ള തീറ്റി നിറച്ച തൊട്ടികൾക്കു ചുറ്റും ടർക്കികൾ ഉലാത്തുന്നതു കാണാം. അവർക്കു അവനവനോടുതന്നെയാണ് ഏറ്റവും ഭ്രമം. "ഞാനെന്ന ഭാവത്തോടെ" ഇടയ്ക്കിടയ്ക്ക് ഒച്ചയുണ്ടാക്കിക്കൊണ്ട് പറമ്പിൽ ചുറ്റിനടക്കലാണ് അവയ്ക്കു രസം. കുളക്കോഴികൾ എപ്പോഴും പരസ്പരം കലഹിച്ചുകൊണ്ടിരിക്കും. വെള്ളത്തിന്റെ അടുത്തു നിന്ന് മാറുകയില്ല. ആ ഭാഗത്തേക്ക് വേറെ ആരേയും പ്രവേശിപ്പിക്കുകയില്ല.

ഓവൻസിന്റെ വരാന്തയിൽ നിന്ന് പല ഭാഗത്തേക്കായി നാലുപാതകൾ നീണ്ടു കിടക്കുന്നു. ഒന്നിനും രണ്ടടിയിൽ കൂടുതൽ വീതിയില്ല. ഇപ്പോൾ വഴിയെല്ലാം മഞ്ഞുവീണു കുഴഞ്ഞു കിടക്കുകയാണ്. ഒരു വഴി നീളുന്നത് കോഴിക്കൂടിന്റേയും തൊഴുത്തിന്റേയും ഭാഗത്തേക്കാണ്. ഇനിയൊന്ന് നിലവറയിൽ ചെന്നു ചേരുന്നു. മൂന്നാമത്തെ വഴിയെ പോയാൽ മറപ്പുരയായി. നാലാമത്തേത് പടിക്കലേക്ക്. പറമ്പു മുഴുവൻ മഞ്ഞുമൂടി കിടക്കുകയാണ്. കുറേ നാളത്തേക്ക് അത് അങ്ങനെത്തന്നെ കിടക്കും. വീട്ടുപക്ഷികളുടെ കലപില ശബ്ദം ഇടയ്ക്ക് കേൾക്കുന്നതൊഴിച്ചാൽ പൊതുവേ നിശ്ശബ്ദമായ ചുറ്റുപാട്. "ഒച്ചയുണ്ടാക്കരുത്" എന്ന് ആരോ ശാസിച്ചിരുത്തിയിട്ടുള്ളതുപോലെ. ഇടയ്ക്ക് കാറ്റിന്റെ ദീർഘശ്വാസത്തിന്റെ ശബ്ദം. ചിലപ്പോൾ താഴേക്കു വീണുകൊണ്ടിരിക്കുന്ന മഞ്ഞുതുണ്ടുകൾ തമ്മിൽ തമ്മിൽ അടക്കം പറയുന്ന ശബ്ദം.

അടുക്കള വാതിലിനരികിലായി മരം കൊണ്ടുള്ള വലിയൊരു വീപ്പ. ഓവൻസ് ഷാൽവാന്റ്സ് അതിന്റെ മുകളിൽ കയറിയിരുന്നു. അവിടെയിരുന്ന് അയാൾ തന്റെ പ്രാതലിനുള്ള രണ്ടുമുട്ടയും ആറ് വലിയ സ്പൂൺ പഞ്ചസാരയും അടിച്ചു പതപ്പിച്ചു. സ്റ്റൗവിൽ ചായക്കെറ്റിലിൽ വെള്ളം തിളച്ചു കൊണ്ടിരുന്നു. അതിന്റെ മൂക്കിൽ കൂടി ചൂളം വിളിയോടെ ആവി

പുറത്തേക്ക് വരുന്നുണ്ടായിരുന്നു. മേശപ്പുറത്ത് വലിയ കഷ്ണങ്ങളാക്കി മൊരിച്ചെടുത്ത റൊട്ടി തട്ടത്തിലിരുന്ന് പുതുക്കെ ചൂടാറുന്നു, വക്കുകൾ അല്പം കരിഞ്ഞുവെങ്കിലും രുചികരമായ മണം പരത്തിക്കൊണ്ട്.

"കെറ്റിൽ ഞാനെടുക്കണോ, അതോ നീ തന്നെ എടുത്തുകൊണ്ടു വരുമോ?" ഓവൻസ് അല്പം ദേഷ്യത്തോടെ ചോദിച്ചു.

യാസാമാൻ ചാക്കുതുണി സോപ്പുവെള്ളത്തിൽ മുക്കി തറ തുടയ്ക്കുകയായിരുന്നു. അവരും ദേഷ്യത്തോടെ മറുപടി പറഞ്ഞു.

"ഞാൻ കൊണ്ടുവന്നു തരാം. അവിടെയിരുന്നാൽ മതി"

"സ്വന്തം വീട്ടിൽ നിന്റെ അനുവാദം കൂടാതെ എനിക്കൊരടിവെക്കാൻ പോലും പാടില്ലെന്നോ?"

"വേണ്ട, കൂടുതൽ പറഞ്ഞ് കാര്യം വഷളാക്കണ്ട"

ഓവൻസ് മുട്ട പതപ്പിച്ചത് ലേശം നാക്കിൽ വെച്ചു രുചി നോക്കി. പഞ്ചസാരത്തരികൾ പിന്നേയും ബാക്കി. അയാൾ വീണ്ടും ശബ്ദമുണ്ടാക്കിക്കൊണ്ട് മുട്ട പതപ്പിക്കാൻ തുടങ്ങി.

"ഇത്തവണ പഞ്ചസാരയിൽ മുഴുവൻ മുഴുത്ത തരികളാണ്. എത്ര അടിച്ചിട്ടും അലിയുന്നില്ല." അയാൾ അക്ഷമനായി. "മൂക്കുച്ചിനോടു പറയണം ഇതുപോലെയുള്ളത് കൊണ്ടുവരരുത് എന്ന്."

"തരി വലുതായതുകൊണ്ട് പഞ്ചസാര ചീത്തയാകണമെന്നില്ല." യാസാമൻ പിറുപിറുത്തു. തുണി സോപ്പുവെള്ളത്തിൽ മുക്കി അവർ മേശയുടെ ചുവട്ടിൽ തുടച്ചു. പതുക്കെ വാതിലിനരികിലേക്കു നീങ്ങി.

"പഞ്ചസാര നല്ലതോ ചീത്തയോ. അടിച്ചടിച്ച് എന്റെ കൈ കുഴഞ്ഞു."

"എന്തായാലും നിങ്ങൾ നിലം തുടയ്ക്കുകയല്ലല്ലോ." ഓവൻസ് ദേഷ്യപ്പെട്ട് ഒച്ചയെടുത്തു. "ഞാൻ പറഞ്ഞതല്ലേ സഹായിക്കാമെന്ന്"

"അതെ അതെ... നിങ്ങൾ സഹായിക്കുന്നതോടെ എന്റെ പണി ഇരട്ടിയാകും. നിങ്ങൾ തൂത്തു തുടച്ചതിന്റെ പിന്നാലെ എനിക്ക് വീണ്ടും അതൊക്കെ ചെയ്യേണ്ടി വരും"

നിലം തുടയ്ക്കുന്നതിനിടയിൽ യാസാമൻ പറഞ്ഞു.

"അവരുടെ വീട് വൃത്തിയാക്കുന്നത് വേറെ കാര്യം. നമ്മുടെ വീട് ഇങ്ങനെ തുടച്ചു മിനുക്കേണ്ട കാര്യമുണ്ടോ?" ഓവൻസ് പിറുപിറുത്തു.

യാസാമൻ പരവതാനി തട്ടിക്കുടഞ്ഞു. തുടയ്ക്കുന്ന ചാക്കുതുണി നല്ല വെള്ളത്തിൽ കഴുകി വൃത്തിയാക്കി. ഒരിക്കൽക്കൂടി അടുക്കള തുടച്ചു മിനുക്കി. ഭർത്താവിന്റെ അരികിൽ വന്നിരുന്നു. തണുത്ത വെള്ളത്തിൽ തട്ടി ചുകന്ന് ചുളിവീണ കൈപ്പടങ്ങൾ അവർ കാൽമുട്ടിൽ ചേർത്തു വെച്ചു. തേച്ചു കഴുകിയ തറ നന്നായി ഉണങ്ങുന്നതുവരെ കാൽനിലത്തു കുത്താതെ അവർ കാത്തിരുന്നു.

“അണുബാധ ഓർക്കാപ്പുറത്തുണ്ടാകുന്ന സംഗതിയല്ല. മനസ്സിലായോ?” ജോലി ചെയ്തതിന്റെ ക്ഷീണം. അവർ ചെറുതായി കിതയ്ക്കുന്നുണ്ടായിരുന്നു. “ചെറിയ കുഞ്ഞ്... എങ്ങനെയാണെന്ന് മറന്നുപോയോ?”

“ഞാൻ മറന്നിട്ടില്ല... അണുബാധയെ ഇത്ര ഭയമാണെങ്കിൽ നിലം തുടക്കേണ്ട. കുഞ്ഞിനെ കാണാനും പോകേണ്ട.”ഓവൻസ് ഭാര്യയെ നോക്കി ചിരിച്ചു. യാസാമാൻ ഭർത്താവിന്റെ നേരെ തിരിഞ്ഞ് പുരികമുയർത്തി. “എൺപത്തിയഞ്ചു കഴിഞ്ഞ വയസ്സൻ. തലച്ചോറിനാണെങ്കിൽ നായക്കാട്ടത്തിന്റെ വലുപ്പവും”

അതിനു തക്ക മറുപടി പറയാൻ ഓവൻസ് നാക്കെടുത്തതാണ്. പിന്നെ വേണ്ടെന്നു വെച്ചു. പാവം യാസാമാൻ. രാവിലെ മുതൽ ജോലിയെടുത്ത് ക്ഷീണിച്ചിരിക്കുകയാണ്. വെറുതെ എന്തിന് ദേഷ്യം പിടിപ്പിക്കണം?

“ഇനി ഞാൻ മേശയുടെ അരികിലേക്കു വരട്ടെ. ഇനിയും വൈകിച്ചാൽ ചായയ്ക്കു തിളപ്പിച്ച വെള്ളം മുഴുവൻ തണുക്കും.” അയാൾ വളരെ സൗമ്യനായി അപേക്ഷിച്ചു.

“തറ ഉണങ്ങിയിരിക്കുന്നു.” അടുക്കളയുടെ നിലത്തിലേക്ക് യാസാമാൻ സൂക്ഷിച്ചു നോക്കി. “ബക്കറ്റിലെ ചീത്തവെള്ളം പുറത്തുകൊണ്ടുപോയി കളഞ്ഞ്, നല്ലവണ്ണം കഴുകി കൊണ്ടു വരൂ. അപ്പോഴേക്കും പ്രാതൽ തയ്യാറാക്കാം.” യാസാമാൻ ഭർത്താവിന് നിർദ്ദേശം നല്കി.

ഓവൻസ് അടിച്ചു പതപ്പിച്ചുവെച്ചിരിക്കുന്ന മുട്ടയും പഞ്ചസാരയുമെടുത്ത് അവർ എഴുന്നേറ്റു. പാത്രങ്ങൾ അടുക്കിവെക്കുന്ന തട്ടിനു മുകളിൽ തൂക്കിയിട്ടുള്ള ക്ലോക്ക് ഒമ്പതുമണി അടിച്ചു. പ്രായാധിക്യം.... അതിന്റെ സ്വരവും പതറിത്തുടങ്ങിയിരിക്കുന്നു. വേണ്ടത്ര സമയമുണ്ട്. എന്നാലും ഇന്ന് കുറച്ചധികം തിരക്കുള്ള ദിവസമാണ്. മാരാനിലെ വൃദ്ധകളെല്ലാം പതിനൊന്നു മണിയോടെ സാറ്റനിക്കിന്റെ വീട്ടിലെത്തണം. അന്നത്തെ ആഘോഷം പ്രമാണിച്ചുള്ള സദ്യയൊരുക്കാൻ. പുരുഷന്മാരുടെ ജോലി മാരാനിലേക്കുള്ള വഴി നേരെയാക്കലാണ്. മഞ്ഞു വാരാനുള്ള കൈക്കോട്ടുമായി അവരിപ്പോൾ പണിക്കിറങ്ങും. അതുകൊണ്ട് പ്രയോജനമുണ്ടാവുമെന്നു തോന്നുന്നില്ല. നിൽക്കാതെ മഞ്ഞുപെയ്തുകൊണ്ടിരിക്കയാണ്. എന്നാലും എന്തെങ്കിലും ഒന്നും ചെയ്യാതിരിക്കാനാവുമോ? മൂക്കൂച്ച് നെമിസ്റ്റാന്റ് വണ്ടിയും കൊണ്ട് തലേന്നു വൈകീട്ടു തന്നെ താഴ്വരയിലേക്കു പോയിട്ടുണ്ട്. ഉച്ചയോടെ അയാൾ തിരിച്ചെത്തും. വണ്ടിയിൽ വാസിലിയും അനാട്ടോലിയയും അവരുടെ കൊച്ചുമകൾ വോസ്കെയുമുണ്ടാകും. ആ വണ്ടിക്ക് സുഗമമായി കടന്നുവരാൻ വേണ്ട വഴി ഒരുക്കണ്ടേ? മഞ്ഞും കാറ്റും യാത്രയ്ക്കു തടസ്സമാവുമോ എന്തോ?

അവരെ ആംബുലൻസിൽ മാരാനിലേക്കു കൊണ്ടുവരാൻ ഒരു ശ്രമം നടത്തിയതാണ്. പക്ഷേ നടന്നില്ല. ആ മലമ്പാതയുടെ മഞ്ഞുമൂടി

കിടക്കുന്ന വളവുകളിൽ വാഹനം കുടുങ്ങിപ്പോയി. ഒടുവിൽ മുന്നോട്ടു പോകാനാകാതെ ആംബുലൻസ് തിരിച്ചു മലയിറങ്ങി. വിവരമറിഞ്ഞ്, ഉച്ചയുറക്കം കഴിഞ്ഞെഴുന്നേറ്റ് മൂക്കുച്ച് വണ്ടിയും കൊണ്ട് താഴേ പോകാൻ തയ്യാറായി. വണ്ടിയിൽ കമ്പിളിപ്പുതപ്പുകളും കോട്ടുകളും എടുത്തുവെച്ചു. അനാട്ടോലിയേയും കുഞ്ഞിനേയും പുതപ്പിക്കാൻ പ്രത്യേകം പുതപ്പുകൾ തയ്യാറാക്കി. സഹായിക്കാൻ വേറൊരു കിഴവനെ കൂടെ കൂട്ടി. മഞ്ഞും കാറ്റുമൊന്നും കണക്കാക്കാതെ അയാൾ വണ്ടിയുമായി ഇറങ്ങി. എല്ലാം വേണ്ടതുപോലെ നടന്നാൽ ഇന്ന് അവർ മാരാനിലെത്തും. ഉച്ചതിരിഞ്ഞ് മൂന്നുമണിയോടെ.

അത് വാലിൻക ഐമ്പോഗാൻട്സിന്റെ ആശയമായിരുന്നു. മാരാനിൽ എത്തുന്ന ആ പുതിയ കുടുംബത്തെ വരവേല്ക്കാൻ ഹൃദ്യമായ വിരുന്ന്. അവർ മൂക്കുച്ചിനെ വണ്ടിയുമായി താഴ്‌വരയിലേക്കു യാത്രയാക്കി. അതിനുശേഷം ആരും പിരിഞ്ഞുപോയില്ല. കൂട്ടത്തിലൊരാളുടെ വീട്ടിൽ എല്ലാവരും ഒരുമിച്ചിരുന്നു. തീ അണഞ്ഞിട്ടില്ലാത്ത അടുപ്പിനു ചുറ്റുമിരുന്ന് രസകരമായൊരു സായാഹ്നം. കനലിൽ ചുട്ട ഉരുളക്കിഴങ്ങു തിന്നു. ചെറിപഴത്തിന്റെ ചാറു കുടിച്ചു. പലപല വർത്തമാനങ്ങൾ പറഞ്ഞു. നാളെ നടക്കാൻ പോകുന്ന നല്ല കാര്യങ്ങളെക്കുറിച്ച് ഇന്നു വൈകീട്ടു ചർച്ച ചെയ്യില്ല. അത് ഭാഗ്യക്കേടാകുമത്രെ. ലഘുഭക്ഷണത്തിനുശേഷം പുരുഷന്മാർ പകിട കളിക്കാനിരുന്നു. സ്ത്രീകൾ പാത്രങ്ങൾ കഴുകിവെച്ച് ചില്ലറ തുന്നൽപ്പണികളിലേർപ്പെട്ടു. അങ്ങനെ സ്വൈരമായിരിക്കുമ്പോഴാണ് വാലിൻക ആ നിർദ്ദേശം മുമ്പോട്ടുവെച്ചത്. “അനാട്ടോലിയയേയും കുഞ്ഞിനേയും സ്വാഗതം ചെയ്യാനായി നമുക്കെല്ലാവർക്കും കൂടി ഒരു വിരുന്നൊരുക്കിയാലോ?” അവർക്കാർക്കും അതത്രയ്ക്കു പിടിച്ചില്ല. എല്ലാവരും പ്രായമായവരല്ലേ?

“തടസ്സങ്ങളൊന്നും കൂടാതെ ആദ്യം അവർ വന്നെത്തട്ടെ. എന്നിട്ടു നമുക്കാലോചിക്കാം ആഘോഷവും... വിരുന്നും”. മറിയം ബെക്കൽവന്റ്സ് ഉടനെ പ്രതികരിച്ചു. സ്വരം ദൃഢമായിരുന്നെങ്കിലും അവരുടെ മുഖത്ത് ആശങ്ക പ്രകടമായിരുന്നു. ഭയത്തോടെ അവർ കൈകളുയർത്തി.

വാലിൻക നീരസം മറക്കാതെ അമർത്തിമൂളി.

“നമുക്ക് പിന്നെ ആലോചിക്കാം എന്നു പറയുന്നതിലെന്തർത്ഥം? അനാട്ടോലിയ പ്രസവിച്ചു കഴിഞ്ഞു. അങ്ങനെ നമ്മുടെ ആയുസ്സിന്റെ ദൈർഘ്യവും കൂടി. എന്തിനാ എന്നെ ഇങ്ങനെ മിഴിച്ചു നോക്കുന്നത്? ഞാൻ പറഞ്ഞതിൽ തെറ്റുണ്ടോ? ഇത്രനാളും നമ്മൾ മരണം കാത്തിരിക്കുന്നവരായിരുന്നു. ഇനി നമുക്ക് മരിക്കാൻ പറ്റുമോ? ഒരു കുഞ്ഞിനെ വളർത്തി വലുതാക്കി ഈ ലോകത്തിന്റെ കൈയിൽ ഏൽപിക്കേണ്ട ചുമതലയില്ലേ?”

ഒരു നിമിഷം. ആ മുറിയിൽ മുഴുവൻ കനത്ത നിശ്ശബ്ദത നിറഞ്ഞു. വിറകടുപ്പിൽ കൊള്ളികൾ പൊട്ടുന്ന ശബ്ദം മാത്രം.

"സാറ്റനിക് പറയട്ടെ, അവളുടെ മനസ്സിലുള്ളത്. അവളാണല്ലോ വാസിലിയുടെ ബന്ധു." യാസാമാൻ ഒന്നാലോചിച്ചതിനുശേഷം തന്റെ അഭിപ്രായമറിയിച്ചു.

എല്ലാവരുടേയും നോട്ടം സാറ്റനിക്കിന്റെ നേരെ തിരിഞ്ഞു. അവർ ആദ്യം ചുണ്ടു കടിച്ച് ശങ്കിച്ചു നിന്നു. പിന്നെ തൊണ്ട തെളിയിച്ചുകൊണ്ടു പറഞ്ഞു. "എനിക്ക് തോന്നുന്നത് അത് നല്ലൊരു കാര്യമാണെന്നാണ്. അനാട്ടോലിയയ്ക്കും വാസിലിക്കും വളരെ സന്തോഷമാകും. അവരെ സ്വാഗതം ചെയ്യാൻ അസ്സലൊരു വിരുന്ന്. നമ്മൾ അവരെ സ്നേഹാദരങ്ങളോടെ വരവേല്ക്കുന്നു. അവസരത്തിനു യോജിച്ച വിഭവങ്ങളൊരുക്കുന്നു."

പിന്നീടുള്ള സമയം അവർ ചെലവഴിച്ചത് എന്തെല്ലാം വിഭവങ്ങളൊരുക്കണം എന്നു തീരുമാനിക്കാനായിരുന്നു. മേശപ്പുറത്ത് വിളമ്പിവെച്ചിരിക്കുന്ന വിഭവങ്ങൾ കണ്ട് ആ പുതുപുത്തൻ മാതാപിതാക്കൾ അഭിമാനം കൊള്ളണം. മാതളക്കുരുവും ഉള്ളിയും ചേർത്ത് ടർക്കി പാകം ചെയ്യാം. മുതിര വേവിച്ചരച്ച് നല്ലൊരു ചമ്മന്തി. ചെറിപ്പഴങ്ങൾ ചേർത്ത് താറാവ് ബേക് ചെയ്തെടുത്തതു വേണം. കോഴി വേവിച്ച് സലാഡുണ്ടാക്കാം. അതിൽ ധാരാളം അക്രോട്ട് പരിപ്പു പൊടിച്ചു ചേർക്കണം. പിന്നെ, വെള്ള വീഞ്ഞും ചോളപ്പൊടിയും കലർത്തി ഉപ്പിട്ടു തയ്യാറാക്കിയെടുത്ത മാവിൽ മുക്കി ബ്രിൻസ പൊരിച്ചെടുക്കാം. മധുരത്തിന് കർക്കേനിയും വിളമ്പാം. വളരെ പ്രധാനപ്പെട്ട അവസരങ്ങളിൽ മാത്രം വിളമ്പുന്ന ഒരു വിഭവമായിരുന്നു കർക്കേനി.

പതിനൊന്നു മണിയോടുകൂടി കമ്പിളിക്കോട്ടു ധരിച്ച്, മഞ്ഞു നീക്കാനുള്ള കൈക്കോട്ടുകളുമായി പുരുഷന്മാർ പുറത്തേക്കിറങ്ങി. ഉച്ചയാകുമ്പോഴേക്കും മാരാനിലേക്കുള്ള വഴി കുറെയെങ്കിലും സഞ്ചാരയോഗ്യമാക്കണം. സ്ത്രീകൾ സമയം പാഴാക്കാതെ പാചകത്തിലേക്കു കടന്നു. ചിലർ ടർക്കി പൊരിച്ചെടുക്കുന്ന പണി തുടങ്ങി. അതിനുശേഷം അതിനെ വറുത്ത ഉള്ളിയും മാതളക്കുരുവും സമൃദ്ധമായി ചേർത്ത് ഇളക്കി വെക്കണം. വേറെ ചിലർ താറാവിന്റെ പിറകെ പോയി. ഇനിയൊരു കൂട്ടർ കോഴി വേവിച്ച് സലാഡ് ഉണ്ടാക്കുന്ന തിരക്കിലായി. പ്രധാന ഭക്ഷണത്തിനു മുമ്പ് വിളമ്പാനുള്ള ചില്ലറ കടികളുടെ പണിയായിരുന്നു ഇനിയൊരു കൂട്ടർക്ക്. കർക്കേനി തയ്യാറാക്കേണ്ട ചുമതല മുഴുവനായും അവർ വാലിൻകയേയും യാസാമാനേയും ഏല്പിച്ചു. അവർ രണ്ടുപേരുമാണ് മാരാനിലെ ഏറ്റവും കാര്യപ്രാപ്തിയുള്ള വീട്ടമ്മമാർ.

മുറ്റത്ത് അടുപ്പു കൂട്ടാനായി ഒരിടം, മഞ്ഞുകട്ടകൾ മാറ്റി ഉണക്കിയെടുക്കണം. യാസാമാന് അതൊരു ഭാരിച്ച പണിയായിരുന്നു. വാലിൻക

ഉതിർന്നുവീണ മൂന്ന് ആകാശപ്പഴങ്ങൾ

മാവു കുഴയ്ക്കാൻ തുടങ്ങി. രണ്ടുമാതിരി കുഴച്ചെടുക്കേണ്ടതുണ്ട്. അതിനുള്ളിൽ നിറയ്ക്കാനായി നെയ്യും പഞ്ചസാരയും വാനിലയും പൊടിച്ച അണ്ടിപ്പരിപ്പുകളും ചേർന്ന് ഒരു മിശ്രിതം തയ്യാറാക്കണം.

വാലിൻകയും യാസാമാനും ചേർന്ന് കുഴച്ചു വെച്ച മാവു പരത്തി വലിയ പൂരികളുണ്ടാക്കി. അതിൽ തയ്യാറാക്കി വെച്ചിരുന്ന മധുരം നിറച്ചു. അറ്റങ്ങൾ കൂട്ടിയോജിപ്പിച്ച് കിഴിപോലെ ഞൊറിഞ്ഞെടുത്തു. ഞൊറിത്തുമ്പുകൾ വിരലുകൊണ്ട് അമർത്തി യോജിപ്പിച്ചു. അകത്തു നിറച്ച മധുരം പുറത്തുപോകരുതല്ലോ. അതിനുശേഷം ആ കിഴികൾ അതിലും വലിയ മറ്റൊരു പൂരിയിൽ ഭദ്രമായി പൊതിഞ്ഞെടുത്തു. ആദ്യത്തെ പൂരി മാവ് ധാരാളം വെണ്ണ ചേർത്ത് കുഴച്ചതായിരുന്നു. രണ്ടാമത്തേത് സാധാരണ മട്ടിൽ കുഴച്ചതും. അവസാനം കിഴിയിൽ പൊതിഞ്ഞ മധുരക്കിഴി അവർ ചൂടുള്ള ചാരത്തിനുള്ളിൽ പൂഴ്ത്തിവെച്ചു. ഉച്ചതിരിഞ്ഞ് മൂന്നു മണിയായപ്പോഴേക്കും കർക്കേനി തികച്ചും പാകമായി കിട്ടി. അപ്പോഴേക്കും മൂക്കുച്ച് നേമിസ്റ്റാന്റിന്റെ വണ്ടി മുക്കിയും മൂളിയും ഞരങ്ങി മുറ്റത്തു വന്നുനിന്നു. അതിനുള്ളിൽ വാസിലിയും കമ്പിളിപുതപ്പുകൾ കൊണ്ട് അടിമുടി പുതച്ച് അനാട്ടോലിയയും അവരുടെ കൊച്ചുമകളും.

യാസാമാനും വാലിൻകയും ചൂടുചാരത്തിൽ നിന്നും പലഹാരക്കിഴികൾ പുറത്തെടുത്തു. ചാരമെല്ലാം തട്ടിമാറ്റി. മാവു പരത്തുന്ന മരക്കോലുകൊണ്ട് പുറത്തെ കിഴി പതുക്കെ തട്ടിപ്പൊട്ടിച്ചു. ചൂടേറ്റ് നന്നായി വരണ്ട പുറന്തോട് എളുപ്പത്തിൽ അടർന്നു വീണു. വീണുപോകാതെ ശേഷിച്ച ചെറിയ ഭാഗങ്ങൾ അവർ അടർത്തിമാറ്റി. അകത്ത് മധുരം നിറഞ്ഞ, വെണ്ണയിൽ കുതിർന്ന മൃദുലമായ പേസ്ട്രി. മധുരക്കിഴി തുറന്ന അതേ സമയത്താണ് മൂക്കുച്ചിന്റെ വണ്ടി പതുക്കെ ഉരുണ്ട് സാറ്റനിക്കിന്റെ വീട്ടുമുറ്റത്തു വന്നു നിന്നത്. ഒപ്പം മാരാനിലെ അപ്പൂപ്പന്മാരും. തിടുക്കത്തിൽ ഓരോ കമ്പിളി പുതപ്പെടുത്ത് തോളിലിട്ട് യാസാമാനും വാലിൻകായും വരാന്തയിലേക്കു വന്നു. കൈയിലെ തട്ടത്തിൽ അപ്പോൾത്തന്നെ ചുട്ടെടുത്ത കർക്കേനി. അവർ അഭിമാനത്തോടെ തല ഉയർത്തിപ്പിടിച്ചിരുന്നു. അപ്പോഴും പുറത്തു മഞ്ഞു പെയ്യുന്നുണ്ടായിരുന്നു.

വാലിൻകയും യാസാമാനും പുറകിലായി സാറ്റനിക്... പതുക്കെ ഓരോ അടിവെച്ച്, അവരുടെ കൈയിൽ ചെറിയൊരു പൊതി. വർഷങ്ങൾക്കു മുമ്പ് വാസിലി സൂക്ഷിക്കാനേല്പിച്ച അയാളുടെ മൂന്നുമക്കളുടെ ഫോട്ടോകൾ. അവരുടെ മുഖത്ത് തെളിവാർന്നൊരു ചിരിയുടെ വെളിച്ചം. ആ ഫോട്ടോകൾ അതിന്റെ ഉടമസ്ഥനെ തിരിച്ചേല്പിക്കാനുള്ള സമയമായിരിക്കുന്നു. അവരുടെ ആ ബന്ധുവിന് കണ്ണു നനയാതെ ആ ഫോട്ടോകളിലേക്ക് നോക്കാനുള്ള മനക്കരുത്ത് ഇപ്പോഴുണ്ട്. മൂന്ന് കൊച്ച് ആൺകുട്ടികൾ. അവരുടെ സുന്ദരമായ മുഖം... ചിരി തുളുമ്പുന്ന കണ്ണുകൾ.

ഉപസംഹാരം

ആറുമാസമായപ്പോഴേക്കും അവളുടെ കൊഴുത്തുരുണ്ട കൈകാലുകൾ തറയിൽ അമർത്തിപ്പിടിച്ച് മുന്നോട്ട് നീങ്ങാൻ വോസ്കെ പഠിച്ചുകഴിഞ്ഞിരുന്നു. പതുക്കെ ഇരിക്കാൻ വശമാക്കി. അതുകഴിഞ്ഞ് പിടിച്ചു നില്ക്കാനുള്ള ശ്രമമായി. കൗതുകം തോന്നിക്കുന്ന ചലനങ്ങൾ. അമ്മയുടെ കാലിൽ ചുറ്റിപ്പിടിച്ചാണ് എഴുന്നേല്ക്കാൻ ഉത്സാഹിക്കുന്നത്. അതു സാധിക്കാതെ വന്നാൽ കുഞ്ഞ് കരയാൻ തുടങ്ങും. കാഴ്ചയിൽ അവൾ അച്ഛന്റെ മകളാണ്. ചൂടാറിയ ചാരത്തിന്റെ നിറമുള്ള കണ്ണുകൾ. ഉയർന്ന പുരികങ്ങൾ. കറുത്തു നീണ്ട കണ്ണിമകൾ. അമ്മയിൽ നിന്നും അവൾക്കു കിട്ടിയത് ആ മുടിയഴകാണ്, അപൂർവ്വമായൊരു നിറം, തേനിന്റെ ജനിച്ച ഉടനെ കുറെ നാൾ അതിന് വെള്ളനിറമായിരുന്നു. പക്ഷേ, അന്നേ അനാട്ടോലിയയ്ക്കറിയാമായിരുന്നു. പോകെപ്പോകേ അത് ഇരുണ്ടുവരുമെന്ന്. തന്റെ മുടിയുടെ നിറമാകും കുഞ്ഞിന്റെ മുടിക്കും സ്വർണ്ണഗോതമ്പിന്റെ, പ്രകാശം പ്രസരിക്കുന്ന നിറം. അനാട്ടോലിയ സ്വന്തം മുടിയിഴകൾ തൊട്ടു നോക്കി. പ്രസവത്തിനുശേഷം പെട്ടെന്ന് മുടി നരക്കാൻ തുടങ്ങിയിരിക്കുന്നു.

ഉറക്കക്കുറവും ആകപ്പാടെയുള്ള ക്ഷീണവും... അത് ശരീരത്തിനായിരുന്നു. മനസ്സിൽ അനാട്ടോലിയയ്ക്ക് നല്ല ഉത്സാഹവും പ്രസരിപ്പുമായിരുന്നു. വീട്ടുപണികൾ ഓരോന്നായി മടുപ്പു കൂടാതെ ചെയ്തുകൊണ്ടിരുന്നു. ഭക്ഷണം പാകം ചെയ്തു. തുണി അലക്കി. വീടു വൃത്തിയാക്കി. ആടുമാടുകളുടെ കാര്യവും അടുക്കളത്തോട്ടത്തിലെ പണികളും വാസിലിയുടെ ചുമതലയായിരുന്നു. നനയ്ക്കണം, കള പറിക്കണം, വിത്തു പാകണം, വിളവെടുക്കണം, ആടുകളെ കറന്ന് പാൽ കൊണ്ടുവരണം. ക്രമേണ ചീസുണ്ടാക്കുന്നതിലും അയാൾ മിടുക്കനായി. ഇടയ്ക്ക് അനാട്ടോലിയോ പറഞ്ഞു ചിരിക്കുമായിരുന്നു ആയിടെയാണ് വശമാക്കിയതെങ്കിലും തന്നേക്കാൾ നന്നായി അയാൾ ബ്രിൻസ ഉണ്ടാക്കാൻ തുടങ്ങിയിരിക്കുന്നുവെന്ന്.

വാസിലി കുഞ്ഞിനുവേണ്ടി ഒരു ചെറിയ വണ്ടി ഉണ്ടാക്കി. ഒട്ടേറെ ദിവസം ആലയിലിരുന്നു പണിയേണ്ടിവന്നു. പണി കഴിഞ്ഞപ്പോൾ വണ്ടിക്ക് കുറച്ചധികം ഭാരം. എന്നാലും ഉന്തിക്കൊണ്ടു നടക്കാൻ ഒട്ടും പ്രയാസമില്ലായിരുന്നു. വൈകുന്നേരമായാൽ കുഞ്ഞിനെ വണ്ടിയിലിരുത്തി മാരാനാകെ ഒന്നു ചുറ്റി വരും. ഓരോ പടിക്കലും വണ്ടി നിർത്തി വയസ്സന്മാരുടെ സുഖവിവരമന്വേഷിക്കും. വണ്ടിയിലിരുന്ന വോസ്കെ കിളികളെപോലെ ചിലയ്ക്കും. ആരെങ്കിലും വണ്ടിയിൽ നിന്നു പൊക്കിയെടുത്താലും അവൾ വിരോധം പ്രകടിപ്പിച്ചിരുന്നില്ല. ചിലപ്പോൾ ഏതെങ്കിലും അപ്പൂപ്പനോ അമ്മൂമ്മയോ മുട്ടനാടുകൾ തമ്മിൽ തമ്മിൽ ഇടികൂടിയതിന്റെ പഴംപാട്ടുപാടും. ഒപ്പം വിരലുകൾ കൊണ്ട് ഇടി കൂടുന്ന രംഗം കാണിക്കും. കുഞ്ഞ് കുടുകുടെ ചിരിക്കാൻ തുടങ്ങും.

ഈസ്റ്റർ അവധിക്കാലത്ത് ടൈഗ്രാനും നടാസ്യയും നാട്ടിൽ വന്നു. അപ്പോഴാണ് ഫാദർ അസേറിയ കുഞ്ഞിന് വിധി പ്രകാരം പേരിടൽ നടത്തിയത്... വോസ്കെ. ചടങ്ങു തീരുവോളം യാതൊരു വാശിയും കൂടാതെ അവളുടെ തലതൊട്ടപ്പന്റെ മടിയിൽ കുഞ്ഞ് സന്തോഷമായി ഇരുന്നു. എന്നാൽ മാമോദീസ മുക്കിയപ്പോൾ വലിയ ഒച്ചയിൽ വോസ്കെ നിലവിളിച്ചു. വെള്ളം നിറച്ച പിച്ചളപ്പാത്രം കാലുകൊണ്ട് നല്ലൊരു തട്ടും തട്ടി. അതേ പാത്രത്തിലാണ് തലേദിവസം വാലിൻക സ്ട്രോബറി ജാം തയ്യാറാക്കിയത്, ആ ആണ്ടിലെ ആദ്യത്തെ ജാം വെളുപ്പിനേ എഴുന്നേറ്റ് അവർ പാത്രം തേച്ചു മിനുക്കിയിരുന്നു. സ്വർണ്ണംപോലെ തിളങ്ങുന്ന പാത്രത്തിന് കൂടുതൽ ഭംഗി വരുത്താൻ ചുറ്റും ഒരു ലേസുറിബ്ബണും കെട്ടിയിരുന്നു.

കുഞ്ഞിന്റെ കരച്ചിൽ, ആ പഴയ മാരാൻ പള്ളിയുടെ ചുമരുകളെ പിടിച്ചുകുലുക്കി. അവിടവിടെ നിന്ന് ചില ഞെരുക്കങ്ങൾ. അപ്പോഴേക്കും കൊച്ചു കിരുക്കോസിന് ഒന്നര വയസ്സു പ്രായമായിരുന്നു. അവൻ അമ്മൂമ്മയുടെ മടിയിലിരുന്ന് ആ നേരമത്രയും സുഖമായി ഉറങ്ങി. വോസ്കേയുടെ കരച്ചിൽ കേട്ട് കിരാക്കോസും ഉണർന്നു. പിന്നെ താമസിച്ചില്ല, ആകാവുന്നയത്ര ഉച്ചത്തിൽ അവനും കരയാൻ തുടങ്ങി. ആ പരിസരം മുഴുവൻ ശബ്ദമുഖരിതമായി. ഒട്ടും ചെവി കേൾക്കാത്ത സുരീൻ പെറ്റിനാന്റ്സിന്റെ ചെവിയിലും ആ ശബ്ദം തുളച്ചുകയറി. കാര്യമറിയാതെ അയാൾ ചുറ്റും പകച്ചുനോക്കി. മാമിക്കോൺ തന്റെ നീണ്ടു വെളുത്ത താടി ഉഴിഞ്ഞുകൊണ്ട് പതിവുപോലെ ഒരു തമാശ പറഞ്ഞു. "കുഞ്ഞുങ്ങളാണെങ്കിലും ഇപ്പോഴേ അവർ തമ്മിൽ നല്ല സ്വരചേർച്ചയിലാണ്" അയാൾ എന്താണാവോ ഉദ്ദേശിച്ചത്?

ഉത്തരായനം അവസാനിക്കുന്നതിന് തൊട്ടുമുമ്പുള്ള ദിവസം. അനാട്ടോലിയ മുറ്റത്തേക്കിറങ്ങി. ഉണങ്ങാൻ തുടങ്ങിയ ആപ്പിൾമരത്തിന്

ചുവട്ടിൽ പെഡ്രോ, ആ മരം വാസിലി വെട്ടാൻ പുറപ്പെട്ടതാണ്. അനാട്ടോലിയ സമ്മതിച്ചില്ല. അത് അവളുടെ ബാബോ മുത്തശ്ശിക്ക് ഏറ്റവും ഇഷ്ടപ്പെട്ട മരമായിരുന്നു. "അവരുടെ ഓർമ്മയ്ക്ക് അതവിടെ നിന്നോട്ടെ" അവൾ പറഞ്ഞു.

ഉണങ്ങിയ മരത്തിനു ചുവടെ പെഡ്രോ വാശിയോടെ മാന്തുകയായിരുന്നു. അനാട്ടോലിയ അവിടെ ഉണ്ടെന്നറിഞ്ഞു. അവൻ ഉറക്കെ കുരയ്ക്കാൻ തുടങ്ങി. ഓടി വന്ന് അവളുടെ ഉടുപ്പിന്റെ അറ്റം കടിച്ചു പിടിച്ചു. കൂടെ ചെല്ലണമെന്ന സൂചന. അവൾ ആകെ പകച്ചു. ഇതു തന്നെയാണല്ലോ അന്ന് ആശുപത്രിയിൽ വെച്ച് ഉറക്കത്തിൽ കണ്ടത്! സ്വപ്നം സത്യമാവുകയാണല്ലോ! പെഡ്രോവിന്റെ പുറകെ അവൾ മരച്ചോട്ടിലേക്കു ചെന്നു. അവൻ മണ്ണുമാന്തിയുണ്ടാക്കിയ കുഴിയിലേക്ക് എത്തിനോക്കി. അധികം ആഴമില്ല. "പെഡ്രോ മോനേ, ഇതിനകത്തൊന്നും കാണാനില്ലല്ലോ" അവൾ നായയുടെ പുറകിൽതട്ടി അവനെ ശാന്തനാക്കാൻ ശ്രമിച്ചു. അവൻ ഒച്ച താഴ്ത്തി എന്തോ മുറുമുറുത്തു. വീണ്ടും കുഴിയിൽനിന്ന് കുറച്ചുകൂടി മണ്ണു മാറ്റിക്കളഞ്ഞു. തുടർന്ന് കുഴിയിൽനിന്നും എന്തോ വലിച്ചെടുത്തു. അനാട്ടോലിയയുടെ കാൽക്കൽ വെച്ചു. അവൾ കുനിഞ്ഞ് അത് കൈയിലെടുത്തു സൂക്ഷിച്ചു നോക്കി. ചുരുട്ടി ഉണ്ടാക്കിയ ഒരു കഷണം തുണി. അവൾ അത് പതുക്കെ തുറന്നു. പകുതിയും ദ്രവിച്ചു കഴിഞ്ഞിരുന്നു. അതിനുള്ളിലുണ്ടായിരുന്ന കനമുള്ള ഒരു വെള്ളി മോതിരം. കാലപ്പഴക്കം കൊണ്ട് അത് ഇരുണ്ടുപോയിരുന്നു. മോതിരത്തിന്മേൽ കടുംനീല നിറത്തിൽ വലിയൊരു കല്ലു പതിച്ചിരുന്നു. അതെന്താണ് എന്ന് അവൾക്ക് തിരിച്ചറിയാനായില്ല. അവൾ അത് അമർത്തി തുടച്ച് വൃത്തിയാക്കി. അലമാരി തുറന്ന് സ്വന്തം ആഭരണപ്പെട്ടിയിൽ സൂക്ഷിച്ചു വെച്ചു. അവളുടെ അമ്മയുടെ ഒരേയൊരു ആഭരണവും അതിനകത്തുണ്ടായിരുന്നു. സുന്ദരിയായ ഒരു യുവതിയുടെ ചിത്രം രേഖപ്പെടുത്തിയിട്ടുള്ള ശരിക്കുള്ള ഒരു കടൽകക്ക. മങ്ങിയ വെള്ളയും പിങ്കും കലർന്ന പശ്ചാത്തലം. ആ യുവതി അകലെയുള്ള എന്തിലോ കണ്ണും നട്ട് ഒരുവശം ചെരിഞ്ഞിരിക്കുകയാണ്. കൊച്ച് വോസ്കെ വലുതാവട്ടെ. അപ്പോൾ അവൾക്കിതണിയാം.

വൈകുന്നേരങ്ങളിൽ കുഞ്ഞിനെ തൊട്ടിലിൽ കിടത്തി ആട്ടി ഉറക്കുമ്പോൾ അനാട്ടോലിയ താരാട്ടുപാട്ടുകൾ പാടി. ഏതോ കാലത്ത് അവളുടെ അമ്മ അവളെ ഉറക്കാനായി പാടിയിരുന്ന പാട്ടുകൾ. കൂണുകളെ മുളച്ചുപൊന്താൻ സഹായിക്കുന്ന മഴയെപ്പറ്റി. അമ്മച്ചെന്നായയ്ക്കു കുഞ്ഞുണ്ടാകുന്ന ദിവസം പെയ്യുന്ന മഴയെപ്പറ്റി... അമ്മചെന്നായുടെ ഏഴു കുഞ്ഞുങ്ങളും കൂട്ടം പിരിഞ്ഞുപോയി. അമ്മ എല്ലാ ആശയും കൈവിട്ടു. മക്കൾ തിരിച്ചു വരുമെന്നും കരുത്തരായ ചെന്നായകളായി അവരെ

തനിക്കു കാണാനാകുമെന്ന പ്രതീക്ഷ തീർത്തും ഉപേക്ഷിച്ച ദിവസം അവ ഏഴും അമ്മയുടെ അരികിൽ തിരിച്ചെത്തി. മറ്റൊരു പാട്ട്, വളരെ കാലമായി വേർപെട്ടുപോയവരുടെ ശുഭവാർത്തയുമായി വേഗത്തിൽ ചിറകു വിരിച്ച് പറന്നുവരുന്ന കാറ്റിനെക്കുറിച്ചാണ്. സ്വർഗത്തോളം എത്തി നില്ക്കുന്ന ഒരു മുന്തിരിവള്ളിയെക്കുറിച്ചും അതിൽ കൂടു കൂട്ടാനെത്തുന്ന സ്വർഗത്തിലെ പക്ഷികളെക്കുറിച്ചും അവൾ പാടിയിരുന്നു.

ശ്വാസം വിടാതെ വോസ്കെ കേട്ടുകൊണ്ടു കിടക്കും അമ്മ പാടുന്ന താരാട്ടുപാട്ടുകൾ. വാസിലി കുഞ്ഞിനെ തൊട്ടുരുമ്മിക്കിടക്കും. മൂക്ക് അവളുടെ മുടിച്ചുരുളുകൾക്കിടയിൽ പൂഴ്ത്തിവെച്ച്. ഉറങ്ങണമെങ്കിൽ അച്ഛൻ തൊട്ടുരുമ്മി കിടക്കണം. അമ്മ അരികിലിരുന്ന് താരാട്ടു പാടിക്കൊണ്ടിരിക്കണം. അതായിരുന്നു കുഞ്ഞി വോസ്കെയുടെ ലോകം. അതല്ലാതെയൊരു ലോകത്തെക്കുറിച്ച് അവൾക്കറിയില്ലായിരുന്നു. കല്ലുകൊണ്ടു പണിത ഒരു വീട്. വീട്ടുമുറ്റത്ത് ഒരു ഉണങ്ങിയ ആപ്പിൾ മരം. വയസ്സന്മാരും വയസ്സികളുമായി മുപ്പതോളം പേർ താമസിക്കുന്ന ഒരു പഴഞ്ചൻ ഗ്രാമം. അവിടെ അത്രയും തന്നെ പഴക്കമുള്ളൊരു പള്ളി. പള്ളിയിൽ വിശേഷ ദിവസങ്ങളിൽ മാത്രം കുർബാന നടത്താൻ വരുന്ന ഒരു പുരോഹിതൻ. മലയിടിച്ചിലിൽ നിന്നും ഗ്രാമത്തിന്റെ കിഴക്കെ ഭാഗത്തെ കാത്തുരക്ഷിച്ചുകൊണ്ട് വലിയൊരു കന്മതിൽ. അതിന്റെ ഒരു ഭാഗം താഴെയുള്ള ഗർത്തത്തിലേക്കു വീണു കഴിഞ്ഞിരുന്നു. ഗ്രാമത്തിൽനിന്നും താഴ്‌വരയിലേക്കുള്ള ഒരേയൊരു പാത. കാലം ചെല്ലുന്തോറും അത് സഞ്ചാരയോഗ്യമല്ലാതായി വരുന്നു. കാട്ടുപുല്ലും മുൾച്ചെടികളും പാതയെ കീഴടക്കിയിരിക്കുന്നു. പതിവായി മൂക്കുച്ചിന്റെ വണ്ടി പലചരക്കു സാമാനങ്ങൾ കൊണ്ടുവരാനായി ചുരമിറങ്ങി താഴ്‌വരയിലേക്കു പോകുന്നതുകൊണ്ട് ആ വണ്ടിപ്പാത മാത്രം കാടു കയറാതെ കിടക്കുന്നുണ്ട്. മനീഷ്കറിന്റെ ഉച്ചിയിൽ നിന്നും താഴെയുള്ള വിശാലമായ ലോകംവരെ നീണ്ടു ചെല്ലുന്ന ഒരു ഇടുങ്ങിയ ചാലുപോലെയുള്ള പാത.

അനാട്ടോലിയയുടെ വീടിന്റെ വരാന്തയിൽ മാറത്ത് കൈ പിണച്ചുവെച്ച് മാഗ്ടാകീൻ നിന്നു. വോസ്കെയുടെ കാവൽ മാലാഖ, എല്ലാവർക്കും അദൃശ്യയായി.

വാലിൻക ഐമ്പോഗാന്റിന്റെ വീട്ടിലെ ഭിത്തിയിലെ വിടവ് ഇപ്പോഴും അതേപോലെത്തന്നെ നില്ക്കുന്നു. താനേ ചേരുന്നില്ല. തകർന്നു വീഴുന്നുമില്ല. കഠിനമായ ദുഃഖത്താൽ രണ്ടായി പിളർന്നുപോയ ഒരു ഹൃദയം പോലെ. തീരെ ശക്തിയില്ല. എന്നാലും ജീവിക്കുന്നു എന്നുമാത്രം. ഒരു തുണിപ്പെട്ടിയിൽ ഭംഗിയായി പൊതിഞ്ഞ് വാലിൻക സൂക്ഷിച്ചുവെച്ചിട്ടുണ്ട് നടാസ്യ വരച്ചുണ്ടാക്കിയ രേഖാചിത്രങ്ങൾ. ആ വെള്ള മയിലിന്റെ കുഴിമാടത്തിനു മീതെ നടാസ്യ കണ്ടെത്തിയ അക്ഷരങ്ങൾ. അവർ

അതൊക്കെ അപ്പോഴേ മറന്നു. പക്ഷേ, മാരാന്റെ മനസ്സിൽ അന്നേ ആ രണ്ടക്ഷരങ്ങൾ പതിഞ്ഞു കഴിഞ്ഞിരുന്നു. ആ ഗ്രാമത്തിന്റെ അടുത്ത തലമുറയുടെ പേരുകളുടെ ആദ്യാക്ഷരങ്ങൾ. ഒരു ആൺകുട്ടിയുടേയും പെൺകുട്ടിയുടേയും പേരുകൾ. മാരാന്റെ അനന്തരാവകാശികളായി അങ്ങനെ രണ്ടുപേർ മാത്രം. വിധി അവരുടെ മുമ്പിൽ രണ്ടു വഴികൾ തുറന്നിട്ടിരിക്കുന്നു. ഒന്നുകിൽ ഗ്രാമത്തിന്റെ ചരിത്രം അവിടെവെച്ച് അവസാനിപ്പിക്കാം. അല്ലെങ്കിൽ ആ ചരിത്രപുസ്തകത്തിൽ പുതിയ താളുകൾ എഴുതിച്ചേർക്കാം. ഇതിൽ ഏതാണ് സംഭവിക്കുക എന്ന് ആർക്കറിയാം?

നീളമുള്ള ഒരു പട്ടിക്കൂട്ടിൽ പെഡ്രോ, നീണ്ട ചെവികളോടുകൂടിയ അവന്റെ തല വലിയ കൈകളിൽ ചേർത്തുവെച്ചു സുഖനിദ്രയിലാണ്. എത്ര വിശ്വസ്തനായ നായയാണവൻ. അവനല്ലേ ഉണങ്ങിയ ആപ്പിൾ മരച്ചോട്ടിൽ നിന്നും ആ മോതിരം കണ്ടെടുത്തത്? അനാട്ടോലിയയുടെ പിറന്നാൾ ദിവസം അകത്തേക്കു കയറി വന്ന നാടോടിസ്ത്രീയാണ് അതവിടെ ഒളിപ്പിച്ചുവെച്ചത്. അവരുടെ പേര് പെദ്രീന എന്നായിരുന്നു.

കൊച്ചു വോസ്കെയുടെ കൊച്ചു ലോകത്തിൽ അറ്റമില്ലാത്തൊരു വേനൽരാത്രി. എന്തെല്ലാം കഥകളാണ് അതിനു പറയാനുള്ളത്? മനുഷ്യഹൃദയത്തിന്റെ കരുത്തിനെ പറ്റി. അതിന്റെ കുലീനത്വത്തേയും പ്രതിബദ്ധതയേയും പറ്റി. വെള്ളത്തിൽ മഴത്തുള്ളികൾ വീഴുമ്പോഴുണ്ടാകുന്ന ചെറിയ വൃത്തങ്ങൾ പോലെയാണ് ജീവിതം. ജീവിതത്തിലെ ഓരോ സംഭവവും അതിനു മുമ്പിലുണ്ടായതിന്റെ പ്രതിഫലനങ്ങളാണ്. അത് ഊഹിച്ചെടുക്കാൻ ആരേയും വിധിച്ചിട്ടില്ല എന്നുമാത്രം. അതിനു നിയോഗിക്കപ്പെട്ടവർ വല്ലപ്പോഴും മാത്രം ഈ ഭൂമുഖത്ത് പ്രത്യക്ഷപ്പെടുന്നു, തിരിച്ചു വരാത്ത വിധം അപ്രത്യക്ഷരാവുകയും ചെയ്യുന്നു. കാരണം ആദ്യത്തെ തവണ തന്നെ അവരുടെ കോപ്പയിലുള്ളത് മുഴുവനായും അവർ കുടിച്ചു തീർക്കുന്നു. ഒരു തുള്ളി ബാക്കിവെക്കാതെ. എന്നാൽ ഇപ്പോൾ പറഞ്ഞു വരുന്നത് അതിനെപ്പറ്റിയല്ല. കൃത്യം ഒരു വർഷവും ഒരു മാസവും മുമ്പു നടന്ന ഒരു സംഭവമാണ് ഇപ്പോൾ നമ്മുടെ മുമ്പിലുള്ളത്.

അതൊരു വെള്ളിയാഴ്ചയായിരുന്നു. ഉച്ചതിരിഞ്ഞ ഉടനെയുള്ള സമയം. ആകാശത്തിന്റെ ഉയരങ്ങളിലൂടെ സഞ്ചരിച്ചു കഴിഞ്ഞ സൂര്യൻ പതുക്കെ പടിഞ്ഞാറെ ചക്രവാളത്തിന്റെ അറ്റത്തേക്കു ഇറങ്ങി വരികയായിരുന്നു. ആ നേരത്താണ് അനാട്ടോലിയ സെവൊയാന്റ്സ് അന്ത്യശ്വാസം വലിക്കാൻ തയ്യാറായി കട്ടിലിൽ കയറി കിടന്നത്. അപ്പോൾ അവർക്കറിയില്ലായിരുന്നു, അതീവ സന്തോഷകരമായ കുറെയേറെ അനുഭവങ്ങൾ അവളെ കാത്ത് തൊട്ടുമുമ്പിൽ നില്ക്കുന്നുണ്ട് എന്ന്. ഇതാ... ഇപ്പോൾ അവ ഓരോന്നായി അവളുടെ മുമ്പിലേക്കൊഴുകി എത്തുകയാണ്. അദ്ഭുതകരമായ, അതീവഹൃദ്യമായ അനുഭവങ്ങൾ. എത്ര

അനായാസമായി, അപ്രതീക്ഷിതമായി, സ്നേഹനിറവോടെയാണ് അവ അവളുടെ മുമ്പിലേക്കു വരുന്നത്. ഈ സന്തോഷം വളരെക്കാലം നീണ്ടുനില്ക്കട്ടെ. അല്ല, എന്നും എപ്പോഴും അതിങ്ങനെത്തന്നെയായിരിക്കട്ടെ.

രാത്രി അതിന്റെ മന്ത്രജാലം പ്രയോഗിക്കുന്നു. അവളുടെ സന്തോഷത്തെ ഭദ്രമായി കാക്കുന്നു. രാത്രിയുടെ തണുത്ത കൈകളിലേക്ക് മൂന്നു ആപ്പിളുകൾ വന്നുചേരും. മാരാനിലെ ആളുകൾ കാലാകാലങ്ങളായി വിശ്വസിക്കുന്നതുപോലെ, രാത്രി ആ മൂന്നു ആപ്പിളുകളും ആകാശത്തു നിന്നു ഭൂമിയിലേക്കിടും.

ഒന്ന്, അതു കണ്ടുനില്ക്കുന്ന ആൾക്ക്.

രണ്ടാമത്തേത് ആ കഥ പറയുന്ന ആൾക്ക്.

മൂന്നാമത്തേത് ആ കഥ കേൾക്കുകയും നന്മയിൽ വിശ്വസിക്കുകയും ചെയ്യുന്ന ആൾക്ക്. ∎

www.ingramcontent.com/pod-product-compliance
Lightning Source LLC
LaVergne TN
LVHW041703070526
838199LV00045B/1175

9789388830461